தந்த்ரா அனுபவம

ஓஷோ

தொகுப்பு :
மா. யோக சுதர
மா. நிர்குண்

மொழிபெயர்ப்பு :
சுவாமி ஆனந்த் பரமேஷ்

கவிதா பப்ளிகேஷன்

8, மாசிலாமணி தெரு,
பாண்டி பஜார்,
தியாகராய நகர்,
சென்னை – 600 017.

044-42161657
+91-7402222787
kavitha_publication@yahoo.com
kavithapublication@gmail.com
www .kavithapublication.com

TANTRA ANUBHAVAM (Tamil)

Originally published in English as
THE TANTRA EXPERIENCE

Under the author name OSHO
Tamil Translation Copyright © 1996, Osho International Foundation.
Copyright © 1978 Osho International Foundation. All rights reserved.
Osho is a registered trademark of Osho International Foundation.
used under license.

Translated by	:	Swami Anand Parmesh
Coordination by	:	Swami Prem Richa
Publishing Editor	:	Sethu Chockalingam
First Edition	:	1996
Fourth Edition	:	August, 2009
Fifth Edition	:	May, 2011
Sixth Edition	:	October, 2015
Seventh Edition	:	September, 2020
Pages	:	360
Price	:	**Rs.300.00**
ISBN	:	978-81-8345-235-9
Printed at	:	Sethu Prints, Chennai.

Published by :
KAVITHA PUBLICATION
8, Masilamani Street,
Pondy Bazaar, Thyagaraya Nagar, Chennai - 600 017.
Phone : 044 - 4216 1657   Whatsapp : 7402222787

E-mail : kavitha_publication@yahoo.com
            : kavithapublication@gmail.com
Website : www.kavithapublication.com

No part of this book may be reproduced or transmitted in any form or by any means electronic or mechanical including photocopying or recording or by any information storage and retrieval system without permission in writing from Osho International Foundation.

முன்னுரை

தந்த்ரா வழிபாடு என்பது மிகவும் பழமையானது. அது சரித்திர காலத்திற்கு முன்பே,பூமியைத்தாயாகக் கருதிய ஓர் வழிபாட்டு முறையிலிருந்து உண்டாயிற்று. அது வாழ்வை முழுமையாக, பரந்து நோக்குகிறது. இந்தத் தந்த்ரா (Tantra) என்ற வார்த்தையின் நேரடியான அர்த்தம் ''முக்கியமான இணைக்கும் நூல் (Essential Thread) என்று அர்த்தம். அது, ஒவ்வொரு உயிர்த்துடிப்புள்ள, மிகவும் செழிப்பான புதுமைப் படைப்புத்தன்மையோடு விளங்கும் மதங்களின் உள்ளே செல்கிறது. அங்கு, ஹிந்துயிஸமும், ஜைனமும் சந்தித்து. தந்த்தராவினால் செழுமையடைகின்றன. அது கிருஸ்துவக் கோட்பாடுகளையும், முகமதிய சுபியின் கருத்துக்களையும் இணைக்கும் பாலமாக இருக்கிறது. 'தாந்த்ரிக் புத்திஸம்' (Tantric Buddhism) இன்னும் உயிர்த் தன்மையோடு இயங்குகிறது என்றால், அது பழைய கலாச்சாரத்தில் திளைத்த திபேத்திய வாமாக்கலினால்தான். இன்று அதன் முக்கிய இருப்பிடம் திபேத்துதான். அதை இயற்றியவர் சாரஹா (Saraha) என்ற முனிவர்.

சாரஹாவுக்கு இரண்டு மாஸ்டர்கள் இருந்தார்கள். ஒருவர் பெயர் ஸ்ரீ கீர்த்தி (Sri Kirti) என்பது. அவர் புத்தரின் நேரடி வாரிசுகளில் ஒருவர். அடுத்த மாஸ்டர் ஒரு கூர்மையான அறிவுமிக்க விழிப்படைந்த பெண். அவர் பெயர் தாந்த்ரிக்கா (Tantrika) என்பது. இவரை இந்தப் புத்தகத்தில் அடிக்கடி இனிமேல் சந்திக்கலாம். இந்த இரண்டு மாஸ்டர்களின் மூலமாக, சாரஹா தன்னுடைய இயல்பான, உண்மையான புத்தத் தன்மையை, உள்மைய உண்மையை, அறிந்துகொண்டார் எனலாம்.

காலத்தைக் கடந்த கருத்துக்களைச் சொன்ன இந்த முனிவரை, நமது ஞானம் அடைந்த,விழிப்பு நிலை எய்திய ஓஷோவின் சம காலத்தவர் என்று எண்ணுவதில் தவறேதும் இல்லை. அவரது ஆழ்ந்த அர்த்தம் நிரம்பிய கருத்துக்களை, தன்னுடையது போல், ஓஷோ விளக்குகிறார். தன்னுடைய உண்மையான நிலையை நாம் ஒவ்வொருவரும் உணரக்கூடிய வகையில், ஓஷோ பலவகையில் நமக்கு உதவுகிறார். அதில் இந்தத் தந்த்ரா அனுபவம் முதன்மையானது என்று கருதலாம். வாழ்வை முழுமையாக

அணுகுவதற்கு, மேற்கத்திய மற்றும் கிழக்கத்திய ஆன்மீகத்தை ஒன்று சேர்த்த முதல் மாஸ்டர் ஓஷோவாகத்தான் இருக்கமுடியும். வாழ்வின் ஒவ்வொரு அம்சத்தையும் நுணுக்கமாக ஆராய்ந்து, எதையும் தள்ளாமல், திறம்பட ஒன்று சேர்த்த புதுமையான தந்த்ரா மாஸ்டர், நம் ஓஷோ.

'இந்தப் பல பரிமாணமுள்ள புத்தகத்தில், நீங்கள் மேற்கும், கிழக்கும் ஒன்று இணைவதையும், இறந்தகாலமும், வருங்காலமும் கலப்பதையும் முக்கியக் கருவாக அமைந்திருப்பதை அறியலாம். சாரஹா தன் கருத்துக்களை பாடலாக, ஒரு மயானத்தில் நின்று பாடினார். அப்பொழுது அங்கிருந்த அரசன், அதைக்கேட்டு, அங்கேயே ஞானம் அடைந்தான். ஆகவே, அந்தப் பாடல்கள், சாரஹாவின் ''அரசவைப் பாடல்கள்'' (Royal Songs of Saraha) என்று புகழ்பெற்றன.

புத்தரது தியானக் கருத்துக்களையும், தந்த்ராவின் வாழ்வின் மறுப்பற்ற முழு ஏற்பு கொள்கையையும், சராஹா ஒன்று சேர்த்திருக்கிறார். சாரஹாவின் பல பரிமாணமுள்ள, நறுமணமிக்க உள் உணர்வு அனுபவங் களையும், தன்னுடைய அனுபவங்களையும் ஒன்று சேர்த்து, ஓஷோ மிக அழகாக இந்த நூலில் விவரித்திருக்கிறார். இதன் அடிப்படையில், ஓஷோ தன் புதிய வழிகளை புதுமையான முறையில் வெளியிடுகிறார். அது, உங்களை மிக எளிதாக ஆன்மீகப்பாதையில் அழைத்துச் செல்லும். சராஹாவின் பாடல்களின் சூத்திரத்தை இந்த 20 வது நூற்றாண்டு ஆன்மீகத்தேடுபவர்களின் கேள்விகளோடு கலந்து இந்தப்புத்தகத்தில் கொடுக்கப்பட்டுள்ளன. அத்துடன், ஓஷோவிடம் கேட்கப்பட்ட தனிப்பட்ட கேள்விகளுக்கு, அவர் அந்தக் கணம் அளித்த பதில்களும் இணைக்கப் பட்டு உள்ளன. இவைகள் அனைத்தும் ஒன்றுக்கொன்று சம்மந்தமுடைய வைகளே.

இந்தப் புத்தகத்தில், நீங்கள், ஒரு மாஸ்டருக்கும், சீடனுக்கும் அல்லது தேடுபவனுக்கும், நடக்கின்ற அருமையான, அன்புகலந்த, விளையாட்டான ஆழ்ந்த கருத்துப் பரிமாற்றங்களை ரசித்து மகிழலாம். ஒரு ஞானி, எப்படி நம்மை, மிக இலகுவாக, நம்மையறியாமலேயே அந்த உண்மையை நோக்கி செலுத்துகிறார் என்பது நமக்கு சிறிது சிறிதாக விளங்குவது ஒரு அற்புதம்தான்.

வார்த்தைகள் எப்படி அமைதியை நோக்கிச் செல்கின்றன, பிறகு அமைதித் தன்மை, எப்படி நேரடியாக உண்மையை நோக்கி முன்னேறு கிறது என்பதை, இந்தப் புத்தகம் தெளிவாக முறைப்படுத்திக் காட்டுகிறது. நீங்கள் திறந்த உள்ளத்துடன், தெளிவான நிலையில் இந்தப் புத்தகத்தோடு ஒன்றிச் சென்றால், அது உண்மையின் மையத்தன்மையை நோக்கி, உங்களைச் செலுத்தும் புனித யாத்திரையாக மாறிவிடும். இது ஒரு புத்தகத்தைப் பற்றிய தலைப்பு அல்ல. இந்தப் புத்தகமே அந்தத் தலைப்புத் தான். இது, வானத்தில் உலவும் சந்திரனைச் சுட்டிக் காட்டும் விரல்மட்டு மல்ல; அந்த சந்திரனே இதுதான்! தங்களுடைய உள் உணர்வை, உள் மையத்தை அடைய யார் யார் தைரியமாக முன் வருகிறார்களோ, அவர்கள் இந்த புத்தகத்தின்மூலமாக தன் தெய்வீக உள்யாத்திரையைத் தொடங்க, அன்புடன் அழைக்கப்படுகிறார்கள்.

சுவாமி ஆனந்த் ராக்கேஷ்

உள்ளே

பக்கம்

1. "ஒன்றையே குறி வைத்தல்" 7
   (AIMING AT ONE)

2. "வாத்து வெளியேதான் இருக்கிறது." 45
   (THE GOOSE IS OUT)

3. "இந்தத் தேன் உங்களுடையதுதான்" 87
   (THIS HONEY IS YOURS)

4. "அன்பு ஒரு இறப்பே" 118
   (LOVE IS A DEATH)

5. "மனிதன் ஒரு கற்பனை" 146
   (MAN IS A MYTH)

6. "நான் ஒரு அழிப்பவன்" 178
   (I AM A DESTROYER)

7. "உண்மை புனிதமர்னதும் அல்ல,
   புனிதம் அற்றதும் அல்ல" 210
   (TRUTH IS NEITHER HOLY NOR UNHOLY)

8. "அன்பில் உண்மையாக இருங்கள்" 241
   (BE TRUE TO LOVE)

9. "மனம், அதன் உண்மைத் தன்மையில் சுத்தமானதே" 279
   (MIND IMMACULATE IN ITS VERYBEING)

10. "ஹிங்கில் டி ஜிபிட்டி டான்ஜிலி ஜி" 314
    (HINGLE DE JIBBITY DANGELY JI)

1. ''ஒன்றையே குறிவைத்தல்''

(Aiming At One)

சாரஹாவின் அரச கீதம்

மாண்புமிகு மஞ்ஜுரியை வணங்குகிறேன்
மனத்தை வென்றவரை மறுபடியும்
வணங்குகிறேன்.

காற்றில் நெளியும் அமைதிக்குளம்
சுருளும் அலையெனப் புரண்டுவிழும்
அரசரின் சிந்தனையும் அதுபோலவே
சரகர் எனும் மாமனிதரைப்பற்றி.

மாறுகண்ணன் பார்வையில்
முழு விளக்கும் இரண்டாகத் தெரியும் - ஆனால்
பார்ப்பவனும் பொருளும் இரண்டல்ல
ஓ! மனமே. காணும் காட்சிகளை
கலைத்துத் தொலைக்கின்றாயே!

வீட்டின் விளக்குகளெல்லாம் எரிந்தாலும்
இருட்டிலேயே இருக்கின்றான் குருடன்
பிரபஞ்சம் எல்லையில்லாக் கருணையுடன்
பிரவாகமாக நெருங்கியே இயங்கினாலும்
தொலைவாய்த் தோன்றுமே அறிவீனருக்கு

ஆறுகள் பலவானாலும்
ஆழியினுள் அவை ஒன்றே
பற்றும் பொய்கள் பலவாயினும்

வெற்றி கொள்ளும் உண்மை ஒன்றே
இருள் எத்தனை யுகங்களானாலும்
மறையுமே உதிக்கும் சூரியன் ஒன்றினால்

இந்த உலகத்தில் வாழ்ந்த மாஸ்டர்களில், மிகச் சிறந்தவராக கௌதம புத்தரைச் சொல்லலாம். ஜீசஸ், கிருஷ்ணா, மஹா வீரர் மற்றும் முகமது, போன்றவர்களை சிறந்த ஞானிகளாகக் கருதலாம். ஆனாலும் 'மிகச் சிறந்த' என்ற சொற்கள் கௌதம புத்தருக்கே போய்ச் சேரும். இதனால், அவருடைய ஞானநிலை அல்லது விழிப்புத் தன்மை சிறந்தது என்றும், மற்றவர்களுடைய ஞானத்தன்மை குறைந்தது என்றும் கருதக் கூடாது. அதில் எந்த ஏற்றத்தாழ்வும் கிடையாது. ஆனால், மாஸ்டர் என்ற அளவில், தான் அறிந்ததை பிறருக்கு விளங்கும் படிச் சொல்லிய வகையில், புத்தருக்கு ஈடு இணைகிடையாது. அதுமாத்திரமல்ல, அவர் மூலமாக, ஆயிரக்கணக்கானோர் விழிப்புநிலையை, ஞானநிலையை அடைந்தார் கள்.

இதைப் போல பிற மாஸ்டர்களிடம் ஏற்பட்டதில்லை. அவருடைய ஆன்மீக அணுகுமுறை மிகவும் பயனுள்ளதாக அமைந்திருந்தது. இப்பொழுதும் கூட, அவர் குழு, புதிய தன்மை நிறைந்ததாக, தனித்தே விளங்கு கிறது. அவர், பல கிளைகள் அடங்கிய ஓர் ஆலமரத்துக்குச் சமம். ஒவ்வொரு கிளையிலும், ஆயிரக்கணக்கான பழங்கள் இருக்கின்றன. இந்த வகையில், மஹாவீரர் ஒரு குறுகிய எல்லைக்குள்தான் செயல்படுகிறார். கிருஷ்ணா, படித்த பண்டிதர்களின் மத்தியில் சிக்கிக் கொண்டு காணாமல் போய்விட்டார். பாதிரியார்களினால், கிருஸ்து முழுவதும் அழிக்கப்பட்டு விட்டார். இவர்களின் தோற்றத்தினால், எவ்வளவோ ஆன்மீக மாற்றங்கள், இந்த உலகத்தில் நேர்ந்திருக்க வேண்டும். ஆனால், சொல்லிக் கொள்ளும் படியாக எதுவும் நிகழவில்லை என்பது வருத்தப்படக்கூடியது.

ஏதோ நாம் செய்த அதிர்ஷ்டத்தால், புத்தர் நமக்குக்கிடைக்கப் பெற்றார். அவரது கருத்துக்களை அழிக்க ஹிந்து குருமார்களும், படித்த பண்டிதர்களும் எவ்வளவோ முயற்சிகளை மேற்கொண்டார்கள். ஆனால், அவர்களுடைய தாக்குதலையெல்லாம் சமாளிக்கும் விதமாக, புத்தருடைய ஆன்மீக அணுகுமுறை இருந்ததுதான், அவரது தனிப்பட்டதன்மை. அவருடைய கருத்துக்களை, இலேசில் அவர்களால் அழிக்க முடிய வில்லை.

அது இப்பொழுதும் உயிரோடு நிகழ்ந்துகொண்டுதான் இருக்கிறது.

25 நூற்றாண்டுகளாகியும், இன்னும் அந்த மலரிலுள்ள இதழ் களின் நறுமணம் குறையவில்லை. இன்னும் அது தன் பழங்களை, இந்த உலகத் துக்கு அளித்துக் கொண்டேதான் இருக்கிறது. அதைப் போன்ற ஒரு மரம்தான் சாரஹாவும். அதைப் போன்ற பழங்களை, இந்த மரமும் இன்னும் கொடுத்துக் கொண்டிருக்கிறது.

சாரஹா, புத்தர் பிறந்து இரண்டு நூற்றாண்டு கழித்துத்தான் பிறந்தார். அவருடைய நேரடியான அணுகுமுறை மிகவும் வித்தியாச மானதுதான். அது பல வித்தியாசமான கிளைகளைக் கொண்டது. ஒரு கிளை, மஹாகாஸ்யபா **(Maha Kashyappa)**விடமிருந்து போதிதர்மா **(Bodhidharma)** வை நோக்கிச் சென்று, புதிதாக ஜென் **(Zen)** தோன்றக் காரணமாயிற்று. இந்தக் கிளை, இன்னும் பழங்களைக் கொடுத்துக் கொண்டே இருக்கிறது. அடுத்த கிளை, புத்தரிடமிருந்து அவரது மகனான ராகுல் பத்ரா **(Rahul Bhadra)** வை அடைந்து, பிறகு அவரிடமிருந்து ஸ்ரீ கீர்த்தி **(Sri Kirti)** க்குச் சென்று, சாரஹாவை அடைந்தது. பிறகு சாரஹாவிட மிருந்து நாகர்ஜுனாவை **(Nagarjuna)** அடைந்து, 'தந்த்ரா' கிளையாக மாறி இருக்கிறது. அது திபேத்தில் இப்பொழுதும் தன் கனியைக் கொடுத்துக் கொண்டிருக்கிறது.அது திபேத்தை மாற்றி இருக்கிறது. ஜென்னை நிறுவி யவர் எப்படி போதிதர்மாவோ, அப்படி தந்த்ராவை நிறுவியவர் சாரஹா என்று அடிப்படையாகக் கருதலாம். போதிதர்மா, சைனா, திபேத்து, கொரியா தேசங்களை ஆக்கிரமித்தார். சாரஹா, குறிப்பாக திபேத்தை ஆட் கொண்டார்.

இந்த சாரஹாவின் கீதம் மிகவும் அழகுள்ளது, அர்த்தமுடையது. தந்த்ராவின் அஸ்திவாரமே இந்த பாடலில்தான் இருக்கிறது. இதைப் புரிந்துகொள்ள, வாழ்க்கையை, தந்த்ரா எப்படி அணுகுகிறது என்பதையும், அதன் நோக்கத்தையும் நீங்கள் மிகவும் தெளிவாகப் புரிந்துகொள்ள வேண்டும். தந்த்ராவின் மிகவும் அடிப்படையான கொள்கை மற்றும் கருத்து என்னவென்றால், உலகம் கீழ், மேல் என்று வித்தியாசமாக இயங்கவில்லை, அது ஒரு முழுமை என்ற ஒரு முற்றிலும் புதுமையான புரட்சியான, வித்தியாசமான, தைரியமிக்கக் கருத்தை அடிப்படையாக வைக்கிறது. இந்த முழுமையில், கீழ் மேல் என்பவைகள் ஒன்றை ஒன்று சார்ந்து நிற்கின்றன.

மேல் நிலையில் கீழ் நிலையும், கீழ் நிலையில் மேல் நிலையும் கலந்தே இருக்கின்றன. கீழ் நிலையில், மேல் நிலை மறைந்து இருக்கிறது. அப்படியிருக்கும்பொழுது, கீழ் நிலையை நீங்கள் எப்படித் தள்ள முடியும், வெறுக்கமுடியும், அழிக்க முடியும்? அந்தக் கீழ் நிலையையும் மேலான நிலைக்கு, நீங்கள் மாற்றவேண்டுமே தவிர, அதை அழிப்பதோ அல்லது வெறுப்பதோ புத்திசாலித்தனமான காரியம் இல்லை. கீழான நிலையை, மேலான நிலைக்குக் கொண்டு வரவேண்டும்.

சாத்தானுக்கும், கடவுளுக்கும் (அப்படி ஏதும் இருந்தால்!) நிரந்தரமான இடைவெளி என்று எதுவும் இல்லை. சாத்தான், தன் இதயத்தில் கடவுளை சமந்துகொண்டுதான் இருக்கிறது. ஆனால் அதன் இதயம் வேலை செய்யவில்லை. எப்பொழுது அதன் இதயம் உயிர்பெற்று வேலை செய்ய ஆரம்பிக்கிறதோ, அப்பொழுதே, சாத்தான், கடவுளாக மாறுகிறது! ஆகவேதான், சாத்தானின் ஆங்கிலச் சொல்லான 'டெவில்' (Devil) என்ற வார்த்தை புனிதம் அல்லது 'டிவைன்' (Devine) என்ற வார்த்தையிலிருந்து வந்திருக்கிறது! அந்த டெவில் என்ற தன்மை, எப்பொழுது புனிதம் அடைகிறதோ, அப்பொழுது அது டிவைனாகிறது. இந்த சாத்தான் தன்மை, புனிதத்தை அழிப்பதற்காக இல்லை. உண்மையில், இந்த சாத்தான் தன்மை, தன் உள்ளே இருக்கும் புனிதத்தன்மையை அறிந்து கொள்ளவே ஆசைப்படுகிறது. அது எப்பொழுதும் புனிதத்தை நோக்கியே தன் யாத்திரையை மேற்கொள்ளுகிறது. அது புனிதத்துக்கு எதிரி அல்ல. அதற்கு மாறாக, அந்தப் புனிதத்தின் விதை என்று அதைக் கருதலாம். அப்பொழுது புனிதம் என்பது பலகிளைகளையும், பழங்களையும்கொண்ட மரமாகிறது. ஆகவே, அந்த புனிதம் என்ற மரம், அந்தச் சாத்தான் என்ற விதைக்குள் மறைந்திருக்கிறது. அப்படி இருக்கும்பொழுது, அந்த விதை எப்படி மரத்துக்கு எதிரியாக இருக்கமுடியும்? இன்னும் தீவிரமாகச் சொன்னால், அந்த விதை இல்லா மல், புனிதம் என்ற மரமே உண்டாகி இருக்காது!

ஆகவே, சாத்தான் என்ற விதையும், புனிதம் என்ற மரமும் மிகுந்த ஆழ்ந்த நட்புடன்தான் ஒன்றை ஒன்று அனுசரித்துச் செல்லுகின்றன. இதைத் தெளிவாகப் புரிந்துகொள்ளவும். ஒரே சக்தியின் இருகூறுகள் தான் தேனும், விஷமும் என்று அறிந்துகொள்ளுங்கள். அதைப் போல வாழ்வும், இறப்பும், இரவும் பகலும், அன்பும் வெறுப்பும், காமமும் கடவுள் தன்மையும்.....

தந்த்ரா சொல்கிறது, "எதையும் வெறுக்காதீர்கள். வெறுத்தல் அல்லது ஒதுக்குதல் என்பது முட்டாள்தனமான செய்கை. அப்படி செய்யும் பொழுது, நீங்கள் உங்களது ஒரு பகுதியை ஒதுக்குகிறீர்கள். அதனால், நீங்கள் உங்களது கீழான நிலையிலிருந்து மேலே செல்லும் சந்தர்ப்பத்தை இழக்கிறீர்கள். சேற்றை வெறுக்காதீர்கள் அப்படிச் செய்தால், நீங்கள் அதில் மறைந்திருக்கும் தாமரையையும் வெறுக்கிறீர்கள் என்று அர்த்தம். தாமரை மலருவதற்காக, அந்தச் சேற்றை உபயோகியுங்கள், நேசியுங்கள். அது சாதாரணமாக இருக்குபொழுது, வெறும் சேறுதான். ஆனால், புதுமை படைக்கும் மதத்தன்மை வாய்ந்தவரின் முயற்சியால், அந்தச் சேற்றில் மறைந்திருக்கும் தாமரையை வெளியே கொண்டு வரமுடியும்.

ஆகவே, தந்த்ரா நோக்கிற்கு, அனுபவத்திற்கு, சராஹாதான் அமைப்பாளர். அவரது நோக்கில், மிகவும் சக்தி வாய்ந்த தன்மை அடங்கி இருக்கிறது. அது, மனித வரலாற்றில் இப்போதையத் தேவையைப்பூர்த்தி செய்யும் தன்மையில் இருக்கிறது. ஏனெனில், இப்போதய சமூகம், ஒரு புதிய பரிமாணத்தை ஆன்மீகத்தில் காண மிகவும் விருப்பங்கொண்டதாக இருக்கிறது. அது, புதிய விழிப்புணர்வின் கதவுகளைத் தட்டிக் கொண்டே இருக்கிறது. ஆகவே, வருங்கால ஆன்மீகம், தந்த்ராவை ஒட்டியே அமையும். ஏனெனில், இரட்டைக்கொள்கை (துவைதம்) என்பது வருங்கால மதத்திற்கு ஏற்புடையதாக இருக்காது. இதை பலகாலம், பல மதங்கள் கடைப்பிடித்து, மக்களை மிகவும் கீழான நிலைக்குக் கொண்டு சென்று விட்டன. அவைகள், மனிதர்களிடம் ஒரு குற்ற உணர்வை உண்டுபண்ணி, கோழையாக மாற்றிவிட்டன. அவர்களை மனச்சிறையில் அடைத்து விட்டன. மனிதர்கள் அவைகளிடமிருந்து எந்த ஆனந்தத்தையும் அடையவில்லை. அதற்கு மாறாக, துன்பங்களையே அடைந்தனர். அந்த மதங்கள் அனைத்தும், அனைத்தையும் கண்டித்தன. அதாவது சாப்பாட்டிலிருந்து, பெண் இன்பம் வரை, உறவிலிருந்து ஆழ்ந்த நட்பு வரை சகலத்தையும் கண்டித்தன. அன்பு, உடல், மனம் அனைத்தையும் கண்டித்தன. நீங்கள் சுதந்திரமாக நிற்பதற்கு ஒரு அங்குலம் கூட அவைகள் அனுமதிக்கவில்லை. எல்லா இடங்களையும் அவைகளே எடுத்துக் கொண்டுவிட்டன. மனிதன் உயரத்தில், வெறுமனே தொங்கிக் கொண்டிருக்கிறான். இப்படி அவன் நெடுங்காலம் இருக்க முடியாது. ஆகவேதான் இந்த விஞ்ஞானகால மனிதன், ஒரு புதிய தேடலை நோக்கிச் செல்ல விரும்புகிறான்.

அதற்கு தந்த்ரா நோக்குதான் ஏற்றது. ஆகவேதான், நான் சாரஹா

வைத் தேர்ந்து எடுத்திருக்கிறேன். நான் நேசித்த பலஞானிகள்ில், இந்த சாரஹாவும் ஒருவர். நாங்கள் இருவரும் நெடுங்காலமாக அன்பு செலுத்தி வருகிறோம்! நீங்கள் இந்த சாரஹா என்ற பெயரைக் கேட்டிருக்கக்கூட மாட்டீர்கள் ஆனால், மானிடர்களுக்கு, சிறந்த சேவை செய்வதற்கென்றே அவதரித்த உயர்ந்த மகான் இவர். மனித குலத்திற்கு, உண்மையாக ஆன்மீகத்தில் சேவை செய்தவர்களை இந்த 10 விரல்களில் எண்ணினால், அதில் ஒரு விரல், சாரஹாவைத்தான் சுட்டிக்காட்டும். அதற்கு மாறாக, 5 விரல்களை மட்டும் எண்ணினால், அதிலும் ஒரு விரல் சாரஹாவை நோக்கியே இருக்கும்!

சாரஹாவின் பாடலைப்பற்றிப் புரிந்து கொள்ளுவதற்கு முன், அவருடைய வாழ்க்கையை சற்று புரிந்துகொள்ளுங்கள். சாரஹா, பூனா வுக்கு மிக அருகாமையில் உள்ள மகாராஷ்ட்ராவின் ஒரு பகுதியான 'விதர்பா' (**Vidarbha**) என்னும் இடத்தில் பிறந்தார். அப்பொழுது மஹா பாலா (**Mahabala**) என்ற அரசன் அந்தப் பகுதியை ஆண்டு கொண்டி ருந்தான். மஹாபாலா அரச சபையில் முக்கிய அங்கம் வகித்த ஒரு பிராமணரின் மகனாக சாரஹா அவதரித்தார். அந்த பிராமணன் கல்வி கேள்விகளில் மிகவும் தேர்ச்சி பெற்றவர்.

தகப்பனார் அரசசபைக்குச் செல்லும்பொழுதெல்லாம், சிறு வனாகிய சாரஹவும்கூடச் செல்வார். அவருக்கு நான்கு சகோதர்கள் உண்டு. எல்லோருமே சிறந்த அறிவாளிகள். ஆனால், இளையவரான சாரஹா, மிகவும் நுண்ணறிவு மிக்கவராக இருந்தார். அவர் வளர வளர, அவரது புத்திகூர்மையும் நாடு முழுவதும் பரவியது. அந்த நாட்டு அரசன், அவரது அறிவு மற்றும் புத்திசாதுர்யத்தில் மிகவும் மயங்கினான்.

அப்படி அவர்கள் வளர்ந்து வாலிபம் அடையும்பொழுது. அந்த நால்வரும் திருமணம் செய்து கொண்டனர். அப்பொழுது, சராஹாவுக்கு, தன் மகளையே திருமணம் செய்விக்க அந்த அரசன் பேராவல்கொண்டான். ஆனால், சாரஹா எல்லாவற்றையும் துறந்து, ஒரு சந்நியாசியாகவே இருக்க விரும்பினார். அரசன் மிகவும் துன்பம் அடைந்து, சாரஹாவை எத்த னையோ வகையில் சமாதானப்படுத்த விரும்பினான். சாரஹாவைவிடுவ தற்கு, அந்த அரசனுக்கு விருப்பமே இல்லை. அவனது அழகு, அறிவு, ஆண்மை, அனைத்தும் எல்லோரையும் கவரக்கூடியது. மஹாபாலாவின் அரச சபையின் புகழுக்கு, சாரஹாவின் புத்தி கூர்மைதான் காரணம். சாரஹா

ஓஷோ

விற்காக, எதையும் செய்ய, அந்த அரசன் தயாராக இருந்தான். ஆனால், சாரஹாவின் உறுதியை அவனால் தளர்த்தவே முடியவில்லை. ஆகவே, சாரஹா சந்நியாசம் மேற்கொண்டு, ஸ்ரீ கீர்த்திக்குச் சீடனாகி விட்டார்.

ஸ்ரீ கீர்த்தி, கௌதம புத்தர் மற்றும் அவரது மகனாகிய ராகுல் பத்ராவின் வழியில் வந்தவர். அதன் பிறகு ஸ்ரீ கீர்த்தி, மாஸ்டரானார். ஆகவே, புத்தருக்கும், சாரஹாவிற்கும் இடையில் இரண்டு மாஸ்டர்கள் இருந்திருக்கிறார்கள் இவருடைய கருத்துக்கள் நிறைந்த மரம், புத்தரின் மரத்துக்கு மிகத்தொலைவில் இல்லை. அது இன்றும் புத்தரின் மரத்தைப் போல, பசுமையாகவே இருக்கிறது. அதன் உயிர்த்துடிப்பும், நறுமணமும் இன்னும் குறையவில்லை.

சாரஹா, பிராமண குலத்தில் பிறந்திருந்தாலும், அவர் ஹிந்து சந்நியாசியாகாமல், புத்த சந்நியாசியாகி விட்டார். இது அந்த அரசனுக்கும், மற்றவர்களுக்கும் அதிர்ச்சியைத் தந்தது. அவர் குடும்பத்தினர்களும், உறவினர்களும் மிகுந்த கவலை அடைந்தனர். ஏன், அவருக்கு பகைவனாகவே சிலர் மாறிவிட்டார்கள் எனலாம். அதனால் பல பின் விளைவுகள் ஏற்பட்டன. அது பற்றி பிறகு பார்ப்போம்.

சாரஹாவின், இயற்பெயர் ராகுல் என்பது. அவர் எப்படி சாரஹாவாக அழைக்கப்பட்டார் என்பது ஒரு அருமையான கதை. அவர் ஸ்ரீ கீர்த்தியிடம், முதன் முதலில் சென்றபோது, ஸ்ரீ கீர்த்தி அவரிடம் ''நீ முதலில், உன்னுடைய வேதம் மற்றும் ஆன்மீகமாக படித்தவை அனைத்தையும் மறக்கவேண்டும்.'' என்றார். ஆனால், இது மிகவும் கஷ்டமான காரியம்தான். இருந்தாலும், அவர் மறக்க முயற்சிசெய்யவே விரும்பினார். ஏனெனில், ஸ்ரீ கீர்த்தியிடமிருந்து ஏதோ ஒன்று தன்னைக்கவருவதாக ராகுல் உணர்ந்தார். அவர் ஒரு காந்தம் போல் விளங்கினார். ராகுல் மெல்ல சகலத்தையும் மறந்து, ஒரு குழந்தையைப் போல் ஆனார். துறவுகளில் பெரிய துறவு இதுதான். நீங்கள் உங்கள் செல்வங்களை, மற்றும் அரசபீடத்தைத் துறக்கலாம். அது அவ்வளவு கடினமானது அல்ல. ஆனால், தான் படித்த பல விஷய ஞானங்களை விடுவது என்பது, உலகத்திலேயே மிகக் கஷ்டமான காரியம். அது உங்களுக்குள்ளே இருந்து செயல்பட்டுக் கொண்டிருக்கும் பொழுது, அதை எப்படித் துறப்பது? நீங்கள் அரியணையைத் துறந்து காட்டுக்கு ஓடலாம். உங்கள் செல்வங்களை விட்டுவிட்டு இமயமலையை நோக்கிச் செல்லலாம். ஏனெனில், அவைகளெல்லாம்

உங்களுக்கு வெளியே இருக்கின்றன. ஆனால், உங்களுக்குள்ளே இருக்கும் விஷய ஞானங்களைத் துறப்பது என்பது எவ்வளவு கஷ்டமான தும், எவ்வளவு வேதனைதரக்கூடியது என்பதும் அனுபவப்பட்டவர்களுக் குத்தான் தெரியும். நீங்கள் மறுபடியும் ஒன்றுமே தெரியாத குழந்தையாக மாறுவது என்பது மிகவும் புனிதமான செயல். அதற்கு ஈடு இணையே கிடையாது.

ஆனால், சாரஹாவால் அது முடிந்தது. பலவருடங்களில், தான் கற்றவை அனைத்தையும் மெல்ல மெல்ல அழித்தார். அவர் எண்ணங்களை அழிக்க, அழிக்க, தியானத்தில் ஆழ்ந்துசென்றார். ஆரம்பத்தில் எப்படி அவர் சிறந்த அறிவாளி, படிப்பாளி என்று அவரது புகழ் பரவியதோ, அதைப்போல இப்பொழுது, அவர் சிறப்பாக தியானம் செய்பவர் என்ற புகழ் எங்கும் பரவியது. தியானத்தில் ஆழ்ந்த இந்த இளைஞனை, கள்ளங் கபடமற்ற ஒரு குழந்தையைப் போல், ஒரு தளிர் போல், காலையில், இலை களில் படியும் பனித்துளிபோல் விளங்கும் இந்த அற்புத இளைஞனைப் பார்க்க, மக்கள் வெகுதூரத்திலிருந்தும் வர ஆரம்பித்தார்கள்.

ஒரு நாள், சாரஹா தியானத்தில் ஆழ்ந்திருக்கும்பொழுது ஒரு சிறுகாட்சி தென்பட்டது. அந்த ஊர் சந்தைக்கூடத்துக்கு அருகில், ஒரு பெண் தன்னுடைய மாஸ்டராவதற்குக் காத்திருப்பதுபோல் உணர்ந்தார். ஸ்ரீ கீர்த்தி, ஏற்கனவே அவருடைய உண்மையான பாதையைக் காண்பித்து விட்டார். ஆனால், தனக்குத் தேவையான ஆன்மீக ஞானத்தை, அந்தப் பெண்மணிதான் கொடுக்க இருப்பதாக உணர்ந்தார்.

இப்பொழுது நீங்கள் ஒன்றைப் புரிந்துகொள்ளவேண்டும். தந்த்ராவை, ஆண் ஆதிக்கமிக்க கருத்துகளால் அணுக முடியாது. உண்மையில், நீங்கள் தந்த்ராவில் ஆழ்ந்து செல்லவேண்டும் என்றால், ஒரு புத்திசாலியான, ஆழ்ந்த அறிவுள்ள ஒரு பெண்ணின் வழிகாட்டுதல்தான் சிறந்ததாக இருக்கும். தந்த்ராவின் குழப்பமான தன்மையில், ஒரு பெண் தான் சரியான முறையைக் காட்டமுடியும். சாரஹா முதலில் ஒரு பெண்ணை யும், அடுத்து ஒரு சந்தைக்கூடத்தையும் தன் அகக்கண்ணில் கண்டார். ஆக, தந்த்ரா வாழ்வது ஒரு சந்தைச் சூழலில், ஒரு தள்ளப்பட்ட பெண் வர்க்கம் மூலமாக! அதுஇமயமலையிலேயோ அல்லது தனித்த காட்டிலேயோ நிகழு வதில்லை. அது எந்த ஆண் ஞானி மூலமாகவும் நிகழ இருப்பதில்லை என்று சாரஹா புரிந்து கொண்டார். அதனுடைய அடிப்படை கொள்கை, எதை

யுமே தள்ளுவதில்லை. எல்லாவற்றையும் முழுமையாக ஏற்றுக்கொள்வது என்பதுதான்.

ஆகவே, சாரஹா எழுந்து நின்று புறப்பட ஆயத்தமானார். அப்பொழுது ஸ்ரீ கீர்த்தி, ''எங்கே புறப்படுகிறாய்?'' என்றார்.

''நீங்கள் தந்த்ரா வழியைக் காட்டினீர்கள். நான் அறிந்த விஷய ஞானங்களையெல்லாம் எடுத்துவிட்டீர்கள். ஆனால், உங்கள் வேலை பாதிதான் முடிந்திருக்கிறது என்று கருதுகிறேன். இப்பொழுது நான் வெறும் எழுதப்படாத கரும்பலகை. ஆகவே, அடுத்த பாதியை அறியச் செல்கிறேன்'' என்றார்.

ஸ்ரீ கீர்த்தி சிரித்திக்கொண்டே, அவரை ஆசீர்வதித்து அனுப்பினார். நேராக, சாரஹா அந்த சந்தைக் கூடத்துக்குச் சென்றார். என்ன ஆச்சரியம்! தன் அகக்கண்ணில் கண்ட அதே பெண்மணி, அங்கே காத்திருந்தாள். அந்தப் பெண்மணி, ஒரு அம்பை (Arrow) தயார் செய்துகொண்டிருந்தாள். அந்தப் பெண்மணியின் வேலை அம்புகளைத் தயாரிப்பது என்பதைப் புரிந்து கொண்டார்.

தந்த்ராவைப் பற்றி, மூன்றாவதாக ஞாபகப்படுத்திக் கொள்ள வேண்டியது என்னவென்றால், ''ஒருவன் எவ்வளவுக்கெவ்வளவு நாகரிகத்தைப் பின்பற்றுபவனாக,கொள்கை கோட்பாடு சட்டதிட்டம் நிறைந்தவனாக இருக்கிறானோ, அவ்வளவுக்கவ்வளவு, அவனுக்கு தாந்த்ரிக மாற்றம் நிகழ வாய்ப்பில்லை'' என்பதே. ஒருவன் மிகக் குறைந்த நாகரிகத்தன்மையில், இயற்கையோடு இயற்கையாக எவன் ஒருவன் வாழ்கிறானோ, அவனிடம் சக்திப் பிரவாகம் அதிகமாக இருக்கும். நாகரிகத் தன்மை, உங்களுடைய இயற்கையான, பூமியில் ஊடுருவும் வேரை வெட்டிவிடுகிறது. உங்களிடம் செயற்கைத் தன்மை மிகுந்து, ஒரு உயிரற்ற அழகிய பிளாஸ்டிக் பூப் போல நீங்கள் காட்சி தருவீர்கள். அதில் எந்த உயிரோட்டமும் இருக்காது. நீங்கள் அப்பொழுது, இந்த சேறு மிகுந்த உலகத்தைக் கண்டு பயப்படுகிறீர்கள், ஒதுங்குகிறீர்கள். நீங்கள் இந்த உலகத்தைத் தவிர்தது, உங்களையே நீங்கள் ஒரு தனித்தீவாகக் கருதிக்கொள்கிறீர்கள்.

தந்த்ரா சொல்லுகிறது, ''ஒரு மனிதனை உண்மையாக அறிய வேண்டும் என்றால், அவனுடைய வேரை அணுக வேண்டும்'' என்று.

மேலும், அது, " யார் ஒருவன் நாகரிகத்தன்மையில் ஊறாமல், செயற்கை யான படிப்பறிவு இல்லாமல், சமூகச் சட்டதிட்டங்களுக்கு உட்படாமல் இருக்கிறானோ, அவன் மிகவும் உயிரோட்டமுள்ளவனாக, புதுமையைக் காணும் ஆர்வம் உள்ளவனாக இருப்பான்" என்கிறது. இதுதான் இப்போதைய மனநூல் வல்லுநர்களின் கருத்தும்!

ஒரு சாதாரண நீக்ரோ, ஒரு அமெரிக்கனைவிட மிகவும் சக்தி படைத்தவனாக இருப்பான். இதுதான் அமெரிக்கர்களது பயமும்கூட! கருப்பர்களுக்கும், வெள்ளையர்களுக்கும் அமெரிக்காவில் நிலவும் நிரந்தரப் பகைமை உணர்வுக்கு அடிப்படைக் காரணம், அமெரிக்கர்கள் பிளாஸ்டிக் பூப் போலவும், கருப்பர்கள் காட்டு மலர்களாகவும் இருப்பது தான். முக்கியமாக, அமெரிக்கர்களுக்கு, எங்கே தங்கள் பெண் இனத்தை கருப்பர்களிடம் இழந்து விடுவோமோ என்பது தான் முக்கிய பயம்! ஏனெனில், அந்த அளவுக்கு கருப்பர்கள் வீரியமிக்கவர்கள், ஆண்மை நிரம்பியவர்கள். இது பொதுவாக, எல்லா நாகரிக வளர்ச்சியடைந்த நாடு களில் இருக்கும் பிரச்சனையாகி விட்டது. அதுவும் பக்கத்திலேயே வீரிய மிக்க ஆண் வர்க்கம் இருக்கும்பொழுது, இந்தப் பயம் நியாயமானதுதான்.

தந்த்ரா மேலும் சொல்கிறது: "இந்த உலகத்தில் எந்த இனம், நாகரிக வளர்ச்சியில் பின்தங்கி இருக்கிறதோ, அவைகள் மேலும் மேலும் தன்னை வளர்த்துக் கொள்ளச் சாத்தியக்கூறுகள் இருக்கின்றன." நீங்கள் வளர்ந்திருக்கிறீர்கள்: ஆனால் உங்கள் பாதை தவறானது என்பதைப் புரிந்துகொள்ளுங்கள். ஆனால், அவர்கள் இனிமேல்தான் வளர்ச்சி அடையவேண்டும். அவர்கள் சரியான பாதையைத் தேர்ந்தெடுக்கலாம். அந்த அளவுக்கு அவர்களுக்கு தைரியம் மற்றும் வீரியம் இருக்கின்றது. அவர்கள் எதையும் இழக்கத் தேவையில்லை. அவர்கள் நேரடியாக தங்கள் சக்தியை, அந்தச் சரியான வழியில் செலுத்த முடியும்.

இங்கு, அந்த அம்பு செய்யும் பெண்மணி மிகவும் தாழ்ந்த குலத்தவள். ஆனால், சாரஹாவோ, அரசவையில் வீற்றிருக்கும் அளவுக்கு, மிகவும் படித்த, நுண்ணறிவுமிக்க, மிகுந்த உயர்வான பிராமண குலத்தைச் சேர்ந்தவர். இந்த ஒப்புமை ஒரு எடுத்துக்காட்டாகவே அமைந்திருக்கலாம். அதாவது, நாகரிகமடைந்த பிளாஸ்டிக் பூப்போல உள்ளவன், உண்மை யான வீரியமிக்க காட்டுமலரிடம் சென்று சரணாகதியடைய வேண்டும். இதுதான் அந்தச் செய்தி. கதையை மேலும் தொடருவோம்.

சாரஹா, அந்த இளைமைப் பொங்கும், உயிரோட்டமுள்ள நாகரிகமடையாத அந்த பெண்ணைக் கண்டு வியப்புற்றார். அவள் தன் கண்களை அப்படியும் இப்படியும் திருப்பாமல், தன் வேலையிலேயே தன் முழு கவனத்தையும் செலுத்தி இருந்தாள். சாரஹா, அவளைப் பார்த்ததும், ஏதோ தன்னிடம் ஒரு மாற்றம் ஏற்படுவதை உணர்ந்தார். அதுபோன்று இதுவரை அவருக்கு ஏற்பட்டதில்லை. ஏதோ ஒன்று மிகவும் புதுமையாக தன்னை வந்து அடைந்ததுபோல் உணர்ந்தார். அதைப் போல, ஸ்ரீ கீர்த்தியிடம் இருக்கும் பொழுதுகூட ஏற்பட்டதில்லை. அது, அவளுடைய ஆதாரத்தன்மையிலிருந்து, தன்னுடைய ஆதாரத்தன்மையை வந்து அடைந்ததாக உணர்ந்தார்.

ஸ்ரீ கீர்த்தி சிறந்த தத்துவவாதி, மிகவும் படித்தவர். ஆனாலும் அவர், சாரஹாவிடம், அவர் படித்த வேதம், மற்றும் பல மதசம்மந்தமாக கற்றவை அனைத்தையும் விட்டு விடவேண்டும் என்று கட்டளையிட்டார். ஸ்ரீ கீர்த்தி வேதம் மற்றும் பல தத்துங்களுக்கு எதிரியாக இருந்தாலும், அந்த எதிர்ப்புத் தன்மையே, அவருக்கு ஒரு தத்துவமாகிவிட்டது! அந்த வகையில், அவர் இன்னமும் ஒரு தத்துவவாதிதான். ஆனால், இங்கே ஒரு காட்டுமலர் போல் வீற்றிருக்கும் இந்தப் பெண், தத்துவவாதியும் அல்ல, தத்துவத்தை மறுக்கும் ஓர் தத்துவ மறுப்புவாதியும் அல்ல! இவளுக்கு எந்தத் தத்துவமும் தெரியாது. இந்த உலகத்தைப் பற்றி அவள் அறிந்தது மிக மிகச் சொற்பம்தான். அவள் வெறுமனே செயல்படும் ஒரு பெண். அவ்வளவு தான். கண்பார்க்க, கை வேலை செய்கிறது. மனம் நிசப்தமாக இருக்கிறது.

சாரஹா இவைகளைக் கூர்மையாகக் கவனித்துக் கொண்டிருந்தார். அப்பொழுது அம்பு தயாராகிவிட்டது. அந்தப் பெண், தன் ஒரு கண்ணை மூடிக்கொண்டு, அடுத்தக் கண்ணைத் திறந்து, ஏதோ தொலை தூரத்தில் உள்ளதைப் பார்ப்பது போல் பார்த்தாள். சாரஹா, அப்பொழுது அவளுக்கு அருகாமையில் வந்தார். இப்பொழுது அவளை, நன்றாகப் பார்க்க முடிந்தது. அவள் தன் ஒன்றைக் கண்ணால், எதையும் கூர்ந்து பார்க்கவில்லை. வெறும் சூன்யத்தை வெறித்துப் பார்த்துக் கொண்டிருந்தாள். சாரஹா, அதில் ஏதோ ஒரு செய்தி இருப்பதாக ஊகித்தார். இப்படி அவள் செய்வது ஏதோ ஒன்றை சுட்டிக் காட்டுதற்கான உதாரணம் என்பதை அவர் புரிந்து கொண்டார். அந்த ஏதோ ஒன்று மங்கலாகவே அவருக்குப் புலப்பட்டது. தெளிவாக உணர முடியவில்லை. சாரஹா அவளிடம், ''நீங்கள் அம்பு செய்வது ஒரு தொழிலா?'' என்று கேட்டார். அதற்கு அவள்

பலமாக சிரித்துக்கொண்டு, ''நீ ஒரு முட்டாள் பிராமணன். நீ வேதத்தை விட்டுவிட்டு, இப்பொழுது புத்தர் சொன்ன தம்மபதாவை (Dhammapada) பூஜிக்கிறாய். அதனால் என்ன பிரயோஜனம்? நீ வெறுமனே புத்தகத்தையும், தத்துவத்தையும் மாற்றி இருக்கிறாய். ஆனால், அப்பொழுது போல், இப்பொழுதும் நீ முட்டாளாகவே இருக்கிறாய்!'' என்றாள். சாரஹாவால் கொஞ்சங்கூட நம்பமுடியவில்லை. இதைப் போல யாரும் இதுவரை அவரிடம் நேரடியாகப் பேசியது இல்லை. அவள் பேசியவிதம், சிரித்த சிரிப்பு எல்லாமே காட்டுத் தனமாகவே இருந்தது. இருந்தும், அதில் ஏதோ ஒரு புதுமை உயிரோட்டமாக ஓடியது. அவள், தன்னை ஒரு காந்தம் போல் இழுப்பதை உணர்ந்தார். இது அவருக்கு மிகவும் அதிர்ச்சியாகவே இருந்தது.

பிறகு அவள், ''நீ புத்தமதத்தைச் சேர்ந்தவன் என்று உன்னையே கருதிக்கொள்கிறாயா?'' என்று கேட்டாள். அவர் அப்பொழுது புத்த மதத்தைச் சார்ந்தவர்கள் உடுத்தும் மஞ்சள் அங்கியை அணிந்திருக்க வேண்டும். அவள் மறுபடியும் சிரித்துக்கொண்டே ''இதோ பார். புத்தருடைய கருத்துக்களை, நீ செயல்மூலமாகத்தான் அறிந்துகொள்ள வேண்டும். அவருடைய புத்தகத்தையும், வார்த்தைகளையும் அறிவதால் என்ன பயன்? இதுவரை நீ படித்தது போதாதா? இப்படிப்படிப்பது இன்னும் உனக்கு அலுப்பைக் கொடுக்கவில்லையா? இப்படி உன் காலத்தை வெறுமையாகப் போக்கிவிடாதே. வா, என்னைப் பின்பற்று'' என்று கட்டளை இட்டாள். அந்தச் செய்தி, தன் இதயத்தில் நேரடியாகச் சென்றதை உணர்ந்தார். அதாவது இதயம்-இதயத்தோடு பேசியது. ஏதோ தன்னுள் ஒரு மாற்றம் நிகழ்வதை உணர்ந்தார். அவள், அம்பு செய்யும்பொழுது, தன் கண்களை அப்படியும், இப்படியும் திருப்பாமல், அதன் மேலேயே கவனம் வைத்திருந்தது, ஆன்மீகமாக ஒரு செய்தியை உணர்த்துவதை இப்பொழுது உணர்ந்தார். அதாவது, இடதோ, வலதோ ஆத்மீகமாகச் செல்லாமல், நடுவில் மட்டும் கவனம் வைக்கவேண்டும் என்பதே அது.

இதுவேதான், புத்தரின் செய்தியும்! அதிகமாக எந்த ஒன்றினிலும் கவனம் வைக்கக்கூடாது. நடுமைய நிலையில் எப்பொழுதும் இருக்கப் பழக்கப்படுத்திக் கொள்ள வேண்டும். வலமிருந்து, இடது புறமோ அல்லது இடது பக்கத்திலிருந்து, வலது புறமோ செல்வது எந்த பயனையும் அளிக்காது. அப்பொழுது நீங்கள் ஒரு கடிகார பெண்டுலம் (Pendulum) போல் இங்கும், அங்கும் அலைகிறீர்கள். நீங்கள் பெண்டுலம் அசைவதைப்

பார்த்திருக்கிறீர்களா? அது வலது முனையை அடையும் பொழுது, இடது புறம் செல்ல, தன் சக்தியை திரட்டிக் கொள்கிறது. அதைப்போல இடது முனையை அடையும்பொழுதும், அப்படியே நடக்கிறது. இப்படித்தான் அந்த கடிகாரமும், ஏன் இந்த உலகமும் வேலை செய்துகொண்டிருக்கிறது. அந்த பெண்டுலம், நடுவில் மையம் கொண்டால், அந்த கடிகாரம் வேலை செய்யாது. அதன் செயல் நின்றுவிடும். அதைப் போல இந்த உலகச் செயல்களும் நின்றுவிடும்!

இதை ஸ்ரீ கீர்த்தி, தன்னிடம் அடிக்கடி சொல்லியிருக்கிறார். அதைப் பற்றி சாரஹா பலதடவை படித்தும் இருக்கிறார். அதை ஆழ்ந்தும் சிந்தித்தும் இருக்கிறார். அடுத்தவர்களுடன் அதைப் பற்றி விவாதித்தும் இருக்கிறார். ஆனால், இப்பொழுதுதான், அந்த மைய நிலையில் எப்படி இருப்பது என்பதை முதன் முதலில் செயலில் பார்த்தார்.

மைய நிலையில் நிலைகொண்டால்தான், உங்களிடம் ஆன்மீக மாற்றம் மற்றும் ஆன்மீகத்தாவுதல் ஏற்படும். ஒருவன், பணத்தின் பின்னே ஓடிக்கொண்டிருந்தால், அவன் ஒரு பணப் பைத்தியம். அவனுக்கு பணம்தான் கடவுள்.

ஒரு பெண், தன் தோழியிடம், ''நீ ஏன் உன் ஆண் நண்பனை விட்டு விட்டாய்? நீங்கள் இருவரும் விரைவில் திருமணம் செய்து கொள்ளப் போவதாகவே நினைத்தேன்... என்ன நடந்தது?''

''எங்கள் இருவருடைய மதமும் வெவ்வேறானவை. ஆகவே தான் நாங்கள் மேற்கொண்டு அந்த முடிவுக்கு வரமுடியவில்லை. பிரிந்து விட்டோம்''

கேள்வி கேட்ட பெண்ணுக்கு ஒன்றும் புரியவில்லை. ஏனெனில், அவர்கள் இருவருமே, கத்தோலிக்க மதத்தைச் சார்ந்தவர்கள்தான் என்பது அவளுக்கு ஏற்கனவே தெரியும். ஆனால், ஏன் இப்பொழுது இப்படி இவள் சொல்கிறாள் என்று புரியவில்லை. அதைத் தன் தோழியிடமும் கேட்டு விட்டாள். அதற்கு அவள், ''நான் பணத்தை வணங்குகிறேன். ஆகவேதான் எங்களிடம் பிளவு ஏற்பட்டுவிட்டது!'' என்றாள்.

ஆகவே, இந்த உலகத்தில், பணத்தைக் கடவுளாக எண்ணுபவர் கள் மிகவும் அதிகம்! ஆனால், அந்தக் கடவுள் இன்றோ அல்லது

நாளையோ தன் வெறுமை நிலையைக் காட்டிவிடும். அது அதில்தான் போய்முடியும். பணம் எப்படி கடவுளாக முடியும்? இது உங்கள் மனப்பிரமை. அதனுடைய கையாலாகத்தனத்தை விரைவிலேயே நீங்கள் புரிந்துகொள்வீர்கள். அப்பொழுதுதான், இதுவரை அதற்காக வாழ்நாளெல்லாம் செலவிட்டது வீண் என்பதைப் புரிந்து அதிர்ச்சி அடைவீர்கள். பிறகு, அதற்கு எதிர்ப்பாக செயல்பட ஆரம்பிப்பீர்கள். நீங்கள் பணத்தைத் தொடக்கூட மாட்டீர்கள். அதைக் கண்டாலே வெறுப்பு ஏற்பட ஆரம்பித்துவிடும். ஆனால், பணத்தால் இப்பொழுதும் நீங்கள் ஆக்ரமிக்கப்பட்டிருக்கிறது உங்களுக்குப் புரிகிறதா? முதலில், அதற்கு ஆதரவாக இருந்தீர்கள். இப்பொழுது எதிர்ப்பாக இருக்கிறீர்கள். அவ்வளவுதான். நீங்கள் முதலில், பெண்டுலத்தின் வலது கோடியில் இருந்தீர்கள். இப்பொழுது இடது கோடியில் இருக்கிறீர்கள். ஆனால், உங்களது உணர்வு நிலை, இன்னும் பணத்திலேயே இருக்கிறது! இதை ஆழ்ந்து புரிந்துகொள்ளுங்கள்.

நீங்கள் ஒரு ஆசையிலிருந்து, வேறு ஒரு ஆசைக்கு உங்களை மாற்றிக் கொள்ளலாம். நீங்கள் ஒரு சமயம், மிகவும் உலக விஷயங்களில் ஆர்வம் உள்ளவனாக, ஈடுபாடு உள்ளவனாக இருக்கலாம். பிறகு ஒரு கட்டத்தில், அவைகளில் எந்த ஆசையும் இல்லாமல் ஒரு துறவியாக மாறலாம். ஆனால், நீங்கள் முன்னே எப்படி இருந்தீர்களோ, அப்படித்தான் உள்ளத்தைப் பொறுத்தவரையில் இப்பொழுதும் இருக்கிறீர்கள். அந்த வியாதி உங்களை விட்டு அகலவில்லை. அதுவேறு ஒரு உருவத்தில் உங்களிடமே இருக்கிறது!

புத்தர், ''நீங்கள் உலகத்தில் ஈடுபட்டாலும், அல்லது அதைத் துறந்தாலும், பணத்தின் பின்னே ஓடினாலும் அல்லது வெறுத்தாலும், அதிகாரத்தை விரும்பினாலும், வெறுத்தாலும், நீங்கள் ஒரே நிலையில்தான் இருக்கிறீர்கள்'' என்கிறார். உங்கள் ஆசைகள்தான் மாறி இருக்கின்றன. வெறுப்பும், ஆசையின் மறுபரிமாணம்தான். ஆகவே, நடுமைய நிலையில் எதிலும் இருக்க முயற்சி செய்யுங்கள். அங்கு ஆசையோ, வெறுப்போ கிடையாது. அதுதான் புத்திசாலித்தனம்.

சாரஹா முதன்முதலில் அதைத் தீர்மானமாக உணர்ந்தார் ஏனெனில், அது அவரது கண் முன்னால் இப்பொழுது நிகழ்ந்துகொண்டிருக்கிறது. இதை ஸ்ரீ கீர்த்தியிடம் கூட, அவர் பார்க்கவில்லை. அவ

மேலும், ''நீ செய்கையின் மூலமாகத்தான், அனுபவத்தின் வாயிலாகத்தான் ஒன்றை உண்மையாக அறிந்துகொள்ள முடியும்'' என்றாள். ஆமாம், அவள், தான் அம்பை செய்யும்பொழுதுகூட, அதிலேயே மூழ்கி, பக்கத்தில் சாரஹா வெகுநேரம் நிற்பதைக் கூடக் கவனிக்கவில்லை. அவள் தன் செயலில் முழுமையாக ஒன்றியிருந்தாள். இதுவும் புத்தருடைய போதனை களில் ஒன்றுதான். அதாவது செயலில் முழுமையாக மூழ்கினால், நீங்கள் அந்த செயலிலிருந்து சுலபமாக விடுபடமுடியும்.

உங்களுக்கு ஏன் 'கர்மா' ஏற்படுகிறது? ஏன் மறுபிறவி ஏற்படு கிறது? ஏனெனில், உங்கள் செயல்களில் நீங்கள் முழுமையாக 'இப்பொழுது, இங்கே' இருப்பதில்லை. அப்படி நீங்கள் அதில் முழுமை யாக ஒன்றியிருந்தால், அந்தச் செயல் உங்களை பின்பு துறத்திக்கொண்டு வராது. அப்பொழுதே, அங்கேயே அது முற்றுப்பெறும். பிறகு மனரீதியாக, உங்களுக்கு அதைப்பற்றி எந்த ஞாபகமும் உண்டாகாது. நீங்களாக நினைவுகூர்ந்தாலன்றி, அது உங்களிடம் தானே செயல்படாது. உங்கள் செயலில், உங்கள் மனம் திருப்தியடையாமல் இருந்தால், இன்னும் எஞ்சியிருப்பதாக அது கருதினால், உங்களை அது மேலும் மேலும் தூண்டிக்கொண்டேதான் இருக்கும். அது முற்றுப்பெரும் வரை, உங்கள் மனம் ஓயாது. ஆகவே, நீங்கள் ஒரு செயலை மிகவும் ஈடுபாட்டுடன், கணத்துக்குகணம் அதில் வாழ்ந்து செய்தால், ஒரு கட்டத்தில் அது உங்கள் மனதிலிருந்து விடுதலை அடைந்துவிடும். உங்கள் மனம் என்பது முற்றுப்பெறாத இறந்தகால செயல்களும், வருங்கால நம்பிக்கைகளும், ஆசைகளும் அடங்கியவைதான்.

நீங்கள் ஒரு பெண்ணைக் காதலிக்க விரும்புகிறீர்கள். ஆனால், காதலிக்க முடியவில்லை. பல இடையூறுகள். இப்பொழுது அவள் இறந்து விட்டாள். அதைப் போல, நீங்கள் உங்கள் தகப்பனார் மனம் நோக எவ்வளவோ காரியங்களைச் செய்திருப்பீர்கள். இப்பொழுது அதற்கெல் லாம் மன்னிப்புக்கேட்க விருப்பமாக இருப்பீர்கள். ஆனால், அவர் இப்பொழுது இறந்துவிட்டிருப்பார். இப்பொழுது அந்த விருப்பம் நிறைவேற வழியில்லை. அது உங்கள் மனத்திலேயே தொங்கிக்கொண்டு இருக்கிறது. அது ஒரு பிசாசைப் போல உங்களை எப்பொழுதும் துரத்திக் கொண்டு இருக்கிறது. நீங்கள் இப்பொழுது யாரிடம் சென்று மன்னிப்புக் கேட்பீர்கள்? அதைப்போல அந்த இறந்த பெண்ணின் மேல் வைத்த காதலும் உங்களை துரத்திக்கொண்டுதான் இருக்கும். அதைப்போல

உங்கள் நண்பரிடம் மிகவும் அன்புகாட்ட விரும்பியிருப்பீர்கள். ஆனால், மனம் திறந்து காட்ட வாய்ப்பில்லை. இப்பொழுது அவர் இறந்துவிட்டார். இப்பொழுது என்ன செய்ய முடியும்? அந்த விருப்பம் உங்கள் அடிமனத்தில் இருந்துகொண்டே தான் இருக்கும். இப்படி எவ்வளவோ நிகழ்ச்சிகளை, நீங்கள் உங்கள் மனத்தில் போட்டு அடைத்து வைத்திருக்கிறீர்கள். அவைகள் ஒரு குப்பையாக உங்கள் மனத்தை ஆக்ரமித்துக்கொண்டிருக்கிறது.

ஆகவே, எந்தச் செயலையும் முழுமையாக, அன்றே அப்பொழுதே செய்து முடியுங்கள். அப்பொழுதுதான் அதைத் திரும்பிப் பார்க்க சந்தர்ப்பமே வராது. ஓர் உண்மையாக வாழ்ந்த மனிதன், பின்னே நடந்தவைகளைத் திரும்பிப்பார்க்க மாட்டான். ஏனெனில், அங்கே பார்ப்பதற்கு ஒன்றும் இல்லை. எதுவும் மிச்சமாக இல்லை. அவன் எப்பொழுதும், முன் நோக்கியே செல்வான். அவனுடைய கண்கள் பழைய நிகழ்ச்சிகளால் உயிரற்றதுபோல் இருக்காது. அன்றுமலர்ந்த மலர்போல் புதுமைப் பொலிவுடன், உயிரோட்டமுள்ளதாக இருக்கும். அது பளிங்கு போல் ஜொலிக்கும். அந்தச் சுத்தமான நிலையில், அவனால் உண்மை என்ன என்பதைத் தெளிவாகப் பார்க்கமுடியும், அறிந்துகொள்ள முடியும்.

நீங்கள் பொதுவாகவே, உங்களுடைய முற்றுப்பெறாத செயல்களினால், மிக்க துயரத்தில், திருப்தியற்றே இருக்கிறீர்கள். எவ்வளவோ தேவையற்றவைகள், முற்றுப் பெறாமல், அடைசலாக உங்கள் மனத்தில் இருந்துகொண்டு உங்களை நிம்மதி இல்லாமல் ஆக்கிக்கொண்டு இருக்கிறது. ஒரு செயல்முடிந்தால், மற்றொன்று புதிதாக முளைக்கிறது. முடிந்த செயலும் முழுமையாக முடியவில்லை. உங்களையே நீங்கள் அமைதியாக ஆராய்ந்தால், இது புலப்படும். ஒன்றை முடிக்காமலேயே, இன்னொன்றை தொடங்கியிருப்பீர்கள். இப்படி தொடர்ந்து செய்து, உங்களிடம் நீங்களே பளுவை அதிகரிக்கிறீர்கள். இதுதான் கர்மா அல்லது கர்ம வினை என்பது. இவைகள் முற்றுப்பெறும் வரை அவைகள் உங்களைப் பல பிறவிகளாகத் துரத்திக்கொண்டுதான் வரும்.

ஆகவே, எந்தச் செயலிலும், முழுமையாக இருங்கள். அதிலிருந்து விடுதலை அடைய, இதைவிட வேறு மார்க்கம் இல்லை.

இந்தப் பெண், தன்செயலில் முழுமையாக இருந்தாள். ஆகவேதான், அவள் மிகவும் அழகாகவும், சக்தி மிகுந்தவளாகவும் தென்

பட்டாள். அவள் சாதாரணப் பெண்தான். மிகுந்த படித்தவள் அல்ல. நாகரிகமானவள் அல்ல. ஆனால், ஒரு காட்டுமலரின் அழகு அவளிடம் இருந்தது. அந்த அழகு, ஒரு முழுமையான நிலையிலிருந்து வந்தது. ஒரு மைய நிலையிலிருந்து வந்தது. எப்பொழுதும் சமச்சீர் நிலையில் (Balance) இருப்பவர்களிடம், ஒரு அமைதியான அழகு இருக்கும்.

முதன்முதலில், சாரஹா, புற அழகும் மற்றும் ஆன்மீக அழகும் நிறைந்த பெண்மணியை, இப்பொழுதுதான் காண்கிறார். அப்பொழுது, இயல்பாகவே, அவரிடம் சரணாகதித் தன்மை ஏற்படுகிறது. சாரஹா இப்பொழுது அவளிடம் சரணாகதி அடைந்துவிட்டார்.

அவள் எதைச் செய்தாலும், அதை முழுமையாகச் செய்கிறாள். அதுதான் உண்மையான தியானம் என்பதை அறிந்திருக்கிறாள். அதற்காக, நீங்கள் தனியாக உட்கார்ந்து, சில மந்திரங்களைச் ஜெபிக்க வேண்டிய தில்லை. சர்ச்சுக்கோ, மசூதிக்கோ மற்றும் கோவிலுக்கோ செல்ல வேண்டியதில்லை. வாழ்க்கையில் முழுமையாக இருங்கள். செயலில் முழுமையாக ஈடுபடுங்கள். இதுபோதும். தியானத்தின் உண்மையான அர்த்தத்தை, சாரஹா இப்பொழுதுதான் புரிந்து கொண்டார். அதற்காக அவர் கையாண்ட முறைகள் எத்தனை எத்தனை! போராட்டங்கள் எத்தனை எத்தனை! இப்பொழுது அதை நேரடியாகச் சந்திக்கிறார். நேரடியாக உணருகிறார். அதை அவரால் தொடக்கூட முடியும்.

அவள் ஒரு கண்ணை மூடிக்கொண்டு, மறுகண்ணால் நோக்குவதில் கூட, புத்தரது செய்தி ஒன்று இருக்கிறது.

2500 ஆண்டுகளுக்கு முன்பு புத்தர் சொன்னசெய்தி சரிதான் என்று இப்போதய மனநல வல்லுனர்கள் அபிப்ராயப்படுகிறார்கள். அவர் சொன்னதாவது, ''பாதிமனம் பகுத்தறிவால் இயங்குகிறது, மறுபாதி அறிவுக்கு அப்பால் இயங்குகிறது (Intuition).'' அந்த மறுபாதிக்கு காரண காரியம் கற்பிக்க முடியாது. அது எங்கிருந்து, எப்படி செயல்படுகிறது என்பதும் ஒரு புரியாத புதிர். சாதாரணமாக, மனம் இரண்டாக்கப்படுகிறது. இடதுபக்கத்தில் உள்ள ஒரு பாதி தர்க்கம், பகுத்தறிவு, ஆழ்ந்து எண்ணுதல் மற்றும் தத்துவம், மதக்கொள்கை என்று வார்த்தைகளால் நிரம்பி வழிகிறது. அது வெறும் வார்த்தைக் களஞ்சியம் என்று கூறினால் மிகையில்லை. அது முற்றிலும் அரிஸ்டாட்டிலின் ஒரே நேர்கொள்கையின் தத்துவத்தை

அடிப்படையாகக் கொண்டது. வலது பக்க மனம், கவித்தன்மை வாய்ந்த தோடு, அறிவுக்கெட்டாத வகையில் செயல்படும் விதமாகவும், முன்கூட்டியே தெளிவு படுத்தும் தன்மையாகவும், எச்சரிக்கை கொடுக்கும் விதமாகவும் ஒரு விழிப்புணர்வாக செயல்படும் ஒரு புரியாத புதிராகவும் இருக்கிறது. நீங்கள் ஒன்றை ஆழ்ந்து எண்ணியதின் முடிவுஅல்ல அது. ஆனால், இப்பொழுது திடீரென்று விழிப்பு அடைந்து புரிந்துகொள்கிறீர்கள். உங்களது உண்மையானத் தன்மை வலது பக்கத்தில்தான் ஆழப் புதைந்திருக்கிறது. இடது பக்க மனதால், உண்மையை நீங்கள் யூகிக்கலாம். ஆனால், வலதுபக்க மனம் தான், அதை அனுபவத்தால் தெளிவாக விளங்கவைக்கும். இதை ஆழ்ந்து புரிந்துகொள்ளுங்கள்.

சாரஹா, அந்தப் பெண் தன் இடது கண்ணை மூடி, வலது கண்ணால் எங்கேயோ பார்ப்பதை திடீரென்று உணர்ந்தார். அது உவமை தான். அதாவது, தன்னுடைய தர்க்கம், வாதம், பகுத்தறிவு நிறைந்த இடது பக்க மனதை மூடிக் கொண்டு, அறிவுக்கு அப்பால் செயல்படும் கலை, காவியம், அன்பு போன்ற விழிப்புணர்வில், புரியாத புதிரில் செயல்படும் மனதைத் திறந்து இந்த உலகத்தைப் பார்த்தாள் என்பதாகிறது.

அந்தப் புரியாத புதிரை கருத்தில்கொண்டு, அதை அறிந்து கொள்வதற்காக, நாம் பல யாத்திரைகளை மேற்கொள்கிறோம். அந்த அறிய முடியாததை அறிந்துகொள்ள நாம் மிகவும் பாடுபடுகிறோம். அந்த ஞானம்தான் உண்மையான ஞானம். அதாவது, ''அதை அறிய முடியாது, விளங்க முடியாது, விளக்க முடியாது'' என்பதை அறிந்து கொள்தலே, உண்மையான ஞானம். அந்த அடைய முடியாததை, நீங்கள் அடைவது தான் உண்மையான அடைதல் ஆகும். இந்த முயற்சியில் ஈடுபட்டவனை மாத்திரம்தான், நாம் உண்மையிலேயே மதத்தன்மையைத் தேடி அலை பவன் என்று கூறலாம். இதுதான் அவனை, ஒரு முழுமையான மதத்தன்மை யுள்ளவனாக மாற்றும்.

ஆமாம். நான் ''அதை அடைய முடியாதது'' என்றே அழைக்கி றேன். ஆனால், நான் அப்படிச் சொல்வதால், அது உங்களிடம் நிகழாது, நிகழ முடியாது என்ற அர்த்தத்தில் சொல்லவில்லை. நீங்கள் முழுமையாக மாற்றம் அடைந்தால், அது கண்டிப்பாக உங்களிடம் நிகழும். ஆனால், நீங்கள் இப்பொழுது இருக்கும் நிலையில், அது ஒருபோதும் உங்களிடம் நிகழாது. நீங்கள் உங்களை ஒரு புதிய பரிமாணத்தில் முதலில் மாற்றிக்

கொள்ள வேண்டும். ஏன், ஒரு புதிய பிறவியையே எடுக்க வேண்டும் என்று சொன்னால், அது சரியானதே. ஆகவேதான், ஜீசஸ்'', நீங்கள் ஒரு புதிய பிறவியை எடுக்காவிட்டால், அதைப் பற்றி அறிந்துகொள்ள முடியாது'' என்றார். அது முற்றிலும் உண்மை.

நீங்கள் இப்பொழுது என்னிடம் வந்திருக்கிறீர்கள். நான் உங்களுக்கு என்ன செய்யப் போகிறேன் என்பது உங்களுக்குத் தெரியாது. நான் உங்களை முழுவதுமாக அழிக்கவே இங்கே உட்கார்ந்திருக்கிறேன்! உங்கள் மனத்தைப் பொறுத்தவரை, நான் மிகவும் ஆபத்தானவன். நீங்களாகிய உங்கள் மனம் என் முன் மறைய, ஒரு புதிய 'நீங்கள்' பிறக்கவேண்டும். ஒரு புதிய விழிப்புணர்வு உங்களிடம் உதயமாக வேண்டும். அப்பொழுது யாராலேயும் அழிக்க முடியாத அதை, நீங்கள் அறிந்துகொள்வீர்கள். ஆகவே, முடியாது என்ற தன்மையிலிருந்து, அந்த அடைய முடியாததை, நீங்கள் அடைந்தவராகிறீர்கள். தேவை தைரியம், திறந்த மனம், மற்றும் ஆர்வம், நம்பிக்கை, ஒரே குறிக்கோள். அதாவது அறிய முடியாததை, பார்க்க முடியாததை, அறிவுக்கு எட்டாததை, அழிக்க முடியாததை அடைய வேண்டும் என்ற ஒரே குறிக்கோள் தான் உங்கள் முழுக்கவனமாக, லட்சியமாக இருக்கவேண்டும்.

அப்பொழுது எழுவாயும் (Subject), செயல்படுபொருளும் (Object) மற்றும் நான், நீ என்கிற வேற்றுமையும் மறைந்து விடுகின்றன.

மார்ட்டின் பாபிர் (Martin Baber) என்பவர் எழுதிய புகழ் வாய்ந்த புத்தகத்தின் தலைப்பு என்ன தெரியுமா? 'நீங்களும், நானும்' என்பது. அவர் சொல்கிறார். ''பிரார்த்தனையின் அனுபவம் என்னவென்றால், 'நான்-நீ' என்கிற அனுபவம்தான்'' என்று. அது முற்றிலும் சரியே. கடவுளை நீங்கள் 'நீ' என்றும், உங்களை நீங்கள் 'நான்' என்று பாவித்து இரண்டுபட்ட தன்மையில், நீங்கள் உரையாடுகிறீர்கள். ஆனால் புத்தமதத்தில், பிரார்த்தனை என்பதே கிடையாது. அது பிரார்த்தனைக்கு மேலே செல்கிறது. அது, ''நான்-நீ என்ற முறையில் பிரார்த்தனை செய்தால், நீங்கள் பிளவுபடுகிறீர்கள். நீங்கள் அந்தக் கடவுள் தன்மையிலிருந்து தனிமை அடைகிறீர்கள். அது ஒன்றுபடுதலுக்கு வழிவகுக்காது. எப்பொழுதுமே, நீங்கள் தனியாகவே உங்களை பாவித்துக் கொள்வீர்கள். நான்-நீ என்ற வேற்றுமை எப்பொழுது மறைகிறதோ, அப்பொழுதுதான், கடவுளுக்கும், உங்களுக்கும், இடையே ஒரு லயம் ஏற்படும். அப்பொழுது எழுவாயும் மறைகிறது, செயப்படு

பொருளும் மறைகிறது. அங்கு தேடுபவனும் இல்லை, தேடுவதும் இல்லை. இரண்டும் ஒன்றாகிவிட்டது'' என்கிறது.

இதை சாரஹா, அந்த பெண்ணின் செயல்களிலிருந்து புரிந்து கொண்டதை அந்த பெண் உணர்ந்துகொண்டு, 'சாரஹா' என்று அந்த ராகுலை அழைத்தாள். ஆக, சாரஹா என்ற பெயர், அந்த பெண்மணி சூட்டியதுதான். அதுவரை அவர் ராகுலாகத்தான் இருந்தார். இந்த வார்த்தை மிகவும் அழகானது. 'சாரா' என்றால் அம்பு என்று அர்த்தம். சாரஹா என்றால் அம்பை எய்பவன் என்று அர்த்தம்.

இந்தப்பெண், தனக்கு என்ன அளிக்கப் போகிறாள், எங்கே அழைத்துச் செல்லப் போகிறாள் என்று அவளுடைய செயலிருந்து ஒப்புமைப்படுத்தி, உண்மையை ராகுல் அறிந்து கொண்டதை, அவள் உணர்ந்து கொண்டதும் அவள் மிகவும் மகிழ்ச்சியடைந்தாள். அவள் எழுந்து, மகிழ்ச்சியில் ஆடிக்கொண்டே, அவரிடம், ''இன்று முதல், நீ 'சாரஹா' என்று அழைக்கப்படுவாய். நீ அந்த அம்பை ஆழமாக உன்னுள்ளே செலுத்தியிருக்கிறாய்.'' என்றாள் இங்கு அம்பு என்பது ஒப்புமைதான். அப்பொழுது சாரஹா அவளிடம் ''நீங்கள் ஒரு சாதாரண அம்பு செய்யும் பெண்மணி இல்லை. நான் முதலில் அப்படி நினைத்த தற்கு, மிகவும் வருத்தப்படுகிறேன். அதற்காக மன்னிக்கவேண்டுகிறேன். நீங்கள் உண்மையிலேயே, ஒரு மாஸ்டர்தான். உங்களால் நான் மறுபிறவி எடுத்திருக்கிறேன். நேற்று வரை, நான் உண்மையான பிராமணன் இல்லை. இன்று முதல்தான், நான் உண்மையான பிராமணன். நீங்கள் எனக்கு மாஸ்டர் மட்டுமல்ல. எனக்கும் தாயாகவும் ஆகிறீர்கள். எனக்குப் புதிய பிறவியை கொடுத்திருக்கிறீர்கள். நான், நேற்றைய ராகுல் இல்லை'' என்றார்.

நீங்கள் என்னிடம் சந்நியாசம் வாங்கும்பொழுது, ''ஏன் எங்களுக்கு புதிய பெயர்களை சூட்டுகிறீர்கள்?'' என்று கேட்கலாம். நீங்கள் உங்கள் பழைய அடையாள அட்டையை தூக்கியெறிந்து விட்டு, பழையதை முற்றிலும் மறந்துவிட்டு, அதிலிருந்து விடுபட்டு, நீங்கள் ஒரு புதிய பிறவியை எடுக்கிறீர்கள் என்பதால், ஒரு புதிய பெயரை, ஒரு குழந்தைக்குச் சூட்டுவதுபோல், நான் உங்களுக்கு அளிக்கிறேன். அதைப்போல, இதுவரை ராகுலாக இருந்தவர், இப்பொழுது சாரஹாவாகப் புதிய பிறவியை, அந்தப் பெண்மணி மூலம் அடைந்திருக்கிறார்.

இந்தக் கதையில், புத்தர், அந்த பெண்மணிக்குள் மறைந்திருக்கிறார். சில நூல்களில், புத்தர் 'சுக்நதா' (Sukhnatha) என்று அழைக்கப்படுகிறார். இந்தப் பெயர் ஒரு பெண்ணுக்கு உரியது. ராகுலுவின் ஆன்மீகத்தை மேலே கொண்டு வர, புத்தர் 'சுக்நதா' என்ற பெயருடைய பெண்ணாக வந்தார். என்று அர்த்தம் கொள்ள வேண்டியிருக்கிறது. ஆனால், எதற்காக, அவர் பெண் உருவில் வர வேண்டும்? ஏன்?

எப்படி ஒரு மனிதன், பெண் மூலமாகப் பிறக்கிறானோ, அதைப் போல ஒரு சீடனின் புதுப்பிறப்பும், ஒரு பெண் மூலமாகத்தான் நிகழ வேண்டும் என்று தந்த்ரா நம்புகிறது. உண்மையில், பொதுவாக எல்லா மாஸ்டர்களுக்கும், தகப்பனாரைவிட தாய்தான் அதிகம்! மாஸ்டர்கள் அனைவரும் பெண்தன்மை நிரம்பியவர்கள். அதாவது இரக்கம், கருணை, அன்பு, பங்கிடுதல், அரவணைப்பு இவைகள் அனைத் தும் பெண்மைக்கு உரியது.

புத்தர் மற்றும் மஹாவீரர், கிருஷ்ணா, அனைவரும் பெண்மைத் தன்மை நிரம்பியவர்கள். நீங்கள் ஒரு பெண்ணின் இயல்பான முகத்தைப் பாருங்கள். அதில் உள்ள பொலிவு, கருணை, முழுமை, அன்பு அனைத்தும் மிக அழகாகவே பரிணமித்து இருக்கும். ஆணின் ஆதிக்கத் தன்மையை, அவர்களுடைய கண்களில் ஒருக்காலும் நீங்கள் பார்க்கமுடியாது. ஆகவே, புத்தர், பெண் உருவில் வந்தார். என்று கொள்வது ஒரு சரியான ஒப்புமையாகவே இருக்கிறது. ஒரு மாஸ்டர் என்பவர் உங்களை தன் கருவில் சில மாதங்கள், சில வருடங்கள், ஏன் பல பிறவிகளாகக் கூட சுமக்க வேண்டி வரும். நீங்கள் எப்பொழுது ஆன்மீக மறுபிறப்பு அடைவீர்கள் என்று யாராலேயும் சொல்ல முடியாது. ஒரு மாஸ்டர் என்பவர் எப்பொழுதும் ஒரு தாயாகவே இருப்பார். அவரிடம் எப்பொழுதும் பெண்மை சக்தி ததும்பி வழியும். ஏன், இந்த இயற்கையே பெண் சக்தி நிரம்பியதாகத்தானே இருக்கிறது! நன்றாகச் சுற்றி கவனியுங்கள். புரியும். அவர் உங்கள் மேல் அன்பைப் பொழிவார். அப்பொழுதுதான் உங்கள் மனத்தை அழிக்க முடியும்!

நீங்கள் எப்பொழுது அவரது அன்பை முழுமையாக ஏற்றுக் கொள்கிறீர்களோ, எப்பொழுது அவருடைய அன்பினால் முழுமையாக ஆக்கிரமிக்கப் படுகிறீர்களோ, அப்பொழுதுதான் அவரிடம், உங்களை அழிக்க மனப்பூர்வமாக ஒத்துழைப்புக் கொடுப்பீர்கள். அந்த நம்பிக்கையும், சரணாகதியும் உங்களிடம் தானாகவே ஏற்படும். அப்பொழுது

அவர், உங்களையறியாமலேயே உங்களது அகங்கார வேர்களை மெல்ல, மெல்ல அறுத்தெறிவார். ஒரு நாள், நீங்கள் (மனம்) திடீரென்று முழுமையாக மறைந்து விட்டதை உணருவீர்கள். நீங்கள் மெல்ல மெல்ல மிக மெதுவாக மறைய, மறைய, உங்களுடைய புதிய கரு மெல்ல மெல்ல முழுமைபெற்று, திடீரென்று ஒரு புதிய பிறவியை முழுமையாக எடுப்பீர்கள்.

அந்த அம்பு செய்யும் பெண்மணி, சாரஹாவை முழுமையாக ஏற்றுக் கொண்டுவிட்டாள். உண்மையில், அவள், அவருக்காகவே அங்கு காத்திருந்தாள். அதாவது, ஒரு சீடனுக்காக, ஒரு மாஸ்டர் காத்துக்கொண்டு இருந்தார்! ஒரு பழைய மத ஏடு சொல்லுகிறது ''ஒரு சீடன் தன் மாஸ்டரை தேர்ந்து எடுக்கும் முன், மாஸ்டர் அவருடைய சீடனை தேர்ந்து எடுத்துக் கொள்கிறார்'' என்று. இந்த கதையில், அதேதான் நடக்கிறது. இப்படி கூறுவது, தர்க்கரீதியாக சரியாகவேப் படுகிறது. ஏனெனில், ஒரு மாஸ்டர், சீடனைவிட மிகுந்த விழிப்புத் தன்மையில் இருக்கிறார். அவருக்கு, யார் தகுந்த சீடன் என்பது புரியும். அவரால் எளிதில் உங்கள் உள்ளே செல்ல முடியும். உங்கள் வருங்காலத்தைக் கணிக்க முடியும். நீங்கள் ஒரு மாஸ்டரை தேர்ந்து எடுக்கும்பொழுது, நீங்கள் என்ன நினைக்கிறீர்கள்? நீங்களே அவரை முயன்று தேர்ந்துஎடுத்ததாக. உண்மை அப்படி இல்லை. மாஸ்டர் தான் உங்களை தேர்ந்துஎடுத்து, உங்களை அழைத்துக் கொள்கிறார். உங்களால் எப்படி ஒரு மாஸ்டரை தேர்ந்து எடுக்க முடியும்? நீங்கள் ஒரு குருட்டுத் தன்மையில் இருக்கிறீர்கள். உங்களிடம் எந்த விழிப்புத் தன்மை யும் கிடையாது. அப்படி இருக்கையில், உங்களால் எப்படி ஒரு சரியான மாஸ்டரை தேர்ந்து எடுக்க முடியும்?

நீங்கள் அவரை முழுமையாக உணர்ந்தீர்களென்றால், அவர் உங்களுக்குள்ளே ஏற்கனவே புகுந்துகொண்டு, உங்கள் சக்தியோடு விளை யாடுகிறார். என்று அர்த்தம். இப்பொழுது அந்தப் பெண்மணி, சாரஹாவை முழுமையாக ஏற்றுக்கொண்டுவிட்டாள். பிறகு, அவர்கள் இருவரும் சேர்ந்து, ஒரு மயானத்துக்கு அருகில் வாழத் தொடங்கினர். எதற்கு மயானத் தைத் தேர்ந்து எடுக்க வேண்டும்? ஏனெனில், புத்தர் சொல்லுகிறார். ''நீங்கள் இறப்பை முழுமையாக (உள்ளும் புறமும்) அறிந்தாலொழிய, உங்களால் வாழ்வை அறிந்துகொள்ளமுடியாது'' என்று. நீங்கள் (மனம்) இறந்தாலொழிய, உங்களிடம் எந்தப் புதுப்பிறவியும் ஏற்படாது.

சாரஹாவுக்குப் பிறகு, அநேக தாந்தீரிக சீடர்கள் மயானத்திற்கு அருகிலேயேதான் வாழ்ந்து, தன்னை அறிய முற்பட்டார்கள். மக்கள், பிணங்களை கொண்டு வந்து எரிப்பதை தினமும் அவர் முழுமையாகக் கவனிக்க ஆரம்பித்தார். அது அவர்களுக்கு மயான பூமியாகத் தோன்ற வில்லை அவர்கள் இருவரும் மிகுந்த அன்புகொண்டு, அங்கு வாழ்ந்தார் கள். ஆனால், நீங்கள் நினைப்பதுமாதிரி, உடல் ரீதியாக சம்மந்தப்பட்டு அவர்கள் வாழவில்லை. அவர்களுடைய அன்பு, ஒரு மாஸ்டருக்கும், சீடனுக்கும் இடையில் நிலவும் பரிபூர்ண சுத்தமான அன்பு. அந்த அன்பு, ஆண்-பெண் உறவுக்கு அப்பாற்பட்டது. இதைத் தெளிவாகப் புரிந்துகொள் ளுங்கள். ஆண்-பெண் உறவு சம்மந்தமான அன்பு என்பது உடல் சம்மந்தப் பட்டது. அது மிகவும் கீழான நிலையில் உள்ளது. அது சில சமயம் அவர்களது இதயத்தைத் தொடலாம். ஆனால், எப்பொழுதும் அது அவர்களது உடல்களிலியே நிலை கொண்டு இருக்கும். ஆனால், ஒரு மாஸ்டருக்கும் சீடனுக்கும் உள்ள அன்பு, ஆத்மீகமானது, இதயக்கலப்பு மிக்கது. ஆகவே, சாரஹாவுக்கும், அந்தப் பெண்மணிக்கும் உள்ள அன்பின் தன்மை, இந்த உலகத்தில் மிகச் சிலரிடத்தே தான் நிலவும். அவள், சாரஹாவுக்கு, தந்த்ரா முறையைக் கற்றுக்கொடுத்தாள். தந்த்ராவை, ஒரு பெண் மாஸ்டர்தான். சொல்லிக் கொடுக்க முடியும். இது ஏன் என்று என்னை பலபேர்கள் கேட்கிறார்கள்.

நான், கவிஷாவை (Kaveesha) தந்த்ராக் குழுவுக்கு, ஒரு தலைவி யாகத் தேர்ந்து எடுத்தேன். ஏனெனில், அந்த முறைகள் மிகவும் பெண்மைத் தன்மை வாய்ந்தது. ஓர் ஆணினால்கூட, அது முடியும். ஆனால், அவன், மிகுந்த பெண்மைத் தன்மை நிரம்பியவனாக இருக்க வேண்டும். ஆனால், இது பெண்களிடம் இயற்கையாகவே அமைந்திருக்கிறது.

ஆகவே, இப்பொழுது அந்த அம்புசெய்யும் பெண்மணியின் வழிகாட்டுதல் மூலமாக, சாரஹா ஒரு தாந்த்ரிக்காவாக (tantrika) மாறிவிட் டார். அவர் இப்பொழுது தியானம் செய்வதை விட்டுவிட்டார். முன்பே, அவர் வேதம், விஷய ஞானம், தத்துவம், தர்க்கம் என்று அனைத்தையும் விட்டார். இப்பொழுது தியானத்தையும் விட்டுவிட்டார். அவர்களைப் பற்றி இப்பொழுது சுற்றிலும் பல செய்திகள் பரவ ஆரம்பித்துவிட்டன! ஏனெனில், அவர் இப்பொழுது, தியானத்தைவிட்டுவிட்டு, ஆடலும், பாடலுமாகவே இருந்தார். இப்பொழுது அவருக்கு பாடல்தான் தியானம், ஆடல்தான் தியானம். ஆன்மீகமான கொண்டாட்டம்தான், வாழ்க்கை முறை என்று ஆகிவிட்டது!

இந்த முரண்பட்டநிலையை நீங்கள் கவனித்தீர்களா? பிணத்தை எரிக்கும் மயானத்தில், ஒரு சோகமான சூழ்நிலையில், ஒருவர் மிகவும் மகிழ்ச்சியாக ஆடலும், பாடலுமாக கொண்டாட்டத்தில் இருக்கிறார்! இது தான் தந்த்ரா முறையின் முரண்பட்ட அழகு! அது, வாழ்வின் மறு முனை யோடு சேர்ந்து கொண்டாடுகிறது. அந்தத் துக்ககரமான சூழ்நிலையில், உங்களால் எப்படி முழுமையான ஆட்டத்திலும், பாட்டிலும் இருக்க முடியும்? சாதாரணமாக, இது நடக்க முடியாதகாரியம். மக்கள் அழுது கொண்டும், கதறிகொண்டும் துக்கத்தில் முழுமையாக இருக்கும் சூழ்நிலை யில், உங்களால் எப்படிகொண்டாட்டத்தில் இருக்க முடியும்? ஆனால், இப்பொழுது, இந்த சூழ்நிலையில் உங்களால் ஆனந்தமாக இருக்க முடிய வில்லை என்றால், நீங்கள் இன்பம், மகிழ்ச்சி என்று நினைப்பவைகள் அனைத்தும், போலியானது. அவைகள் நீங்களாக உண்டாக்கிக் கொண் டது. அதன் ஆயுள் மிகவும் குறைவு. உண்மையான ஆனந்தம், மகிழ்ச்சி அனைத்தும் உங்கள் இதயத்திலிருந்து தானாகக் கிளம்பவேண்டும். அதற்கு எந்தக் காரணகாரியமும் தேவையில்லை. அது, பிறர் இறப்பைப் பற்றியோ அல்லது பிறப்பைப்பற்றியோ எந்த வித்தியாசத்தையும் காணுவது இல்லை.

தந்த்ராவின் அடிப்படை, விளையாட்டு தன்மைதான். அது எதை யும், கடுமையாக எடுத்துக் கொள்வது இல்லை. ஆமாம், அது கடுமையாக (Serious) எதையும் எடுத்துக்கொள்வதில்லை. ஆனால், எதிலும் ஒரு ஈடு பாட்டுடன் (Sincere) இரண்டற செயல்படும். அது எப்பொழுதும் மகிழ்ச்சி யிலும், கொண்டாட்டத்திலேயும்தான் இருக்கும். தந்த்ரா ஒரு கொண்டாட்ட மான விளையாட்டு. ஏனெனில், தந்த்ரா அன்பை ஆதாரமாக வைத்து செயல்படுகிறது. அன்பின் மறுபரிமாணம் மகிழ்ச்சியும், கொண்டாட்டமும் தான்.

அன்பை, ஒரு விளையாட்டு என்று கூட நினைக்காதவர்கள், இந்த உலகத்தில் நிறையபேர்கள் உண்டு. மகாத்மாகாந்தி, ''நீங்கள், ஒரு குழந்தைக்காக மட்டுமே ஒரு பெண்ணின் மேல் அன்பு செலுத்தலாம்.'' என்று கூறுகிறார்! அன்பைக் கூட, இவர்கள் ஒரு தொழிலாக ஆக்கிவிட் டார்கள்! அதாவது 'சினைப்படுத்துதல்.' இந்த வார்த்தையே மிகவும் அருவருப்பானது. அன்பு என்பது ஒரு வேடிக்கை, விளையாட்டு. நீங்கள் மகிழ்ச்சியோடு இருக்கும் பொழுதுதான் நீங்கள் ஒரு பெண்ணின் மேல் அன்பு செலுத்த முடியும். அந்த அன்பு சக்தியை அவளுடன் பரிமாறிக் கொள்ள முடியும். அதைப்போல, பெண்கள் மகிழ்ச்சியாக, விளையாட்டுத்

தன்மையில் இருக்கும் பொழுதுதான், ஒரு ஆணின் மேல் அன்புசெலுத்த முடியும். தன்னை சிறைப்படுத்திக் கொள்வதற்கு அல்ல! ஆகவே, உங்கள் மகிழ்ச்சியில், ஆனந்தத்தில், அன்பு உதயமாகட்டும். அதைப் பிறருக்கு அப்படியே அளியுங்கள்.

ஆகவே, விளையாட்டுத் தன்மை உங்களை ஆக்கிரமிக்கட்டும். ஒரு உண்மையான காதலர்களிடம், மிகுந்த விளையாட்டுத் தன்மையைப் பார்க்கலாம். எப்பொழுது அந்த உயிர்த்துடிப்புள்ள விளையாட்டுத் தன்மை மறைகிறதோ, அப்பொழுதே அவர்கள் கணவனாகவோ அல்லது மனைவி யாகவோ மாறிவிடுகிறார்கள்! அவர்களிடம் உண்டான இயல்பான காதல் மற்றும் அன்புத்தன்மை மறைந்து விடுகிறது. இப்பொழுது வேண்டுமா னால், உங்களை நீங்கள் சிறைப்படுத்திக் கொள்ளலாம்! நீங்கள் இப்பொழுது நடிக்கத் தொடங்கிவிட்டீர்கள்!

மகிழ்ச்சியான கொண்டாட்டத்தில்தான், உண்மையான மதத் தன்மை உண்டாகிறது என்பதை அறிந்துகொள்ளுங்கள். ஆகவே ஒரு தொத்து வியாதிபோல், சாரஹாவின் அன்புக் கொண்டாட்டம், மக்களை கவர்ந்து இழுத்தது. அதைக்காண மக்கள் அங்கு குழுமினார்கள். கொஞ்சம் கொஞ்சமாக, மக்களும் அவருடன் சேர்ந்து ஆடவும், பாடவும் ஆரம்பித்து விட்டார்கள்! அந்த துக்ககரமான மயானம், இப்பொழுது ஆனந்தக் கொண் டாட்டத்தில் மூழ்கியது. ஒரு பக்கம் பிணங்கள் எரிந்துகொண்டிருக்கின்றன. மறுபக்கம், ஆனந்தக் கொண்டாட்டம் நடக்கிறது! என்ன விசித்திரம்!

அந்தக் கொண்டாட்டம், உச்ச ஆனந்தமாக (Ecstasy) மாறும் பொழுது, சிலபேர்களுக்கு சமாதி நிலை கிட்டியது! சாரஹாவின் ஆனந்த அலைகள், அவரது அன்புத் தோற்றம், கலந்துகொண்ட மக்களின் மகிழ்ச்சியின் உச்சத்தன்மைக்கே கொண்டுசென்றன! ஆனால், படித்த பிராமணர்களும், வேதங்களில் ஊறிய அறிஞர்களும், சாரஹாவுக்கு எதிரியாக மாறிவிட்டார்கள். இது தவிர்க்க முடியாததே. ஏனெனில், அவர் களுடைய கொள்கை கோட்பாடுகள், நீதிகள் அனைத்தையும் சாரஹா உடைத்துவிட்டார். அவரைப் பற்றி எழுந்த தவறான அபிப்பிராயத்தில் அவர்கள் நிலைகொண்டு விட்டார்கள்.

அவர்கள் மக்களிடம் ''அவன் (சாரஹா) புனிதத்தன்மை யிலிருந்து கீழே இறங்கிவிட்டான். அவன் புத்தி பேதலித்துவிட்டது. அவன் ஒரு பிராமணனே இல்லை. அவனது பிரம்மச்சரியத்தை எப்பொழுதோ

இழந்துவிட்டான். அவன் ஒரு புத்த பிட்சு கூட இல்லை. அவன், மிகுந்த இழி குலத்தைச் சேர்ந்த பெண்ணுடன் உறவு வைத்துக் கொண்டிருக்கிறான். அவன் ஒரு பைத்தியம் பிடித்த வெறி நாய் போல் குதித்து கும்மாளம் போடுகிறான்'' என்று மிகக் கோபமாக, மிக வெறுப்பாகப் பிரச்சாரம் செய்தார்கள். சாரஹாவின் உச்ச ஆனந்தக் கொண்டாட்டம், அவர்களுக்கு ஒரு வெறி நாயின் குதியாட்டம் போல் தோன்றியது! இதுதான் உலகம்! ஆமாம், அவர் அப்படித்தான் ஒரு பைத்தியம் போல், அந்த மயானத்தைச் சுற்றி சுற்றி வந்து ஆட்டமும், பாடலுமாகக் கொண்டாடினார். அவர்தன் சுய நினைவில் இல்லைதான்! அவர் இப்பொழுது பைத்தியம் பிடித்த கடவுள்! பைத்தியம் பிடித்த நாயல்ல! இது உங்கள் பார்வையைப் பொருத்ததுதான்.

சாரஹாவின் இந்த வித்தியாசமான செய்கைகள், அந்த நாட்டு அரசனுக்குத் தெரியவந்தது. உண்மையில் அங்கு என்னதான் நடக்கிறது என்பதைப் பார்க்க, அவன் மிக ஆவல்கொண்டான். ஏனெனில், சாரஹாவின் புத்திசாலித்தனத்தில், நடத்தையில் எப்பொழுதுமே, அந்த அரசனுக்கு ஒரு நம்பிக்கை உண்டு. அவரை, அந்த அரசன் மிகவும் மரியாதையாக அன்புடன் நேசித்தான். ஆனால், இப்பொழுது வரும் செய்திகள் மிகவும் வித்தியாசமாக இருக்கின்றனவே என்று குழம்பினான். ஆகவே, சில முக்கிய நபர்களை அவரிடம் அனுப்பி, பழைய வாழ்க்கைக்கே திரும்பி வரும்படி நல்லவிதமாகச் சொல்லி வற்புறுத்தவும் என்று சொல்லி அனுப்பினான். அப்படிச் சென்றவர்களிடம், சாரஹா, 160 பாட்டு களை இயற்றி ஆட்டத்துடன் பாடினார். அதைக்கேட்டு, அவரை மாற்ற வந்த அந்த நபர்கள் அனைவரும், அவருடன் சேர்ந்து ஆடவும், பாடவும் ஆரம்பித்துவிட்டார்கள்!

இப்பொழுது, அந்த அரசனுக்கு மிகுந்த கவலையாகிவிட்டது. அந்த அரசனின் மனைவிக்கும் சாரஹாவின் மேல் தனிப்பிரியம் உண்டு. எப்படியாவது தன் மகளை அவருக்குத் திருமணம் செய்விக்க வேண்டும் என்று தீராத ஆவலில் இருந்தாள். சரி, நானே சென்று அவரை சமாதானம் செய்து அழைத்து வருகிறேன் என்று அந்த அரசியும் அங்கு சென்றாள். ஆனால், அவளிடம் சாரஹா, 80 பாட்டுகளை இயற்றி ஆனந்தமாகப் பாடிக்காட்டினார். அதைக்கேட்டு, அந்த அரசி, திரும்பி வரவே இல்லை!

அரசன், இப்பொழுது மிகவும் குழப்பமடைந்துவிட்டான். அங்கு என்னதான் உண்மையில் நடக்கிறது என்று அவனால் யூகிக்க முடிய

தன்மையில் இருக்கும் பொழுதுதான், ஒரு ஆணின் மேல் அன்புசெலுத்த முடியும். தன்னை சிறைப்படுத்திக் கொள்வதற்கு அல்ல! ஆகவே, உங்கள் மகிழ்ச்சியில், ஆனந்தத்தில், அன்பு உதயமாகட்டும். அதைப் பிறருக்கு அப்படியே அளியுங்கள்.

ஆகவே, விளையாட்டுத் தன்மை உங்களை ஆக்கிரமிக்கட்டும். ஒரு உண்மையான காதலர்களிடம், மிகுந்த விளையாட்டுத் தன்மையைப் பார்க்கலாம். எப்பொழுது அந்த உயிர்த்துடிப்புள்ள விளையாட்டுத் தன்மை மறைகிறதோ, அப்பொழுதே அவர்கள் கணவனாகவோ அல்லது மனைவி யாகவோ மாறிவிடுகிறார்கள்! அவர்களிடம் உண்டான இயல்பான காதல் மற்றும் அன்புத்தன்மை மறைந்து விடுகிறது. இப்பொழுது வேண்டுமா னால், உங்களை நீங்கள் சிறைப்படுத்திக் கொள்ளலாம்! நீங்கள் இப்பொழுது நடிக்கத் தொடங்கிவிட்டீர்கள்!

மகிழ்ச்சியான கொண்டாட்டத்தில்தான், உண்மையான மதத் தன்மை உண்டாகிறது என்பதை அறிந்துகொள்ளுங்கள். ஆகவே ஒரு தொத்து வியாதிபோல், சாரஹாவின் அன்புக் கொண்டாட்டம், மக்களை கவர்ந்து இழுத்தது. அதைக்காண மக்கள் அங்கு குழுமினார்கள். கொஞ்சம் கொஞ்சமாக, மக்களும் அவருடன் சேர்ந்து ஆடவும், பாடவும் ஆரம்பித்து விட்டார்கள்! அந்த துக்ககரமான மயானம், இப்பொழுது ஆனந்தக் கொண் டாட்டத்தில் மூழ்கியது. ஒரு பக்கம் பிணங்கள் எரிந்துகொண்டிருக்கின்றன. மறுபக்கம், ஆனந்தக் கொண்டாட்டம் நடக்கிறது! என்ன விசித்திரம்!

அந்தக் கொண்டாட்டம், உச்ச ஆனந்தமாக (Ecstasy) மாறும் பொழுது, சிலபேர்களுக்கு சமாதி நிலை கிட்டியது! சாரஹாவின் ஆனந்த அலைகள், அவரது அன்புத் தோற்றம், கலந்துகொண்ட மக்களின் மகிழ்ச்சியின் உச்சத்தன்மைக்கே கொண்டுசென்றன! ஆனால், படித்த பிராமணர்களும், வேதங்களில் ஊறிய அறிஞர்களும், சாரஹாவுக்கு எதிரியாக மாறிவிட்டார்கள். இது தவிர்க்க முடியாததே. ஏனெனில், அவர் களுடைய கொள்கை கோட்பாடுகள், நீதிகள் அனைத்தையும் சாரஹா உடைத்துவிட்டார். அவரைப் பற்றி எழுந்த தவறான அபிப்பிராயத்தில் அவர்கள் நிலைகொண்டு விட்டார்கள்.

அவர்கள் மக்களிடம் ''அவன் (சாரஹா) புனிதத்தன்மை யிலிருந்து கீழே இறங்கிவிட்டான். அவன் புத்தி பேதலித்துவிட்டது. அவன் ஒரு பிராமணனே இல்லை. அவனது பிரம்மச்சரியத்தை எப்பொழுதோ

இழந்துவிட்டான். அவன் ஒரு புத்த பிட்சு கூட இல்லை. அவன், மிகுந்த இழி குலத்தைச் சேர்ந்த பெண்ணுடன் உறவு வைத்துக் கொண்டிருக்கிறான். அவன் ஒரு பைத்தியம் பிடித்த வெறி நாய் போல் குதித்து கும்மாளம் போடுகிறான்'' என்று மிகக் கோபமாக, மிக வெறுப்பாகப் பிரச்சாரம் செய்தார்கள். சாரஹாவின் உச்ச ஆனந்தக் கொண்டாட்டம், அவர்களுக்கு ஒரு வெறி நாயின் குதியாட்டம் போல் தோன்றியது! இதுதான் உலகம்! ஆமாம், அவர் அப்படித்தான் ஒரு பைத்தியம் போல், அந்த மயானத்தைச் சுற்றி சுற்றி வந்து ஆட்டமும், பாடலுமாகக் கொண்டாடினார். அவர்தன் சுய நினைவில் இல்லைதான்! அவர் இப்பொழுது பைத்தியம் பிடித்த கடவுள்! பைத்தியம் பிடித்த நாயல்ல! இது உங்கள் பார்வையைப் பொருத்ததுதான்.

சாரஹாவின் இந்த வித்தியாசமான செய்கைகள், அந்த நாட்டு அரசனுக்குத் தெரியவந்தது. உண்மையில் அங்கு என்னதான் நடக்கிறது என்பதைப் பார்க்க, அவன் மிக ஆவல் கொண்டான். ஏனெனில், சாரஹாவின் புத்திசாலித்தனத்தில், நடத்தையில் எப்பொழுதுமே, அந்த அரசனுக்கு ஒரு நம்பிக்கை உண்டு. அவரை, அந்த அரசன் மிகவும் மரியாதையாக அன்புடன் நேசித்தான். ஆனால், இப்பொழுது வரும் செய்திகள் மிகவும் வித்தியாசமாக இருக்கின்றனவே என்று குழம்பினான். ஆகவே, சில முக்கிய நபர்களை அவரிடம் அனுப்பி, பழைய வாழ்க்கைக்கே திரும்பி வரும்படி நல்லவிதமாகச் சொல்லி வற்புறுத்தவும் என்று சொல்லி அனுப்பினான். அப்படிச் சென்றவர்களிடம், சாரஹா, 160 பாட்டு களை இயற்றி ஆட்டத்துடன் பாடினார். அதைக்கேட்டு, அவரை மாற்ற வந்த அந்த நபர்கள் அனைவரும், அவருடன் சேர்ந்து ஆடவும், பாடவும் ஆரம்பித்துவிட்டார்கள்!

இப்பொழுது, அந்த அரசனுக்கு மிகுந்த கவலையாகிவிட்டது. அந்த அரசனின் மனைவிக்கும் சாரஹாவின் மேல் தனிப்பிரியம் உண்டு. எப்படியாவது தன் மகளை அவருக்குத் திருமணம் செய்விக்க வேண்டும் என்று தீராத ஆவலில் இருந்தாள். சரி, நானே சென்று அவரை சமாதானம் செய்து அழைத்து வருகிறேன் என்று அந்த அரசியும் அங்கு சென்றாள். ஆனால், அவளிடம் சாரஹா, 80 பாட்டுகளை இயற்றி ஆனந்தமாகப் பாடிக்காட்டினார். அதைக்கேட்டு, அந்த அரசி, திரும்பி வரவே இல்லை!

அரசன், இப்பொழுது மிகவும் குழப்பமடைந்துவிட்டான். அங்கு என்னதான் உண்மையில் நடக்கிறது என்று அவனால் யூகிக்க முடிய

வில்லை. ஆகவே, தானே நேரில் சென்று பார்த்து, அறிந்துவிடுவது என்று அவனும் சென்றான். அவனிடம், சாரஹா, 40 பாட்டுகளை இயற்றி, ஆனந்தக் கூத்தாடினார். அதைக் கேட்டு, அந்த அரசனும் தன் நிலைமாறி, சாரஹாவுடன் சேர்ந்து ஆட ஆரம்பித்துவிட்டான்! ஆக, அந்த மயானம், ஆனந்தக்களிப்பில் நிறைந்து வழிந்தது! என்ன வித்தியாசமான அனுபவம்!

சாரஹாவைப்பற்றி, மூன்று பழைய நூல்கள் இருக்கின்றன. முதல் நூல் 180 பாடல்கள் அடங்கியது. அது சாரஹா மக்களுக்காகப் பாடியது. அடுத்தது 80 பாடல்கள் அரசிக்காகப் பாடியது. மூன்றாவதாக, அரசனுக் காக பாடிய 40 பாடல்கள் அடங்கியது. ஆகவே அரசவை கீதம் என்று அழைத்து, அதை ஆழ்ந்து சிந்தித்து, நாம் இப்பொழுது அதன்மேல் தியானம் செய்கிறோம்.

இதில் விஷேசம் என்னவென்றால், மக்கள் மாறுவதற்கு 160 பாடல்கள் தேவையாக இருந்தது. ஏனெனில், அவர்களது புரியும் சக்தி குறைவானது, அரசிக்கு, 80 பாட்டுகள் தேவையாக இருந்தது. ஏனெனில், அவருடைய புரிந்து கொள்ளும் சக்தி, கொஞ்சம் அதிகம். ஆனால் அரசன் 40 பாட்டிலேயே, சாரஹாவின் உண்மைத் தன்மையைப் புரிந்து கொண்டு விட்டான். இப்பொழுது அரசன், சார்ஹாவின் தன்மைக்கு மாறிவிட்டான். அரசன் மாறினால், தானாகவே மக்களும் மாறிவிடுவார்கள். ஆகவே, கொஞ்சம் கொஞ்சமாக, அந்த தேசமே சாரஹாவின் மதத்தன்மைக்கு மாறிவிட்டது. ஒரு கட்டத்தில், அந்த தேசமே, புத்திஸத்தில் மூழ்கிவிட்டது! அதாவது, மக்கள் தங்கள் அகங்காரத்தை இழந்து, ஒன்றும் அற்றவர் வர்களாக **(Nobody)** ஆகிவிட்டார்கள்.

அவர்கள் அந்தக் கணத்தை மட்டும் மிகவும் மகிழ்ச்சியுடன் கொண்டாடினார்கள். போட்டி, பொறாமை, இறந்த காலம் அனைத்தும் ஒழிந்துவிட்டன. அந்த தேசமே, ஓர் ஆன்மீக அமைதி நிலையை அடைந்து விட்டது. அங்கு ஒரு புனிதத் தன்மை தானாகவே ஏற்பட்டது. அதற்கு முக்கியக்காரணம், சாரஹா, அரசனுக்காகப் பாடிய அந்த 40 பாட்டுகளே. அது மிகவும் அர்த்தம் பொதிந்தது. சக்தி வாய்ந்தது.

இப்பொழுது நாம், அந்த பாட்டினுள் ஒரு புனித யாத்திரையை மேற்கொள்வோம். இந்த அரச கீதத்தை, 'மனிதச் செயல்களின் புனித கீதம்' என்று சாதாரணமாக அழைக்கலாம். இது மிகவும் முரண்பாடானது தான். ஏனெனில், அது செயல்களைப் பற்றி எதுவுமே கூறவில்லை. ஆனால், அது

மனிதனின் உயிர்த் தன்மையில் செயலாற்றுகிறது. அதில் மாற்றம் ஏற்படுத்துகிறது. அந்த செயல்மாற்றம், உங்களது வெளி நடவடிக்கைகளி லும், ஒரு தெளிவான மாற்றத்தை உண்டாக்குகிறது. இப்பொழுது ஒன்றை புரிந்துகொள்ளுங்கள். உங்கள் வெளி மாற்றங்களினால், உங்களிடம் உள்மாற்றம் நிகழவில்லை.

தந்த்ரா ''உங்களிடத்தில் மாற்றம் என்பது முதலில் உங்கள் உள் தன்மையில் நிகழட்டும். அப்பொழுது உங்களது வெளிச் செயல்கள், தானே மாறிவிடும். அதற்காக எந்த முயற்சியும் செய்யத் தேவை இல்லை.'' என்று சொல்லுகிறது. ஆகவே, முதலில் உங்கள் உள் விழிப்புத் தன்மையில் ஒரு மாற்றம் ஏற்படட்டும். ஆகவே, தந்த்ரா முக்கியமாக உங்கள் உயிர்த் தன்மை யில்தான் குறிவைக்கிறது. அதுதான் உங்கள் வெளிநடவடிக்கை, செயல்கள் அனைத்திற்கும் ஆணிவேர். அதில் மாற்றம் நிகழாமல், நீங்கள் செய்யும் செயல்கள் அனைத்தும் நடிப்பைத் தவிர, வேறல்ல.

உதாரணமாக, உங்களிடம் கோபம் இருக்கிறது. அதனுடன் நீங்கள் செயல் பட ஆரம்பிக்கிறீர்கள். அப்பொழுது நீங்கள் உங்கள் கோபத்தை அடக்கிக்கொண்டுதான் செயல் புரியவேண்டும். அப்பொழுது நீங்கள் நடிக்க ஆரம்பிக்கிறீர்கள். உங்கள் முகத்தில், ஒரு பொய்யான தன்மையைக் கொண்டு வருகிறீர்கள். நீங்கள் பால் உணர்வு கொண்ட வர்களாக இருந்தால், என்ன செய்கிறீர்கள்? ஒன்றுமே அறியாத ஒரு பிரம்மச்சரியன் போல் காட்டிக் கொள்கிறீர்கள். நீங்கள் நடிக்கிறீர்கள். ஆனால் உங்கள் பால் உணர்வு, ஒரு எரிமலையைப் போல் உங்கள் அடி மனத்தில் சுழன்றுகொண்டு இருக்கிறது. உண்மையில், நீங்கள் ஒரு பூகம்பத் தின் மேல் உட்கார்ந்திருக்கிறீர்கள். அது எந்த நேரமும் வெடிக்கலாம்.

நீங்கள் உங்கள் பழைய மதவாதிகளைக் கவனித்திருக்கிறீர்களா? அவர்கள் எப்பொழுதுமே பயத்தில் இருக்கிறார்கள். நரகபயம்! எப்படி யாவது சொர்க்கத்தை அடைய வேண்டும் என்று ஒரே ஆவலில் இருக்கிறார் கள். ஆனால், அவர்களுக்கு சொர்க்கத்தைப் பற்றி சிறிய அனுபவம் கூட கிடையாது. நீங்கள் உங்களுடைய விழிப்புத்தன்மையை, புரிந்துகொள் ளும் தன்மையை மாற்றிக்கொண்டால்; சொர்க்கத்தை நீங்களே உண்டு பண்ணிக்கொள்ளலாம். நீங்கள் சொர்க்கத்தைத் தேடிப் போக வேண்டியது இல்லை. ஒன்றை நன்றாகப் புரிந்துகொள்ளுங்கள். யாரும் இதுவரை நரகத்திற்கோ, சொர்க்கத்திற்கோ சென்றதில்லை. ஏனெனில், அப்படி

எதுவும் கிடையாது. ஆனால், நீங்கள் விரும்பினால் அவைகளை நீங்கள் உங்களிடம் இங்கேயே உண்டு பண்ணிக்கொள்ளலாம். அது உங்கள் புரிந்து கொள்தலில் இருக்கிறது. இதை நன்றாக ஞாபகம் வைத்துக் கொள்ளுங்கள்.

நீங்கள் உங்கள் குணங்களை, எண்ணங்களை மாற்றிக் கொண டால், திடீரென்று. நீங்கள் சொர்க்கத்தில் இருப்பதை உணர்வீர்கள். நீங்கள் எப்பொழுதும் போராடும் குணத்தில் இருந்தால், எப்பொழுதும் எதை யாவது உங்களிடம் திணித்துக்கொண்டே இருந்தால், நீங்கள் பொய்மை யால் மூடப்பட்டு விடுவீர்கள். நீங்கள் இரட்டைத் தன்மையில் இயங்க ஆரம்பித்துவிடுவீர்கள். நீங்கள் ஒன்றாக இருக்க, உங்கள் உள்தன்மை வேறு ஒன்றாக இருக்கும். உங்கள் எண்ணத்திற்கும், செயலுக்கும் மிகுந்த வேறுபாடு இருக்கும். அப்பொழுது நீங்கள் எப்பொழுதும் எதிர்ப்பார்ப்பு, இறுக்கம், ஏமாற்றம், வெறுப்பு, கோபம் போன்ற நிலைகளிலேயே இருப்பீர்கள். இதுதான் உங்கள் நரகம்.

இப்பொழுது அரச கீதத்திற்கு வருவோம்

''மாண்புமிகு மஞ்ஜுஸ்ரீயை வணங்குகிறேன்.

மனத்தை வென்றவரை மறுபடியும் வணங்குகிறேன்''

இப்பொழுது, நீங்கள் 'மன்ஜுஸ்ரீ' என்ற வார்த்தையைப் புரிந்து கொள்ளவேண்டும். மன்ஜுஸ்ரீ என்பவர், புத்தருடைய மிகச் சிறந்த சீடர் களில் ஒருவர். அந்த மிகச்சிறந்தவர்களில், மஹாகாஸ்யபா (Mahakash yapa) வும் ஒருவர். ஆனால், இவர் ஆன்மீகத்தன்மையில் சிறந்து விளங்கினாலும், அதைத் தெளிவுபட, பிறருக்கு எடுத்துச் சொல்லவில்லை. ஆனால், மன்ஜுஸ்ரீ, மிகவும் விளங்கிக் கொண்டவர் மாத்திரம் அல்ல, பிறருக்கு மிகவும் தெளிவாக விளக்கவல்ல அரிய மாஸ்டருக்கு உள்ள தகுதியும் அமைந்தவர். யாராவது மிகவும் குழப்பமான நிலையில் வந்தால், அவரை, புத்தர் மன்ஜுஸ்ரீயிடம் தான் அனுப்புவது வழக்கம்.

மன்ஜுஸ்ரீயின் விளக்கம், 'வெட்டு ஒன்று, துண்டு இரண்டாகவே' இருக்கும். வள வள தன்மை என்று ஏதும் கிடையாது. அதே சமயம், அவரது விளக்கம், மிகவும் தீர்க்கமாகவும், தீர்மானமாகவும் இருக்கும். மன்ஜுஸ்ரீயிடம் செல்பவர்களை, மற்றவர்கள் 'மன்ஜுஸ்ரீயின் வாளுக்கு இரையாகப் போகிறார்' என்று வேடிக்கையாகச் சொல்வார்கள். அவருடைய நாக்கு, ஒரு வாளுக்குச் சமம். ஆனால், அவர் கடுமையாக

வெளியே செயல்பட்டாலும், அவர் உள்ளம் கருணையால் நிரம்பி வழியும். அவர் உங்கள் அறியாமையைத்தான், தன் வாளால் ஒரேவெட்டாக வெட்டுகிறாரே தவிர, உங்களை அல்ல!

பின்பு, யார்யார் மாஸ்டர்களாகத் திகழ்ந்தார்களோ, அவர்களை யெல்லாம் அன்புடன் 'அவர் ஒரு மன்ஜுரி' என்று மரியாதையாக பிறர் அன்புடன் அழைக்க விரும்பினார்கள். அந்த அளவுக்கு அவர்மேல் அன்பும், மரியாதையும் மக்கள் கொண்டனர். அவருடைய கருணை யினால், பலபேர்கள் புதிய ஆன்மீகப் பிறவியை எடுத்தார்கள்.

சாரஹா, தன் பாடலை, ஆரம்பிக்கும்பொழுது, 'மாஸ்டர்களுக் கெல்லாம் மாஸ்டராகிய 'மன்ஜுரிக்குத் தலை வணங்குகிறார். அடுத்து, முழுமையை ஆட்கொண்டு, எல்லையற்றதன்மையை அடைந்த புத்தருக்கு தலை வணங்குகிறார்.

அடுத்து,

''காற்றில் நெளியும் அமைதிக்குளம் சுருளும்

அலையெனப் புரண்டு விழும்.

அரசரின் சிந்தனையும் அது போலவே சரகர்

என்னும் மாமனிதரைப் பற்றி'' என்று பாடுகிறார்.

ஒரு அமைதியான அலைகளற்ற ஏரியை உங்கள் மனக்கண் முன் கொண்டுவாருங்கள். பிறகு, ஒரு பெரிய காற்று அடிப்பதாகக் கற்பனை பண்ணுங்கள். இப்பொழுது ஏரியில் அலைகள் மேலே கிளம்பி அங்கும் இங்கும் மோதுகின்றன. அமைதியான நிலையில், நீங்கள் ஏரியில் பார்த்த சந்திர பிம்பம், இப்பொழுது கிடையவே கிடையாது. ஆனால், இப்பொழு தும் அதில் அந்த பிம்பம் இருந்துகொண்டுதான் இருக்கிறது. ஆனால் ஆயிரக்கணக்கில் உடைந்து சிதறி இருக்கிறது.

இதுதான் உலகத்தின் மனம் என்று சாரஹா சுட்டிக் காட்டுகிறார். அது பலவிதமாகச் சிதறிக்கிடக்கிறது. ஆனால், ஒரு புத்தரின் மனமோ, ஒருமையில், அமைதியில் இருக்கிறது. அங்கு எந்த காற்றும் வீசவில்லை. எந்த அலையும் உண்டாகவில்லை. அந்தக் காற்றுதான் 'திருஷ்னா' (Trishna) என்று அழைக்கப்படுவது. அதன் அர்த்தம் 'ஆசை'

நீங்கள் கவனித்திருக்கிறீர்களா? உங்களிடம் ஆசைகள் நிரம்பி இருந்தால், உங்கள் உள்ளம் ஆயிரக்கணக்கான அலைகளால் சூழப்பட்டு அமைதி இழந்து தவிக்கும். உங்கள் விழிப்புத்தன்மை முற்றிலும் மறைந்திருக்கும். ஆசைகள் நின்றவுடன், உங்களிடம் அமைதி பிறக்கும். அப்பொழுது நீங்கள் ஓய்வுத் தன்மையை அடைகிறீர்கள்.

ஆகவே, உங்கள் மனத்தை அமைதியற்று இருக்கச் செய்வது, உங்களது ஆசைகள்தான். அந்த நிலையில், உங்களால் உண்மையை ஒருக் காலும் அறிய முடியாது. சாரஹா, இந்த வரிகளின் மூலம், ''என்னை உன் னால் சரியாகப் பார்க்க முடியவில்லை. ஏனெனில், அது ஆயிரக்கணக்கான துண்டுகளாய் சிதறுண்டு கிடக்கிறது. ஆனால், நான் எப்பொழுதும் ஒன்றாகவே இருக்கிறேன்'' என்கிறார்.

இது முழுக்க முழுக்க உண்மை. ஏனெனில், சாரஹாவைப் பற்றி, அந்த அரசன் மிகவும் குழப்பத்தில் இருக்கிறான். தன் மனத்தை நம்புவதா அல்லது பிறர் சொல்லும் அவதூறுகளை நம்புவதா என்று அவனுக்கேப் புரியவில்லை. முக்கியமாக, சாரஹா, அந்தக் கீழ்குலத்தில் பிறந்த அந்த அம்புசெய்யும் பெண்மணியோடு உறவுவைத்திருக்கிறார் என்பதை கொஞ்சம்கூட, அந்த அரசனால் ஜீரணிக்க முடியவில்லை.

பொதுவாக, ஒருவன் பால் கவர்ச்சியை அடக்குவது என்பது வெட்கப்படத் தக்கது என்று தந்த்ரா சொல்கிறது. ஏனெனில், அந்த அடக்கு முறையில், தன்னிடம் உண்மையாக என்ன நிகழுகிறது என்று அவனால் புரிந்துகொள்ள முடியாது. இந்த நிலையில்தான் அந்த அரசன் இருந்தான். ஆகவேதான், சாரஹா நேரடியாக, ''அந்த அரசன், சாரஹாவைப் பற்றி பல வித எண்ணங்களில் குழம்பி இருக்கிறான். ஆனால், சாரஹா ஒரே நிலையில்தான் இருக்கிறார்.'' என்று சொல்லுகிறார். ''நான் ஒரு சந்திரன் போல் ஒன்றாக இருக்கிறேன். ஆனால், அரசனது மனம், ஒரு புயலில் தாக்குண்ட ஏரியைப் போல அலைபாய்ந்துகொண்டு இருக்கிறது'' என்கிறார்.

அடுத்து,

''மாறு கண்ணன் பார்வையில் முழு விளக்கும்

இரண்டாகத் தெரியும்'' என்கிறார்.

ஒரு நிகழ்ச்சி சொல்கிறேன்.

குடித்தவன் எப்படியெல்லாம் நடந்துகொள்வான் என்று தன் மகனுக்கு, முல்லா நசுருதின் விளக்கிச் சொல்கிறான். பிறகு இருவரும் குடித்துவிட்டு வெளியே செல்ல இருக்கிறார்கள். அப்பொழுது முல்லா தன் மகனிடம் ''நாம் இப்பொழுது வெளியே செல்கிறோம். நன்றாக ஞாபகம் வைத்துக்கொள். எப்பொழுது ஒரு பொருள், இரட்டையாகத் தெரிகிறதோ, அப்பொழுது நீ நின்று விடவேண்டும். மேற்கொண்டு நடக்கக் கூடாது. உடனே, வீட்டுக்குத் திரும்பிவிட வேண்டும்.'' என்கிறான்.

சிறிது தூரம் சென்றபிறகு, முல்லாவின் மகனுக்கு, ஒரு ஆள் இரண்டாகத் தெரிய ஆரம்பித்தது. அப்பொழுது அவன், ''எங்கே அந்த ஒரு ஆள்?'' என்று கேட்டான்.

அதற்கு முல்லா, ''அதோ பார், இரண்டு பேர்கள், அந்த டேபிளில் உட்கார்ந்திருக்கிறார்கள்'' என்கிறான்.

இப்பொழுது அவனது மகன், ''அங்கு ஒருவருமே இல்லையே இப்பொழுது!'' என்கிறான். குடி தலையில் நன்றாக ஏறிவிட்டது!

நன்றாக ஞாபகம் வைத்துக்கொள்ளுங்கள். உங்களுடைய பிரக்ஞையற்ற தன்மையில், மூடக் கொள்கையில், உங்களால் எதையும் தெளிவாகப் பார்க்க முடியாது. இதை நீங்களாகவே உண்டாக்கிக் கொண்டிருக்கலாம். அல்லது உங்களிடம் இயற்கையாகவே அமைந்திருக்கலாம். அது உங்கள் புத்திசாலித்தனத்தையும், அறிவுக் கூர்மையையும் பொருத்தது.

சாரஹா, ''நீங்களும், நானும் இரண்டாக இருக்கிறோம் என்று நினைத்தால், நீங்கள் பிரக்ஞையற்ற தன்மையில் இருக்கிறீர்கள் என்று அர்த்தம். அப்பொழுது, நீங்கள் ஒரு முட்டாளுக்கு, ஒரு குடித்தவனுக்கு சமம்தான். ஆனால், உண்மையில், விழிப்புணர்வோடு பார்த்தால், பார்க்கிற நீங்களும், பார்க்கப்படும் பொருளாகிய நானும் ஒன்றுதான் என்று புரிந்துகொள்வீர்கள். அப்பொழுது, சாரஹா மட்டும் இங்கு ஆடிக்கொண்டு இருப்பதாகப் பார்க்கமாட்டீர்கள். நீங்களும்சேர்ந்து ஆடிக்கொண்டிருப்பதை உணர்வீர்கள். அப்பொழுது நான் பேரின்பத்தை அடைந்தால், நீங்களும் அதை அடைவீர்கள். சாரஹாவைப் புரிந்துகொள்வதற்கு, இந்த

ஒரு வழியைத் தவிர, வேறு இல்லை. எனக்கு உண்மையில் என்ன நேரிடுகிறது என்பதை நீங்கள் அப்பொழுது உண்மையாகப் புரிந்துகொள்ள முடியும். ஆகவே, முதலில்,என்னோடு இயைந்து, என் செயலில் பங்கு கொள்ளுங்கள். வெறுமனே, தனியே நின்றுகொண்டு, என்னை கவனிக் காதீர்கள். என் அனுபவத்தில், நீங்களும் பங்குகொள்ள வேண்டும். நீங்கள், கொஞ்சமாவது என்னிடம் இயைந்து வர வேண்டும். என்னுடைய எல்லைகளை, நீங்களும் தொடவேண்டும். அதில் உங்களை இழக்க வேண்டும்'' என்கிறார். ஆகவே தான் அவர் மேலும்,

''பார்ப்பவனும் பொருளும் இரண்டல்ல

ஓ! மனமே காணும் காட்சிகளை

கலைத்துத் தொலைக்கிறாயே!'' என்கிறார்.

இதைத்தான் என் சந்நியாசிகள் செய்து வருகிறார்கள். அவர்கள் என்னை நெருங்கி வரும்பொழுது, அவர்களுடைய எல்லைகளை, என்னிடம் இழக்கிறார்கள். அப்படி இழந்து, என்னோடு பங்கு பெறும் பொழுது, என்னோடு இயைந்து வருகிறார்கள். அப்பொழுது, உங்களிடம் ஏற்படும் ஒரு புதுமையான மாற்றத்தை உங்களால் உணர முடியும். அறிய முடியும். நீங்கள் வெறும் பார்வையாளனாக இருந்தால், உங்களால் ஏன்னை புரிந்து கொள்ள முடியாது. அப்பொழுது நீங்கள் இரண்டுபட்ட நிலையில் இருக்கிறீர்கள். அப்பொழுது உங்களுடைய உலகம் வேறு, என்னுடைய உலகம் வேறுதான்.

அடுத்து,

''வீட்டின் விளக்குகள் எல்லாம் எரிந்தாலும்

இருட்டிலேயே இருக்கிறான் குருடன்.

பிரபஞ்சம் எல்லையில்லாக் கருணையுடன்

பிரவாகமாக நெருங்கியே இயங்கினாலும்

தொலைவாய்த் தோன்றுமே அறிவீனனுக்கு'' என்கிறார்.

அதாவது ''நன்றாகக் கவனியுங்கள். நான் விழிப்புணர்வு அடைந்துவிட்டேன். என்னுடைய உள்ளம் இப்பொழுது வெளிச்சத்தில் நிரம்பி இருக்கிறது. என்னுடைய ஆத்மா விழிப்படைந்துவிட்டது. நான்

பழைய ராகுல் இல்லை. நான் இப்பொழுது சாரஹா. என்னுடைய அம்பு, எதை அடைய வேண்டுமோ, அதை அடைந்துவிட்டது.

ஆனால், நீங்கள் குருடாக இருந்தால், அதற்கு நான் என்ன செய்ய முடியும்? வீட்டினுள் எரியும் வெளிச்சத்தை, ஒரு குருடன் எப்படி அறிவான்? வெளிச்சம் இருந்தாலும், இல்லாவிட்டாலும், அவன் எப்பொழுதும் இருட்டிலேயேதான் வாழ்வான். ஆகவே, வெளிச்சத்தைப் பற்றிக் குருடனிடம் கேட்காதீர்கள். உங்கள் கண்களை நன்றாகத் திறந்து, என்னை நேரடியாகப் பாருங்கள்.

நான் உங்களுக்கு அருகில் எவ்வளவு நெருக்கமாக இருக்கிறேன். என்னை நீங்கள் தொடலாம், சாப்பிடலாம், அருந்தலாம். என்னோடு சேர்ந்து நீங்களும் ஆடலாம், பாடலாம், என் ஆனந்தத்தில், பங்கு கொள்ள லாம் என்னுடைய இந்த நிகழ்கால நிகழ்ச்சியில்,நீங்களும் இரண்டறக் கலந்து விடலாம். ஏன் தயங்குகிறீர்கள்?'' என்கிறார்.

பொதுவாக, மனிதர்கள் சமாதியைப் பற்றியும், பதஞ்சலியைப் பற்றியும் பேசுகிறார்கள், படிக்கிறார்கள். இன்னும் பெரிய ஆன்மீக விஷயங்களையெல்லாம் அலசுகிறார்கள். ஆனால், அந்த பெரிய நிகழ்ச்சி, தன்னி டம் ஏற்படுவதற்கு எப்பொழுதும் எதிர்ப்பாகவே இருக்கிறார்கள்! இந்த மனிதர்களைப் புரிந்துகொள்ளவே முடியவில்லை! மனிதன் ஒரு வித்தியாசமான மிருகம் தான்!

நீங்கள் புத்தரைப் பற்றி பெருமையாகப் பேசுகிறீர்கள். ஆனால், புத்தர், உங்களுக்கு முன் நேருக்கு நேர் நின்றால், அவரை அறிந்துகொள்ள மறுக்கிறீர்கள். அது மாத்திரம் அல்ல. அவருக்கு பகைவனாகக் கூட மாறி விடுகிறீர்கள். ஏன்? நீங்கள் புத்தரைப்பற்றி ஒரு புத்தகத்தைப் படிக்கும் பொழுது, நீங்கள் சரியாகவே இருக்கிறீர்கள். அந்தப் புத்தகம், இப்பொழுது உங்கள் கையில் இருக்கிறது. ஆனால், புத்தர், நேரடியாக உங்கள் முன் நிற்கும்பொழுது, அவர் உங்கள் கையில் இல்லை. அதற்குமாறாக, அவர் கையில் நீங்கள் விழுந்துவிடுகிறீர்கள்! அதை நீங்கள் விரும்பவில்லை. உங்கள் அகங்காரம் மறுக்கிறது, பயப்படுகிறது, மிரளுகிறது! அவரிடமி ருந்து தப்பி ஓட நினைக்கிறது. அதற்கு சரியான வழி என்ன? அவர் புத்தர் அல்ல, ஒரு போலி, ஏதோ தவறாக உளறுகிறார் என்று உங்களையே சமாதானப்படுத்திக் கொள்கிறீர்கள். அப்பொழுது, நீங்கள் ஆயிரக்கணக் கான குற்றங்களை அவர்மேல் கண்டுபிடிக்க முடியும். ஏனெனில், இப்பொ

ழுது உங்களது பார்வை தெளிவாக இல்லை. உங்கள் மனம் குழப்பத்தில் இருக்கிறது. உங்கள் கண் குருடாகிவிட்டது. இப்பொழுது நீங்கள் உங்கள் இஷ்டப்படி எதை வேண்டுமானாலும் கற்பனை செய்துகொள்ளலாம்.

இப்பொழுது சாரஹா, புத்தாதன்மையை அடைந்துவிட்டார். ஆனால், மக்கள், அவரையும், அந்தக் கீழ்குலப் பெண்ணையும் இணைத்துப் பேசுகிறார்கள். அந்தப் பெண்மணியின் உள்ளத்தை, அவர் களால் ஊடுருவிப் பார்க்க முடியவில்லை. அவள் ஒரு தீண்டத்தகாத, சூத்திரகுலத்தவள் என்றே கருதினார்கள். எப்படி ஒரு உயர்ந்த குலத்தில் உதித்த பிராமணன், தாழ்ந்தகுலத்துப் பெண்ணைத் தொடலாம்? அவள் சமைக்கும் உணவை, சாரஹா எப்படி சாப்பிடலாம்? எப்படி அவளுடன் சேர்ந்து வாழலாம்? இது ஒரு பெரிய பாவமான காரியம் இல்லையா? அது மாத்திரம் அல்ல. ஒரு பிராமணன், சுடுகாட்டில் வாழ்வதாவது? அவர்கள் பொதுவாக, கோவில் மற்றும் அரண்மனையில் அல்லவா வாழ வேண்டும்? இது என்ன அநியாயம்? என்றெல்லாம் கேட்கிறார்கள்.

ஆனால், ஒன்றை மறந்துவிட்டார்கள். எப்பொழுது ஒருவன், இறப்பைப் புரிந்துகொள்கிறானோ, அப்பொழுதுதான், அவன் வாழ்வையும் புரிந்துகொள்கிறான். நீங்கள் இறப்பினுள் ஆழ்ந்துசென்று, அதைப் புரிந்துகொண்டால், அப்பொழுது வாழ்வு என்பது இறக்கவில்லை, அது இறந்தபிறகும் தொடருகிறது என்பதைத் தெளிவாகப் புரிந்துகொள்வீர்கள். வாழ்வைப் பற்றிய உங்கள் அறிவு மிகவும் சாதாரணமானது. வாழ்விற்கு முடிவே இல்லை. அது காலத்தைக் கடந்தது. உங்கள் உடல்தான் இறக்கிறது. இறக்கவேண்டிய பொருள் இறக்கிறது. அவ்வளவுதான். வாழ்வு தொடர்ந்து கொண்டேதான் இருக்கிறது. இதைத் தெளிவாகப் புரிந்துகொள்ளுங்கள்.

ஆனால், இதைத் தீர்மானமாக அறிந்துகொள்ள, நீங்கள் ஒரு ஆழமான பரிசோதனைக்குள் செல்ல வேண்டும். அது வெளியே தெரியாது. ஆகவே, சாரஹா செய்வது அனைத்தும், மக்களுக்கு பைத்தியக்காரத்தனமாகவே தெரிகிறது. அவரைப் பற்றிய தப்பு அபிப்ராயங்கள், குற்றச்சாட்டுகள் அனைத்தும் நாளுக்கு நாள் பெருகிக்கொண்டேதான் இருந்தது. யாரும், அவரது உண்மை நிலையை அறிந்ததாகத் தெரியவில்லை.

பொதுவாக, தந்த்ரா முறைகள், மக்களிடம் தவறான அபிப்ராயத்தையே உண்டு பண்ணும். இந்த முறையில், ஓர் ஆண், ஒரு நிர்வாண

நிலையில் உட்கார்ந்திருக்கும் பெண் முன் அமர்ந்திருக்கவேண்டும். அப்பொழுது அவன், அவளை மிக ஆழமாக, தீர்க்கமாகப் பார்க்க வேண்டும். அப்பொழுது தான், பெண்ணின் கவர்ச்சி, அவனைவிட்டு நீங்கும். அப்பொழுது அவன், பெண்ணின் உடலிலிருந்து விடுதலையாகிறான். அப்பொழுது அந்தப் பெண்ணின் நிர்வாண நிலை மறைந்துவிடுகிறது. இதுதான் தந்த்ரா முறையில் உள்ள ரகசியம். அப்படியில்லாவிட்டால், நீங்கள் அவளை, உங்கள் மனத்தில், சாகும் வரை தூக்கிக் கொண்டே அலைவீர்கள். வீதியில் செல்லும் பெண்களையெல்லாம், நீங்கள் மனக்கண் முன், நிர்வாணமாக்கிப் பார்க்கவே ஆசைப்படுவீர்கள்!

இப்பொழுது, சாரஹா, அந்த நிர்வாணப்பெண் முன் அமர்ந்திருப்பதை, எப்படி எடுத்துக் கொள்வீர்கள்? உங்கள் கருத்துப்படி, எப்படி வேண்டுமானாலும் நினைத்துக் கொள்ளலாம். நீங்கள் ''நாம் எதைச் செய்ய விரும்பினோமோ, அதை இவன் செய்கிறான். ஆனால் நாம் செய்யவில்லை. அந்த வகையில், நாம் அவனைவிட சிறந்தவர்கள்தான். நாம் எண்ணத்தான் செய்தோம். ஆனால், இவனோ, செய்கையில் காட்டுகிறான். இவன் மிகக் கீழே இறங்கிவிட்டான்'' என்றுதான் மேலோட்டமாகச் சொல்வீர்கள்.

ஆனால், சாரஹா என்ன செய்கிறார்? அதுதான் விஞ்ஞான ரகசியம்! ஒரு தாந்தீரீகன், ஒரு பெண்ணை நிர்வாணமாக மாதக்கணக்கில், அணு அணுவாக அவள் உடலைப் பார்த்து, அவளுடைய அழகை, கவர்ச்சியைப் பார்த்துத் தியானமாக்கினால், அவளுடைய அங்கங்கள் ஒவ்வொன்றையும். கூர்ந்து கவனித்து, அதைத் தியானமாக்கினால், உதாரணமாக, கவர்ச்சி நிறைந்த மார்பகத்தைக் கூர்ந்து கவனித்து, அதைத் தியானமாக்கினால், அவன் அதிலிருந்து விடுதலை அடைகிறான். பொதுவாக, ஒன்றிலிருந்து விடுபடுவதற்கு, ஒருவன் அதனுள் மிக ஆழமாகச் செல்லவேண்டும். அப்பொழுதுதான், அதன் கவர்ச்சி மறையும். இதை நன்றாகப் புரிந்துகொள்ளுங்கள்.

ஆகவே, மக்களின் தவறான கருத்துகளுக்கு எதிராகவே, இப்பொழுது சாரஹாவிடம் ஒரு மாற்றம் நிகழ்ந்துகொண்டு இருக்கிறது. அவர், பெண்ணின் கவர்ச்சி அலைகளைத் தாண்டி, மேலே சென்றுகொண்டிருக்கிறார். இனிமேல், அவர் எந்தப் பெண்ணையும் நிர்வாணமாக்கிப் பார்க்க விரும்பவே மாட்டார். கனவில் கூடபார்க்க நினைக்க

மாட்டார். அந்த ஆவல் அல்லது வெறி இப்பொழுது மறைந்துவிட்டது. ஆனால், மக்களின் கண்களுக்கு, இது மிகவும் விபரீதமான காட்சிதான். அவர்களால், அதன் ஆழ்ந்த கருத்தைப் புரிந்துகொள்ள முடியாததுதான். ஏனெனில், அவர்கள் அறியாமையில், மிகவும் மேலோட்டமாகச் செயல்படுபவர்கள். அவர்கள் தவறாகத்தான் பேசுவார்கள்.

அடுத்து,

"ஆறுகள் பலவானாலும்

ஆழியினுள் அவை ஒன்றே

பற்றும் பொய்கள் பலவாயினும்

வெற்றி கொள்ளும் உண்மை ஒன்றே

இருள் எத்தனை யுகங்களானாலும்

மறையுமே, உதிக்கும் சூரியன் ஒன்றினால்" என்கிறார்.

சாரஹா சொல்லுகிறார்" என்னை நன்றாகப் பாருங்கள். என்னிடம் சூரியன் உதயமாகிவிட்டது. என்னிடம் 'உண்மை' ஒளிர்விட்டு பிரகாசிக்கிறது. நீங்கள் என்னைப் பற்றி, ஆயிரக் கணக்கணக்கான அவதூறு களைக் கேட்டிருக்கலாம். ஆனால், ஒரு உண்மை எல்லாவற்றையும் வென்றுவிடும். என்னிடம் நெருங்கிவாருங்கள். அப்பொழுது உங்களு டைய பொய்யான ஆயிரக்கணக்கான ஆறுகள், உண்மை என்னும் கடலில் கலப்பதை உணர்வீர்கள். அப்பொழுது, நான் அடைந்த பேரின்பத்தை, நீங்களும் உணர்வீர்கள்.

உண்மை எப்பொழுதும் ஒன்றுதான். பொய் ஆயிரக் கணக்கில் நிலவும். ஆரோக்கியம் என்பது ஒன்றுதான். ஆனால், வியாதிகள் பல உண்டு. ஆனால், ஒரு ஆரோக்கியம், பல வியாதிகளை வெற்றி கொள்ளும். அதைப் போல உண்மை, பல பொய்களை வெற்றிகொள்ளும்.

அரசனைப் பார்த்து, சாரஹா, "ஏ அரசனே, நான் உன்னை தர்க்க ரீதியாக சமாதானப்படுத்த இங்கே உட்கார்ந்திருக்கவில்லை. நான் என் உயிர்த் தன்மையில் நிலை கொண்டு இருக்கிறேன். என்னுடைய வெளி உலகம் மறைந்துவிட்டது. ஆனால், அதற்கு எந்த ஆதாரத்தையும்,

உன்னிடம் காட்டமுடியாது. என்னுடைய இருதயம் திறந்தே இருக்கிறது. நீ அதனுள் செல்லலாம், அடுத்து வெளியேயும் வரலாம். அது உன் இஷ்டம். அப்பொழுது அங்கே, என்ன நடக்கிறது என்று நீயே உணர்ந்து கொள்வாய். நான் உண்மைக்கு, கடவுளுக்கு எவ்வளவு அருகில் இருக்கிறேன் என்பது, அப்பொழுது உனக்குப் புரியும். ஆகவே, உன் கண்களை நன்றாகத் திறந்து, என்னைப் பார். அப்பொழுது அந்த உண்மையின் ஒளிக் கீற்றை உன்னால் பார்க்க முடியும்'' என்கிறார்.

நன்றாக ஞாபகம் வைத்துக்கொள்ளுங்கள். ஒரு ஞானிக்கு, தன்னை ஞானி என்று காட்டிக் கொள்ள எந்த ஆதாரமும் கிடையாது. அவரேதான் ஆதாரம். வேறு ஆதாரம் கிடையாது. அவர், தன் இதயத்தை மட்டும்தான் திறந்துகாட்ட முடியும். நீங்கள்தான் புரிந்து கொள்ள வேண்டும்.

ஆகவே, இந்த சாரஹவின் அரச கீதத்தை ஆழ்ந்துபடித்து அதை ஒரு தியானமாக்குங்கள். ஒவ்வொரு வரியும், உங்கள் இதயத் தாமரையை நன்றாக மலரச் செய்யட்டும். அவர் இயற்றிய 40 வரிகளும், 40 மலர்களாக உங்கள் இதயத்தில் பூக்கட்டும். அவைகளைக் கேட்டு, அந்த அரசன், ஞான நிலையை அடைந்தான். அதைப் போல நீங்களும் அடையுங்கள். நீங்களும் ஒரு சாரஹாவாக மாறுங்கள்.

2. ''வாத்து வெளியேதான் இருக்கிறது''

(The Goose is Out)

கேள்வி ஒன்று:-

''அன்புள்ள ஓஷோ! தந்த்ராவைபற்றி, சிவா மற்றும் சாரஹா வின் கருத்துகளில் ஏதும் வித்தியாசங்கள் உண்டா?''

உண்மையில், மையக் கருத்தில் வித்தியாசங்கள் எதுவும் இல்லை. ஆனால் முழுமையாக எடுத்துக் கொண்டால், உண்டு என்றே சொல்ல வேண்டும். பொதுவாக, மதங்கள் அனைத்தும் அமைப்பில்தான் வேறுபடு கின்றன. அணுகுமுறையில்தான் வேறுபடுகின்றன. ஆனால், உயிர்த் தன்மையில், எல்லா மதங்களின் உயிர்த்துடிப்பும் ஒன்றாகவே இருக்கின் றன.

அவைகளிடம் இரண்டு அடிப்படை வேறுபாடுகள் உள்ளன. அதில் ஒன்று, பக்தி மார்க்கத்தில் உள்ள பிரார்த்தனை, அன்பு. அடுத்தது தியான வழிபாட்டில் உள்ள விழிப்புத் தன்மை.

சிவாவின் அணுகுமுறை பக்திமார்க்கம், அதாவது பிரார்த்தனை மற்றும் அன்பு. சாரஹாவின் அணுகுமுறை தியானம் மற்றும் விழிப்புத் தன்மை. ஆனால், இந்த வேறுபாடு மேலோட்டமானதுதான். ஏனெனில், அன்பும், தியானமும் முழுமை அடைய அடைய, அவைகள் இரண்டும் ஒன்றை நோக்கியே செல்லுகின்றன. அவைகளுடைய அம்புகள், வேறு வேறு கோணத்தில் செலுத்தப்பட்டிருந்தாலும், அவைகளுடைய இலக்கு ஒன்றுதான். முடிவில், வில்லைப்பற்றி, யாரும் கவலைப்படுவது இல்லை. நீங்கள் எந்த மாதிரி வில்லை உபயோகித்து, அந்த அம்பை எய்தீர்கள் என்று யாரும் கவலைப்படுவது இல்லை.

மேற்சொன்ன இரண்டும், இரண்டு அடிப்படையான விற்கள். பொதுவாக மனிதனை இரண்டு விதமாகப் பிரிக்கலாம். ஒருவன் உணர்வால் இயக்கப்படுபவன், அடுத்தவன் அறிவால் இயக்கப்படுபவன். உண்மையை நீங்கள் அறிவைக்கொண்டும் அணுகலாம், அல்லது உணர்வைக் கொண்டும் அணுகலாம். புத்தர் மற்றும் சாரஹாவின் அணுகு

முறை, அறிவு மற்றும் புத்திசாலித் தனம். இது மனத்தை அடிப்படையாகக் கொண்டது. ஆனால், மனதை நன்றாகப் புரிந்து கொண்டு, அதை அப்புறப் படுத்திவிட்டுத்தான், மேலே செல்ல வேண்டும். மெல்ல மெல்ல, மனம், தியானத்தில் கரைய வேண்டும். ஆனால், மனம் கண்டிப்பாக மறையத்தான் வேண்டும். இல்லாவிட்டால், தியானம் கைகூடாது. எண்ணங்கள் மறைய வேண்டும். ஒரு மனமற்றதன்மையை உண்டாக்க வேண்டும். அது மெல்ல மெல்லத்தான் ஏற்படும். ஆகவே, இதன் செயல் அனைத்தும், எண்ணப் பகுதியிலேயே தான் நடக்க வேண்டும்.

சிவாவின் அணுகுமுறை, உள்ளம் சம்மந்தப்பட்டது. உணர்வை மேல்நோக்கி மாற்றம் செய்யவேண்டும். உள்ளம் அன்பு சம்மந்தப்பட்டது. அன்பு மாற்றம் அடையும்பொழுது அது பிரார்த்தனையாக மாறுகிறது. சிவாவின் அணுகுமுறையில், பக்தன் என்றும், பக்தி செலுத்தும் பொருள் என்று இரண்டு தன்மைகள் இருக்கின்றன. அதாவது, பக்தன் மற்றும் பகவான் என்று. ஆனால், அன்பின் உச்சத் தன்மையில், பிரார்த்தனையின் உச்சத்தன்மையில், பக்தனும், பகவானும் ஒன்றாகி விடுகிறார்கள்.

நன்றாகக் கேளுங்கள். சிவாவுடைய தந்த்ரா, தன் உச்சத் தன்மையை எட்டும்பொழுது, அங்கு 'நானில், நீ' கரைந்துவிடுகிறது, மற்றும் 'நீயில், நான்' கரைந்து விடுகிறது. இரண்டும் ஒன்றாகிவிடுகின்றன. அதைப் போல சாரஹாவின் தந்த்ராவும், தன் உச்சத்தன்மையை எட்டும் பொழுது, நீங்கள் சரி என்றோ, நீங்கள் உண்மை என்றோ, நீங்களோ அல்லது நானோ இருக்கிறேன் என்பதோ எல்லாமே மறைந்துவிடும். அங்கு நீங்களோ அல்லது நானோ சந்திப்பது இல்லை. அதற்கு மாறாக, இரண்டு ஒன்றும் அற்ற தன்மைகள் (Empty) ஒன்றாகக் கலக்கின்றன. ஏனெனில், சாரஹாவின் முழு முயற்சியே, எப்படி எண்ணங்களை அழிப்பது என்பதே. அதில், நான் மற்றும் நீ என்பதும் அடக்கம்தான். இப்படி எண்ணங்கள் அழியும் பொழுது, எப்படி உங்களையே, நீங்கள் 'நான்' என்று தனியாக அழைத்துக் கொள்ள முடியும்? அப்பொழுது யாரை கடவுள் என்று அழைப் பீர்கள்? கடவுள் என்பதும் உங்கள் எண்ணங்களின் ஒரு பகுதியே. அது உங்கள் மனதின் புனிதமான கற்பனையே. அதை அதுவே தயாரித்தது, ஏற்படுத்திக் கொண்டது. ஆகவே, மனம் அழியும் பொழுது, அதில் உள்ள சகல எண்ணங்களும் அழிந்துவிடுகின்றன. அங்கு வெறும் 'சூன்யம்' (Sunya) மட்டுமே எஞ்சியிருக்கிறது.

சிவாவின் தந்த்ரா முறையில், நீங்கள் ஒருக்காலும், உருவத்திலேயோ அல்லது மனிதர்களிலேயோ அன்பு செலுத்தமாட்டீர்கள். அதற்கு மாறாக, இந்த பிரபஞ்சத்தின் மேலேயே முழு அன்பு செலுத்திவிடுவீர்கள். அதுதான், உங்களைப் பொருத்தவரையில், 'நீ'யாக இருக்க முடியும்.

நீங்கள் அதைப் பார்த்துத்தான், முழுமையில், 'நீ' என்று அழைப்பீர்கள். அப்பொழுது தன்னுடையது, தான், பொறாமை, வெறுப்பு இப்படி சகல வேண்டாத எண்ணங்கள் அனைத்தும் மறந்துவிடும். நீங்கள் சுத்தத் தன்மையில் இயங்க ஆரம்பித்துவிடுவீர்கள். அப்பொழுது, ஒரு கட்டத்தில், வெறும் அன்பு மட்டும்தான் இருக்கும். அப்பொழுது, அந்த முழுமையான அன்பு நிலையில், நீங்கள் உங்களிடமே கரைந்து விடுகிறீர்கள். அப்பொழுது காதலிப்பவனும், காதலிக்கும் பொருளும் ஒன்றாகி மறைந்துவிடுகின்றன. அதுவரையில், இவைகள் தனித்தனியே தான் இருக்கும். ஆனால், உருவத்தில் மட்டும்தான் சிறிது வித்தியாசம் இருக்கும். அதற்குப்பிறகு, என்ன வேற்றுமையைக் காண முடியும்?

இதில் உள்ள முக்கிய அடிப்படைத் தன்மை என்னவென்றால், முதலில் நீங்கள் மறைகிறீர்கள். அங்கு மீதி என்று எதுவும் கிடையாது. அப்பொழுது மற்றைய பொருள்களும் தானாகவே மறைய ஆரம்பிக்கின்றன. இப்படி இரண்டும் மறைவதுதான் ஞானத்தன்மை, விழிப்புத் தன்மை. அங்கு பார்ப்பவனும் இல்லை, பார்க்கப்படும் பொருளும் இல்லை.

இப்பொழுது கொஞ்சம் ஆழமாக, சுருக்கமாகப் புரிந்துகொள்ளுங்கள். அதாவது, அன்பை நீங்கள் தேர்ந்து எடுத்தால், சிவாவின் முறை ஏற்றது. என்னுடைய 'ரகசியங்களின் நூல்' (The Book of Secrets) என்பது உங்களுடைய தந்த்ரா பைபிளாக இருக்கட்டும். அடுத்து, தியானத்தைத் தேர்ந்து எடுத்தால், சாரஹாவின் முறையைப் பின்பற்றுங்கள். அது முழுக்க முழுக்க உங்களைப் பொருத்தது. என்னைப் பொருத்தவரை, இரண்டு வழிகளுமே சரிதான். அவைகள் ஒரே இலக்கை நோக்கியே செல்லுகின்றன. நீங்கள் தனியாக, ஆனந்தமாக இருக்க முடியும் என்றால், சாரஹாவைத் தேர்ந்து எடுத்துக் கொள்ளுங்கள். உங்கள் அன்பு மற்றும் ஆனந்தம், ஏதோ ஒன்றை சார்ந்து இருந்தால், சிவா வழியைப் பின்பற்றுங்கள்.

இதுதான் ஹிந்து தந்த்ராவிற்கும், புத்தத் தந்த்ராவிற்கும் உள்ள அடிப்படை வேறுபாடு. மற்றபடி எல்லாம் ஒன்றுதான்.

இரண்டாவது கேள்வி:-

"அன்புள்ள ஓஷோ! நான் எப்பொழுதும், நீங்கள் சொல்வதையெல்லாம் ஏற்றுக்கொள்கிறேன். பின் ஏன், என் வாழ்வில் எந்த மாற்றமும் ஏற்படவில்லை?"

ஒருக்கால், நீங்கள் என்னோடு எல்லாவற்றிலும் ஒத்துப் போகும் தன்மையால் இருக்கலாம். நீங்கள் என்னோடு ஒத்துப் போனாலும், மறுத்துப் போனாலும், உங்களிடம் எந்த மாற்றமும் நிகழ வாய்ப்பில்லை. உங்களுடைய மாற்றம், என்னைப் புரிந்துகொள்தலில் இருக்கிறது. புரிந்துகொள்தல் என்பது, ஒத்துப் போதல் அல்லது மறுத்துப்போதலுக்கு அப்பாற்பட்டது.

சாதாரணமாக, நீங்கள் என்னோடு ஒத்துப் போனால், நீங்கள் என்னைப் புரிந்துகொண்டதாக நினைக்கிறீர்கள். ஆனால், புரிந்துகொள்ளும் பொழுது, அங்கு ஒத்துப்போதல் அல்லது மறுத்துப் போதல் என்ற கேள்விக்கே இடமில்லை. உதாரணமாக, உண்மையோடு நீங்கள் எப்படி ஒத்துப்போகமுடியும்? அல்லது எப்படி மறுத்து போக முடியும்? சூரியன் வானில் கிளம்புகிறது. நீங்கள் அதை மறுக்க முடியுமா? இல்லை, அதனுடன் ஒத்துப் போகிறேன் என்றுதான் சொல்ல முடியுமா? இந்த கேள்விகளே அர்த்தமற்றது என்பது புரியவில்லையா?

ஒத்துப் போதல், மறுத்துப் போதல் என்பது கொள்கை, கோட்பாடுகளுக்கு வேண்டுமானால் சரியாக இருக்கலாம். ஆனால், உண்மைக்கு அல்ல. ஆகவே, நீங்கள் என்னோடு ஒத்துப் போகும்பொழுது, உண்மையிலேயே நீங்கள் என்னோடு ஒத்துப் போகவில்லை. நீங்கள் ஏற்கனவே கொண்டுள்ள கொள்கை, கோட்பாடுகளோடு, நான் ஒத்துப் போவதாகக் கருதுகிறீர்கள்! அப்பொழுது, நீங்கள், என்னோடு ஒத்துப் போவதாகவும் உணர்கிறீர்கள்! அப்படி அவைகளுடன், நான் ஒத்துப் போகாவிட்டால், தொல்லை ஆரம்பமாகிறது. அதாவது, நீங்கள் என்னோடு ஒத்துப்போவது இல்லை. நான் சொல்லுவதை, நீங்கள் காதுகொடுத்து விரும்பிக் கேட்கமாட்டீர்கள். உங்கள் ஆர்வம் குறைய ஆரம்பிக்கிறது. அப்பொழுது உங்களை, நீங்களே மூடிக் கொள்கிறீர்கள்.

ஆகவே, ஒத்துப்போதல், மறுத்துப்போதல் என்ற கேள்விக்கே இடமில்லை. முதலில் இதைவிட்டு ஒழியுங்கள். நான் இங்கு, நீங்கள்

உங்கள் கொள்கையிலிருந்து மாற்றிக்கொள்ள, உட்கார்ந்திருக்கவில்லை. நான் இங்கு எந்தத் தத்துவத்தையும், நீதிபோதனைகளையும், மதக் கோட் பாடுகளையும், உங்களிடம் திணிக்க ஒரு போதும் விரும்பியது இல்லை. நான், யாரையும் 'என்னைப் பின்பற்றுங்கள்' என்று சொல்லி அழைக்க வில்லை. நான் என் உண்மையான சீடர்களை மேம்படுத்தவே உட்கார்ந்தி ருக்கிறேன். அவர்களைத் தேடித்தான் உட்கார்ந்திருக்கிறேன். இந்தத் திணிப்பு கொள்கையும், தேடும் கொள்கையும் முற்றிலும் வேறானது.

ஒரு சீடன் என்பவன், என்னை வெறுமனே கேட்கிறான். அவன் என்னோடு ஒத்துப் போவதோ அல்லது மறுத்துப் போவதோ இல்லை. அவன் நம்பிக்கையோடு கற்றுக்கொள்கிறான். 'டிசிப்ளின்' (Discipline) என்ற வார்த்தைக்கு பழகுதல், கற்றுக் கொள்ளல் என்று பொருள். அதிலிருந்துதான் (Disciple) டிசைப்பில் என்ற வார்த்தை வந்தது. இதற்கு அர்த்தம் சீடன், கற்றுக்கொள்பவன் என்று அர்த்தம். ஒரு சீடன் என்பவன், எதையும் திறந்த மனதுடன் கற்றுக்கொள்ளத் தயாராக இருக்கிறான். ஆனால், ஒரு பின்பற்றுபவன் (Follower) என்பவன் திறந்த மனத்தோடு எப்பொழுதும் இருப்பதில்லை. அவன், தன் மாஸ்டரோடு ஒத்துப் போகிறேன், ஆகவே, திறந்தமனம் என்ற பேச்சுக்கே இடம் இல்லை என்று நம்புகிறான். ஆனால், பெரும்பாலும் இவர்கள் மூடிய மனத்தோடுதான் இருக்கிறார்கள். அதாவது அவர்களுக்கென்று ஒரு கொள்கை, கோட்பாட்டை வகுத்து, அதை மூடிய நிலையில் தன் மனதில் வைத்துக் கொண்டு, வெளித் தன்மையில், தன் மாஸ்டரை பின்பற்றுவதாக இயங்குகிறார்கள். அவர்கள், தன் மாஸ்டரிடமிருந்து எதையும் கற்றுக்கொள்வது இல்லை.

ஒரு சீடனின் மனம், எப்பொழுதுமே திறந்தேதான் இருக்கும். அங்கு, 'இது சரி, அது சரியில்லை' என்று சொல்வதற்கு வேறுயாரும் கிடையாது. ஆகவே, ஒத்துப் போதல், எப்பொழுதும் தொல்லையைத்தான் கொடுக்கும். அது மிகவும் மேலோட்டமானது, அறிவுப் பூர்வமானது. அந்த நிலையில், யாருக்கும் ஆன்மீக மாற்றம் ஏற்பட்டதாகத் தகவலே இல்லை.

உங்கள் உள்ளத்தில் மாற்றம் நிகழுவதற்கு, நீங்கள் நான் சொல்வதை வெறுமனே புரிந்துகொள்ளவேண்டும். அப்படி வெறுமனே புரிந்துகொள்ளும்பொழுது, நீங்கள் எதையும் செய்வது இல்லை. அதாவது 'இது சரி, இது சரியில்லை' என்று ஆராய்ச்சிசெய்வது இல்லை. மாஸ்டரிடம்

முழுமையாக நம்பிக்கை வைத்து, அவர் சொல்வதை புரிந்து கொண்டால் போதும். அவ்வளவுதான். அந்தப் புரிந்து கொள்தலே, மிக ஆழமான மாற்றத்தை உங்களிடம் தானாகவே ஏற்படுத்தும்.

ஆகவே, புரிந்துகொள்தலின் வெளிப்பாடே, உங்கள் உள்ளத்தின் மாற்றம்.

ஒத்துப் போதல், மறுத்துப் போதல் என்பது முட்டாள்தனமானது. அது மிகவும் உங்கள் மனம் சம்மந்தப்பட்டது. உள்ளம் சம்மந்தப்பட்டது அல்ல. உங்கள் மனம் மிகவும் தந்திரமானது.

சில நிகழ்ச்சிகளைக் கேளுங்கள்.

ஒருவன் மிகச் சிறுவனாக இருந்தபொழுது, அவனுடைய தாய் இறந்துவிட்டாள். அவனை, நல்ல முறையில் வளர்க்க, அவனுடைய தகப்பனார் மிகவும் சிரமப்பட்டார். கடைசியில், மிகுந்த சிரமத்தின் பேரில், அவனை, அவர் ஒரு காலேஜில் சேர்த்தார். அங்கு சேர்ந்தபிறகு, அவன் தன் தகப்பனாருக்கு எழுதிய முதல் லெட்டரே, அவருக்கு ஏமாற்றம் அளித்தது. ஆனால், அந்த ஏமாற்றம் ஏன் என்று அவருக்கே புரிய வில்லை. உண்மையில், அப்படி அவர் எடுத்துக் கொள்வதற்கு, அதில் ஏதும் இல்லைதான். ஒரு சமயம், அவன், அந்த லெட்டரை எழுதியவிதம், சரியில்லை என்று அவருக்குத் தோன்றி இருக்கலாம். அந்த லெட்டர், "அன்புள்ள அப்பா, இங்கு எல்லாமே சரியாக நடக்கிறது. நான் இந்தக் கல்லூரியின் சூழ்நிலையை மிகவும் விரும்புகிறேன். நான் கால்பந்து விளையாடுகிறேன். இங்கு, நான் எல்லோரிடமும் மிகவும் ஒத்துப் போகிறேன். நான் கணக்கில், A ரேங்க் வாங்கினேன்...." இப்படிப் போகிறது அந்த லெட்டர்.

ஏனோ, அந்த லெட்டர், அவருக்கு நிறைவைக் கொடுக்கவில்லை. அவர் தன் மகனுக்கு பதில் எழுதுகிறார், "என் மகனே, நன்றாகக் கவனி, நான் ஒரு வயோதிகன் போன்ற எண்ணத்தில், இருக்க விரும்பவில்லை. ஏதோ ஒன்று, என்னை இப்பொழுதும் மகிழ்ச்சியாக இருக்கச் செய்யும். இப்படி நான் எழுதுவதால், உன்னை மதிக்கவில்லை என்று நினைத்துக் கொள்ளாதே. நான் உன்னை மிகவும் சிரமத்தின் பேரில்தான் காலேஜுக்கு அனுப்பினேன். ஆனால், நான் காலேஜ் படிப்புப் படிக்க வில்லை. அது எனக்கு ஒரு குறையாகவே இருக்கிறது. " நான் அதைச் செய்தேன், இதைச்

செய்தேன்'' என்று எழுதுவதற்குப் பதிலாக, ''நாம் அதைச் செய்தோம், நாம் இதைச் செய்தோம்'' என்று நீ, எழுதினால், எனக்கு மிகவும் சந்தோஷ மாக இருக்கும். அப்பொழுது, நானும் உன்னோடு பங்கேற்கிறேன் என்ற உணர்வு எனக்கு சந்தோஷத்தைக் கொடுக்கும்'' என்று.

அந்தப் பையனுக்கு, தன் தகப்பனாரின் மனநிலை புரிகிறது. பிறகு அவன் ''அன்புள்ள அப்பாவுக்கு, நாம் நன்றாக இருக்கிறோம். சென்ற சனிக்கிழமை, நாம் அந்த விளையாட்டில் வெற்றிகொண்டோம். ஒரு அழகான பெண்ணோடு, நாம் தேதி வைத்தோம். சரித்திர பாடத்தில், நாம், நிச்சயமாக A ரேங்க்வாங்குவோம்...!'' என்று எழுத ஆரம்பித்தான். இது அந்தக் கிழவனுக்கு மகிழ்ச்சியை அளித்தது. ஒருநாள், அந்தப் பையனிட மிருந்து, ஒரு தந்தி வந்தது. அதில்'', அன்புள்ள அப்பா, நாம், அந்தக் கல்லூரி முதல்வரின் பெண்ணை தொந்தரவில் ஆழ்த்திவிட்டோம். அவளுக்கு இரட்டைக் குழந்தை பிறந்திருக்கிறது! ஒன்றும் புரியவில்லை. உங்களுடைய பகுதியாக, நீங்கள் அவளுக்கு என்ன செய்யப் போகிறீர் கள்?!''

மனம் மிக மிகத் தந்திரமானது. நீங்கள் என்னோடு ஒத்துப் போவதுபோல், இருந்தால், உண்மையிலேயே நீங்கள் என்னோடு ஒத்துப் போகிறீர்களா அல்லது நான் ஒத்துப் போகிறேனா என்று நன்றாகக் கவனி யுங்கள். அப்பொழுது உங்கள் மனம், ஒரு வக்கீலைப் போல செயல்படும். சட்டநுணுக்கத்தோடு பேச ஆரம்பிக்கும். அது, என்னுடன் ஒத்துப் போவது போல் வாதாடும். அதே சமயம், அது தன் நிலையை ஒருக்காலும் விட்டுக் கொடுக்காது. அதுமாத்திரம் அல்ல, அது என்னோடு ஒத்துப் போவது போல் நினைக்கும்பொழுது, ஓஷோதான் தன்னை ஆன்மீகத்தில் மாற்றம் அடையச் செய்ய வேண்டும் என்றும் எதிர்பார்க்கிறது! ஏனெனில், நீங்கள் என்னோடு ஒத்துப் போகிறீர்கள். அவ்வளவுதான். உங்கள் வேலை முடிந்துவிட்டதாகக் கருதுகிறீர்கள். மேற்கொண்டு எதுவும் நிகழாதபோது, என்மேல் கோபப்படுகிறீர்கள்.

அப்பொழுது நான் மேற்கொண்டு ஏதாவது சொன்னால், நான் சொல்லும் அர்த்தத்தில்,அது உங்கள் காதுகளை அடைவது இல்லை. அதை நீங்கள் ஏற்கனவே கொண்டுள்ள உங்கள் கொள்கை கோட்பாடுகளோடு, வியாக்கியானம் செய்ய ஆரம்பித்துவிடுகிறீர்கள். அந்த, உங்களது இறந்த கால எண்ணங்கள், நீங்கள் இதுவரை கொண்டுள்ள விஷயங்கள்,

நீதிபோதனைகள் போன்றவற்றோடு கலக்குகிறீர்கள். அதாவது, முழுக்க முழுக்க, என் பேச்சை, உங்கள் மனம் வழியாகவே கேட்கிறீர்கள். அந்த மனம், தனக்கு ஏற்றார் போல், நான் சொல்வதற்கு சாயம் பூசி விடுகிறது. அது உங்களுக்கு ஏற்றார்போல், திரித்துக் கொண்டுவிடுகிறது. நான் சொல்வதில், சிலவற்றை நீக்கியும், சிலவற்றைபெரிது படுத்தியும், அது தனக்கு ஏற்றார் போல் ஒழுங்குசெய்துகொள்கிறது. நான் சொல்வதில் ஒரு சில பகுதிதான், அப்படியே உங்களை வந்து அடைகிறது. அது முழுமை அல்ல. நீங்கள் எப்பொழுது என்னுடன் ஒத்தோ அல்லது மறுத்தோ இல்லாமல் இருந்தால்தான், நான் உங்களை முழுமையாக வந்து அடைவேன். அப்படி இருக்கும் பொழுது, நீங்கள் உங்கள் மனத்தை கழட்டிப் பக்கத்தில் வைக்கிறீர்கள். இதை நன்றாகப் புரிந்துகொள்ளுங்கள். உங்கள் மனம்தான், நான் சொல்லுவதை ஏற்கவோ அல்லது மறுக்கவோ செய்கிறது.

புரிந்துகொள்தல் என்பது உங்கள் மனதுக்கு அப்பாற்பட்டது. அது மிகப் பெரிய விஷயம். புரிந்துகொள்தல் என்பது உங்களுடைய முழுமையான உயிர்த்தன்மையைப் பொருத்த விஷயம். அது உங்கள் தலை முதல், பாத நுனிவரை படர்ந்த ஒருசெயல். இவைகளை ஒப்பிடும் பொழுது, மனம் என்பது மிகச் சிறிய கருவிதான். ஆனால், மிகவும் ஆணவம் பிடித்தது. தனக்கு எல்லாம் தெரியும் என்பதை எப்பொழுதும் அது நிரூபிக்கவே முயலும்.

உங்கள் புரிந்துகொள்தல் என்பது உங்களுக்கே சொந்தம். நீங்கள் அதை எப்படி தர்க்க ரீதியாக எடுத்துக்கொள்கிறீர்களோ, அப்படியேதான் நீங்கள் செயல்படுவீர்கள். உங்களுடைய இந்தத் தீர்மானத்தைத்தான், நீங்கள் எப்பொழுதும் ஞாபகம் வைத்துக்கொண்டிருப்பீர்கள். ஆகவே, ஜாக்கிரதையாக, விழிப்புணர்வோடு இருங்கள். நான் சொன்னதை, நீங்கள் கேட்கவில்லை. நான் சொன்னதின்பேரில், உங்கள் மனம் சொல்வதைத் தான் கேட்டுக் கொண்டு இருக்கிறீர்கள். அப்பொழுது நீங்கள் உங்கள் அகங்காரத்தோடுதான் ஒத்துப் போவீர்கள். என்னோடு அல்ல. இப்படி இருந்தால், உங்களிடம் எப்படி ஆன்மீக மாற்றம் ஏற்படும்?

ஆகவே, முதலில், ஒத்துப் போதல், மறுத்துபோதல் என்பதிலிருந்து வெளியே வாருங்கள். நீங்கள் வெறுமனே உங்கள் காதுகளைக் கொடுத்து என்னைக் கேளுங்கள். உங்கள் தீர்மானங்களை என் சொற்களுக்கு இடையில் புகுத்தாதீர்கள். என்னை வெறுமனே அணுகுங்கள்.

உங்கள் கொள்கை, கோட்பாடுகள் அனைத்தும் உங்களைப் பாதுகாக்கவே செய்யும். ஒருக்காலும் உங்களிடம் எந்த மாற்றத்தையும் உண்டு பண்ணாது. அவைகள் அனைத்தும் உங்களை ஒரே தன்மையில் இருக்கவே உதவி செய்யும். ஒத்துப்போதல், மறுத்துப்போதல் என்பது ஒரு நாணயத்தின் இருபக்கங்கள். அதனால் உங்களுக்கு எந்தப் பிரயோஜனமும் கிடையாது. என்னோடு உண்மையாக இயைந்து இருக்க விரும்புபவன், என்னோடு ஒத்துப் போகவோ, மறுத்துப்போகவோ அபிப்ராயப்படமாட்டான். அவன் என் பேச்சைமட்டும்தான் ஊன்றி கவனித்துக் கேட்பான். அதில் அவன் மனத்தைக் கலக்கமாட்டான். அவன் மனம் அப்பொழுது பக்கத்தில் வெறுமனே இருக்கும். அவ்வளவுதான்.

அடுத்த நிகழ்ச்சி ஒன்றைச் சொல்கிறேன்.

வாழ்வின் அடிப்படைக்கொள்கையை, ஒரு ஆசிரியர் மாணவர்களுக்குச் சொல்லிக்கொண்டு வந்தார். அப்பொழுது முதல் வரிசையில் உட்கார்ந்திருந்த மேரி என்ற சிறுமி, ''ஒரு ஆறுவயதுப் பையன், ஒரு குழந்தையை உண்டாக்க முடியுமா?'' என்று கேட்டாள். அதற்கு ஆசிரியர், '' அது முடியாத காரியம். அடுத்த கேள்வி'' என்றார். அந்த சிறுமி, சிறிது தயங்கியவாறு, மறுபடியும், ''ஒரு ஆறுவயதுப் பெண், ஒரு குழந்தைக்குத் தாயாக முடியுமா?'' என்றாள் அதற்கு அந்த ஆசிரியர், ''அதுவும் நடக்காத காரியம்'' என்றார்.

அப்பொழுது, பின்னால் உட்கார்ந்திருந்த ஒரு ஆறுவயதுப் பையன், அந்த சிறுமியின் காதில் மெல்ல, '' பார்த்தாயா, நான் ஏற்கனவே சொல்லவில்லை? நீ எதற்கும் கவலைப்படத் தேவைஇல்லை!'' என்றான்.

ஆகவே, உங்களது ஒத்துப்போதல், மறுத்துப்போதல் அனைத்தும் உங்கள் சௌகரியத்திற்காக ஏற்பட்டது. நீங்கள் அதனால் எந்த மாற்றமும் அடையத்தேவை இல்லை. அடையவும் முடியாது.

மக்களுடைய முழு நேர எண்ணங்களோ, எப்படி எந்த மாற்றத்தையும் சந்திக்காமல் இருப்பது என்பது பற்றியேதான் இருக்கின்றன. அவர்கள், ''நான் ஏதும் புதுப் பாதையைத் தேர்ந்து எடுத்து, துன்பப்பட விரும்பவில்லை.'' என்றுதான் கூறுகிறார்கள். ஆனால், அவர்கள் எந்த மாற்றத்தையும் செய்துகொள்ளாமல், அதே காரியத்தைத்திருப்பித்திரும்பி செய்து இயந்திரத்தனமாக, இயங்கி, சலிப்புற்று துன்பத்தில்தான் இருக்கி

றார்கள்! அப்பொழுது, அவர்கள், ''நான் மாறவேண்டும்'' என்று கூறிக் கொள்கிறார்கள். ஆனால், அவர்கள் அடிமனம் அதற்குத் தயாராக இல்லை என்பதையே, நான் பெரும்பாலோரிடம் காண்கிறேன். இப்படி சொல்வதும் ஒரு தந்திரம்தான். அவர்கள் கூடிய சீக்கிரம் மாறிவிடுவார் கள் என்று நீங்கள் நம்பவேண்டுமாம்!

ஆகவே, நீங்கள் மாறப்போவதில்லை. ஆனால், மாற்றம் தானாகவே நிகழ, நீங்கள் வாய்ப்பு அளிக்க வேண்டும். இதைத்தான், நான் வலியுறுத்திச் சொல்கிறேன். நீங்கள் மாற முயற்சி செய்தால், அது நடக்காது, ஏனெனில், மாறுவது என்பது யார்? உங்கள் பழைய மனம்தான்.

மனம் தன்னை மாற்றிக்கொள்ள முனையுமா? நன்றாக யோசனை பண்ணிப் பாருங்கள் அது எப்பொழுதும் இறந்த காலத்திலேயே வேர்விட்டு இருக்க ஆசைப்படுமே தவிர, புதிய சூழ்நிலையை தேர்ந்து எடுக்க, அது ஒருக்காலும் சம்மதிக்காது.

நீங்கள் அந்த மாற்றம் நிகழ, உங்களை முழுமையாக அனுமதித் துக் கொள்ள வேண்டும். அப்படி அனுமதிப்பது என்பது என்ன? வேறு ஒன்றும் இல்லை. என்னோடு ஒத்துப்போகவோ, மறுத்துப்போகவோ செய்யாதீர்கள். அவ்வளவுதான். நான், உங்களிடம் அந்த மாற்றம் தானாக நிகழ, ஒரு ஊக்கியாக (Catalyst) இருக்கிறேன். நான், உங்களை முழுமை யாக ஆதரிக்க, என்னை அனுமதியுங்கள். என்னிடம் உள்ள வியாதிகளை, (ஆன்மீக வியாதிகளை) அப்படியே நீங்கள் ஏற்றுக்கொள்ளுங்கள். என்னை உங்களுடன் கலக்க மட்டும் அனுமதியுங்கள். போதும். நீங்கள் உங்களை மாற்றிக்கொள்ள எதுவும் செய்ய வேண்டாம்.

நீங்கள் என்னை முழுமையாக அனுமதிப்பதற்கு, வேறு பெயர், 'சரணாகதி அடைதல்' என்பதே.

ஆகவே, சந்நியாசி என்பவன், முதலில் என்னோடு ஒத்துப் போகாதவன். அப்படி ஒத்துவந்தால், அவன் என் சந்நியாசி இல்லை. அவன் என்னை பின்பற்றுவன். எப்படி கிருஸ்துவர்கள், கிருஸ்துவை, பின்பற்றுகிறார்களோ, அப்படி, அவர்கள் கிருஸ்துவை ஏற்றுக்கொள்ளும் அதேசமயம், அவர்கள் தங்களை மாற்றிக்கொள்வது இல்லை. அதே போலத்தான், பௌத்தர்கள், புத்தரை ஏற்றுக்கொண்டு பின்பற்றுகிறார்கள். ஆனால், அவர்களிடம் எந்த மாற்றமும் ஏற்படவழியில்லை. இப்படி இந்த

ஓஷோ

உலகமே, யார் பின்னாலேயோ சென்றுகொண்டு இருப்பதை, நீங்கள் கொஞ்சம் ஆழமாகச் சிந்தித்தால் புரியும்.

ஆகவே, மாறுதல் ஏற்படாமல் இருக்க, ஒருவன், யாரையாவது பின்பற்றிச் சென்றால் போதும். ஆகவே, தயவுசெய்து என்னைப் பின்பற்றாதீர்கள். இங்கு என்ன நடக்கிறது, என்ன நேருகிறது என்பதை வெறுமனே கவனியுங்கள். நீங்கள் என்னை வெறுமனே பாருங்கள். அப்பொழுது, என்னுடைய சக்தி, உங்களுடைய சக்தியோடு இரண்டறக்கலக்க வழி வகுக்கும். அந்த நிலையில், உங்கள் சக்தி, என் சக்தியோடு ஒன்றிவேலை செய்ய ஆரம்பிக்கும். இது வெறும் மனம் சம்மந்தப்பட்ட விஷயம் அல்ல. இது ஒரு முழுமையான ஆன்மீக இயக்கம்.

அப்பொழுது உங்களது சக்தியும், என்னுடைய சக்தியும் ஒரே அலைவரிசையில் இயங்க ஆரம்பிக்கிறது. அதற்கு ஒரு சில விநாடி நேரம் கூட போதும். அப்பொழுது, அந்தச் சில விநாடிகளில், உங்களுக்கு இதுவரை புரியாததைப் பற்றிய சிறிய ஒளிக்கீற்றை, நீங்கள் உணருவீர்கள். அப்பொழுது காலத்தைக் கடந்த அந்த நிலையான பேரின்பத்தை நீங்கள் புரிந்துகொள்வீர்கள். அந்த சில விநாடி நேரம், தியானம் என்றால் என்ன என்பதை முழுமையாக உணருவீர்கள். அப்பொழுது கடவுள் தன்மை, தாவோ, தந்த்ரா, மற்றும் ஜென்னைப் பற்றி சிறிதாவது கண்டிப்பாக உணர்வீர்கள், அனுபவிப்பீர்கள். அந்த நேரத்தில், உங்களிடம் உண்மையாகவே ஒரு மாற்றம் நிகழ வாய்ப்பிருக்கிறது. ஏனென்றால், அந்தக் ..ணம், உங்களுடைய இறந்தகால நிலையிலிருந்து வந்தவை அல்ல. அது நிகழ்கால பிரபஞ்சத்தன்மையிலிருந்து வந்தது.

ஆகவே, நீங்கள் என்னோடு ஒத்துப்போனால், உங்களுடைய இறந்த காலம்தான் என்னோடு ஒத்துப் போகிறது என்பதைப் புரிந்துகொள்ளுங்கள். உங்கள் உள்ளத்தைத் திறந்து, எனக்கு வழிவிடுங்கள். அப்பொழுது, நீங்கள் உங்கள் எதிர்காலத்திற்கு வழிவிடுகிறீர்க்ள். உங்களுடைய மாற்றம், வருங்காலத்தை ஒட்டித்தான் இருக்கிறது. இறந்த காலத்தை அல்ல. இறந்தகாலம் இறந்தவிட்டது. அதற்கு முழுமையாக முழுக்குப் போடுங்கள். அதை மேலும் மேலும் சுமந்து கொண்டு திரிய வேண்டாம். இந்த விஷய மூட்டையைத் தூக்கிக்கொண்டு, நீங்கள் மேலே செல்ல முடியாது.

நீங்கள் இறந்தகாலத்தோடு அனுசரித்து இருந்தால், உங்களுடைய வருங்கால மாற்றத்தைக் கண்டிப்பாகத் தவறவிடுவீர்கள். ஆகவே, மிக விழிப்போடு இருங்கள்.

என்னோடு வெறுமனே இருப்பதை 'சத்சங்' (Satsang) என்று அழைக்கலாம். அப்பொழுது, என்னுடைய சக்தியின் ஒரு சில கீற்றாவது, உங்களை வந்து அடையும். உங்களுடன் இயைந்து செயல்படும். அப்பொழுதுதான், இது வரை வாழ்ந்த வாழ்க்கை, உண்மையான வாழ்க்கை இல்லை என்பதை உணர்வீர்கள். அந்த வாழ்க்கையில், நீங்கள் ஒரு மாயையில், கனவில் இருந்திருக்கிறீர்கள் என்பது அப்பொழுது புரியும். அந்த நிலையில், என் மூலம் வரும் ஆன்மீக சக்தி ஒளிக்கீற்றுகள், உங்களு டைய பழைய காலத்தை சிதறடிக்கும். அது தானாக நிகழ வேண்டிய காரியம். அது உங்களது புரிந்து கொள்தலில் இருக்கிறது.

மூன்றாவது கேள்வி:-

''அன்புள்ள ஓஷோ, நான் சில பேர்களைக் கவனிக்கும் பொழுது, அவர்கள், ஒரே பழைய செயலையே செய்து கொண்டிருப்பது போல் தோன்றுகிறது. அவர்களிடம் எந்த மாற்றமும் தெரியவில்லை. அப்பொழுது என் கண்களும், என் இதயமும் மிகவும் சோர்வடைகின்றன. மிகவும் கீழான நிலைக்குச் செல்கின்றன.''

நான் நினைக்கிறேன், உங்களுடைய பைத்தியக்காரப் பேச்சை, அதாவது ''நீங்கள் உங்களையே முழுவதுமாக அங்கீகரித்துக் கொண்டு, அன்பு செலுத்தினால், எந்தப் பிரச்சனையும் இல்லை'' என்பது என் காதுகளில் ஒலித்துக்கொண்டே இருப்பதால், அது நான் என்னையே பார்க்க ஆரம்பித்ததின் பிரச்சனையா? நீங்கள் அடிக்கடி சொல்லுகின்ற ''அது சரிதான். அதை அப்படியே, வெறுமனே அங்கீகரித்துக்கொண்டு, உங்களை நீங்களே நேசியுங்கள். பிரச்சனை எதுவும் கிடையாது'' என்று சொல்லும் பொழுது, அந்த 'வெறுமனே' என்ற வார்த்தையைக் கேட்டு பைத்தியம் போல் கத்த நினைக்கிறேன். ஏதாவது ஒரு இலட்சியத்தை எடுத்துக் கொண்டு, அதை அடைய முயற்சி செய்வதில், நான் சந்தோஷமாக இருக்க முடியாதா?''

இந்தக் கேள்வியைப் கேட்டவர் மாதேவ ஆனந்தோ. இந்த கேள்வி மிகவும் அர்த்தமுடையது. இந்தக் கேள்வி, அனேகமாக இங்கே

உட்கார்ந்திருக்கும் அனைவரின் உள்ளத்திலும் கிளம்பியிருக்கலாம். இந்தக் கேள்வியை முதலில் ஆழமாகப் புரிந்துகொள்ளுங்கள். ஆன்மீகத் தேடலில் ஈடுபட்டிருக்கும் அனைவரும், இந்தக் கேள்வியைத் தாண்டித்தான் செல்லவேண்டும்.

ஆனந்தோ, ''நான் சில பேர்களை கவனிக்கும்பொழுது, அவர்கள் அதே பழைய செயலையே செய்துகொண்டிருப்பதுபோல் எனக்குத் தோன்றுகிறது. அவர்களிடம் எந்த மாற்றமும் தெரியவில்லை. அப்பொழுது என் கண்களும், என் இதயமும் மிகவும் சோர்வடைந்து மிகவும் கீழான நிலைக்குச் சென்று விடுகிறது.'' என்று சொல்லுகிறார்.

முதலில் ஒன்றை நன்றாக ஞாபகம் வைத்துக்கொள்ளுங்கள். அதாவது பிறரை தீவிரமாகக் கவனிப்பதைத் தவிருங்கள். அது உங்கள் வேலையில்லை. தேவையும் இல்லை. அடுத்தவர்கள் அப்படி அதே செயல்களைச் செய்து மகிழ்ச்சி அடைந்து கொண்டிருந்தால், அதைத் தடுப்பதற்கு நீங்கள் யார்? அந்தத் தீர்ப்புக் கூறுவதற்கு உங்களுக்கு யார் அதிகாரம் கொடுத்தது? இப்படி அடுத்தவர்களைப் பற்றி எப்பொழுதும் எடைபோடுவதை முதலில் நிறுத்துங்கள். இதனால் அடுத்தவர்களுக்கு எந்த பிரயோஜனமும் இல்லை. அதற்குமாறாக, உங்களுக்கு, நீங்களே தீமையைத் தேடிக்கொள்கிறீர்கள். நன்றாக ஞாபகம் இருக்கட்டும்.

நீங்கள் ஏன் அடுத்தவர்களைப் பற்றிக் கவலைப்படுகிறீர்கள்? அவர்களுக்கும் உங்களுக்கும் என்ன சம்மந்தம்? ஒருவன் தன் இஷ்டப்படி வாழ சகல சுதந்திரமும் உண்டு. ஒருவனுடைய செயல் உங்களுக்குத் தவறாகத் தெரியலாம். அதைப் பற்றி அவனுக்கு என்ன கவலை? அவன் இயல்பில் அவன் சந்தோஷமாகவே இருக்கிறான். அது நல்லதுதான்.

ஆனால், நாம், ஒருவனை, அவன் எண்ணப்படி வாழ அனுமதிப்பதே இல்லை. மற்றவர்களைப் பொருத்தவரையில், நாம் எப்பொழுதும் ஒரு நீதிபதியாகவே இருக்கவிரும்புகிறோம். சில சமயம், அவர்களை பாவிகள் என்றும், பலசமயம் 'அவன் நரகத்துக்குத்தான் செல்வான்' என்றும், மற்றும் அவன் இப்படி, இவன் அப்படி என்று விமர்சித்துக்கொண்டே இருக்கிறோம். இப்படிசெய்து, இந்தீ பழைய அற்ப விளையாட்டில், நீங்கள் களைப்படைகிறீர்கள். இது தேவைதானா? அதற்குப் பதில், அவர்களல்லவா களைப்படைய வேண்டும்! ஆகவே, தயவுசெய்து பிறரைக் கவனித்தலை நிறுத்தவும்.

உங்களுடைய சகல சக்திகளையும், நீங்கள் உங்களைக் கவனிப்பதிலேயே செலவழிக்கவேண்டும். ஆனால், பெரும்பாலோர் என்ன செய்கிறார்கள்? தங்களைக் கவனிப்பதைத் தவிர்க்க, பிறரைக் கவனிப்பதை ஒரு தந்திரமாகக் கையாளுகிறார்கள்!! அவர்கள் எப்பொழுதும் தங்கள் சக்தியை பிறர் மேல் செலுத்தியவாறே இருக்கிறார்கள். ஒரு திருடன், இந்த உலகத்தில் இருப்பவர்கள் அனைவரும் ஏதோ ஒருவகையில் திருடர்கள் தான் என்று நினைக்கிறான். இது இயல்பான நிகழ்ச்சிதான். அவன் தன்னுடைய அகங்காரத்தை தன் மன இயல்பை, பிறர்மேல் சுமத்திப் பார்க்கிறான். அப்பொழுது இந்த உலகம் அனைத்தும் திருட்டுத் தனம் நிரம்பியதாகவும் அதில் தானும் ஒருவன் என்று எண்ணி சந்தோஷப்படுகிறான்! அதாவது தன்னுடைய திருட்டுத் தன்மையை பிறர்மேல் சுமத்தி, சந்தோஷப்படுகிறான். அதைப் போலத்தான் ஒரு கொலைகாரனும் நினைக்கிறான். அப்பொழுது, அவர்கள், ''இந்த உலகமே அப்படி இருக்கும் பொழுது, நாம் அப்படி இருப்பதில் தவறென்ன?'' என்றே நினைக்கிறார்கள். அது அவர்களுக்கு ஒரு வித மன நிறைவை, திருப்தியைத் தருகிறது. அப்பொழுது அவர்கள் எந்த குற்ற உணர்வும் கொள்வது இல்லை. அதற்கு அவசியமும் இல்லை.

ஆகவே, எவைகளையெல்லாம் தன்னுள்ளே பார்க்க விரும்பவில்லையோ, அதையெல்லாம் பிறர்மேல் பார்க்கவே விரும்புகிறோம். தயவு செய்து இதை முதலில் நிறுத்துங்கள். இந்த பழைய விளையாட்டைத் தான், நாம் காலம் காலமாக, ஏன் பல பிறவிகளாகச் செய்து வருகிறோம். ஒரு கட்டத்தில் களைப்பும் அடைகிறோம். நீங்கள் ஒரு திருடனாக இருந்தால், அடுத்தவர்களை மிகப் பெரியத்திருடனாகக் கருதி, உங்களை சாந்தப்படுத்திக் கொள்கிறீர்கள். அப்பொழுது, 'அடுத்தவர்களை ஒப்பிடும் பொழுது, நாம் எவ்வளவோ தேவலை' என்ற பொய்யான உணர்வு உங்களிடம் ஏற்படுகிறது.

நீங்கள் காலையில் எழுந்ததும், பத்திரிகையைப் படிப்பதன் காரணம் என்ன தெரியுமா? அவைகள், அந்த உணர்வை உங்களிடம் ஏற்படுத்துகிறது! காலையில் எழுந்ததும், டீயையோ அல்லது காப்பியையோ அருந்துவதற்கு முன், அதைப்படிக்கவே ஆசைப்படுகிறீர்கள். ஆனால், அவைகளில் எந்தப் புதுமையும் இல்லை. அவைகளைக் கூர்ந்து கவனித்தால், பழைய செயல்கள்தான், இடம்மாறி, ஆள்மாறி வந்து ..

கொண்டிருப்பதை அறிவீர்கள்! ஆனால் அது உங்களுக்கு ஒருவித திருப்தியைக் கொடுக்கிறது!

எங்கேயோ ஒருவன் கொல்லப்படுகிறான், எங்கேயோ, யாரோ ஊழல் செய்கிறார்கள், எங்கேயோ திருட்டு நடக்கிறது, எவளோ ஒருத்தி, யாருடனோ ஓடிவிடுகிறாள், இப்படி சொல்லிக்கொண்டே போகலாம். இதையெல்லாம் மீண்டும், மீண்டும், காலையில் எழுந்ததும் தினந்தோறும் படிக்கிறீர்கள்!

அப்பொழுது உங்களிடம் ஒருவித அமைதி ஏற்படுகிறது. நீங்கள், ''இவைகளையெல்லாம் பார்க்கும்பொழுது, நாம் எவ்வளவோ தேவலை. இந்த உலகம் கேவலமாகப் போய்க்கொண்டே இருக்கிறது. நாம் பிறர் மனைவி மேல் ஆசைப்பட்டு, அவளுடன் ஓடவில்லை, நாம் யாரையும் கொலை செய்யவில்லை, எதையும் திருடவில்லை. சிலசமயம் அப்படி நினைத்திருக்கலாம். நினைப்பது என்பது ஒரு பெரிய குற்றமா என்ன? நாம் அந்த செயலை செய்யவே இல்லையே...'' இப்படி உங்களையே நீங்கள் ஒப்பிட்டுக்கொண்டு சமாதானம் அடைவதற்குத்தான், அந்தக் காலை பத்திரிகை உங்களுக்கு உதவிசெய்கிறது! அப்படி நீங்கள் அமைதி அடையும்பொழுது, உங்களிடம் எந்த மாற்றமும் ஏற்படவழியில்லை. நீங்கள் பழையபடியேதான் இருப்பீர்கள்.

ஆகவே, அடுத்தவர்களைக் கவனிப்பதை ஒரு கட்டத்தில் விட்டு விடுங்கள். அதுதேவையற்றது. அதனால் உங்களுக்கு எந்த பிரயோஜனமும் இல்லை. உங்கள் சக்திதான் வீணாகச் செலவழிகிறது. அதற்கு பதில், உங்களையே நீங்கள் கவனிக்க முயலுங்கள். அப்பொழுது உங்களிடம் ஒரு பெரிய மாற்றம் மெல்ல ஏற்படுவதை உணர்வீர்கள். நீங்கள் உங்கள் கோபத்தை, வெறுமனே பார்த்துக்கொண்டிருந்தால், ஒரு நாள், அது திடீரென்று மறைவதைக் கண்டு ஆச்சரியப்படுவீர்கள். ஏனெனில், வெறுமனே பார்ப்பதில், நீங்கள் அதற்கு எந்த சக்தியையும் கொடுக்கவில்லை. அப்பொழுது அது, ஒரு நாள் இறந்துதானே அல்லது மறைந்து தானே செல்ல வேண்டும்? இதை மீண்டும் படித்துப் புரிந்து கொள்ளுங்கள்.

இப்படி நீங்கள் உங்களைப் பார்ப்பதினால், உங்களிடம் உள்ள கெட்ட தன்மைகள் மறைந்து, நல்ல தன்மைகள் மேலும் வளர உதவி செய்யும். அந்த கெட்ட எண்ணங்களுக்குப் போகும் சக்தி, இப்பொழுது

நல்ல தன்மையை நோக்கித் தானாகவே செல்கிறது. அப்பொழுது அவைகள் உயிர்த்துடிப்புடன் இயங்க ஆரம்பிக்கிறது. இப்படி உங்கள் துன்பங்கள் மறைய, இன்பங்கள் பெருக ஆரம்பிக்கின்றன. உங்கள் முகத்தில் எப்பொழுதும் ஒரு புன்னகை தவழும். சமயத்தில், நீங்கள் எந்த காரணமும் இன்றி உரக்க சிரிப்பீர்கள்! அதாவது, உங்களுடைய சிரிக்கும் தன்மை இப்பொழுது அதிமாகிறது. உங்களுடைய பழைய தொங்கும் முகத்தில், இப்பொழுது ஒரு புதிய உயிரோட்டம். உங்கள் முகத்தில் ஒரு பொலிவும், அழகும் ஏற்படுகிறது. அப்பொழுது, நீங்கள் வாழ்க்கையை, விளையாட்டாக எடுத்துக்கொள்கிறீர்கள். உங்களுடை இறுக்கம் நிறைந்த மனம், இப்பொழுது இலேசாக இருக்கிறது. நீங்கள் மேலும், மேலும் ஒரு குழந்தையைப் போல் கள்ளம் கபடமற்ற தன்மையை அடைகிறீர்கள். அப்பொழுது, நீங்கள் யாரையும் எளிதாக நம்பி விடுவீர்கள்.

ஆனால், ஒன்றை ஞாபகம் வைத்துக்கொள்ளுங்கள். உங்களுடைய எளிமையான கள்ளம் கபடமற்ற தன்மையை, பிறர் பாராட்டுவார்கள் என்று எதிர்பார்க்க வேண்டாம். ஏன், நீங்கள் பல சமயம் ஏமாற்றப்படலாம். ஆனால், இவைகளினால், உங்களுடைய அடிப்படையான கள்ளம் கபடமற்றத்தன்மையில் எந்த மாற்றமும் இருக்காது. பார்க்கப் போனால், அதுமேலும் அதிகரிக்கவே செய்யும்! அப்படி ஏமாற்றப்பட்ட நிலையில் நீங்கள், '' ஏதோ என்னிடம் உள்ள பணத்தில் கொஞ்சம் எடுத்துக்கொண்டு சென்று விட்டான். இதனால், எனக்கு எந்த பாதிப்பும் இல்லை. ஆனால், அது அவனுக்கு ஓரளவு உதவியாக இருக்கும் என்று நினைக்கும்பொழுது, எனக்குத் திருப்தி ஏற்படுகிறது. இதனால், முக்கியமாக, என்னிடம் உள்ள நம்பிக்கை, மற்றும் கள்ளம் கபடமற்றதன்மை என்னும் அரிய பொக்கிஷத்தை நான் இழக்கவில்லை'' என்றுதான் நினைப்பீர்கள்.

நீங்கள் நினைத்தால், உங்கள் பணத்தைக் காப்பாற்றி இருக்கலாம். ஆனால், உங்களுடைய அரிய பொக்கிஷமான நம்பிக்கை, கள்ளம்கபடமற்றதன்மை என்பதை இழந்துவிடுவீர்கள். அது உங்களுக்கு மாபெரும் இழப்பு என்பதைப் புரிந்துகொள்ளுங்கள்.

அடுத்து ஒன்றைப் புரிந்துகொள்ளுங்கள். பணத்தினால் மட்டும் ஒருவன் மகிழ்ச்சி அடைய முடியாது. நம்பிக்கையும், கள்ளம் கபடமற்ற தன்மையும்தான், உங்களை இந்த பூமியில், கடவுள் தன்மை நிரம்பியதாக ஆக்கும். இதனால், நீங்கள் இறைவனுக்கு, நன்றி சொல்வீர்கள். பணம்,

உங்களுக்கு சிறிது வெளி வசதிகளை ஏற்படுத்திக் கொடுக்கலாம். ஆனால், அது உங்களை உண்மையான மகிழ்ச்சியில், கொண்டாட்டத்தில் ஆழ்த்தாது. அவைகளை, உங்களுடைய கள்ளம் கபடமற்றதன்மைதான் கொடுக்கும். இந்தக் கொண்டாட்டம் மற்றும் மகிழ்ச்சியைத் தேர்ந்து எடுப்பதற்குப்பதிலாக, நீங்கள் பணத்தையும், வசதியையும் தேர்ந்து எடுத்தால், அது எவ்வளவு பெரிய முட்டாள்தனம்? நன்றாகப் புரிந்துகொள்ளுங்கள். வசதியான வாழ்க்கை என்பது வசதியான இறப்புதான். நீங்கள் வசதியுடன் வாழ்ந்து, வசதியுடன் இறக்கலாம். ஆனால் உண்மையான வாழ்வின் மகிழ்ச்சி, உங்கள் கொண்டாட்டத்தின் உச்சத்தில் ஏற்படுவது. அது ஒரு சில நேரம் நிகழ்ந்தாலும், அதனுடைய முழுமையில் அது தன்னைப் வெளிப்படுத்தும் பொழுது, நீங்கள் அடையும் பேரின்பம் இருக்கிறதே, அது.....!!

உங்கள் பார்வையின் கோணத்தில், கவனித்தலின் முழுமையில், அந்த மாற்றம் உங்கள் உள்ளத்தில் ஏற்படுகிறது. ஆகவே, பிறரைப் பார்ப்பதைத் தவிர்த்து, பிறரைக் கவனிப்பதைத் தவிர்த்து, உங்களை நீங்களே கவனிக்க ஆரம்பியுங்கள். உங்கள் சக்தியை, இப்படி பிறரைக் கவனிப்பதன் மூலம் செலவழிக்க வேண்டாம். அது வீணவேலை. அதனால் உங்களுக்கு எந்தப் பிரயோஜனமும் இல்லை. அதற்காக யாரும் உங்களுக்கு நன்றி சொல்லப் போவது இல்லை. இது ஒரு நன்றியற்ற வேலை. அது மாத்திரம் அல்ல. நீங்கள் அடுத்தவரைக் கவனிப்பது என்பதை, அந்த நபர் ஒரு போதும் விரும்புவதே இல்லை. அதனால், அவர்கள் உங்கள் மேல் வருத்தப்பட, கோபப்பட ஆரம்பிக்கிறார்கள். ஏனெனில், நீங்கள் அவர்களுடைய தனிப்பட்ட சுதந்திரத்தில் தலையிடுகிறீர்கள். இதை யாரும் விரும்புவதே இல்லை. அவன் முட்டாளோ, அல்லது அறிவாளியோ, ஏழையோ, பணக்காரனோ நல்லவனோ, கெட்டவனோ, எல்லோரும் அவர்களுக்கென ஒரு தனி சுதந்திரமான வாழ்க்கையையே விரும்புகிறார்கள். அதில் தலையிட நீங்கள் யார்? ஆகவே, கதவு இடுக்கின் வழியாக அவர்களுடைய அறையை நோட்டம் இடாதீர்கள்! அது அவர்களுடைய தனிப்பட்ட சொந்த வாழ்க்கை. அவர்கள் அப்படியே அந்த பழைய வாழ்க்கையை நடத்த விரும்பினால், அதில் ஆனந்தப்பட்டால், அப்படியே அவர்கள் அதில் ஆனந்தமடையட்டும். ஆகவே, முதலில் அடுத்தவர்களைக் கவனிப்பதை விட்டுவிடுங்கள். இது தேவை இல்லாதது. உங்கள் சக்தியை பாழாக்காதீர்கள். இது வீண் வேலை.

அடுத்து, நீங்கள் கேட்கிறீர்கள், ''நான் நினைக்கிறேன், உங்களுடைய பைத்தியக்காரப் பேச்சை அதாவது ''நீங்கள் உங்களையே முழுவதுமாக அங்கீகரித்துக்கொண்டு, அன்பு செலுத்தினால், எந்தப் பிரச்சினையும் இல்லை'' என்பது என்காதுகளில் ஒலித்துக் கொண்டே இருப்பதால், நான் என்னையே பார்க்க ஆரம்பித்ததின் பிரச்சினையோ, அது?'' என்று.

நான் மீண்டும் சொல்கிறேன். அதனால் எந்தப் பிரச்சனையும் இல்லை. என்னையே எடுத்துக் கொள்ளுங்கள். இதுவரை, நான் எந்த உண்மையான பிரச்சினையையும் சந்தித்ததே இல்லை. நான் ஆயிரக் கணக்கானவர்களின் பிரச்சினையை சந்தித்து இருக்கிறேன். ஆனால், இதுவரை எந்த உண்மையான பிரச்சினையையும் சந்தித்தது இல்லை. இனிமேலும் சந்திக்கமாட்டேன். ஏனெனில், உண்மையான பிரச்சினை என்று எதுமே இல்லை!

பிரச்சினை என்பதை நாம்தான் உருவாக்கிக் கொள்கிறோம். அதைப் போன்ற சூழ்நிலை ஏற்படலாம். ஆனால் பிரச்சினை என்று எதுவும் தனியாக இல்லை. பிரச்சினை என்பது அந்த சூழ்நிலையை, நீங்கள் பார்க்கும் கண்ணோட்டம்தான், அதை நீங்கள் விமரிசிப்பதுதான். அதே சூழ்நிலை, பிறருக்கு பிரச்சினையாக இருக்காது. ஆகவே, பிரச்சினை என்பது உங்கள் மனத்தைப் பொருத்த விஷயமாகி விடுகிறது. நீங்கள் அதை உண்டு பண்ணிக் கொள்கிறீர்கள். அதைச் சிக்கலாக்கித் தவிக்கிறீர் கள். புரிகிறதா?

அடுத்ததடவை, எதை நீங்கள் பிரச்சனை என்று நினைக்கிறீர் களோ, அதை வெறுமனே பாருங்கள். அந்தப் பிரச்சனையின், பக்கத்தில் ஒரு மூன்றாவது மனிதனைப் போல நின்றுகொண்டு பாருங்கள். அது அங்கு உண்மையிலேயே இருக்கிறதா அல்லது நீங்களாக அதை உண்டு பண்ணிக்கொண்டதா. என்று கவனியுங்கள். அப்படி அதை நீங்கள் ஆழ்ந்து கவனிக்க, கவனிக்க, அது குறைந்து கொண்டே வந்து, ஒரு கட்டத்தில் மறைவதைக்கண்டு ஆச்சரியப்படுவீர்கள். நீங்கள் எவ்வளவுக்கெவ்வளவு, உங்கள் சக்தியை கவனித்தலில் செலவழிக்கிறீர்களோ, அவ்வளவுக் கவ்வளவு, அது சிறுத்துக்கொண்டே வந்து, ஒரு கட்டத்தில் அது இல்லாமலே ஆகிவிடும். அப்பொழுது நீங்கள் மனம் விட்டுச் சிரிப்பீர்கள்!

ஆகவே, பிரச்சினை என்பது கற்பனையானது. சும்மா வெறுமனே, அதைச் சுற்றி வந்து நன்றாகக் கவனியுங்கள். அதை ஒவ்வொரு கோணத்திலும் கவனியுங்கள். அப்பொழுது அது ஒரு மாயப்பிசாசு என்பது புரியும். நீங்கள் அதை விரும்புகிறீர்கள். ஆகவேதான், அது அங்கு இருக்கிறது என்பது விளங்கும். நீங்கள் அதை அழைத்தீர்கள். அது உங்களிடம் வந்தது. அவ்வளவுதான்.

ஆனால், இப்படி நான் சொன்னால், மக்கள் அதை ஏற்றுக் கொள்ளத்தான் மாட்டார்கள். அதை அவர்கள் விரும்புவதில்லை. நீங்கள் அவர்களது 'பிரச்சினை' என்பதை காது கொடுத்துக்கேட்டால், அவர்கள் மகிழ்ச்சியடைகிறார்கள். நீங்கள், ''ஆமாம். இது பெரிய பிரச்சினைதான்'' என்று சொல்லி, அவர்களை ஆதரித்தால், அவர்கள் மிகவும் சந்தோஷப்படு கிறார்கள். ஆகவேதான், மனநல வைத்தியம் (Phychoanalysis) இந்த நூற்றாண்டில், மிகப் பெரிய விஷயமாக இருக்கிறது. அந்த வைத்தியர்க ளால், வேறு யாருக்கும் எந்த பிரயோஜனமும் இல்லை. அவர்களைத் தவிர!!

ஆனால், மக்கள் இதைப் புரிந்து கொள்ளாமல், அவர்களிடம் சென்று, தன் பணத்தை இழக்கிறார்கள். மக்கள் எந்த சிறிய பிரச்சனையை அவர்களிடம் கொண்டு வந்தாலும், அந்த வைத்தியர்கள், மிகவும் அக்கரை யோடு(?) காது கொடுத்துக் கேட்பார்கள். அப்படி கேட்பதற்காகத்தான், மக்கள் தங்கள் பணத்தைக் கொடுக்கிறார்கள்! ''ஐயோ, எவ்வளவு பெரிய பிரச்சனை இது'' என்று மக்களிடம் சொல்லி அந்த வைத்தியர்கள் அவர் களைத் தேற்றுகிறார்கள். இது அவர்களுக்கு மனமகிழ்ச்சியைக் கொடுக் கிறது. பிறகு, மெல்ல அதனுள் செல்ல ஆரம்பிக்கிறார்கள். அதை முழுமை யாக அடைய, வருடக்கணக்காகிவிடும்! அதற்குள் உங்கள் பணமும் முழுமையாகக் கரைந்துவிடும்!

அப்படியே வருடக்கணக்கானாலும், அவர்களால் அந்தப் பிரச்சனையைத் தீர்க்க முடியாது! ஏனெனில், பிரச்சனை என்று ஒன்று இருந்தால்தானே, அவர்களால் அதைத் தீர்க்க முடியும்! மக்கள், தங்கள் மன ஆழத்தில் உள்ள எண்ணங்களை வெளியிட அவர்கள் ஒரு கருவியாக இருக்கலாம். அவ்வளவுதான். அப்படி வெளியிடும் பொழுது, ஒரு கட்டத்தில், நீங்களே உணர்வீர்கள், 'அட, அது ஒன்றும் பிரச்சனையே இல்லையே' என்று! பிறகு, நீங்கள் என்ன செய்வீர்கள்? உங்களால்தான்

பிரச்சனை என்று ஏதும் இல்லாமல் இருக்கமுடியாதே! ஆகவே, ஒரு புதிய பிரச்சனையை, நீங்களே உண்டாக்கிக்கொண்டு, அதில் தொங்கிக் கொண்டு இருப்பீர்கள்! பிறகு அந்த மன நல வைத்தியரைத் தேடி ஓடுவீர்கள். மேல் நாட்டில், இந்த வைத்தியர்கள் சம்பாதிப்பது போல், வேறு யாரும் சம்பாதிக்க மாட்டார்கள்! இது அருமையான தொழில்!

இப்பொழுது ஒன்றைத் தெளிவாகப் புரிந்துகொள்ளுங்கள். காலம் தான், உங்கள் பிரச்சனைக்கு மருந்து. அதை நேரடியாக, தைரியமாக எதிர்கொள்ளுங்கள். அதை ஒவ்வொரு கோணத்திலும் அலசுங்கள். அப்பொழுது, உங்கள் பிரச்சனை எவ்வளவு கற்பனையானது என்பது புரியும்.

ஒரு ஜென் ஆசிரமத்திற்கு, ஒரு பைத்தியத்தைக் குணமாக்கக் கொண்டுவந்தால், அவனை, ஆசிரமத்திற்கு அப்பால் ஒரு மூலையில் உள்ள ஒரு சிறிய குடிசையில் வைப்பார்கள். அவனுக்கு சாப்பாடு கொடுத்து, ''இங்கேயே அமைதியாக இரு'' என்று சொல்லிவிட்டுச் சென்று விடுவார்கள். தினசரி, வேளாவேளைக்கு அவனுக்கு சாப்பாடு மட்டும் போகும். ஆனால், வேறு யாரும் அங்கே செல்ல மாட்டார்கள். அவனுடைய முக்கியத் தேவைகளை மட்டும் கவனித்து, மற்றபடி அவனைப் பற்றி எந்த அக்கரையும் எடுத்துக்கொள்ளமாட்டார்கள். ஆனால், இந்த மனநல வைத்தியர்கள் மூன்று வருடங்கள் எடுத்துக்கொண்டு சிகிச்சை அளித்த பலனை, அவன், அங்கு மூன்றே வாரத்தில் பெற்றுவிடுவான். அதாவது, மூன்றாவது வாரத்தில், அவனே ''நான் சரியாகிவிட்டேன்'' என்று ஒத்துக்கொண்டுவிடுவான்.

இந்த மூன்று வாரத்தில், அவனுடைய பிரச்சனையையும், அவனையும் தனியே வைக்கிறார்கள். அப்பொழுது, அவன் தன் பிரச்சனையை நேரடியாகப் பார்ப்பதைத் தவிர்க்க முடியாது. அவனுக்கு வேறு வகையில் எந்த சிகிச்சையும் அளிப்பது இல்லை. ஆகவே, அவன் கவனம் வேறு வகையில் சிதற வழியில்லை. உண்மையில், உங்கள் மனநலவைத்தியர்கள், அந்த பைத்தியத்தின் எண்ணத்தை வேறு வகையில் திருப்பவே முயற்சிக்கிறார்கள். அப்பொழுது, எந்த எண்ணத்தால், அவன் பைத்தியமானானோ, அந்த எண்ணம் அவனை விட்டு நீங்க, குறைந்தது மூன்று வருடமாவது பிடிக்கும். ஆனால், அப்படி அவனைத் தனிமைப் படுத்தினால், அது தானாகவே சரியாக சுமார் 3 வாரங்கள்தான் பிடிக்கும்.

பொதுவாக, இதை ஒரு பணக்காரர்களின் வியாதி என்று கூட சொல்லலாம். ஏனெனில், அவர்களுக்குத்தான் ஏகப்பட்ட பிரச்சனைகள். அதை அவர்கள் தங்கள் மனத்திற்குள் போட்டுப் பூட்டிக்கொண்டு, வெளியில் தான் மிகவும் வசதியாக, அமைதியாக இருப்பதாகக் காட்டிக்கொள்வார்கள். ஆனால், அவர்கள் அனைவரும், தங்களின் அடக்கப்பட்ட உணர்ச்சிகளால், ஏதோ ஒரு வகையில் பைத்தியத் தன்மையில்தான் இருக்கிறார்கள். அப்பொழுது ஒரு கட்டத்தில் அவர்கள் இந்தப் பணம் கறக்கும் மன நலவைத்தியர்களை நாடுகிறார்கள். இவர்கள், அவனது பணத்தைக் கணக்கிட்டுக் கொண்டுதான், தன் சிகிச்சையை (?) ஆரம்பிக்கிறார்கள். பொதுவாக, இது, அவனிடம் பணம் இருக்கும் வரைதொடரும்!. இந்த விளையாட்டை, ஒரு ஏழையால் தொடர முடியாது.

ஆகவே, அடுத்ததடவை, இந்தப் பிரச்சனை உங்களுக்கு ஏற்பட்டால், அதை நேரடியாக, முழுமையாகக் கவனியுங்கள். அதைப் பிரித்துப் பிரித்து ஆராய்ச்சி செய்யாதீர்கள். அப்படி செய்தால், நீங்கள் அந்த பிரச்சனையின் உண்மையான தன்மையை இழந்துவிடுவீர்கள். உங்கள் கவனம் அனைத்தும், அதைப் பிரித்துப் பார்ப்பதிலேயேதான் இருக்கும். அப்பொழுது நீங்கள், ''இது ஏன் வந்தது, எங்கேயிருந்து வந்தது, உங்களுடைய சிறிய வயதில், தாய்மூலமாக வந்ததா, அல்லது தகப்பன் மூலமாக வந்ததா, உங்களுக்கும் அவர்களுக்கும் எப்படிப்பட்ட உறவு இருந்தது.... இப்படிச் செய்வதால், நீங்கள் உங்களது உண்மையான பிரச்சனையைவிட்டுவிட்டு, எங்கேயோ சென்றுவிடுகிறீர்கள். அது அங்கு அப்படியேதான் இருக்கிறது. பிராய்டின் வழியைப் பின்பற்றும் மனநல வைத்தியர்கள், இந்த விளையாட்டை மிகவும் சாமர்த்தியமாகச் செய்கிறார்கள்.

இதைப் போன்ற பிரச்சனையின், ஆரம்ப காரணத்திற்குச் செல்லாதீர்கள். அதற்கு அவசியமே இல்லை. ஏனெனில், இதற்குக் காரணம் என்று எதுவுமே இல்லை. ஆகவே, உங்களுடைய இறந்த காலத்திற்குச் செல்ல முயலவேண்டாம். அப்படி செய்தால், நீங்கள் இப்பொழுது உங்கள் எதிரே இருக்கும் பிரச்சனையைவிட்டு நழுவுகிறீர்கள். அதனால் எந்த பிரயோஜனமும் இல்லை. இப்பொழுது உங்கள் முன் இருக்கும் பிரச்சனையில், நேரடியாக நுழையுங்கள். அந்தப் பிரச்சனையை, வெறுமனே பார்க்கவும். அதை ஆராய்ச்சி செய்ய வேண்டாம். அங்கு உங்கள் மனம் வேலை செய்ய வேண்டாம். அது போடும் ஆட்டத்தை, அப்படியே கவனிக்கவும்.

தந் - 5

அதற்கும், உங்களுக்கும் சம்மந்தமில்லாத மாதிரி, ஒரு மூன்றாவது மனிதனைப் போல அதை மிக ஆழமாகப் பார்க்கவும். அப்படி அதன்மேல், எந்த விமரிசனமும் இல்லாமல், உங்களது முழு கவனத்தையும் வைத்தால், அது கொஞ்சம் கொஞ்சமாக, உங்களிடமிருந்து சிதறிச் செல்வதை உணர்வீர்கள். அது, இப்படி, ஒரு கட்டத்தில் முழுமையாக உங்களை விட்டுச் சென்றுவிடும்.

ஆகவே, பிரச்சனை என்று எதுவுமே உண்மையில் இல்லை. ஆனால், அவைகளை நாமேதான் உண்டுபண்ணிக் கொள்கிறோம். ஏனெனில், பிரச்சனை இல்லாமல் உங்களால் வாழ முடியாது! ஏதோ ஒன்று, எப்பொழுதும் உங்களிடம் இருந்தாக வேண்டும். அது ஆழமாகச் செல்லும் பொழுது, அது நிறைவேறாமல் போகும்பொழுது, உங்கள் மனம் அதைச் சுற்றியே வருகிறது. இதைத் தெளிவாகப் புரிந்துகொள்ளுங்கள். உங்களிடம், எந்தப் பிரச்சனையும் இல்லாமல் இருக்கும் பொழுது, நீங்கள் உங்களை ஒரு அனாதையைப்போல் உணருகிறீர்கள். உங்கள் மனம், உங்களை ஏதாவது செய்துகொண்டு இருக்கும்படிதான் தூண்டும். அப்பொழுது, அது பிரச்சனையாகிவிடுகிறது.

கொஞ்சம் இப்படி நினைத்துப்பாருங்கள். அதாவது கடவுள் உங்களிடம் வந்து, ''இனிமேல் உனக்கு எந்தப் பிரச்சனையும் கிடையாது. எல்லாம் முடிந்துவிட்டது'' என்று சொல்கிறார். அதன்பிறகு உங்கள் நிலைமை என்ன? உங்கள் சக்திக்கு வடிகால் எப்படி? அப்படியே திகைத்து நின்றுவிடுவீர்கள். அப்பொழுது கடவுள்மேல் கோபம் கொள்வீர்கள். பிறகு, நீங்கள், ''இது என்ன அநுக்கிரகம்? பிரச்சனையே இல்லாமல், எப்படி வெறுமனே உட்கார்ந்திருப்பது? புரியவில்லையே'' என்று குழம்பு வீர்கள்.

இந்த நிலையில், உங்கள் சக்தி, எங்கும் வெளியே செல்ல முடியாதபடி தடுக்கப்படுகிறது. இப்பொழுது உங்களிடம் எந்த எதிர் பார்ப்போ, எந்த ஆசையோ, மற்றும் கனவுகளோ, இலட்சியமோ எதுவுமே இருக்காது. உங்கள் மனம், எதில் ஈடுபடுவது என்று புரியாமல் தவிக்கும். அதாவது, இந்த நிலையில், உங்கள் மனத்தை செயலற்றதாக்குகிறீர்கள். இதைத்தான், நான் தியானம் என்கிறேன். அப்பொழுது, பிரச்சினையே இல்லாத மனம், அந்த பிரச்சினையே இல்லாதத் தன்மையை, கணத்துக்கு கணம் அனுபவிக்கிறது. அதாவது, அதற்குச் செல்லும் சக்தி, தன்னைத்

தானே அனுபவிக்கிறது. இதைத்தான், நான் தியான மனம் என்று அழைக் கிறேன்.

ஆகவே, பிரச்சனையற்ற மனத்தை, அனுபவிக்கக் கற்றுக் கொள்ளுங்கள். அப்படியே ஏதும் பிரச்சனை என்று நீங்கள் எதையாவதை உணர்ந்தால் - ஆனால் என்னைப் பொருத்தவரை அப்படி எதுவுமே இல்லை - அதை சற்று ஒதுக்கி வைத்துவிட்டு, அதை நேருக்குநேர்பார்த்து, ''கொஞ்சம் பொறு. இன்னும் எனக்கு நிறைய ஆயுள் இருக்கிறது. நான் உன்னை தீர்த்து வைக்கிறேன். கவலைப்படாதே. ஆனால், இப்பொழுது, எனக்குக் கொஞ்சம் இடைவெளி விடு. அங்கு எந்த பிரச்சனையும் இல்லாமல் இருக்கவே ஆசைப்படுகிறேன்'' என்று சமாதானமாகச் சொல்ல வும். இப்படி மெல்ல, பிரச்சனையற்ற மனத்தை கொஞ்சம் கொஞ்சமாக ஏற்படுத்திக்கொள்ளவும். அப்படி அதை அனுபவிக்க, அனுபவிக்க, உங்க ளுக்கே புரியும். அதாவது, பிரச்சனை என்பதை நாம்தான் உருவாக்கிக் கொள்கிறோம். அப்படி ஒன்று தனித்து இருப்பது இல்லை என்று.

உங்களையே, நீங்கள் கவனித்தது இல்லையா? உங்கள் அறையில். எந்த வேலையும் இல்லாமல், நீங்கள் தனித்து இருந்தால், நீங்கள் எவ்வளவு அமைதியற்று இருக்கிறீர்கள்? அப்பொழுது என்ன செய்கி றீர்கள்? உங்கள் டி.வி.யை ஓடவிடுகிறீர்கள். அல்லது ரேடியோவை பாட விடுகிறீர்கள். அல்லது படித்த செய்தித்தாளையே, மீண்டும் படிக்கிறீர்கள். அப்படி வேறு எதுவும் செய்ய முடியாவிட்டால், தூங்க ஆரம்பித்து விடுகிறீர்கள். ஏனெனில், அப்பொழுது சிறிது கனவு காணலாமே! அல்லது புகை பிடித்துக்கொண்டு, வேறு எங்கேயோ கற்பனையில் மூழ்கிவிடு வீர்கள். ஆகவே, சும்மா இருப்பது என்பது மிகவும் கடினமான காரியம் தான். அதற்குப் பயிற்சி தேவை. அது தியானத்தைத் தவிர வேறு இல்லை.

ஆகவே, மீண்டும் சொல்கிறேன். பிரச்சனை என்று ஏதும் இல்லை. அந்தப் பிரச்சனையின் உண்மைத்தன்மையை அறிய முற்படுங்கள். அப்படி அந்தப் பிரச்சனையை உண்டு பண்ணிக்கொண்டுதான், ஆனந்தமாக இருப்பேன் என்று நீங்கள் சொன்னால், அப்படியே செய்யவும். அது உங்களது தனிப்பட்ட பிரச்சனை! ஆனால், உண்மை என்னவென்றால், பிரச்சனை என்று ஏதும் இந்த வாழ்க்கையில் கிடையாது. வாழ்க்கை என்பது புரியாதது (Mystery). அதில் தைரியமாக வாழ்ந்துதான், அதை அனுபவிக்க வேண்டும். நீங்கள் அப்படி தைரியமாக வாழ்க்கையை அனுபவிக்கப்

பயப்படுவதால்தான், சிறிய, சிறிய பிரச்சனைகளை உண்டு பண்ணிக் கொண்டு, அதில் வாழ ஆசைப்படுகிறீர்கள். அது, வாழ்வின் உண்மையான அன்பு, மகிழ்ச்சி, கருணை என்பதை அடைய, எப்பொழுதும் ஒரு தடையாகவே இருக்கிறது. இதை ஆழ்ந்து புரிந்துகொள்ளுங்கள்.

நீங்கள் அப்பொழுது என்ன சொல்கிறீர்கள், ''நான் எப்படி வாழ்க்கையை அனுபவிக்க முடியும். எனக்கு எவ்வளவு பிரச்சனைகள் இருக்கின்றன. என்னால் எப்படி ஆட முடியும், பாடமுடியும்?'' என்று. ஆக, உங்களுடைய உண்மையான மகிழ்ச்சிக்கு, இந்தப் பிரச்சனைதான் தடையாக இருக்கிறது.

அடுத்து, பிரச்சனை என்று எதையாவது எடுத்துக் கொண்டால், அதை உண்மை என்று கருதினால், அதை அப்படியே முழுமையாக அங்கீகரித்துவிடவும். ஏனெனில், அப்படி அங்கீகரிக்கும்பொழுது, அதற்கு நீங்கள் கொடுக்கும் சக்தி நிறுத்தப்படுகிறது. அப்பொழுது அது தானே மறைய ஆரம்பிக்கிறது. நீங்கள் ஒரு பிரச்சனையை, ''ஆமாம், இது பிரச்சனைதான்'' என்று அங்கீகரிக்கும் பொழுது, முழுமையாக ஒத்துக் கொள்ளும் பொழுது, நீங்கள் அதனுடன் சண்டை போடவேண்டிய அவசியம் இல்லை. நீங்கள் அதை வெறுத்து ஒதுக்கும்பொழுதுதான், அது உங்களை விடாமல் துரத்துகிறது. அப்பொழுது அந்தப் பிரச்சனையின் வலிமை அதிகமாகிறது. ஏனெனில், நீங்கள் அதை எதிர்ப்பதின்மூலம், அதற்கு சக்தியை அளிக்கிறீர்கள். உங்களுடைய எதிர்ப்பு சக்திதான், அதற்குப் போய்ச் சேருகிறது. அதற்கென்று சக்தி எதுவும் கிடையாது. இதையும் நன்றாகப் புரிந்து கொள்ளுங்கள்.

ஆகவேதான், என்னிடம், தங்களுடைய பெரியபிரச்சனை என்று தூக்கிக்கொண்டு வருபவர்களிடம், ''அது சரிதான். அதை அப்படியே ஏற்றுக்கொள்ளுங்கள்'' என்கிறேன். ஆகவேதான் ஆனந்தா சொன்ன, ''நீங்கள் எப்பொழுதும் அது சரிதான். எந்தப் பிரச்சனையும் இல்லை. அதை அப்படியே ஏற்றுக்கொள்ளுங்கள் என்று சொல்லும்பொழுது, நான் பைத்தியம் போல் கத்த வேண்டும் போல் இருக்கிறது. இந்த வெறுமனே (Just) என்ற வார்த்தையைத் திரும்பத்திரும்பச் சொல்லாதீர்கள்'' என்பதை நான் புரிந்துகொண்டேன்.

இங்கு, நீங்கள் ஒன்றைத் தெளிவாகப் புரிந்துகொள்ளவேண்டும். நீங்கள் உங்கள் வாழ்க்கை முழுவதும், இப்படியே கத்திக்கொண்டேதான்

வந்திருக்கிறீர்கள். அதைத்தவிர, வேறு எதுவும் சாதிக்கவில்லை. சில சமயம், உங்கள் சப்தம் வெளியே கேட்கும். பல சமயம், உங்கள் மனத்துக் குள்ளேயே கதறிக்கொண்டு இருப்பீர்கள். இப்படி, மனத்தாலும், உள்ளத் தாலும் கதறிக்கொண்டிருப்பவர்களை மட்டும்தான், நான் பெரும்பாலும் இங்கு சந்தித்துக்கொண்டு இருக்கிறேன். அதனால் எந்த பிரயோஜனமும் இல்லை. ஆகவே, முதலில் இப்படி கதறுவதை நிறுத்தி விட்டு, உங்களையே புரிந்து கொள்ள ஆரம்பியுங்கள். நான் எதைச் சொல்கிறேன் என்பதை முழுமையாகப் புரிந்து கொள்ளுங்கள். நான் சொல்வது கோட்பாடோ, கொள்கையோ அல்ல. அது உண்மை. நான் அனுபவித்ததை, அப்படி சொல்கிறேன். யாரிடமிருந்தும் கடன் வாங்கிச் சொல்லவில்லை. என்னிடம் அப்படி அது ஏற்படும்பொழுது, உங்களிடமும் அது ஏன் நிகழக்கூடாது?

ஆகவே, அதைச் சவாலாக ஏற்றுக்கொண்டு, முயற்சிசெய்து பாருங்கள். கதறுவதை நிறுத்திவிட்டு, புரிந்துகொள்ள முயலுங்கள். நானும், உங்களைப் போன்ற சாதாரண மனிதன்தான். என்னிடம் எந்த ஆபூர்வ, வித்தியாசமான சக்தி என்று எதுவும் கிடையாது. உண்மையில், நான் உங்களைவிட மிகச் சாதாரணமானவன். இதை நம்புங்கள். ஆனால், உங்க ளுக்கும் எனக்கும் ஒரே ஒரு வித்தியாசம் உண்டு. அது என்னவென்றால், நீங்கள் உங்களிடம், ''எல்லாம் சரிதான்'' என்று சொல்லுவதில்லை. ஆனால், நான் முழுமையாக, என்னிடமே 'சரி' என்று ஒப்புக்கொள்ளு கிறேன். நீங்கள் எப்பொழுதும் உங்களை மேன்மைபடுத்திக்கொள்வ திலேயே முயற்சி செய்தவாறு இருக்கிறீர்கள். ஆனால், நான் என்னை முழுமையாக ஏற்றுக்கொண்டு, மேற்கொண்டு எந்த முயற்சியும் செய்வதில்லை.

நான் உங்களிடம் அடிக்கடி சொல்லியிருக்கிறேன். அதாவது 'முற்றுப்பெறாமை' (Incompletion) என்பதே வாழ்வின் அடிப்படைத் தன்மை. ஆகவே, நான் என்னுடைய முற்றுப்பெறாமையை, சரியற்ற தன்மையை (Imperfection), அப்படியே அங்கீகரிக்கிறேன். ஆனால், நீங்களோ, எப்பொழுதும் உங்களை சரி செய்தவாறே இருக்கிறீர்கள். இவை கள்தான் உங்களுக்கும், எனக்கும் உள்ள ஒரே வித்தியாசம். ஆகவேதான், என்னிடம் எந்தப் பிரச்சினையும் இல்லை. நீங்கள் உங்களை அப்படியே ஏற்றுக்கொண்டு விட்டால், அங்கீகரித்துக்கொண்டால், பிரச்சனை என்பது எங்கிருந்து வரும்? நீங்கள் எப்பொழுது உங்களது எல்லைகளை அங்கீ கரிக்கவில்லையோ, அப்பொழுதே பிரச்சனை ஆரம்பமாகிவிடுகிறது.

ஆனால், நீங்கள் உங்களை முழுமையாக ஒருபோதும் அங்கீகரிக் கப் போவது இல்லை; அதனால், உங்களுடைய பிரச்சினையும் தீரப் போவது இல்லை. ஆனால், நான், என்றைக்கு என்னையே முழுமையாக ஏற்றுக்கொண்டு விட்டேனோ, அப்பொழுதே என்னுடைய பிரச்சினைகள் அனைத்தும் முடிவுக்கு வந்து விட்டன. அந்தக் கணமே, என்னுடைய கவலைகள், துன்பங்கள், மற்றும் மன இறுக்கம் அனைத்தும் மறைந்து விட்டன. அதனால், நான் முழுமையாக சரியாகிவிட்டேன் என்று அர்த்த மில்லை. நான் என்னுடைய சரியற்ற தன்மையையும் அனுபவிக்கக் கற்றுக் கொண்டுவிட்டேன். அதையும் மகிழ்ச்சியுடன் ஏற்றுக்கொண்டுவிட்டேன். அவ்வளவுதான்.

ஒன்றை நன்றாகப் புரிந்துகொள்ளுங்கள். இந்த உலகத்தில், யாரும் எல்லாவற்றிலும் சரியானதன்மையில் இருக்க மாட்டார்கள். அப்படி இருந்தால். அவர்கள் இறந்தவர்களுக்குச் சமம்! ஒரு முடிவுக்குச் சமம். வாழ்க்கை என்பது அழிவில்லாதது. அதற்கு ஏது முடிவு? அது எப்பொழுதும் நிகழ்ந்துகொண்டே இருக்கிறது. வாழ்வு என்பது சக்திமயம். சக்திக்கு முடிவு ஏது? இதை ஆழ்ந்து புரிந்துகொள்ளுங்கள்.

ஆகவே, உங்களுடைய பிரச்சனைகளிலிருந்து விடுபட ஒரே வழி நீங்கள் உங்களுடைய சரியான தன்மையை அங்கீகரிப்பதுபோல, உங்க ளுடைய சரியற்ற தன்மையையும் அங்கீகரித்துக்கொள்ள வேண்டும். அதையும் அனுபவித்து, ஆனந்தப்படக் கற்றுக்கொள்ளுங்கள். அதைக் கண்டு வெறுக்கும்பொழுது, ஒதுக்கும் பொழுதுதான், பிரச்சனையே உருவாகிறது. இந்தக் கணம், முழுமையாக வாழுங்கள். அதில் அந்த சரியற்றதன்மையும் அடக்கம்தான். அப்பொழுது அடுத்த கணமும் அப்படியே நிகழும். ஏனெனில், ஒரு முழுமையிலிருந்துதான், வேறு ஒரு முழுமை பிறக்கும். அப்பொழுது, முதல் கணத்தைவிட, அடுத்த கணம், மிகவும் ஆனந்தமாக இருக்கும். இப்படி கொஞ்சம், கொஞ்சமாக உங்கள் ஆனந்தம் மற்றும் மகிழ்ச்சி, மேலும் கூடிக்கொண்டே போகும். ஆகவே, உங்கள் மகிழ்ச்சியும், ஆனந்தமும், நீங்கள் இந்தக் கணம், உங்களுடைய சரியற்ற தன்மையோடு, பூர்ணமாக வாழ்வதிலேயே இருக்கிறது என்பதைத் தெளிவாகப் புரிந்துகொள்ளுங்கள்.

அடுத்து, மனிதர்களுக்கு எல்லைகள் உண்டு. அந்த எல்லை களுக்குமேல், சாதாரணத் தன்மையில், மேலே செல்ல முடியாது. எல்லை

கள் என்று வரும்பொழுது, அதில் சரியற்றதன்மையும் தானே உருவாகி விடுகிறது. அதை நீங்கள் புரிந்துகொண்டு, ஏற்றுக்கொள்ளாவிட்டால், பிரச்சனைதான். ஆகவே, பிரச்சனை என்பது உங்கள் கண்ணோட்டத்தில் தான் இருக்கிறதே தவிர, வாழ்க்கையில் எந்தப் பிரச்சனையும் இல்லை. அப்படி என்று எதுவும் தனிப்பட்டு இந்த உலகத்தில் இயங்கவில்லை. ஆகவே, நீங்கள் அதைக் கண்டு கத்தலாம், கதறலாம். ஆனால் அவைகளால் எந்த பிரயோஜனமும் இல்லை. இதைத்தான், நீங்கள் செய்துகொண்டு வருகிறீர்கள்.

ஆனால், இப்படி செய்வதால், ஒரே ஒரு நன்மை உண்டு. அதாவது, உங்களுடைய பிரச்சனைகளால், உங்கள் மனத்தில் அடக்கி வைக்கப்பட்ட உணர்வுகளை வெளியேற்றலாம் (Catharisis). அவைகளை கதறி, அழுது வெளியேற்றலாம். அப்பொழுது உங்களது மனப்பாரம் இறந்ததுபோல் தோன்றும். ஆனால், இந்த சரியற்றதன்மையை, நீங்கள் புரிந்து கொள்ளாவிட்டால், மேலும் சில நாட்களில், வேறு ஒரு பிரச்சனை உங்கள் மனத்தை ஆக்ரமித்துவிடும்! பிறகு அதை வெளியேற்ற மறுபடியும் கதறவேண்டியதுதான்! இது உங்கள் வாழ்வின் தொடர் நிகழ்ச்சியாகிவிடும். ஆகவே, பிரச்சனை என்றால் என்ன என்பதை முதலில் புரிந்து கொள்ளுங்கள். இல்லாவிட்டால், இதற்கு முடிவே இருக்காது. நீங்கள் எவ்வளவோ மன நல சிகிச்சையை எடுத்துக்கொள்ளலாம். அந்த சிகிச்சைக்குப் பிறகு, நீங்கள் மிகவும் ஆனந்தமாக இருக்கலாம். ஏனெனில், இப்பொழுது உங்களது மனபாரம் முழுவதும் அகன்று விட்டது. ஆனால், இந்த ஆனந்தம் அப்டியே இருக்க உங்களுக்கு நீங்களே உதவிசெய்துகொள்ளுங்கள். வேறு ஒரு பிரச்சனையை உங்களிடமே ஏற்படுத்திக்கொண்டுவிடாதீர்கள். அதற்கு நீங்கள் உங்களையே முழுமையாகப் புரிந்துகொள்ள வேண்டும். அந்தப் பிரச்சனையின் ஆரம்பக் கருவை, நீங்கள் தைரியமாக அணுக வேண்டும். அதைத்தைரியமாக தூக்கி வெளியே எறியவேண்டும். அதாவது உங்களை, நீங்களே எந்த பாகுபாடும் படுத்திக்கொள்ளாமல், அப்படியே அங்கீகரித்துக் கொள்வதுதான் அது. வெளியே எறிதல் என்பது உங்களிடம் ஏற்பட்ட, அந்த முரண்பட்ட கருத்தையும் புரிந்து கொள்ளாமை தான். அதுதான் அதன் கரு. என்னுடைய வேலையே, இங்கு, உங்களு டைய இந்த புரிந்துகொள்ளாமையை, இந்தக் கருவை அகற்றுவதுதான். அப்படி அது அகன்றால், புரிந்துகொள்தல் தானே உங்களிடம் ஏற்படும். அப்பொழுதுதான், பிரச்சனையின் உண்மைத் தன்மையைப் புரிந்து

கொள்வீர்கள். அப்பொழுதுதான் அது ஒரு மாயை என்பது உங்களுக்குத் தெள்ளத்தெளிவாகப் புரியும்.

கடைசியில் ஆனந்தோ கேட்டது, ''ஏதாவது ஒரு இலட்சியத்தை எடுத்துக்கொண்டு, அதை அடைய முயற்சி செய்வதில், நான் சந்தோஷமாக இருக்கமுடியாதா?'' என்பது.

ஆமாம். நீங்கள் அதில் ஆனந்தப்படலாம். ஆனால் அதில் துன்பமும் தொக்கி நிற்கும். ஏனெனில், உங்கள் ஆனந்தம் நம்பிக்கையில் இருக்கிறது. வருங்காலத்தில் இருக்கிறது. அது, இப்பொழுது நிகழும் உண்மையான மகிழ்ச்சி இல்லை. துன்பம் என்று ஏன் சொல்கிறேன் என்றால், நீங்கள் இப்பொழுது இங்கே இருக்கும்பொழுது, உங்கள் மனம் எதிர்காலத்தில், கற்பனையில் மிதக்கிறது. அந்த இலட்சியத்தைச் சுற்றி சுற்றி வருகிறது. அப்பொழுது, உங்கள் மனம் இப்பொழுது இங்கே இருப்பதில் மகிழ்ச்சி அடைவது இல்லை. எதிர்காலம் என்பது உங்கள் கையில் இல்லை. அது ஒரு கற்பனை. கற்பனையில், நீங்கள் எப்படி முழுமையாக மகிழ்ச்சி யுடன் இருக்கமுடியும்?

மகிழ்ச்சி, ஆனந்தம் என்பது இப்பொழுது இங்கே நிகழுவது. அது இப்பொழுது, இங்கே நம்மைச் சுற்றி இருக்கிறது. அது எப்பொழுதும் இங்கேதான் இருக்கும். ஆனால், நீங்கள் ஏன் வருங்காலத்தில், லட்சியம் என்ற பெயரில், அழகியக் கற்பனையில் வாழவேண்டும்? ஏனெனில், அவன் இப்பொழுது இங்கே துன்பத்தில் இருக்கிறான். அவன் இங்கே நிறைவுடன் இருந்தால், வருங்காலத்தைப் பற்றி நினைக்க வேண்டிய அவசியம் என்ன? தனக்கு ஒரு சிறந்த எதிர்காலம் இருக்கிறது என்று எண்ணி, அதை ஒரு இலட்சியமாக்கி, அதை நோக்கி ஓடிக்கொண்டே இருக்கிறான். அப்படி இருப்பவன், மேலோட்டமாக ஆனந்தமாக இருப்பது போல் தோன்றலாம். ஆனால், அவன் உண்மையில் துன்பத்தில்தான் இருக்கிறான்.

இப்பொழுது, இந்த கணம் உங்களால் மகிழ்ச்சியில் இருக்க முடியாதபொழுது, வருங்காலத்தில் மட்டும் எப்படி மகிழ்ச்சியுடன் இருக்க முடியும்? இப்பொழுது உள்ள மகிழ்ச்சிதான், அடுத்த மகிழ்ச்சியை உண்டுபண்ணும். அது எங்கேயோ, எப்பொழுதோ நிகழ்வது இல்லை. இது உங்கள் மனம் செய்யும் வேலை. அது மிகவும் தந்திர புத்தியுடையது. அது

எப்பொழுதும் நிகழ்காலத்தில் வாழ விரும்புவதே இல்லை. அது எப்பொழுதும் உங்களை விரட்டிக் கொண்டே இருப்பதில்தான் குறியாக இருக்கும். அப்பொழுதுதான், அதற்கு சக்தி கிடைக்கும். நிகழ்காலத்தில், அது இறக்கக்கூடிய சாத்தியம் நிறைய உண்டு. ஆகவேதான், அது நிகழ் காலத்தை விரும்புவதே இல்லை. இதை நன்றாகப் புரிந்து கொள்ளுங்கள்.

ஆகவே, நீங்கள் சொல்லியபடி (ஆனந்தோ), நீங்கள் சந்தோஷ மாக இருக்கலாம். ஆனால், அது உங்கள் வருங்கால கற்பனையில்தான். ஆனால், நான் அந்த நம்பிக்கையை தகர்த்து எறியவே வந்திருக்கிறேன். நம்பிக்கையில், நீங்கள் நிச்சயமாக உண்மையான சந்தோஷத்தை அடையமுடியாது. உங்களிடம் எந்த நம்பிக்கையும் இருக்கக்கூடாது. அந்த நம்பிக்கையை நோக்கி நீங்கள் ஓடும்பொழுது, நான் உங்களை பிடித்து இழுத்து, இங்கே இப்பொழுது இருக்க வைக்க முயற்சி செய்கிறேன். இது கஷ்டமான வேலைதான். இந்தப் போராட்டம் இங்கு தொடர்ந்து நடந்துகொண்டு இருக்கிறது! நான் உங்கள் இலட்சியத்தை அழிக்கும் பொழுது, நீங்கள் கோபப்படுகிறீர்கள்!

உங்களது கற்பனையான இலட்சியத்தை அழிக்கும்பொழுது, உங்கள் வருங்கால நம்பிக்கையை அழிக்கும்பொழுது, நீங்கள் என்மேல் கோபப்படுவது எனக்குப் புரிகிறது. ஏனெனில், நீங்கள் பலபிறவிகளாக, அந்த நம்பிக்கை, இலட்சியம் என்பதைப் பிடித்துக் கொண்டே தான் வந்திருக்கிறீர்கள். இப்பொழுதும், அதை என் மூலமாக அதில் தொங்கிக் கொண்டு செல்ல முயற்சி செய்கிறீர்கள்!

இப்பொழுது நீங்கள் என்ன செய்கிறீர்கள். ''இந்த ஓஷோ, நம்மை கரை சேர்ப்பார். நாம் எதற்கும் பயப்பட வேண்டாம். இப்பொழுதோ அல்லது இன்னும் சிறிது நாட்களிலேயோ, அவர் மூலமாக, நாம் ஞானம் அடைவோம்'' என்று நம்பிக்கொணடு இருக்கிறீர்கள். முதலில் இதை மறந்து விடுங்கள்! ஞானம் அடைதல் என்பது நம்பிக்கையில் இல்லை. அது உங்கள் ஆசையாக இருக்கக்கூடாது. நீங்கள் இப்பொழுது, இங்கே இந்தக் கணம் வாழ்ந்தால், உங்களுக்கு ஞானத் தன்மை இப்பொழுதே கிட்டும். அது ஒரு போதும் எதிர்காலத்தில் இல்லை. நான் உங்களிடம், ''இன்றே ஞானநிலையை அடையுங்கள்'' என்று சொல்கிறேன் அதற்கு நீங்கள், ''நாளை பார்க்கலாம்'' என்கிறீர்கள்! ஆனால், நாளைக்கு அது ஒரு போதும்

நிகழாது! ஒன்று இப்பொழுது, இந்தகணம் நிகழவேண்டும், இல்லா விட்டால் நிகழவே நிகழாது. இதைத் தெளிவாகப் புரிந்துகொள்ளுங்கள்.

ஆகவே, ஞானம் அடைவது எப்படி என்று என்னிடம் கேட்கா தீர்கள். அந்தக் கேள்வியிலேயே எதிர்காலம் தொக்கி நிற்கிறது. நான் சொல்லுகிறேன். நீங்கள் இப்பொழுது ஞானத்தன்மையில்தான் இருக்கி றீர்கள். ஆனால், உங்களிடம் விழிப்புத் தன்மை இல்லை. வாத்து எப்பொ ழுதும் வெளியேதான் இருக்கிறது. அது ஒருபோதும் குப்பிக்குள் (Bottle) இருந்ததே இல்லை. இந்தக் கணம் நீங்கள் மிகவும் விழிப்பாக இருங்கள். அந்த அதிர்ச்சியில், நீங்கள் உங்களது ஞானத்தன்மையை உணர முடியும்! அந்தக் கணமே, நீங்கள் விடுதலையாகிவிடுகிறீர்கள். அப்பொழுது, வாத்து வெளியேதான் எப்பொழுதும் இருக்கும் என்பதைப் புரிந்துகொள்வீர்கள். இங்கு வாத்து என்பது உங்களது விடுதலையைக் குறிக்கும்.

ஆகவே, நான் உங்களை, ஒவ்வொரு நாளும் அந்த ஞானத் தன்மையை நோக்கியே தள்ளுகிறேன். ஆனால், நீங்கள் அந்த பழைய விளையாட்டையே விளையாட ஆசைப்படுகிறீர்கள். அந்த விளையாட்டு தான் 'சம்சாரா' (Samsara) என்பது. அது, உங்களுக்கு ஒருபோதும் விடுதலையை அளிக்காது.

ஆகவே, உங்கள் நம்பிக்கையை அழிப்பதன்மூலம், உங்கள் அற்ப சந்தோஷத்தை அழிக்கிறேன். நீங்கள் இன்னும் சிறிது என்னை அனுமதித்தால், அந்த நம்பிக்கையில் நிழலாக வரும் துன்பதையும் அழித்து விடுவேன். முதலில், அந்த நம்பிக்கையின் மகிழ்ச்சி அழியவேண்டும்.

ஆகவே, நீங்கள் கத்த, கதற வேண்டுமானால் கத்துங்கள், கதறுங் கள். ஆனால் ஆனந்தோ, பிரச்சனையாக ஏதும் இல்லை என்று ஆயிரத்து ஓர் முறை சொல்லுகிறேன். நீங்கள் வெறுமனே உங்களை முழுமையாக அங்கீகரித்துக் கொள்ளுங்கள். ஆமாம். வெறுமனேதான் (Just)!!

நான்காவது கேள்வி:-

''அன்புள்ள ஓஷோ, தந்த்ரா என்பது பெண் இன்ப அனுபவத்தைக் குறிக்கிறதா?''

நிச்சயம் இல்லை. அந்த அனுபவத்திலிருந்து விடுதலையாவதற்கு அது, வழி வகுக்கிறது. காமத்திலிருந்து விடுதலையடைவதற்கு, இந்தத்

தந்த்ராவைத் தவிர வேறு மார்க்கம் எதுவும் கிடையாது. வேறு எந்த முறையும், மனிதனுக்கு உதவிசெய்யாது. மற்ற எல்லா முறைகளும், அந்தக் காமத்தை அதிகரிக்கவே செய்யும்.

காமம் இதுவரை மறையவே இல்லை. அதை விஷத்தன்மையாக்கியது நமது முட்டாள் மதங்கள்தான். ஆமாம், அவைகள் மனிதனிடம் ஒரு குற்ற உணர்வை (Guilt) ஏற்படுத்திவிட்டது. ஆனால், காமம் அப்படியே தான் இருக்கிறது. அது ஒரு போதும் மறையாது. ஏனெனில், அது பிறப்பின் உண்மைத் தன்மையை தொக்கி நிற்கிறது. பிறப்பு என்பது இயற்கை. அது இந்த உலகத்தைப் பொருத்தவரை, மிகவும் அவசியமான நிகழ்ச்சி. அது உயிர்த்தன்மை கலந்தது. அதை அடக்குவதன்மூலம், அதை ஒருக்காலும் அகற்றமுடியாது. காமத்தின் மூலம் சக்தி வெளிப்படுதலை, மிகக் கவனமாகப் பார்ப்பதன் மூலமே, அதை மறையச் செய்யலாம். அதை அடக்குதல் மூலமாக, உங்களால், அதை ஒருக்காலும் வெற்றிகொள்ள முடியாது. அதைக் கவனமாக புரிந்து கொள்வதன் மூலமாகவே, அதை மறையச் செய்யலாம். அப்படி கவனமாக அந்த சக்தியைப் பார்ப்பதன்மூலம், சேற்றிலிருந்து செந்தாமரை உண்டாவதை உணரலாம். நீங்கள் அதை அடக்கப்பார்த்தால், அந்த சக்தி அந்த சேற்றுக்குள் சென்று மறைந்துவிடும். ஆனால், அது பிறகு எப்படியாவது மேலே வரவே முயற்சி செய்யும்.

இந்த முழு மனித இனத்திற்கு, நாம் செய்த பெரும் தவறு என்னவென்றால், விழிப்பற்ற, உணர்வற்ற(Unconscious) சேற்றில் அந்த காமத்தை அமிழ்த்து வைக்கவே போதனை செய்தோம். அதன் மேல் ஏறி உட்கார்ந்துகொண்டு, அது அங்கும் இங்கும் அசையாதபடி, நாம் பட்டினி இருந்து, நெறிகளை உண்டாக்கி, இமயமலை போன்ற பல குகைகளில் தனித்து இருந்து, பெண்களே இல்லாத மடத்தில் வசித்து, அதை அடக்கி அடக்கி கொல்ல நினைத்தோம். அதன் குரல்வளையை நெறிக்க முற்பட்டோம். உங்களுக்குத் தெரியுமா? பல நூற்றாண்டுகளாக ஆண்களே நுழையாத மற்றும் பெண்களே நுழையாத பல மடங்கள் தனித்து இயங்கிக் கொண்டிருக்கின்றன! மேற்சொன்ன அடக்குதலில், இந்த முறையும் சேர்த்திதான்! இதனால், அவர்களது காம உணர்வு அதிகமானதே தவிர, குறைந்ததாக வரலாறு இல்லை. அப்படி காமம் நேரடியாக வெளிப்பட சாத்தியம் இல்லாவிட்டால், அது வேறு வகையில் கண்டிப்பாக வெளிப் பட்டே தீரும். உதாரணமாக, கோபம், வெறுப்பு, பொறாமை, உடல் வியாதி, மன வியாதி, இப்படி....

ஆகவே, தந்த்ரா ஒரு போதும் காமத்தை ஆதரித்தது இல்லை. அதிலிருந்து விடுபடுவதற்குத்தான், அது வழிசொல்கிறது. இதை முதலில் புரிந்து கொள்ளுங்கள்.

தந்த்ரா, '' எதையெல்லாம் நீங்கள் ஆழமாகப் புரிந்துகொள்ள வேண்டுமோ, அதையெல்லாம் முழுமையாகப் புரிந்து கொள்ளுங்கள். அப்படி புரிந்துகொள்ளும்பொழுது, தானாகவே உங்களிடம் மாற்றம் நிகழும்'' என்கிறது.

நீங்கள் என்னைக் கேட்பதன் காரணமாகவோ, அல்லது சாரஹா வைக் கேட்பதன் மூலமாகவோ, உங்கள் காம உணர்வை நாங்கள் ஆதரிப்ப தாக நினைத்துக் கொள்ள வேண்டாம். அப்படி நீங்கள் தவறாக எண்ணி னால், அது உங்களை மோசமான நிலைக்குத் தள்ளிவிடும். ஜாக்கிரதை!

இந்தக் கதையைக் கேளுங்கள்.

மார்ட்டின் என்ற ஒரு வயதானவன், தன் உடம்பை பரிசோதிக்க, ஒரு டாக்டரிடம் சென்றான். அவன், '' டாக்டர், என்னிடம் என்ன கோளாறு என்று தெரிவிக்க முடியுமா? என் உடலில், இதோ இங்கே, அங்கே ஒரே வலியாக இருக்கிறது. எனக்கு ஒன்றும் புரியவில்லை. என்னிடம் எந்த கெட்ட பழக்கமும் கிடையாது. புகைபிடிப்பதோ, மது அருந்துவதோ மற்றும் பெண்களைச் சுற்றுவதோ கிடையாது. நான் தனியாக, இரவு 9 மணிக்குச் சரியாகப் படுக்கைகுச் சென்றுவிடுவேன். பின் ஏன் இந்த வலி என்று புரியவில்லை'' என்றான்.

''உங்களுக்கு என்ன வயதாகிறது?'' என்று டாக்டர் கேட்டார்.

''74 வயது ஆகிறது'' என்றான்.

''உங்களுக்கு வயதாகிக்கொண்டே போகிறது. அப்பொழுது இதைப் போன்ற சிறு தொந்தரவுகள் வரத்தான் செய்யும். இன்னும் காலம் இருக்கிறது. ஒன்றும் கவலைப்படவேண்டாம். நீங்கள் ஏன் சூடான 'ஆவிக் குளியல்' **(Hot Springs)** எடுக்கக்கூடாது.''

டாக்டரின் அபிப்ராயப்படி, மார்ட்டின், சூடான ஆவிக்குளியலை எடுக்கச் சென்றான். அங்கு, அவனைவிட மிகவும் வயதான தோற்றம் உடைய ஒரு ஆளைப் பார்த்து, தன்னை அவனோடு ஒப்பிட்டு மன ஆறுதல்

அடைந்து, அவனிடம், ''நண்பரே, நீங்கள் இந்த வயது வரை வாழ்வதற்கு, மிகுந்த அக்கரை எடுத்துக்கொண்டிருக்கவேண்டும் என்று நினைக்கிறேன். நான் கூட மிகுந்த சுத்தமான, நேர்மையான வாழ்க்கையையே கடைப் பிடிக் கிறேன். ஆனால், அது உங்கள் அளவுக்கு இருக்காது என்று நினைக்கிறேன். நீங்கள் எதைக் கடைப்பிடிக்கிறீர்கள்?'' என்று அவரிடம் ஆவலுடன் கேட்டான்.

அதற்கு அந்தக் கிழவன், ''நான் எதையும் முறையாகக் கடைப் பிடிப்பது இல்லை. எனக்கு பதினேழு வயதாக இருக்கும்பொழுது, என் தகப்பனார் என்னிடம், ''மகனே, வாழ்க்கையை நன்றாக அனுபவி. நன்றாகச் சாப்பிடு, நன்றாகக் குடி. ஜாலியாக இரு. வாழ்க்கையில் எதுவும் பாக்கி வைக்காதே. ஒரு பெண்ணை மணந்து, அவளோடு மட்டும் அனுபவிப்பதைத் தவிர்த்து, சுமார் பத்து பெண்களோடு சல்லாபி. பணத்தைத் தாராளமாக விளையாட்டில் செலவழி.'' என்றார். ஆகவே, இது தான் நான் கடைப்பிடித்த வழி, நண்பனே!'' என்றான்

''நீங்கள் சொல்வது எனக்குப் புதுமையாக இருக்கிறது. சரி, இப்பொழுது உங்கள் வயதென்ன?''

''என் வயது இருபத்து நான்கு!!''

பெண் இன்பத்தை அதிகமாக துய்த்தல் என்பது, அதை அடக்கு வதற்கு சமம்தான். அது தற்கொலைக்குச் சமம். இவைகள் இரண்டும், இருதுருவங்கள் என்று புத்தர் சொல்கிறார். ஆகவே இவை இரண்டையுமே தவிர்க்க வேண்டும். இவை இரண்டிற்கும் நடுவில் இருக்க முயலவும். அப்படி இருக்கும்பொழுது, மிகவும் கவனமாக, விழிப்புத் தன்மையில் செயல்படவும். இது முழுக்க முழுக்க உங்கள் வாழ்வு. அதை அடக்கியோ அல்லது அதிகமாக ஈடுபட்டோ, இழப்பை உண்டு பண்ணிக்கொள்ளாமல், நன்றாகப் புரிந்துகொண்டு செயல்படுங்கள். அதை மிகவும் ஆழமாக, நட்புடன் நேசியுங்கள். அதை வெறுத்து கொச்சைப்படுத்தாதீர்கள். அப்படி அதை நீங்கள் அன்புடன், நட்பு முறையில் நேசித்தால், அது உங்களுக்கு வாழ்வில் பல புரியாத புதிர்களை வெளிப்படுத்திக் காட்டும். உங்களை கடவுளின் சந்நிதானத்திற்கு அழைத்துச் செல்லும்.

ஆகவே, தந்த்ரா என்பது பெண் இன்பம் துய்ப்பது அல்ல. இந்த காம உணர்வை அடக்கி வாழும் மனிதர்கள்தான், அதை ஒருகெட்ட

பழக்கம் என்று கருதி ஒதுக்குகிறார்கள். அவர்கள் மனம் எப்பொழுதும் பெண்களைச் சுற்றியே இருக்கும். உதாரணமாக, ஒரு மனிதன், பெண் களையே பார்க்காமல், ஒரு மடத்தில் வசிக்கிறான் என்று வைத்துக் கொள்வோம். அவனால், சாரஹா, ஒரு பெண்ணோடு சேர்ந்து உடல் இன்பம் துய்க்காமல் எப்படி இருக்கமுடியும் என்று எண்ணாமல் இருக்க முடியாது. கண்டிப்பாக அவர்களுக்குள் உடல் உறவு இருந்தே தீரும் என்றுதான் அவன் நினைப்பான். அத்துடன் சாரஹா, அந்தப் பெண்ணை நிர்வாணமாக்கி, அவள் முன்னிலையில் உட்கார்ந்து அவளைக் கவனித்த வாறு இருக்கிறார். அப்படி இருக்கும்பொழுது, யார்தான் தவறாக எண்ண மாட்டர்கள்? இப்பொழுது, நீங்கள் சாரஹாவின் கவனித்தலை, கவனிக்க வில்லை. நீங்கள், சாரஹா அந்தப் பெண்ணை காதலிப்பதாகத்தான் கருதுவீர்கள். மேலும், நீங்கள் காமத்தை அடக்கியவர்களாக இருந்தால், அந்த சூழ்நிலை, உங்கள் காமத்தை பீரிட்டு வெளிப்படுத்தவே உதவி செய்யும். நீங்கள் அப்பொழுது பைத்திய நிலையை அடைந்தாலும் ஆச்சரியப்படுவதற்கில்லை! உங்களுடைய அடக்கப்பட்ட காம உணர்வை, இப்பொழுது, சாரஹாவின் மேல் வெளிப்படுத்துகிறீர்கள். ஆனால், நீங்கள் நினைப்பதுபோல், சாரஹா எதுவும் செய்யவில்லை. அவர், முற்றிலும் வேறு ஒரு கோணத்தில் இயங்குகிறார். அவர் ஒருக்காலும் தன் உடல் இச்சையில் கவனம் செலுத்தவில்லை. இந்த காம உணர்வு என்றால் என்ன, எது பெண்களிடம் தன்னை கவருகிறது, ஏன் கவருகிறது, கலவியில் உச்சத்தன்மையில் தன் மனம் ஏன் ஈடுபடுகிறது, அந்த உச்சத் தன்மை (Orgasm) என்றால் என்ன, அந்தக் கலவியின் மேலோங்கிய உச்சத் தன்மையில் முழுமையாக தியானம் செய்வதால், அதனுடைய ரகசிய சாவி தனக்குக் கிடைக்குமா? என்று ஆராய்ச்சி மனப்பான்மையில் அவர் அங்கு இருக்கி றார். அந்த சாவியின் உதவிகொண்டு, கடவுள் தன்மையின் பேரின்பத்தை அடை முடியும் என்று அவர் கருதுகிறார். உண்மையில், அது, அவரை அங்குதான் அழைத்துச் செல்லும். ஆகவேதான், அவர் தன் உள்ளுணர் வோடு தியானத்தன்மையில், அவள் முன் உட்கார்ந்திருக்கிறார். நீங்கள் நினைப்பதுபோல் காம உணர்வு கொண்டு உட்கார்ந்திருக்கவில்லை. இதைத் தெளிவாகப் புரிந்துகொள்ளுங்கள்.

உங்கள் காம உணர்வில், கடவுள் மறைந்திருக்கிறார். என்பதைப் புரிந்துகொள்ளுங்கள். ஒரு வகையில், இந்தக் காம உணர்வுதான், உயிர் வாழ்க்கை தொடர பெரும் ஆதாரமாக இருக்கிறது. இது உங்களது காமச்

சக்தியின் ஒரு பகுதி வேலைதான். இதைத்தான் கோடிக்கணக்கான மக்கள் செய்து கொண்டு வருகிறார்கள். அதற்குமாறாக, நீங்கள் மிகவும் விழிப் புணர்வுத்தன்மையில் அந்தக் காமச் சக்தியோடு இயைந்து சென்றால், நீங்கள் அந்தத் தெய்வீகப் பேரின்பக் கதவின் சாவியை அடையலாம். ஆகவே, உங்கள் காமச் சக்தியின் ஒரு பகுதியை, உங்களது சந்ததியை உருவாக்க உபயோகிக்கலாம். மற்ற பகுதியை, தெய்வீகத்தன்மையில் உங்களையே உயர்த்திக்கொள்ள உபயோகிக்கலாம். அது, நீங்கள் அதை அணுகும் முறையில் இருக்கிறது.

ஆக, காம சக்திதான், உங்கள் வாழ்வின் சக்தி (Life energy). ஆனால், நாம் சாதாரணமாக, அந்த அரண்மனையின் வெளித் தாழ்வாரத் தோடு நின்று விடுகிறோம். அதற்குள் ஒரு போதும் நுழைவது இல்லை. ஆனால், சாரஹா அந்த அரண்மனைக்குள் நுழைய முற்படுகிறார். ஆனால், அந்த நாட்டு அரசனிடம் சென்று சொன்ன மக்கள் அனைவரும் காமத்தை அடக்கியவர்கள். அவர்களது கண்ணோட்டம் அப்படித்தான் இருக்கும்.

பாதிரிமார்களும், அரசியல் வாதிகளும் இந்த அடக்குதலைப் புரிந்து கொண்டு, அதை மக்களுக்குப் போதிக்கிறார்கள். ஏனெனில், இந்த அடக்குதல் மூலமாகத்தான், மக்களை ஒரு மாதிரி பைத்தியமாக்க முடியும். அவர்கள், சுயத்தன்மையில் இயங்கும் மக்களை விட, இந்தப் பைத்தியக்கார மக்களை எளிதில் ஆள முடியும், அதிகாரம் செய்யமுடியும். இப்படி அடக்கப்பட்ட மக்கள், தங்கள் சக்தியை வேறு வழியில் செலுத்த ஆரம்பிக்கி றார்கள். அவர்கள் இப்பொழுது, பணம், அந்தஸ்து, கௌரவம் என்பதில் நாட்டம் கொள்கிறார்கள். அவர்கள் உள்ளே கொதித்துக் கொண்டி ருக்கும் அந்தக் காம சக்தியை, எப்படியோ வேறு வழியில் வெளியாக்கத்தான் வேண்டும்.

மீண்டும் சொல்கிறேன். இந்த உலகமே, அடக்கப்பட்ட காம உணர்வு கொண்ட மக்களால், நிரம்பி இருக்கிறது. இது மறைந்தால், மக்கள் பணத்தை நோக்கி, பதவியை நோக்கி பைத்தியமாக ஓடமாட்டார்கள். அப்பொழுது, யாருக்கு வேண்டும் பணம்? எதற்கு வேண்டும் பணம்? அதைப் போல, யாரும் முதல் மந்திரியாக வேண்டும் அல்லது ஜனாதிபதி யாக வேண்டும் என்று ஆசைப்படவும் மாட்டார்கள். ஏனெனில், வாழ்க்கை, எளிய தன்மையில், மிக மிக அழகாக இருக்கும். அதன் தெய்வீகத் தன்மையை, அதன் எளிமையில்தான் பார்க்க முடியும். அப்பொழுது, நீங்கள் வெறும் நீங்களாக இருப்பீர்கள். உங்கள் பின்னால், பணக்காரன்

என்றோ அல்லது முதல் மந்திரி மற்றும் ஜனாதிபதி என்ற சொற்கள் ஒட்டிக் கொண்டு வருவதில்லை. எதற்காக, நீங்கள் வேறு ஒரு ஆளாக மாற வேண்டும்? உங்களது ஒன்றுமற்றத் தன்மையில்தான், நீங்கள் எல்லாம் உடையவராக ஆக முடியும். அது மிகவும் அற்புதமான அனுபவம். அப்பொழுது நீங்கள் எதையுமே இழக்கவில்லை என்பதை தீர்க்கமாக புரிந்துகொள்வீர்கள். இதை மீண்டும் படித்து, சிந்தித்துப் பாருங்கள்.

காம உணர்வு என்பது கடவுளால் அருளப்பட்ட பல முக்கிய செயல்பாடுகளில் ஒன்று. நீங்கள், அதில் அப்பொழுது அந்தக் கணம் வாழும் பொழுது, அது உங்களை கடவுளை நோக்கித் தள்ளுகிறது. ஆனால், சாதாரணமாக, நீங்கள் அந்த செயலில் ஈடுபடும்பொழுது, அதனுடன் ஐக்கியமாகி நிகழ்காலத்தில் இருப்பதே இல்லை. நீங்கள் ஆரம்பத்தில் ஒரு பெண்ணோடு காதல் செயலில் இருக்கும்பொழுது, ஒரு சில கணம், நிகழ்காலத்தில் இருக்கலாம். மற்றபடி, நீங்கள் எங்கேயோ எதையோ நினைத்தவாறுதான் செயல்படுகிறீர்கள்.

தந்த்ரா என்ன சொல்லுகிறது? நீங்கள் காமத்தைத் தெளிவாகப் புரிந்துகொள்ள வேண்டும் என்கிறது. அதனுடைய ரகசியம் அனைத்தும் உங்களுக்குத் தெளிவாகப் புரிய வேண்டும். அதன் மூலமாகத்தான், ஓர் உயிர் உண்டாகிறது என்கிறபோது, அதன் முக்கியத்துவம் உங்களுக்குப் புரிய வில்லையா? அப்பொழுது அதனுள் ஆழ்ந்து சென்றால், தெளிவாகப் புரிந்துகொண்டு கணத்துக்குக்கணம் அதனுடன் இயைந்து சென்றால், அது உங்களை மேலே உயர்த்தும் என்பதும் புரியவில்லையா? அப்பொழுது அந்த உயிர் இயக்கம் உங்களிடமே செயல்படுகிறது என்பதைப் புரிந்துகொள்ளுங்கள்.

ஐந்தாவது கேள்வி:-

''அன்புள்ள ஓஷோ, நீங்கள் சொல்லுவதை நான் நன்றாகப் புரிந்து கொள்கிறேன். உங்களுடைய புத்தகத்தைப் படித்து, மிகவும் ஆனந்தம் அடைகிறேன். ஆனால், இன்னமும் ஏதோ முக்கியமான ஒன்று என்னிடம் குறைவது போல் உணர்கிறேன். என்னிடம் என்ன கோளாறு என்று எனக்கே புரியவில்லை.''

வேர்ட்ஸ்வொர்த் (Wordsworth) தின், அழகிய வார்த்தைகளின் அர்த்தத்தில், தியானம் செய்யுங்கள். அதாவது,

''பல காலமாக, நாம் இந்த உலகத்தை ஆகிரமித்துக்கொண்டு, அதை நிறைத்துக்கொண்டு இருக்கிறோம். இந்த உலகத்திலிருந்து சக்தியைப் பெற்றுக் கொண்டு, அதை வீணடித்துக் கொண்டிருக்கிறோம். இயற்கையை, நாம் கண்ணெடுத்தும் பார்ப்பதில்லை. ஆனால், அதுதான் நம்முடையது. நம்முடைய அரிய பொக்கிஷமான இதயத்தை எங்கேயோ தொலைத்து விட்டோம்.

அந்தச் சந்திரனை நோக்கி, தன்னை நிர்வாணமாக்கிக்கொண்டு ஆனந்தப் படும் இந்த சமுத்திரத்தை ஏன் உங்களால் ரசிக்க முடியவில்லை? எப்பொழுதும் பல வித ஓசைகளை எழுப்பிக்கொண்டு அலையும் இந்த காற்றின் ஒலியை உங்களால் காது கொடுத்து கேட்க முடியவில்லையா? ஆனால் அதே சமயம் ஒரு தூங்கும் மலரைப் போல, மிக அமைதியாக அது இருப்பதையும் உணரவில்லையா? நாம் அவற்றிலிருந்து பிரிந்துவிட்டோம். நம்மால் அந்த இயற்கைத் தன்மையோடு ஒத்துப் போக முடியவில்லை. நம்மை, நம்முடைய அறிவு அதற்கு அனுமதிப்பதில்லை'' என்கிறார்.

ஆம், நம்முடைய அறிவு நம்மை அனுமதிப்பதில்லை. அதை அங்கு இழந்து நிற்கிறோம். நம்மால், இயற்கையோடு ஒத்துப் போக முடியவில்லை. இந்த உலகம் நம்மால் நிரம்பி வழிகிறது. இயற்கைத் தன்மை அழிந்து கொண்டு வருகிறது. இந்த இயற்கையிலிருந்து, நாம் பெறும் சக்தியை, கண் மூடித்தனமாக வீணடித்துக் கொண்டு இருக்கிறோம்.

நம்மால், இந்தப் பரந்த இயற்கையை ரசிக்க முடியவில்லை. அதனுடன் ஒத்து வாழ முடியவில்லை. நமக்கும், அதற்கும் உள்ள உறவு எப்பொழுதோ அறுந்துவிட்டது.

இந்த இயற்கையை, அப்படியே ரசிக்க முடியாவிட்டால், உங்களால் எப்படி கடவுளை, மற்றும் தெய்வீகப் பேரானந்த நிலையை அடைய முடியும்? இயற்கை என்பது கடவுளின் வெளித்தன்மை. அது கடவுளின் உடல், அல்லது கோவில்.

நாம், நம்முடைய இதயத்தை இழந்து நிற்கிறோம். அங்கேதான் அந்தப் பெரிய இழப்பு உங்களிடம் ஏற்பட்டிருக்கிறது. அதைத்தான் இப்பொழுது நீங்கள் உணருகிறீர்கள். என்னைப் படித்துப் புரிந்து கொள்ளுவதாலேயோ அல்லது என்னை உங்கள் தலை வழியாகக் கேட்பதாலாயோ,

உங்களிடம் எந்த மாற்றமும் நிகழாது. என்னை, உங்கள் இதயத்தின் மூலமாக உணருங்கள். அந்த் உணர்வு உங்கள் இதயத்தை முழுமையாக ஆக்கிரமிக்கட்டும். இதைத்தான். எல்லா மதங்களும் 'சாரதா' (Shraddha) என்று அழைக்கின்றன. இதன் அர்த்தம் நம்பிக்கை, உண்மை என்பது.

நம்பிக்கை என்பது, நீங்கள் இதயத்தின் வழியாக என்னைக் கேட்பது, என்னைப் புரிந்துகொள்வது. அப்பொழுது அங்கே எந்த வித சந்தேகமும் உங்களிடம் ஏற்படாது. அப்பொழுது, நீங்கள் என்னை உங்களுடைய தர்க்க அறிவு மூலமாகவோ, பகுத்தறிவு மூலமாகவோ, உங்களுடைய வார்த்தைகள் நிரம்பிய புரிந்துகொள்ளுதல் மூலமாகவோ, அணுகவில்லை. உங்கள் அன்பு நிறைந்த இதயத்தின் மூலமாகவே அணுகுகிறீர்கள். அது ஒரு முழு இதயப் பரிவர்த்தனை. அங்கு என்னுடைய அன்பு இதயமும், உங்களுடைய அன்பு நிறைந்த இதயமும் வெறுமனே கலக்கின்றன. அங்கு உங்கள் மனதுக்கு, உங்கள் மூளைக்கு வேலை இல்லை.

ஒரு இனிய சங்கீதத்தை எப்படி அனுபவிக்கிறீர்களோ, அப்படியே என்னையும் அனுபவியுங்கள். ஒரு தத்துவவாதி சொல்லுவதைக் கேட்பது போல, என்னைக் கேட்காதீர்கள். ஓர் நீர் வீழ்ச்சியை, இந்த பைன் மரங்களுக்கு இடையே புகுந்து ஒலி எழுப்பும் அந்த காற்றை, எப்படி எந்த சிந்தனையும் இல்லாமல் ரசிப்பீர்களோ, அப்படி என்னை ரசியுங்கள். அப்பொழுது உங்கள் இதயம் மட்டும்தான் வேலை செய்ய வேண்டும். மனம் அல்ல.

அப்பொழுது, ஏதோ ஒன்றை எப்பொழுதும் இழந்து வருவதாகச் சொல்கிறீர்களோ, அந்த இழப்பு ஒரு போதும் ஏற்படாது. ஏனெனில் அப்பொழுது நீங்கள் உணர்வு மயமாக இருக்கிறீர்கள். அறிவுமயமாக அல்ல. உங்கள் அறிவுதான், உங்கள் மனம்தான் அந்த இழப்பை உண்டு பண்ணிக்கொண்டே இருக்கிறது. இதை ஆழ்ந்து புரிந்துகொள்ளுங்கள்.

உங்கள் தலை, ஒரு தேர்ந்த அறிவாளியின் தலை போல் ஆகிக் கொண்டு வருகிறது. அது அந்த அறிவின் எல்லைக்கே சென்றுவிட்டது. ஆனால் உங்கள் இதயம்? உங்கள் தலை மிக அரிய கருவி. அதற்கு ஈடு இணை கிடையாது. இயற்கை உங்களுக்கு அளித்த மிகப்பெரிய வரப் பிரசாதம் அது. ஆனால், அது உங்களுக்குக் கீழ் ஒரு அடிமையைப் போல்

வேலை செய்தால் தான், அது அற்புதமாக இருக்கும். அது உங்களுடைய அதிகாரியானால், அதை விட ஆபத்து வேறு எதுவும் உங்களுக்குக் கிடையாது! இப்பொழுது அது, உங்களுடைய சகல சக்திகளையும் உறிஞ்சிக்கொண்டு, ஒரு சர்வாதிகாரியாகிவிட்டது.

ஆனால், இப்பொழுதும் அது மிக அற்புதமாகத்தான் வேலை செய்கிறது. அதனால்தான், அதைச் சார்ந்து, அதை மிகவும் நம்பிக்கொண்டு வாழ்கிறீர்கள். அதனுடைய எல்லைக்குச் செல்ல ஆசைப்படுகிறீர்கள். எப்பொழுதுமே, மனம் தன் எல்லையைத் தொடவே முயற்சி செய்யும். அப்பொழுது நீங்கள் எவ்வளவு சக்தியை செலவழிக்கவேண்டும் தெரியுமா? இந்த ஆயுள் போதாது!

உங்கள் வீட்டின் வேலைக்காரன், அதிபுத்திசாலித்தனமாக இருப்பதைக் கண்டு, மிகவும் சந்தோஷப்பட்டு, சகல பொறுப்புகளையும் அவனிடமே விட்டு விடுகிறீர்கள். ஒரு கட்டத்தில், எல்லாவற்றிற்கும், அவனுடைய ஆலோசனையை கேட்காமல் எதுவும் செய்யமாட்டீர்கள். அப்பொழுது, அந்த வேலைக்காரன், உங்களின் அதிகாரியாகிவிடுவதை, உங்களால் புரிந்து கொள்ள முடியவில்லையா?

இந்த நிகழ்ச்சியைக் கேளுங்கள்.

வாலிபனான வாரன் என்பவன் மிகவும் துடிப்பானவன். வாழ்க்கையில், முன்னேற வேண்டும் என்று பேராவல் கொண்டவன். அவனுக்கு, ஒரு ஆபீஸில் ஒரு பியூன் வேலை கிடைத்தது. அப்பொழுது, அவன் "இந்த ஆபீஸில் நடப்பவைகளை மிகவும் உன்னிப்பாகக் கவனித்து, புத்திசாலித்தனமாக வேலை செய்து மேலதிகாரியின் நல்லெண்ணத்தைப் பெற்று, மேலே வரவேண்டும்" என்று நினைத்துக்கொண்டு, எல்லா நடவடிக்கைகளையும் மிகவும் கூர்ந்து கவனிக்க ஆரம்பித்தான். பிறகு ஒரு நாள், அவனுடைய அதிகாரி, அவனிடம், "'க்யூன் மேரி' கப்பலில், 1ந் தேதி எனக்கு ஒரு டிக்கட் பதிவுசெய்யும்படி, பிரயாணத்தைக் கவனிக்கும் பகுதியில் உள்ளவரிடம் சொல்" என்றார்.

அதற்கு அவன், "மன்னிக்கவும். அந்தக்கப்பல் 1ந்தேதி கடலில் செல்லாது. ரிப்பேரில் இருக்கிறது" என்றான்.

அந்த அதிகாரி மிகவும் சந்தோஷப்பட்டு, "சரி, பொருள்களை வாங்கும் பகுதிக்குச் சென்று, அங்குள்ள அதிகாரியிடம், அலுமினியம்

வாங்க, ஒரு ஆறு மாதத்திற்கு தேவையானதை ஆர்டர் பண்ணச் சொல்'' என்றார்.

அதற்கு வாரன், ''தயவுசெய்து மன்னிக்கவும். நான் ஒன்றைச் சொல்லலாமா சார்? அந்த ஆர்டரை நாளைக்குச் செய்தால் நன்றாக இருக்கும். ஏனெனில், அதன் விலை குறைந்து கொண்டே போகிறது. மேலும் ஒரு மாதத்திற்கு வேண்டியதை மட்டும் இப்பொழுது ஆர்டர் செய்தால் நல்லது ஏனெனில், அதன் விலை இன்னும் குறைய சந்தர்ப்பம் உண்டு'' என்றான்.

''ஓ, வெகு புத்திசாலி. சரி, மிஸ் கேட்டை (miss Kate) உள்ளே அனுப்பவும். ஒரு கடிதத்தை சுருக்கெழுத்தில் எழுதவேண்டும்.''

''அவள் இன்று வேலைக்கு வரவில்லை, சார்.''

''ஏன், ஏதும் உடம்புசரியில்லையா?''

''இல்லை சார், 9ந் தேதி வரை அவள் வரமாட்டாள். அவளுக்கு மாதவிலக்கு!''

அவன் எந்த அளவுக்கு முன்னேறிவிட்டான். தன் புத்திசாலித் தனத்தின் எல்லைக்கே சென்றுவிட்டான்! மனித மனம், உங்களை இந்த அளவுக்கு அழைத்துச் செல்லத்தயாராகவே இருக்கிறது. ஆனால், அது உங்களது சக்தி அனைத்தையும் உறிஞ்சிவிடும். இதயத்துக்கு என்று எதுவும் மீதி இருக்காது. நீங்கள் உங்கள் இதயத்தை ஒதுக்கிவிட்டுத்தான், அதை அலட்சியம் செய்துதான் மேலேசெல்லவேண்டும். அப்பொழுது, இதயத்தைப் பொருத்தவரை அதாவது உள்ளத்தைப் பொருத்தவரை, அது இறந்ததற்கு சமம்தான். அதைத்தான், நீங்கள் தொலைத்துவிட்டு நிற்கிறீர்கள். நீங்கள் இழந்தது அதைத்தான்.

ஆகவே, ஒன்றைத் தெளிவாகப் புரிந்துகொள்ளுங்கள். நீங்கள் என்னை உங்கள் தலை வழியாகக் கேட்கலாம். அப்பொழுது என்னை ஆராய்ச்சி செய்து மிக நன்றாகப் புரிந்துகொள்ளலாம். ஆனால், நான் சொல்லும் ஒரு வார்த்தையைக் கூட நீங்கள் உண்மையாகப் புரிந்து கொள்ள வில்லை என்பதை மிகவும் தீர்க்கமாகவே சொல்கிறேன். என்னை நீங்கள் வேறு ஒரு முறையில்தான் புரிந்துகொள்ளமுடியும். அது நீங்கள் இப்பொழுது புரிந்து கொள்வதற்கு, முற்றிலும் மாறானது. என்னை நீங்கள்

அன்பு மூலமாக, உள்ளத்தின் மூலமாகவே புரிந்துகொள்ள முடியும். அறிவுப்பூர்வமாக அல்ல. ஆனால் அதைத்தான் நீங்கள் செய்துகொண்டு வருகிறீர்கள்.

நான் உங்களுக்கு எந்த விஷய ஞானத்தையும் உண்டு பண்ணுவதற்காக இங்கே உட்கார்ந்திருக்கவில்லை. நான் பேசுவது அனைத்தும், நீங்கள் உங்கள் உள்ளத்தை என்னிடம் கொடுக்கவேண்டும் என்பதற்காகவே. நீங்கள் என்னை முழுமையாக நேசித்தால், என்னிடம் நம்பிக்கையோடு அன்பு செலுத்தினால், அப்பொழுது என்னை உங்கள் உள்ளத்தால் முழுமையாக உணர முடியும். நம் இருவருக்கும் ஏற்படும் அந்த அன்பு பரிவர்த்தனையில்தான், அந்த அற்புதம் நிகழும். அதுவரை, ஒன்றும் நிகழாது. நீங்கள் இழந்தவராகவே இருப்பீர்கள்.

கடைசிக் கேள்வி:-

''அன்புள்ள ஓஷோ ஒரு நல்ல பிரசங்கத்துக்கு இலக்கணம் என்ன?''

குறிப்பாகச் சொல்வது கஷ்டம். ஒன்றைப் புரிந்துகொள்ளுங்கள். என் வாழ்க்கையில், இதுவரை நான் எந்த ஒரு பிரசங்கத்தையும் இதுவரை நிகழ்த்தியதே இல்லை! நீங்கள் இந்தக் கேள்வியை, ஒரு தவறான ஆளிடம் கேட்டிருக்கிறீர்கள்! ஆனால், அதன் இலக்கனத்தை நான் கேட்டி ருக்கிறேன். அதை நீங்களும் தெரிந்துகொள்வதில் எனக்கு ஆட்சேபனை ஏதும் இல்லை.

ஒரு நல்ல ஆரம்பமும், ஒரு நல்ல முடிவும் ஒரு நல்ல பிரசங்கத் துக்கு இலக்கணம் என்று சொல்லலாம். அந்த ஆரம்பமும், அந்த முடிவும் நெருங்கி வரவேண்டும். அதற்கு நடுமையம் என்று எதுவும் இல்லை. ஆனால், ஒரு நல்ல பிரசங்கம் இதுவரை நிகழ்ந்தது இல்லை!! அந்த பிரசங்கம் வார்த்தைகளற்றது!!

அந்த வெளியிட முடியாததைத்தான், நான் முடிந்தவரை வெளி யிட்டுக்கொண்டு இருக்கிறேன். என்னைப்பொறுத்தவரை, நான் இதுவரை எந்த உண்மையான பிரசங்கத்தையும் நிகழ்த்தியது இல்லை. ஏனெனில், நான் அந்த அமைதி நிலையைத்தான் (Silence) எடுத்துக் கூறவிரும்பு கிறேன். அந்த அமைதியை, வார்த்தையால் எப்படி கொச்சைப்படுத்த

முடியும்? நான் வேறு வழியில்லாமல், இந்த பாபகாரியத்தை (Evil) செய்துகொண்டுவருகிறேன். ஒன்றை நன்றாகப் புரிந்துகொள்ளுங்கள். வார்த்தைகள் என்பது ஒரு சாதனம்தான். அந்த வார்த்தைகளினால், அந்த ஆழமான அமைதியை ஒருக்காலும் தொடமுடியாது. அது முழுக்க உணர்வுப்பூர்வமானது.

எதை வார்த்தைகளால் சொல்ல முடியாதோ, அதை இதுவரை நான் சொல்லியதே இல்லை. அதற்காக மிகவும் வேதனைப்படுகிறேன். அதை பிரசங்கம் பண்ணி ஒருக்காலும் விளக்கமுடியாது. ஆனால், அதை வெளியிட, இந்த அர்த்தமற்ற வார்த்தைகளைத் தவிர வேறு சாதனமும் இல்லை. ஆனால், ஒரு பெரிய நம்பிக்கையில் இதைச் செய்து வருகிறேன். அதாவது, நீங்கள் மெல்ல மெல்ல புரிந்துகொண்டு நான் சொல்லும் வார்த்தைகளிலிருந்து விடுபட்டு, என்னை வெறுமனே நேரடியாக உங்கள் உள்ளத்தின் வழியாகப் பார்ப்பீர்கள் என்ற நம்பிக்கைதான் அது. அப்பொழுது நீங்கள் என் வார்த்தைகளில் மயங்காமல், நான் சொல்ல வந்த செய்தியை உண்மையாக அடைவீர்கள்.

நன்றாக ஞாபகம் வைத்துக்கொள்ளுங்கள். வார்த்தைகள் என்ற சாதனம் என்னுடைய செய்தி (Message) அல்ல. அந்த செய்தி, வார்த்தை களுக்கு அப்பாற்பட்டது. அந்த பேசமுடியாத பேச்சைத்தான், நான் உங்களி டம் பேசிக்கொண்டு இருக்கிறேன். அந்த வார்த்தைகளற்ற தன்மையை உங்கள் மேல் தெளிக்க ஆசைப்படுகிறேன். யார், என்னை தங்களின் முழுமையான உள்ளத்தோடு, அன்புடனும், நம்பிக்கையுடனும் அணுகுகி றார்களோ, அதை அவர்கள் கண்டிப்பாகப் பெறுவார்கள்.

3. "இந்தத் தேன் உங்களுடையதே".
(This Honey is Yours)

"கடலினின்று ஈர்க்கும் மேகம் போலவே
பூமி அணைக்கின்றது பன்னீர் மழையை.
ஆகாயம் போலவே ஆழியும்
ஆக்கலும் அழிதலும் இன்றி.

பிரவாகம் தனித்தன்மை உடையதே
புத்தரின் இலட்சணங்களோடு
பொருந்தி நிகழ்வதே
உணர்ச்சியின் நிகழ்விலேயே
அனைத்தும் பிறக்கிறன்றன.
அதிலேயே இறக்கின்றன - ஆனால்
எவையும் நிரந்தரமுமில்லை
உணர முடியாததும் இல்லை.

மக்கள் வழி மாறி நடக்கிறார்கள்
உன்னத ஆனந்தத்தை ஒதுக்கிவிட்டு
சந்தோஷத்தையே தேடுகின்றார்கள்
புலன்களின் பொறியில் அகப்பட்டு
பேரின்பம் உள்ளது பேசும் வாயிலேயே
அருமை உணர்ந்தோருக்கு மிக அருகிலேயே
உணராதோர்க்கு நெடுந்தொலைவிலேயே.

உலகம் வருத்தம் தரக்கூடியதே
புரிதலை இழந்த விலங்கினையோருக்கு
புத்தியில் தெளிந்தோர்க்கு

தேவ அமுதமே அது - எனினும்
விலங்கினரின் வேட்கை, புலன் இன்பத்தோடே"

எல்லாம் மாறிக்கொண்டே இருக்கின்றன. ஹீராகிளிட்டஸ் (Heraclitus) சொன்னது சரிதான். அதாவது ''ஒரே ஆற்றில் இரண்டு தடவை இறங்கமுடியாது.'' என்று. ஆறுகள் மாறுவது போல, நீங்களும் மாறிக் கொண்டேதான் இருக்கிறீர்கள். இந்த உலகத்தில் எல்லாமே மாறும் தன்மையுடையது. ஒரு தடவை மாறிச்சென்றால், அவ்வளவுதான். அதை மீண்டும் பார்க்கமுடியாது. ஆகவே, இந்த உலகத்தில் 'மாறுதல்' என்பது மட்டும் தான் நிரந்தரமானது!!

அதே சமயம், எதுவும் மாறவில்லை! இதுவும் உண்மைதான்! எல்லாம் எப்பொழுதும் அப்படியே இருக்கின்றன! பர்மினியிட்ஸ் (Permeneides) சொன்னதும் சரிதான். அதாவது, ''இந்தச் சூரியனுக்குக் கீழ் எதுவும் புதியது கிடையாது.'' எப்படி இருக்க முடியும்? இந்த சூரியன் மிகப் பழையது. அதைப் போல, அதன் கீழ் உள்ளவைகளும் பழமையுடையதுதான். அவர், ''நீங்கள் எந்த ஆற்றில் வேண்டுமானாலும் இறங்கலாம். ஆனால், நீங்கள் அதே ஆற்றில்தான் மீண்டும் மீண்டும் இறங்குகிறீர்கள்''

அந்த ஆறு கங்கையாக இருக்கலாம், தேம்ஸ் நதியாக இருக்கலாம். ஆனால், ஆறு, ஆறுதான். அதில் என்ன வேறுபாடு இருக்கமுடியும்? அதில் உள்ள தண்ணீர் ஒன்றுதான். அதன் மூலக்கூறு ஒன்றுதான். அப்படி இருக்கும்பொழுது, நீங்கள் எந்த ஆற்றில் வேண்டுமானாலும், எப்பொழுது இறங்கினாலும் ஒரே மூலக்கூறு உள்ள நீரில்தான் மீண்டும், மீண்டும் இறங்குகிறீர்கள்!

அதைப்போல, நீங்களும் எப்படி மாற முடியும்? ஒரு காலத்தில் நீங்கள் குழந்தையாக இருந்தது வாஸ்தவம்தான். பிறகு வாலிபப்பருவம் அடைந்தது உங்களுக்கு ஞாபகமிருக்கக்கூடும். பிறகு வயோதிகத்தன்மை அடைந்ததும் நினைவிருக்கலாம். ஆனால், இதையெல்லாம் ஞாபகப் படுத்திக்கொண்டிருப்பது யார்? நன்றாக யோசியுங்கள். ஏதோ ஒன்று உங்களிடம் எப்பொழுதும், எந்த காலத்திலும் மாறாமல் இருக்கிறது. அந்த 'ஒன்று' மாறாமல் இருந்தால்தான், இந்த வெளிமாற்றங்களை மீண்டும் மீண்டும், அது தன் ஞாபகத்தக்குக் கொண்டு வரமுடியும். அது எப்பொழுதும் நிரந்தரமானது!

இப்பொழுது சொல்கிறேன். ஹீராகிளிட்டஸ்ஸும், பர்மினியீட்ஸும் பாதி பாதி உண்மையைத்தான் சொல்லியிருக்கிறார்கள்! பாதி உண்மை என்பது ஒரு 'முழு' உண்மையின் ஒரு பகுதிதான். ஒரு சக்கரம் சுழலுவதும் உண்மைதான். ஆனால் அதன் மையத்தில் அச்சாணி ஆடாமல், அசையாமல் இருப்பதும் உண்மைதான். இருவரில் முன்னவர், சக்கரத்தைப் பற்றி பேசுகிறார், பின்னவர் அந்த அச்சாணியைப் பற்றிப் பேசுகிறார். ஆனால், அச்சாணி இல்லாமல் ஒரு சக்கரம் எப்படிச் சுழலும்? அதைப் போல ஒரு சக்கரம் இல்லாமல், அந்த அச்சாணி மாத்திரம் என்ன செய்யும்? இந்த இரண்டு மாறுபாடு உடையவைகள், ஒன்றைஒன்று சார்ந்திருப்பதைப் புரிந்துகொள்ளுங்கள். ஆகவே, ஹீராகிளிட்டஸ்ஸும், பர்மினியீட்ஸும் எதிரிகள் அல்ல! நண்பர்கள்தான்! ஒரு தன்மை இல்லாமல், அடுத்த தன்மை இயங்காது. இரண்டும் தேவைதான்.

ஆகவே, நீங்கள் ஒரு புயலின் மையநிலையில் தியானம் செய்யுங்கள். புயல், ஒரு சக்கரம் சுழலுவதுபோல், சுழன்று சுழன்று அடிக்கும் பொழுது, அதன் மைய நிலையில் எந்த சலனமும் இருக்காது. அந்த அமைதியான மைய நிலையை தியானம் செய்யுங்கள்.

ஆகவே, நீங்கள் ஏதாவது ஒன்றைப் பற்றி வார்த்தைகளால் வெளிப்படுத்தும்பொழுது, நீங்கள் அதன் உண்மையின் ஒரு பகுதியைத் தான் வெளியிடுவீர்கள். எந்த அறிக்கையும், உண்மையின் முழுமைத் தன்மையை வெளிப்படுத்தியதே இல்லை. அப்படி முழுமைத்தன்மையை வெளிப்படுத்தும் ஓர் அறிக்கையில் முரண்பாடு உடைய கருத்துக்கள் இருந்தே தீரும். அது தன்னைத்தானே மறுத்துக்கொண்டிருக்கும். ஆனால், அது அவசியமான இயற்கையின் கூற்று. இயற்கை எப்பொழுதும் முரண்பாட்டில்தான் வாழ்கிறது. அது ஒரு போதும் உங்கள் தர்க்க சாஸ்திரத்துக்கு உட்படாது. அப்படி வெளியிடும் ஒரு முழுமையான அறிக்கை பைத்தியக்காரத்தனமாகவே இருக்கும்!

இந்தக் காரியத்தை மஹா வீரர் தைரியமாகச் செய்தார். அவர் உண்மையிலேயே ஒரு பெரிய வீரர்தான். அவர் அந்த முழுமையை தைரியமாக வெளியிட்டார். அப்பொழுது அவருடைய அறிக்கையில் முரண்பாடு இருப்பதைக் கண்டு மக்கள் குழம்பினர். அவருடைய அறிக்கை உங்களைப் பைத்தியமாக்கினாலும் ஆச்சரியப்படுவதற்கில்லை! ஒன்றை சொல்லி

முடித்ததும், அடுத்து அதை மறுத்துக்கூறும்பொழுது, நீங்கள் வேறு என்ன தான் செய்வீர்கள்? அவர் தன் அறிக்கையை, ஏழு முறை. மாற்றி மாற்றிச் சொல்லுவார். ஒரு கருத்துக்கு அடுத்த மறு கருத்து, இந்த மறு கருத்துக்கு அடுத்த ஒரு மறு கருத்து.... இப்படி ஏழுதடவை மாறாகக்கூறி, கடைசியில், ''இப்பொழுதுதான் 'உண்மை'யை உண்மையாக வெளிப்படுத்தினேன்'' என்று சொல்லுவார். ஆனால், உங்களால் அவர் சொல்லியதிலிருந்து, எந்த முடிவையும் உண்டு பண்ணிக்கொள்ளமுடியாது!!

அவரிடம் நீங்கள், ''கடவுள் உண்டா?'' என்று கேட்டால், அவர் ''ஆமாம் உண்டு'' என்பார். உடனே, 'கிடையாது' என்று சொல்லிவிட்டு, பிறகு 'உண்டு-இல்லை' என்பார்! பிறகு 'இரண்டுமே பொய்' என்பார்! இப்படி மாறி மாறி சொல்லிக்கொண்டே போவார்! அதற்குள் உங்கள் மூளை குழம்பிவிடும்!! நீங்கள், உண்மையைப் பற்றி ஒரு முடிவுக்கு வரக் கூடாது என்பதுதான் அவருடைய அடிப்படைத்திட்டம்! உங்கள் பகுத் தறிவை மிக எளிதில் காற்றில் பறக்கவிட்டுவிடுவார்!

அடுத்தது புத்தர். இவர், தான் எது சொன்னாலும் உண்மையை முழுமையாக வெளிப்படுத்த முடியாது என்று உணர்ந்து, அமைதியாகி விட்டார். தான் எது சொன்னாலும், அது உண்மையில் பாதியாகவே இருக்கும். பாதியை வெளியிடுவது மிகவும் ஆபத்தானது என்று உணர்ந்து, அந்த பேருண்மையைப் பற்றி எதுவுமே முடிவாகச் சொல்லவில்லை. ''ஆமாம், நீங்கள் இருக்கிறீர்கள்' என்று சொல்லிவிட்டு அடுத்த நிமிடம், 'நீங்கள் என்று எதுவும் இல்லை' என்று மறுத்துக்கூற அவர் விரும்ப வில்லை.

நீங்கள் எப்பொழுதாவது அவரிடம், அந்த பேருண்மையைப் **(Ultimate Truth)** பற்றிக் கேட்டால், அவர், ''தயவுசெய்து அதைப் பற்றி மட்டும் கேட்காதீர்கள். இந்த கேள்விக்கு, நான் அளிக்கும் பதில் உங்களை யும், என்னையும் சங்கடப்படுத்தும். ஏனெனில், ஒன்றைசொல்லி, உடனே அதை மறுத்துக்கூற வேண்டிவரும். அது உங்களை குழப்பத்தில்தான் ஆழ்த்தும். அப்படி உண்மையைப் பற்றி, நீங்கள் குழம்பம் அடையாமல் ஒரு முடிவுக்கு வரவேண்டுமானால், நான் அதன் பாதியைத்தான் வெளி யிட வேண்டும். அது மிகவும் ஆபத்தானது. ஆகவேதான், நான் அதைப் பற்றி மட்டும் பேசாமல் இருக்கிறேன். நீங்கள் அனுபவப்பட்டுத்தான், அதைப் புரிந்துகொள்ளவேண்டும்'' என்பார்.

இந்த அடிப்படைக் கருத்தை ஆதாரமாக வைத்துக் கொண்டு இப்பொழுது, சாரஹா சொன்ன முதல் சூத்திரத்தைப் பார்ப்போம்.

> "கடலினின்று ஈர்க்கும் மேகம் போலவே
> பூமி அணைக்கிறது பன்னீர் மழையை
> ஆகாயம் போலவே பூமியும்
> ஆக்கலும் அழித்தலும் இன்றி"

சாரஹா அந்த அரசனிடம், "அந்த ஆகாயத்தைப்பார். அங்கு எல்லையில்லாத ஆகாயமும், எல்லைகட்டிய மேகமும் இருக்கின்றன. இந்த மேகம் வரும், போகும். அது நிரந்தரம் அல்ல. ஆனால் அந்த எல்லையில்லாத ஆகாயம் எப்பொழுதும் அப்படியேதான் இருக்கும். அது சாசுவதமானது. அதை இந்த அற்ப ஆயுள் கொண்ட மேகம் அசுத்தப்படுத்த முடியாது. அந்த ஆகாயத்தின் சுத்தத்தன்மையை, தெய்வீகத்தன்மையை யாராலேயும் தொட முடியாது. அது முழுமையானது. அது எப்பொழுதும் கன்னித்தன்மை வாய்ந்தது:" என்கிறார்.

ஆகவே, உங்களுக்கு மேல் நிரந்தரமான ஆகாயமும், நிரந்தரமற்ற மேகமும் இருப்பதைப் போல, உங்களிடம் உங்கள் செயல் என்னும் நிரந்தரமற்ற மேகமும், உங்கள் உயிர்த்தன்மை என்னும் நிரந்தரமான ஆகாயமும் இருக்கின்றன. உங்களுடைய பிறப்பும், இறப்பும் நிரந்தரமற்றது. அது வரும், போகும். ஆனால், உயிர்த்தன்மையாக நீங்கள் எப்பொழுதும் அப்படியேதான் இருந்தீர்கள், இருக்கிறீர்கள், இருப்பீர்கள். உங்களிடம் பல செயல்கள் நிகழ்கின்றன. ஆனால், நீங்கள் மாத்திரம் அப்படியேதான் இருப்பீர்கள். நீங்கள் அந்த செயல்களைக் கவனித்தவாறு வெறுமனே இருக்கிறீர்கள்.

ஆகவே, அரசனே, நீ என்னுள் இருக்கும் உயிர்த்தன்மையாகிய அந்த ஆகாயத்தைப்பார், என்னுடைய செயல்களைக் கவனிக்காதே. அதற்கு உன்னுடைய விழிப்புணர்வாகக் கவனித்தலில் ஒரு மாற்றம் தேவை. நீ இப்பொழுது அந்த மேகத்தைத்தான் கவனித்துக்கொண்டு இருக்கிறாய். அந்த ஆகாயத்தை மறந்துவிட்டாய். ஆனால், இப்பொழுது நீ செய்ய வேண்டியது எல்லாம், உன் கவனத்தை அந்த ஆகாயத்தில் வைக்கவேண்டும். அந்த மேகத்தை மறந்துவிடு. அது தேவையில்லாதது. அப்பொழுது, நீ வேறு ஒரு பரிமாணத்தில் இயங்குவதை உணரலாம்.

அப்பொழுது, இந்த உலகமே, வேறு ஒரு கோணத்தில் உனக்குத் தோற்றம் அளிக்கும்.

நீ ஒருவனுடைய செயல்களை மாத்திரம் கவனிக்கும்பொழுது, அது அந்த மேகத்தை மட்டும் கவனிப்பதற்கு சமம்தான். ஆனால், நீ, அவனுடைய உயிர்த்தன்மையைக் கவனிக்கும் பொழுது அது அந்த சுத்த ஆகாயத்தைக் கவனிப்பதற்கு சமமாகும். அது புனிதமானது, தெய்வீக மானது. ஆகவே, நீ ஒருவனுடைய செயல்களை மாத்திரம் கவனித்தால், அவனுள் விளங்கும் அந்த தெய்வீக உயிர்த்தன்மையைப் பார்க்க முடியாது. அப்பொழுது யாரையுமே புனிதமுடையவர்களாக உன்னால் கருத முடியாது. செயல்களைப் பொருத்தவரையில், அந்த புனிதமானவர்களும் பலதவறுகளைச் செய்ய வாய்ப்பு உண்டு. நீங்கள் வெறும் செயல்களை மாத்திரம் கவனித்தால், ஜீசஸ், புத்தர், மஹாவீரர், கிருஷ்ணா மற்றும் ராமரிடம் பலதவறுகளைக் கண்டு பிடிக்க முடியும். ஏன், மிகப் பெரிய சுத்த ஞானி என்பவர்களிடம் கூட, உங்களால் பலதவறுகளைக் கண்டு பிடிக்க முடியும். அவர்கள்கூட, உங்கள் கண்களுக்கு பல சமயம் ஒரு பாவியாகத் தான் தெரிவார்கள்!

ஜீசஸைப் பற்றி பல ஆயிரம் புஸ்தகங்கள் எழுதப்பட்டிருக் கின்றன. அதில், பல அவரை ஆதரித்து எழுதியவை. அவர்தான் 'கடவுளின் ஒரே மைந்தன்' (Begotten Son of God) என்பதற்குப் பல ஆதாரங்களை கொடுத்திருக்கிறார்கள். ஆனால், அதற்குமாறாக, அவர் ஒரு பைத்தியம் என்பதற்கும் பல ஆதாரங்களைக் கொடுத்து, பலபேர்கள் எழுதியிருக்கி றார்கள்! இருவருமே, ஒருவரைப் பற்றித்தான் எழுதியிருக்கிறார்கள். ஆனால், அவர்களின் பார்வையின் கோணம் எவ்வளவு மாறுபட்டு இருக்கி றது! இது எதனால் ஏற்பட்டது? ஒரு பகுதியினர், அந்த வெள்ளை மேகத்தை மட்டும் கவனிக்கிறார்கள்? அடுத்த பகுதியினர், கரும் மேகத்தைக் கவனிக்கின்றனர். இரண்டும் செயல்களில் சேர்த்திதான். இந்த முழுமை யான இயற்கைத் தன்மைக்கு, இந்த இரண்டும் தேவைதான். நீங்கள் இந்த உலகத்தில் செயல் ஆற்றும்பொழுது, அதில் சில, நன்மையைக் கொடுக்க லாம், மற்றும் சில கெடுதியைக் கொடுக்கலாம். நீங்கள் எதைச் செய்தாலும், இந்த இரண்டும் கலந்தேதான் இருக்கும். உதாரணமாக, நீங்கள் நன்மை செய்வதாக நினைத்து, ஒரு பிச்சைக்காரனுக்கு பணம் கொடுக்கிறீர்கள். ஆனால், அவன் அதைக் கொண்டு விஷம்வாங்கி, அருந்தி தற்கொலை செய்துகொண்டுவிடுகிறான். இப்பொழுது உங்கள் செயல் சரியானதுதான்;

ஆனால், அதன் விளைவு கெடுதலாகிவிட்டது. நீங்கள் உதவி செய்யாவிட்டால், ஒரு தற்கொலை நேர்ந்திருக்காது. அதாவது ஒரு தற்கொலைக்கு நீங்கள் மறைமுகமாக உதவி செய்திருக்கிறீர்கள்.

இப்பொழுது உங்கள் நோக்கத்தை வைத்துத் தீர்ப்புக் கூறுவதா அல்லது முடிவை வைத்துத் தீர்ப்புக் கூறுவதா? ஆனால், உங்கள் நோக்கம் என்பது உங்கள் உள்மயமானது. அதை யாராலேயும் பார்க்கமுடியாது. அந்த செயலின் முடிவு வெளிப்படையானது. அதற்கு மேலோட்டமான ஆதாரம் எல்லோருக்கும் தெரியக்கூடியது. சில சமயம், உங்கள் நோக்கம் தவறாக இருக்கலாம். ஆனால், அதன் முடிவு நன்மை பயப்பதாக இருக்கும். நீங்கள் ஒருவன்மேல், கோபத்தில் ஒரு கல்லை எடுத்து வீசுகிறீர்கள். அது அவனுடைய தலையில் பட்டு உண்டான அதிர்ச்சியில், அவனுடைய பல வருட ஒற்றைத் தலைவலி மறைந்துவிட்டது! இப்பொழுது உங்களுடைய செயலை வைத்து எப்படி எடைபோடுவது? இப்பொழுது நீங்கள் யோக்கியனா அல்லது அயோக்கியனா?

இப்படித்தான் அக்குபங்சர் (Acupuncture) வைத்தியம உண்டாகியது! அது இப்பொழுது மனிதர்களுக்கு, ஒரு வரப்பிரசாதமான வைத்திய முறையாகி விட்டது. ஒரு மனிதன் பலவருடங்களாக தலை வலியால் கஷ்டப்பட்டான். அப்பொழுது, ஒரு சமயம் அவனுடைய எதிரி, மறைந்திருந்து அவன்மேல் ஒரு அம்பை எய்தான். அந்த அம்பு தவறி அவன் காலில் செருகியது. அவன் அதிர்ச்சியில், கீழே விழுந்துவிட்டான். ஆனால் அவனுடைய தலைவலி மறைந்துவிட்டது! பிறகு, அவனைப் பார்த்த டாக்டர்கள், இது எப்படி சாத்தியம் என்று ஆராயத் துவங்கினார்கள். அப்பொழுது அவர்கள், அவனது காலில் பட்ட அம்பு, காலில் உள்ள அக்குபங்சர் இடத்தில் பட்டதால், அவனுடைய உடம்பில் உள்ள மின்சார சக்தியில் மாற்றம் உண்டாகி, அதன் உள் ஓட்டத்தில் ஒரு உயிர்த்துடிப்பு தலைக்குச் சென்று, அவனுடைய தலைவலியை மறையச் செய்தது என்று கண்டு பிடித்தார்கள். ஆகவேதான், நீங்கள் ஒரு அக்குபஞ்சர் டாக்டரிடம், தலைவலி என்று சென்றால், அவர் உங்கள் தலையைக் கவனிக்காமல், உங்கள் கைகளையோ அல்லது கால்களையோ அழுத்திப் பார்ப்பார். பிறகு தலைக்கு சம்மந்தமில்லாத வேறு ஒரு இடத்தில், ஒரு மெல்லிய ஊசியைச் செருகி, அங்கு தடைப்பட்ட மின்சார ஓட்டத்தைத் தூண்டுவார். அப்பொழுது தலையில் உள்ள ஒரு குறிப்பிட்ட நரம்பில் உயிர்த்துடிப்பு ஏற்பட்டு, தலை வலி தீர்ந்துவிடும். உங்கள் உடம்பில் இப்படி 700 முடிச்சு நிலைகள்

இருக்கின்றன. உங்கள் உள்ளே உள்ள உறுப்புக்கள் அனைத்தும் ஒன்றை ஒன்று அந்த மின்சார அலையால் தொடர்பு கொண்டுள்ளன. சில சமயம், அந்த 700 முடிச்சு நிலையில் எங்கேயாவது அந்த மின்சார அலை தடைப் பட்டால், அதன் தொடர்பான உறுப்பில் வேறு எங்கேயோ, வியாதி, வலி போன்றவற்றை ஏற்படுத்தும். அந்த முடிச்சில், எங்கே தூண்டினால், அந்த வியாதி சரியாகும் என்பது அந்த டாக்டர்களுக்குத்தான் புரியும்.

இப்பொழுது சொல்லுங்கள். அந்த அம்பை எய்த மனிதன் ஒரு பெரிய ஞானியா அல்லது பாவியா? உங்களால் ஒரு முடிவுக்கு வர முடியாது. ஆகவே, ஒன்றை நன்றாகப் புரிந்துகொள்ளுங்கள். ஒவ்வொரு செயலிலும், நல்லதும், கெட்டதும் கலந்தே இருக்கும். இவைகள் இரண்டும் ஒரு நாணயத்தின் இருபக்கங்கள் போலத்தான். நீங்கள் நன்மை என்று ஒரு செயலை செய்யும் பொழுது, அதை ஒட்டி கெடுதலும் ஏற்படத்தான் செய்யும். அந்த கெடுதல் வேறு எங்கே செல்ல முடியும்? ஆகவே, உங்கள் செயலை தியானத்தன்மையோடு செய்யுங்கள். அப்பொழுது, அதில் உங்கள் உயிர்க்கலப்பு அதிகமாக இருக்கும். கெட்டவை குறைந்து, நல்லவை அதிகரிக்கும். ஆகவேதான், பாவிகள்கூட, சிலசமயம் சமூகத் துக்கு நன்மை செய்கிறார்கள். ஞானிகளின் செயல்கூட சில சமயம் கெடுத லாகிவிடுகிறது. ஞானிகளும், பாவிகளும் ஒரே படகில்தான் பிரயாணம் செய்கிறார்கள்!

இதை நீங்கள் ஆழ்ந்து புரிந்துகொண்டால், உங்களிடம் ஒரு மாற்றம் ஏற்பட வாய்ப்பு உண்டு. அப்பொழுது நீங்கள் செயலுக்கு முக்கியத் துவம் கொடுக்கமாட்டீர்கள். ஒரு செயலில், நல்லதும், கெட்டதும் கலந்தே பிறக்கும் பொழுது, அதற்கு ஏன் முக்கியத்துவம் கொடுக்க வேண்டும்? இப்பொழுது உங்கள் பார்வையின் கோணம், அந்த ஆகாயத்தை நோக்கித் தான் செல்லும்; அந்த மேகங்களிடம் அல்ல.

இதைத்தான் சாரஹா அந்த அரசனிடம் சொல்கிறார். அவர் மேலும், ''நீ நினைப்பது சரிதான். இவ்வளவு மக்கள் சொல்லும் பொழுது, அது எப்படி தவறாக இருக்கமுடியும் என்று கருதுகிறாய். ஆனால், நீ என்னு டைய செயலை மட்டும் கவனித்தால், இப்படி ஒரு தவறான முடிவுக்குத் தான் வருவாய். என்னை ஒருக்காலும் உன்னால் புரிந்துகொள்ள முடியாது. ஆகவே, என்னுடைய உள் ஆகாயத்தைக் கவனி. என் உள்மையத்தைக் கவனி. அது தான் உண்மையான நிலை. உண்மையை உணர்ந்துகொள்ள, அதுதான் ஒரே வழி.

ஆமாம், நான் இந்தப் பெண்ணோடுதான் வசிக்கிறேன். ஆனால் நீ நினைப்பதுபோல் அது சாதாரணமாக மக்கள் நடத்தும் காமம் நிறைந்த வாழ்வு அல்ல. இங்கு எந்த ஆண்-பெண் உறவும் கிடையாது. நாங்கள் இருவரும் இரு வேறுதன்மைகளில் இருக்கிறோம். இரண்டு 'சுதந்திரங்கள்' ஒன்றாக வசிக்கின்றன. அவ்வளவுதான். நீ இந்த மேகங்களைக் கவனிப்பதை விட்டுவிட்டு, அந்த ஆகாயத்தைக் கவனி'' என்கிறார்.

அடுத்து அவர், ''இந்தக் கடலைக் கவனி. அதிலிருந்து நீரை சுமந்துகொண்டு பல மில்லியன் மேகங்கள் சிறு துகள்களாக மேலே கிளம்பி, கரும்மேகமாக மாறுகிறது. ஆனால், அதனால், அந்தக்கடல் அளவில் எந்த மாற்றமும் இல்லை. அது கொஞ்சம் கூட குறையவில்லை. அதைப்போல, அந்த மேகம், மழைபொழிந்து, ஆறுகள் அனைத்தும் நிறைந்து, கடலை நோக்கிச் சென்று, அதை நிறைத்தாலும், அதன் கொள்அளவு கொஞ்சம் கூட கூடுவது இல்லை. அது எப்பொழுதும் அப்படியேதான் இருக்கும். அதைப் போல, ஒரு ஞானியின் நல்ல செயலும், ஒரு பாவியின் கெட்ட செயலும், அவர்களுடைய உள் ஆகாயத்தில் எந்த மாற்றத்தையும் ஏற்படுத் தாது. அது எப்பொழுதும் சுத்தமான தன்மையில்தான் இயங்கும். உங்கள் செயலால் அதை மேற்கொண்டு சுத்தப்படுத்தவோ, அல்லது அசுத்தப் படுத்தவோ முடியாது.'' என்கிறார்.

இது மிகவும் அருமையான அறிவிப்பு. மிகவும் புரட்சிகரமானது. ஒரு மனிதனின் உள் ஆத்மா அல்லது உயிர்த்தன்மை, அவர்களது செயல்களால் கட்டுப்படுத்தப்படுவது இல்லை. அது எப்பொழுதும் ஒரு கடலைப் போலவே இருக்கும். அதை அழகாகவோ, அல்லது அவலட்சண மாக்கவோ, இல்லை பணக்காரத்தனமாகவோ அல்லது ஏழையாகவோ ஆக்கமுடியாது.

புத்தரின் 'வைபுல்யா சூத்ரா'வில் (Vipulya Sutra) ஒரு அறிவிப்பு வருகிறது. அதாவது ''கடலில் இரு அரிய வைரங்கள் இருக்கின்றன. ஒன்று, கடல் ஆவியாகி மேகமாகமாறும்பொழுது, அதன் அளவைக் குறைக்காமல் காப்பாற்றுகிறது. மற்றொன்று, அதில் மேற்கொண்டு நீரை நிரப்பினாலும், அதன் அளவைக் கூடாமல் பார்த்துக்கொள்ளுகிறது'' என்கிறது.

ஆகவே, உங்கள் உள்மைய உயிர்த்தன்மை எப்பொழுதும் சாசுவதமானது. அதைக் குறைக்கவோ, கூட்டவோ, சுத்தப்படுத்தவோ, அசுத்தப்படுத்தவோ, முடியாது என்பதைத் தெளிவாகப் புரிந்து கொள்

ளுங்கள். நீங்கள் ஒரு பெரிய அறிவாளியாக இருக்கலாம். அல்லது முட்டாளாக இருக்கலாம். ஆனால், இவைகள் அனைத்தும் வெளித் தன்மையில் நிகழ்பவை. இதனால், உங்கள் உள்உயிர்த்தன்மையில் எந்த மாற்றமும் நிகழாது. அது எல்லையில்லாதது.

இதுதான் தாந்த்ரீக 'நோக்குதல்' (Vision) என்பதாகும். தாந்த்ரீகத் தின் மையக் கருத்தே இதுதான். மனிதனின் உயிர்த்தன்மை எப்படி இருக்க வேண்டுமோ, அப்படியேதான் இருக்கும். அதில் மாற்றம் செய்ய வழியே கிடையாது. ஆகவே, அந்த எல்லையில்லாத ஆகாயத்தை எப்பொழுதும் ஞாபகம் வைத்துக் கொள்ளுங்கள். அதைப் போலத்தான் நீங்கள், நீங்களாக இருக்கிறீர்கள். அதைப் போல அந்தப் பெருங்கடலையும் ஞாபகம் வைத்துக்கொள்ளுங்கள். அப்பொழுதுதான் ஆகாயம் என்றால் என்ன, மேகங்கள் என்றால் என்ன, நதி என்றால் என்ன, கடல் என்றால் என்ன என்பது பற்றி ஆழமாகப் புரிந்துகொள்வீர்கள். ஒரு தடவை, அந்தக் கடலின் தன்மையோடு நீங்கள் ஒத்து வந்துவிட்டால், பிறகு உங்களிடம் உள்ள எல்லா எதிர்ப்பார்ப்புகளும் மறைந்து, எல்லாகுற்ற உணர்வுகளும் மறைந்து, நீங்கள் ஒரு கள்ளம் கபடமற்ற குழந்தையைப் போல ஆகிவிடுவீர்கள்.

சாரஹாவைப் பற்றி, அந்த அரசனுக்கு மிக நன்றாகவே தெரியும். அவர் ஒரு சிறந்த அறிவாளி. ஆனால் இப்பொழுது ஒன்றுமே படிக்காதவன் போல் நடந்துகொள்ளுகிறார். வேதம் ஓதுவை நிறுத்திவிட்டார். எந்த மதச் சடங்கையும் செய்வது இல்லை. ஏன், தியானம் செய்வதைக்கூட நிறுத்தி விட்டார். மதத்தன்மை நிறைந்தவர் என்பதற்கு அடையாளமாக, இப்பொ ழுது அது சம்மந்தமாக எதுமே செய்வது இல்லை. இப்பொழுது என்ன தான் செய்து கொண்டிருக்கிறார்? ஒரு மயானத்தைச் சுற்றி, சுற்றி, பைத்தியம் போல் இஷ்டப்படி ஆடிக்கொண்டும், பாடிக்கொண்டும் இருக்கிறார்!! அவருடைய அறிவு மற்றும் விஷய ஞானம் எல்லாம் இப்பொழுது எங்கே போயிற்று?

சாரஹா சொல்லுகிறார், "நீங்கள் என் விஷய ஞானங்கள் அனைத் தையும் எடுத்துக் கொள்ளுங்கள். அதனால் நான் குறையப் போவது இல்லை. அதைப் போல, இந்த உலகத்தில் உள்ள அனைத்து மத நூல்களை யும் என் மேல்கொட்டுங்கள். அதனால் நான், ஒருபோதும் கூடப்போவதும் இல்லை. நான் என்றும் அப்படியேதான் இருப்பேன். நீங்கள் என்னை

வெகுவாகப் பாராட்டினாலும், என்னை வெகுவாக இகழ்ந்தாலும், என்னிடம் எதுவும் நிகழாது. நான் இந்தப் பரந்த ஆகாயமாக இருக்கிறேன். நான் அந்த மேகக்கூட்டமாகவோ, சிறிய ஆறாகவோ இருக்கவில்லை. நான் இந்தப் பரந்த கடலாக இருக்கிறேன்'' என்று.

இந்த அறிவிப்பின் அழகை சற்று உற்று நோக்குங்கள். எப்பொழுது இந்த சிறிய நிகழ்ச்சிகளால், நீங்கள் மாற்றம் அடையவில்லையோ, அப்பொழுது நீங்கள் உங்கள் சொந்த வீட்டுக்கு வந்து விட்டீர்களென அர்த்தம். இன்னமும், நீங்கள் உங்கள் செயல்களில், கள்ளத் தன்மை யோடும், அறிவோடும் கவனித்து ஈடுபட்டுக் கொண்டிருந்தால், எதைச் செய்யலாம், எதைச் செய்யக்கூடாது என்று பாகுபாடு பார்த்துக் கொண்டிருந்தால், நீங்கள் உங்கள் சொந்த வீட்டுக்கு மிக தொலைவில் இருக்கிறீர்களென அர்த்தம். நீங்கள் இன்னும் கடவுள் தன்மையை ருசி பார்க்கவில்லை என்று அர்த்தம்.

அடுத்த சூத்திராவை, கொஞ்சம் விரிவாகப்பார்ப்போம். அது என்ன சொல்லுகிறது?

"பிரவாகம் தனித் தன்மையுடையதே

புத்தரின் இலட்சணங்களோடு

பொருந்தி நிகழ்வதே

உணர்ச்சியின் நிகழ்விலேயே

அனைத்தும் பிறக்கின்றன.

அதிலேயே இறக்கின்றன - ஆனால்

எவையும் நிரந்தரமில்லை

உணர முடியாததும் இல்லை.''

தந்த்ராவின் அடிப்படைக் கருத்து, இயற்கையாக நிகழுதலை அப்படியே அனுமதித்தல்தான். அதை தடைப்படுத்துவதோ, மாற்றுவதோ அல்ல. இயற்கையோடு சரணாகதி அடைந்து, அத்துடன் எல்லா வகையிலும் இயைந்து செல்லுதல், மற்றும் அது எங்கு நம்மை அழைத்துச் செல்லுகிறதோ, அதற்கு எந்தவித மறுப்பும் சொல்லாமல், நம்பிக்கையுடன்

தந் - 7

செல்லுதல்தான் தாந்த்ரீக யோகம். தன்னிச்சையாக நிகழுதல் என்பதுதான் தாந்த்ரீக மந்திரம். மற்றும் அதன் அடிப்படைக்கொள்கை.

தன்னிச்சையாக நிகழுதல் என்றால், நீங்கள் அந்த இயற்கையான நிகழுதலில், தலையிடக்கூடாது; அதை அப்படியே அனுமதிக்க வேண்டும். அவ்வளவுதான். எது நடந்தாலும், நீங்கள் ஒரு சாட்சிபோல் இருந்து அதை வெறுமனே கவனிக்கவேண்டும். எதையும் அடையும் எண்ணம் (இலட்சியம்) இருக்கக்கூடாது. அப்படி ஏதும் உங்களிடம் உண்டானால், அது அந்த இயற்யையாக நிகழுதலில், நீங்கள் தலையிடுவதற்கு ஒப்பாகும். நீங்கள் உங்கள் வழிக்கு அதை இழுப்பதாகும். இதைத்தான், பலலட்சம் மக்கள் செய்துகொண்டு வருகிறார்கள். இப்படி கற்பனையான ஒரு இலட்சியத்தை தாங்களே உண்டு பண்ணிக்கொண்டு, அதில் குறுக்கிடுவதால், அந்த இயற்கையான இலட்சியத்தைத் தடைப்படுத்துகிறீர்கள், அதை மாற்ற முயலுகிறீர்கள். ஆகவேதான் இந்த உலகத்தில் இவ்வளவு சலிப்புத்தன்மையும், துன்பம் நிறைந்த நரக வாழ்வும். ஏனெனில், நீங்கள் எதைச் செய்தாலும், அது அந்த இயற்கையை ஒருக்காலும் திருப்தி செய்யாது. நீங்கள் அப்பொழுது இயற்கைத் தன்மைக்கு எதிராகச் செயல்படுகிறீர்கள். ஒரு ஆற்றின் நீரோட்டத்தை எதிர்த்து செல்கிறீர்கள். அது துன்பம் மற்றும் சலிப்புத்தன்மையைத்தான் கொடுக்கும்.

ஆகவேதான், பெரும்பான்மையான மக்கள் விரக்தியடைந்து, இறந்தவர் போல் காணப்படுகிறார்கள். அவர்கள் வாழ்கிறார்கள். ஆனால், உண்மையிலேயே வாழவில்லை. அவர்கள் இந்த பிரபஞ்சத்தைப் பொறுத்தவரையில், ஒரு சிறைக் கைதிதான். அவர்கள் சுதந்திரமாக, ஆடிப் பாடி இயங்கவில்லை. அவர்கள் எப்பொழுதும் தங்களைத்தாங்களே, தாக்கிக்கொண்டு, சண்டை போட்டுக்கொண்டு வாழ்கிறார்கள். உதாரணமாக, நீங்கள் ஒன்றைச் சாப்பிட விரும்புகிறீர்கள். ஆனால், அதை உங்கள் மதம் மறுக்கிறது. நீங்கள் ஒரு பெண்ணோடு இருக்க ஆசைப்படுகிறீர்கள். அதை உங்கள் சமூகம் அனுமதிப்பதில்லை. இப்படி உங்களுடைய இயற்கையான உணர்வை, நீங்கள் கட்டுப்படுத்திக்கொண்டு, அத்துடன் ஒரு இறுக்கத்துடன், மாறுபட்டு வாழவேண்டியிருக்கிறது. இது எப்படி இயற்கையான வாழ்வாகும்? ஆகவே நீங்கள் உங்களுடைய உள்ளுணர்வுப்படி வாழவில்லை. ஆனால், அடுத்தவரது நிபந்தனை அல்லது அறிவுரைப்படி வாழ்கிறீர்கள். அது சலிப்பைத்தான் உண்டு பண்ணும். துன்பத்தைத்தான் கொடுக்கும். உங்கள் வாழ்க்கையில் எந்த உயிரோட்டமும் இருக்காது.

நீங்கள் உண்மையான வாழ்க்கை என்றால் என்னவென்று தெரியாமலேயே இறந்துவிடுவீர்கள்.

உங்கள் சமூகம் உங்களுக்கு வெளியே இல்லை. அது உங்கள் உள்ளேதான் உட்கார்ந்து கொண்டு, உங்களது பிரக்ஞை உணர்வாக உங்களை அதிகாரம் செய்து கொண்டு இருக்கிறது! நீங்கள் எதைச் செய்தாலும், உங்கள் பெற்றோர்களோ, மதகுருமார்களோ, ஆசிரியர்களோ அல்லது அரசியல் வாதிகளோ, இப்படி யாராவது உங்கள் உள்ளே இருந்து உங்களை நெறிப்படுத்த(?)த் தயாராக இருக்கிறார்கள். அவர்கள்தான் உங்களது பிரக்ஞையாக இருந்துகொண்டு, ''இதைச் செய், அதைச் செய் யாதே'' என்று அதிகாரம் செய்தவாறு இருக்கிறார்கள். இவர்கள், உங்கள் சிறுவயதிலேயே, உங்கள் உள்ளே மெல்ல புகுந்துவிட்டார்கள். உங்களுக்கு விபரம் தெரியாத வயதிலேயே தன்னிச்சையாக, உங்களுடைய அனுமதி யில்லாமல் புகுந்துவிட்டார்கள். அவர்கள்தான் இப்பொழுது உங்களிடம் இயங்கிக்கொண்டு இருக்கிறார்கள்!. நீங்கள், நீங்களாக இயங்கவில்லை! அப்படி, நீங்கள், நீங்களாக ஓரிரு சமயம் இயங்கும் பொழுது, ஒரு குற்ற உணர்வு உங்களிடம் தானாகவே ஏற்பட்டு விடுகிறது. ஏதோ தவறு செய் வது போல் உணருகிறீர்கள். அதுவே உங்களிடம் ஒரு இறுக்கத்தை உண்டு பண்ணிவிடுகிறது. பொதுவாக, நீங்கள் இயற்கையோடு ஒத்துப் போகும் பொழுது, ஒரு குற்ற உணர்வை அடைகிறீர்கள். நீங்கள் குற்ற உணர்வோடு இல்லையென்றால், நீங்கள் செயற்கையாக வாழுகிறீர்கள் என்று அர்த்தம். இதுதான். உங்கள் வாழ்க்கையில் அடிப்படை பிரச்சனையே.

இந்த நிகழ்ச்சியைக் கேளுங்கள்

தன் வக்கீல் நண்பர் மில்டிடம் **(Milt)**, ரோலண்டு **(Roland),** ''இரண்டு ஆபத்து என்னை எதிர் நோக்கி இருக்கும்பொழுது, நான் சட்டப் படி எந்த ஆபத்தை எதிர்ப்பது?'' என்று கேட்டார். அதற்கு அந்த வக்கீல் நண்பர், ''அது இப்படி இருக்கும். அதாவது நீங்கள் உங்கள் காரின் ஓட்டுநர் இருக்கையில் அமர்ந்து இருக்கும்பொழுது, உங்களுடைய மனைவியும், உங்களுடைய மாமியாரும் பின் இருக்கையில் அமர்ந்திருக்கி றார்கள் என்று வைத்துக் கொள்வோம். இப்பொழுது நீங்கள் முன்னே பார்த்து காரை ஓட்டும்பொழுது, பின் சீட்டில் உட்கார்ந்திருக்கும் அவர்கள், உங்களிடம் ''இப்படி ஓட்டுங்கள்'' என்று சொல்கிறார்கள். அப்பொழுது, நீங்கள் உங்கள் இஷ்டப்படி காரை ஓட்டுவதா அல்லது உங்கள் மனைவி மற்றும் மாமியார் சொற்படி ஓட்டுவதா என்று குழம்புகிறீர்கள். அப்பொழுது,

சட்டப்படி நீங்கள் பின்னே திரும்பி, அவர்களிடம், ''இப்பொழுது, என் அன்பே நீ காரை ஓட்டுகிறயா அல்லது என் மாமியார் காரை ஓட்டுகிறாரா?'' என்று கேட்கலாம்! அதாவது ரோலண்டு காரை நிச்சயம் ஓட்டவில்லை. பின்னால் உள்ள யாரோ ஒருவர்தான் காரை ஓட்டுகிறார் என்று அர்த்தம்!

இதைப் போல, உங்கள் வாழ்க்கையை, நீங்கள் உங்கள் விருப்பப் படி ஓட்டவில்லை. உங்கள் பின்னால் இருக்கும், பாதிரிமார்கள், பெற்றோர் கள் அரசியல்வாதிகள், மஹாத்மா மற்றும் சந்நியாசிகள்தான் உட்கார்ந்து கொண்டு, ''இப்படி செய், அப்படி செய்'' என்று எப்பொழுதும் கூறிக் கொண்டே இருக்கிறார்கள். இப்படித்தான், நீங்கள் உங்கள் சிறுவயது முதலே, கற்பிக்கப்பட்டிருக்கிறீர்கள். அவர்கள்தான் இந்த உலகத்தில் அதிக எண்ணிக்கையில் இருக்கிறார்கள். அனுபவசாலிகள்! அப்படி இருக்கும் பொழுது, அவர்கள் சொல்லுவது எப்படி தவறாக இருக்க முடியும் என்று நீங்கள் கருதுகிறீர்கள். ஆமாம். ஆனால், அவர்களோ யாரோ சொன்னதை வைத்துதான் வாழ்ந்துகொண்டு உங்களிடமும், அதைத் திணிக்கிறார்கள் என்பதை ஆழ்ந்து சிந்தித்தால், புரியும். அவர்களே இயந்திரத்தனமாக, சுயசிந்தனையின்றி செயல்படுவது அப்பொழுது புரியும். அவர்கள் படித்தவர்களாக இருக்கலாம், வாழ்க்கையில் அனுபவப்பட்டு வந்திருக்க லாம். ஆனால், அவர்கள் அனைவரும் சுய சிந்தனை அற்றவர்கள். அவர்களைப் பொருத்தவரையில், சுயசிந்தனையைவிட, இந்த சமூகம்தான் பெரியது. இந்த சமூகம் என்பது முட்டாள்கள் நிரம்பியது! இதைத் தெளிவாகப் புரிந்துகொள்ளுங்கள்.

ஆகவே, இயற்கையை ஒட்டி, கணத்துக்கு கணம், உங்கள் உள்ளுணர்வுப்படி வாழுங்கள். அங்கு சரி என்றோ, தவறு என்றோ எதுவும் இல்லை. இயற்கையின் சட்டத்தில், எல்லாம் 'சரி'தான்.

நீங்கள் ஒரு ஓவியனாக மாற ஆசைப்படுகிறீர்கள். ஆனால், உங்கள் பெற்றோர்கள், ''முடியாது அது ஒருக்காலும் உனக்கு சோறு போடாது. சமூகத்தில் உனக்கு எந்த அந்தஸ்த்தையும் அது கொடுக்காது. நீ பிச்சைக்காரனாக தெருவில் அலையவேண்டிவரும். ஆகவே வக்கீலுக்குப் படித்து, ஒரு நீதிபதியாக முயற்சி செய்'' என்று போதனை செய்வார்கள். பிறகு அவர்கள் சொற்படி, படித்தாலும், உங்கள் ஆழ்மனத்தில், தான் ஒரு ஓவிய னாக முடியவில்லையே என்று வருத்தம் இருக்கத்தான் செய்யும். நீங்கள், அந்தக் குற்றவாளிகளின் முகத்தைப் பார்க்கும்பொழுது,

அவர்களின் முகத்தின் கோணத்தைத்தான் கவனிப்பீர்கள். அவர்கள் செய்த குற்றத்தை அல்ல! இந்த மாறுபட்ட சூழ்நிலை, உங்களிடம் ஒரு இறுக்கத் தைத்தான் உண்டுபண்ணும். அப்பொழுது, இந்த சமூக அந்தஸ்து என்பது ஒரு பொய் என்பது புரிய ஆரம்பிக்கும். அது உங்கள் மேல் திணிக்கப் பட்டது என்பது விளங்கும்.

ஒரு சிறு நிகழ்ச்சியைக் கேளுங்கள்.

ஒரு பெண், புகைப்பிடிக்கும் பழக்கம் உள்ளவள். வீட்டில் எப்பொழுதும் புகைபிடிக்கும் பொழுது, தான் வளர்க்கும் கிளி, இருமலால் அவதிப்படுவதைப் பார்த்து, அதை, ஒரு பிராணி வைத்தியரிடம் காண்பித் தாள். அது இருமிக்கொண்டே இருந்தது. அந்த டாக்டர், அதை சோதனை பண்ணி, அதனுடைய இருமல், புகையால் வந்தது இல்லை. தன் யஜமானி, புகைக்கும்பொழுது, சில சமயம் இருமுவதைக் கவனித்து, தானும் அப்படியே நடிக்கிறது என்பதைப் புரிந்துகொண்டார்!

இதைப் போலத்தான், நீங்களும் செய்கிறீர்கள்! நீங்கள் அடுத்த வரைப் பார்த்து நடிக்கிறீர்கள். அதனால், உங்களையே இழந்து நிற்கிறீர்கள். உங்கள் சொந்த வாழ்கையை இழந்து நிற்கிறீர்கள். இதனால், நீங்கள் ஏதோ பயனடையலாம். ஆனால், அது உங்கள் வாழ்வின் இழப்புக்கு ஈடாகாது. ஆக, தந்த்ரா இயற்கையாக கணத்துக்கு கணம், நீங்கள், நீங்களாக வாழுங் கள் என்று சொல்லுகிறது. இதை கொஞ்சம் ஆழமாக நீங்கள் புரிந்துகொள்ள வேண்டும். இந்த உணர்வு, உங்களிடம் இரண்டு வகைகளில் ஏற்படும். ஒன்று உங்கள் அறிவால் ஓர் உந்துதல் ஏற்படும். இதற்கு எந்த முக்கியத் துவமும் இல்லை. இது மிகச் சாதாரணமானது. அடுத்தது, உங்கள் விழிப்புத் தன்மையால் ஏற்படுவது. பிரக்ஞை உணர்வால் ஏற்படுவது. இதில் புத்த ருடைய தியானத் தன்மை அடங்கியுள்ளது. இதுதான் இயற்கையான உணர்வு. இதன் வித்தியாசத்தை இன்னும் கொஞ்சம் தெளிவாகப் புரிந்துகொள்ளுங்கள்.

உங்களிடம் இரண்டு தன்மைகள் இருக்கின்றன. ஒன்று உடல் மற்றொன்று மனம். உங்கள் மனம், இந்த சமூகத்தால் ஆளப்படுகிறது. உங்கள் உடல், இயற்கையின் சட்டப்படி இயங்குகிறது. அது பல லட்சம் வருடங்களில் ஏற்பட்ட பரிணாம வளர்ச்சியின் இயக்கத்தால் ஆளப்படு கிறது. ஆக, இந்த உடலும், மனமும் உங்கள் உணர்வுப்படி செயல்பட வில்லை. ஒன்று சமூகத்தால் ஆளப்படுகிறது. மற்றொன்று பரிணாம

வளர்ச்சியின் சட்டப்படி இயங்குகிறது. இரண்டிலேயும் பிரக்ஞை உணர்வு இல்லை. நீங்கள் இந்த இரண்டையுமே, ஒரு சாட்சியாக நின்று கவனிக்க வேண்டும். ஒன்றை மட்டும் அலட்சியம் செய்தால், நீங்கள் மற்றொன்றுக்கு அடிமையாகி விடுவீர்கள். உதாரணமாக, நீங்கள் உங்கள் மனதை அலட்சியம் செய்கிறீர்கள் என்று வைத்துக்கொள்வோம். அப்பொழுது, நீங்கள் உடல் கூறு உணர்வுகளில் கவனம் வைக்கிறீர்கள். அப்பொழுது, சிலசமயம், உங்கள் உடலில் ஏற்படும் சக்தி மிகுதியால், சிலரை அடிக்கலாம் அல்லது கொலை செய்யலாம் என்ற வெறி ஏற்படலாம். உடனே நீங்கள், ''நான் என் இயற்கை உணர்வுப்படி நடக்கப்போகிறேன். அப்படித்தான் ஓஷோ சொல்லியிருக்கிறார்'' என்று நினைத்துக் கிளம்பினால், நீங்கள் தவறாகப் புரிந்துகொண்டீர்கள் என்று அர்த்தம். இது உங்களை துன்பத்தில் தான் ஆழ்த்தும். உதாரணமாக, ஓர் அழகான பெண்ணை வீதியில் பார்க்கிறீர்கள். உடனே அவளைக் கட்டிப் பிடித்து முத்தம் கொடுக்க வேண்டும் என்ற உணர்வு ஏற்படுகிறது. இந்த உணர்வு உடல் சம்மந்த மானது. உடனே அதன் படி செய்தால் என்ன நடக்கும்?

ஆகவே, தந்த்ரா சொல்லும் இயற்கை உணர்வு என்பது உங்கள் முழு விழிப்புணர்ச்சியில் ஏற்படுவது. ஆகவே, முதலில் நீங்கள் எப்படி பரிபூர்ண விழிப்புணர்வில் இருப்பது என்பதைப் புரிந்துகொள்ளுங்கள். அந்த நிலையில், நீங்கள் இருக்கும்பொழுது, நீங்கள் உங்கள் மனதின் மற்றும் உடலின் இச்சைப்படி நடக்கமாட்டீர்கள். அவைகள் இரண்டும் உங்களை ஆதிக்கம் செய்ய முடியாது. அப்பொழுது, அந்த இயற்கையான உள்ளுணர்வு தன் இயல்பாக, உங்கள் ஆத்மாவிலிருந்து, இந்த எல்லையில்லாத ஆகாயத்திலிருந்து, இந்தப் பரந்த கடலிலிருந்து எழும்பும். அது மிகவும் தெய்வீகமானது. இல்லாவிட்டால், உங்களுடைய சாதாரண மாஸ்டர்களாகிய உங்கள் மனம் அல்லது உடல் இச்சைப்படி (ஒன்று அல்லது இரண்டின் கட்டளைப்படி)தான் நடப்பீர்கள்.

உடலுக்கு, தன் இச்சையாக எதுவும் செய்யத்தெரியாது. அது மிக ஆழ்ந்த தூக்கத்தில் இருக்கிறது. ஒன்று அது இயற்கை உடல்கூறு விதிப்படி நடக்கவேண்டும் அல்லது மனத்தின் வழியே நடக்கவேண்டும். ஆகவே, அதில் ஏற்படும் உணர்வு, உங்களை அதளபாதாளத்துக்குத்தான் அழைத்துச் செல்லும். உங்கள் உடல் விதிப்படி சென்றால், உங்களுக்கும் ஒரு குருடனுக்கும் எந்த வித்தியாசமும் இருக்காது.

ஆகவேதான் சாரஹா, இயற்கையாக எழும் உணர்வை, தனித் தன்மை வாய்ந்தது என்கிறார். அது வெறும் உந்துதல் மட்டுமல்ல. அது முழு விழிப்புணர்வின் வெளிப்பாடு. முழு பிரக்ஞைநிலையில் தன் இச்சையாக வெளிப்படும் செயல். என்கிறார்.

பெரும்பாலும், நாம் பிரக்ஞை ஏதும் இன்றி, மிக இயந்திரத்தன மாகவே வாழ்கிறோம். அந்த வாழ்வு உடல் ரீதியாக இருக்கட்டும் அல்லது மனம் வழியாகச் செயல்படட்டும். இரண்டிற்கும் பெரிய வித்தியாசம் ஏதும் இல்லை. இரண்டுமே இயந்திரத்தனமான செயல் தான். இவைகளில் ஏற்படும் உணர்வும், மிகவும் இயந்திரத்தன்மை வாய்ந்ததுதான்.

ஒரு சிறு நிகழ்ச்சி

ஒரு ஞாபக மறதி டாக்டரிடம், அவருடைய, தீராத வியாதி கொண்ட மனைவி, ''இந்த புதிய புஸ்தகத்தின் கடைசிப் பக்கத்தை ஏன் கிழித்தீர்கள்?'' என்று கேட்டாள். அதற்கு அந்த புகழ்பெற்ற சர்ஜன், ''மன்னித்துக்கொள், அன்பே, அந்த கடைசிப் பக்கத்தில் 'அப்பண்டிக்ஸ்' **(Appendix)** என்று போட்டிருந்ததும், நான் ஞாகபமறதியாக, எப்பொழுதும் போல் அதை நீக்கிவிட்டேன்'' என்றார்! அவருடைய வாழ்வு முழுவதும், மனிதர்களின் அந்தத் தேவையில்லாத வால்பகுதியை நீக்கியே பழக்கம்! அது அவருடைய பிரக்ஞையற்ற உணர்வாக பதிந்துவிட்டது! எங்கேயாவது 'அப்பண்டிக்ஸ்' என்று பார்த்தால், அதை உடனே நீக்கவே முயலுவார். அந்த அளவுக்கு இயந்திரத்தனமாகச் செயல்படுகிறார். அதைப் போலத்தான், நாமும் செயல் புரிந்து வாழ்ந்து கொண்டிருக்கிறோம். அது மிகவும் இயந்திரத்தனமானது.

அடுத்த நிகழ்ச்சி

ஒரு குடிகாரன், நன்றாகக் குடித்துவிட்டு, மதுக்கடையிலிருந்து வெளியே வந்து வீதியில் நடக்க ஆரம்பித்தான். அப்பொழுது தள்ளாடிய வாறு அவன் இங்கும் அங்கும் நிலையில்லாமல் செல்வதைப் பார்த்து, ஒரு போலீஸ்காரன், ''ஏய், நீ என்ன நன்றாகக் குடித்துவிட்டாயா என்ன?'' என்று கேட்டான். அதற்கு அந்த குடிக்காரன் மிகவும் பெருமூச்சு விட்டுக் கொண்டு, ''ஓ, அதுதான் காரணமா? நான் என்னமோ, என் இரண்டு கால்களும் நொண்டியாகிவிட்டதோ என்று நினைத்து கவலைப்பட்டு விட்டேன்!'' என்றான்.

நீங்கள் உங்களது உடலின் ஆதிக்கத்தில் இருக்கும்பொழுது, அதன் ரசாயனத் தன்மையின் ஆதிக்கத்தில் இருக்கிறீர்கள் என்று அறியவும். உங்கள் மனத்தின் ஆதிக்கத்திலிருந்து விடுதலையானால், உடலின் ஆதிக்கத்தின் கீழ் வந்து விடுகிறீர்கள். அதாவது, ஒரு பள்ளத்திலிருந்து, மேலே எழும்போது, இன்னொரு பள்ளத்தில் வீழ்ந்து விடுகிறீர்கள்! நீங்கள் இந்த இரண்டிலும் விழாமல் தப்பித்து, சுதந்திரமாக இயங்க வேண்டுமானால், நீங்கள் ஒரு சாட்சியாக நின்று, இந்த உடலையும், மனதையும் விமர்சனம் செய்யாமல், அப்படியே பார்க்கக் கற்றுக் கொள்ள வேண்டும். அப்பொழுதுதான், அந்தத் தனித்தன்மையுடைய இயல்பான உணர்வு, உந்துதல் ஏற்படும்.

சாரஹா, ''உண்மையான தனித்தன்மையுடைய அந்த உணர்வு, புத்தருடைய முழு பிரக்ஞையால் நிறைந்து இருக்கும்'' என்கிறார். புத்தருடைய முழு பிரக்ஞை என்றால் என்ன? அது இரண்டு தன்மையுடையது. ஒன்று 'பிரக்யான்' (Pragyan) என்றும் அடுத்து 'கருணா' (Karuna) என்றும் வகைப்படும். அதாவது ஒன்று புத்திசாலித்தனம் அடுத்தது கருணை என்பதாகும். இங்கு புத்திசாலித்தனம் என்பது விஷய ஞானத்தைக் குறிப்பது (Knowledge) அல்ல. இதன் அர்த்தம் என்னவென்றால், விழிப்புநிலை, தியானநிலை, அமைதிநிலை கவனிப்புத்தன்மை, முழுமையான ஈடுபாடு என்று சொல்லிக்கொண்டே போகலாம். இவற்றிலிருந்துதான் கருணை பிறக்கவேண்டும்.

இந்த உலகமே துன்பத்தில் சுழன்று கொண்டிருக்கிறது. அப்பொழுது, நீங்கள் அந்த பேரின்பத்தை அடைந்தால், அடுத்தவர்களது உணர்வுகளையும் முழுமையாக உணருவீர்கள். இந்த உலகத்தின் உயிர்கள் அனைத்தும் உங்களது கருணையால் நிரம்பி வழியும். அது எந்த பாகுபாடும் பார்க்காது. அதற்கு விலங்குகள், பறவைகள், ஆறுகள், மலைகள், மரங்கள், நட்சத்திரம் மற்றும் மனிதர்கள் எல்லாம் ஒன்றே. இந்த இரண்டும்தான் புத்தருடைய தன்மைகள். அதாவது முழுமையாகப் புரிந்து கொள்தல். அடுத்து கருணையால் உணருதல் என்பதாகும்.

உங்களுடைய உணர்வு அல்லது உந்துதல், முழு பிரக்ஞையால் நிரம்பி இருந்தால், கருணை உணர்வுக்கு எதிராக நீங்கள் எதுவும் செய்ய முடியாது. அதை உங்கள் இஷ்டப்படி கொலை செய்யமுடியாது. சில பேர்கள் என்னிடம் வந்து, ''ஓஷோ, நீங்கள், அந்த கணம் ஏற்படும் உணர்வால்

செயல்படுங்கள் என்று கூறுகிறீர்கள். ஆனால், சிலசமயம், நான் என் மனைவியையே கொலை செய்யவேண்டும் போல் உணர்வு ஏற்படுகிறது. அது எதனால்?'' என்று கேட்கிறார்கள். உங்கள் உணர்வில் முழு விழிப்பு நிலை கலந்து இருந்தால், உங்களால் எப்படி கொலைசெய்ய முடியும்? உங்களால் அப்படி நினைத்துக் கூடப் பார்க்க முடியாது. ஏனெனில், அதன் கூடவே கருணையும் சேர்ந்தே இருக்கும். கருணையையும், விழிப்புணர் வையும் ஒருக்காலும் பிரிக்க முடியாது.

புத்தர், ''விழிப்புணர்வு கலக்காத கருணை, மிகவும் ஆபத்தானது. இதைத் தான் மக்களில் பெரும்பாலலோர் செய்து வருகிறார்கள். அவர் களை நாம் கருணையுள்ளவன், கொடையாளி என்று கொண்டாடுகிறோம். அவர்கள் நன்மையே செய்துகொண்டு வரலாம். ஆனால், அந்த நன்மை யில் எந்த உயிர்க்கலப்பும் இருக்காது. அது கிட்டடத்தட்ட இயந்திரத்தன மானது. ஆகவே, அதனால் அவர்களுக்கு எந்த நன்மையும் ஏற்படாது. அதாவது, அவர்கள் வியாதியால் கஷ்டபப்பட்டுக்கொண்டு இருக்கும் பொழுது, அதே வியாதிக்கு, அடுத்தவருக்கு மருந்துகொடுப்பது போல. ஆகவே, டாக்கடர்களே, முதலில் உங்களைக் குணப்படுத்திக் கொள்ளுங் கள். மக்களே, நீங்கள் ஒவ்வொருவரும் உங்களை குணமாக்கிக் கொள்ளுங் கள். பிறகு, அடுத்தவரை குணமாக்க வேண்டிய அவசியமே இருக்காது.

ஒரு நிகழ்ச்சியைக் கேளுங்கள்

ஒரு சமயம் ஒரு மனிதன் என்னிடம் வந்தான். அவன் தன் வாழ் வில் கிட்டடத்தட்ட 40 அல்லது 50 வருடங்கள் பிறருக்கு நன்மை செய்வதிலேயே கழித்துவிட்டான். அவனுக்கு 20 வயதாக இருக்கும் பொழுதே, மஹாத்மா காந்தியின் அறிவுரையால் கவரப்பட்டு, சமூகத்துக்கு ஏதோவது நன்மை செய்ய வேண்டும் என்று புறப்பட்டு விட்டான். இவனைப் போல பலபேர்களை இந்தியாவில், காந்தி உண்டாக்கி இருக்கிறார்! இந்த மனிதன், காந்தியின் சொற்படி, சமூகத்துக்கு நன்மை செய்வதாக எண்ணிக்கொண்டு, பஸ்டார் **(Bastar)** என்ற குக்கிராமத்துக்கு சென்று, அங்கேயுள்ள பழங்குடி மக்களுக்காக, கல்வியை போதிக்க ஆரம்பித்தார். பல சிறு பள்ளிக் கூடங்கள், பல குக்கிராமங்களில் ஏற்பட வழிவகுத்தார். இப்படி உயர்நிலைப்பள்ளி என்று சென்று, ஒரு காலேஜை திறக்க முயன்றார். அப்பொழுது என் உதவியை நாடி வந்தார். நான், ''நீங்கள் முதலில் ஒன்றைத் தெளிவாகச் சொல்லுங்கள். நீங்கள் சுமார் 50

வருடம் அந்த மக்களோடு இருந்திருக்கிறீர்கள். அவர்கள் கல்விகற்காத நிலையில் இருந்ததைவிட, இப்பொழுது கல்விகற்றதால், மிகவும் மேம்பாடு அடைந்துவிட்டார்கள் என்று உங்களால் உறுதியாகச் சொல்ல முடியுமா? உங்களுடைய 50 வருட உழைப்பு, உண்மையிலேயே அவர்களுக்கு நன்மை செய்திருக்கிறது என்று நீங்கள் நிச்சயமாகக் கூற முடியுமா?'' என்று கேட்டேன். இதைக் கேட்டதும் முதலில் சிறிது குழம்பிவிட்டார். பிறகு மெல்ல சுதாரித்துக்கொண்டு, ''நான் அந்தக் கோணத்தில் இதுவரை எண்ணி யதில்லை. ஆனால், நீங்கள் சொல்வதில், ஏதோ விஷயம் இருக்கிறது. ஆமாம். அவர்கள் முன்னேறி விட்டார்கள். என்று என்னால் அடித்துச் சொல்ல முடியாது. ஒன்று தெளிவாகப் புரிகிறது. இந்தக் கல்வியால், அவர்கள் கபடு நிறைந்தவர்களாக மாறிவிட்டார்கள் என்றே கூற வேண்டும். படிக்காமல் இருந்தபொழுது அவர்களிடம் காணப்பட்ட அந்த வெகுளித்தன்மை கலந்த அன்பு இப்பொழுது மறைந்துவிட்டது. நான், 50 வருடங்களுக்கு முன் அவர்களை சந்திக்கும்பொழுது, அவர்கள் மிகவும் இயற்கைத் தன்மையுடையவர்களாக, ஒரு குழந்தையைப் போல் இருந்தார்கள். அப்பொழுது அவர்களிடம் ஒரு பெருந்தன்மை இருந்தது. 50 வருடங்களுக்கு முன், ஒரு கொலைகூட அங்கு நடந்தது இல்லை. அப்படியே உணர்ச்சி வசப்பட்டு, ஏதோ காரணத்தால், அதை ஒருவன் செய் திருந்தாலும், அவன் நேராக கிராம பஞ்சாயத்துக்கு முன், தானே சென்று தன் குற்றத்தை ஒப்புக்கொண்டுவிடுவான். அப்பொழுது எந்தத் திருட்டும் கிடையாது. அப்படியே ஓரிருவர் செய்தாலும், அவர்கள் அந்தக் கிராம பஞ்சாயத்துக்கு வந்து, ''எனக்கு பசித்தது. ஆகவே திருடிவிட்டேன். எனக்கு என்ன தண்டனை கொடுக்க வேண்டுமோ,அதைக்கொடுங்கள்'' என்று தன் குற்றத்தை ஒப்புக் கொண்டு விடுவார்கள். 50 வருடங்களுக்கு முன், எந்த வீட்டுக்கும் பூட்டு கிடையாது. அவர்கள் அப்பொழுது மிகவும் அமைதியாக, நிறைவாக வாழ்ந்தார்கள் என்றே சொல்ல வேண்டும்'' என்றார்.

நான், ''அப்படியானால், உங்களது கல்வி முறையால், எந்த பிரயோஜனமும் இல்லை என்று ஒப்புக்கொள்கிறீர்கள். நீங்கள் நன்றாக யோசியுங்கள். உங்களது செயலின் பலன் என்னவென்று தெரியாமலேயே, நீங்கள் மக்களுக்கு நன்மைசெய்வதாக, இந்தக் காரியத்தைச் செய்கிறீர்கள். இதில் ஆழ்ந்த விழிப்புணர்வு உங்களிடம் இல்லை. கல்வி மக்களுக்கு நன்மை பயக்கும் என்று மேலோட்டமாக எண்ணி, இந்தக் காரியத்தைச் செய்துகொண்டு வருகிறீர்கள்'' என்றேன்.

டி. ஹெச். லாரன்ஸ் (D.H. Lawrence)'', இந்த மனித இனத்தை உண்மையிலேயே காப்பாற்ற வேண்டுமானால், ஒரு 100 வருடத்துக்கு, இந்த காலேஜ் மற்றும் சர்வ கலாசாலைகளை மூட வேண்டும். ஒரு 100 வருடத்துக்கு, எந்தக் கல்வியையும் அவர்களுக்குத் தரக்கூடாது. ஏனெனில், கல்வி மக்களை மிகவும் கபடு (Cunning) நிறைந்தவர்களாவே மாற்றுகிறது. அடுத்தவர்களை எப்படி ஏமாற்றலாம், எப்படி அவர்களது உழைப்பைத் திருடலாம், நன்மை செய்வது போல் நடிக்கலாம் இப்படி அநேகம்.'' என்று சொல்லுகிறார். இது முற்றிலும் உண்மை!

ஆகவேதான், புத்தர் ''உங்கள் கருணை மிகுந்த செயலில் விழிப்புணர்வு கலக்காவிட்டால், அது முடிவில் தீமையையே கொடுக்கும்'' என்றார். அதைப் போல கருணையற்ற விழிப்புணர்வும் தீமையைக் கொடுக்கும். அது உங்களை ஒரு சுய நல வாதியாக்கிவிடும். அப்பொழுது நீங்கள், ''நான் மிகவும் சந்தோஷமாக, நிறைவாக இருக்கிறேன். எதற்காக அடுத்தவர்களைப் பற்றிக் கவலைப்படவேண்டும்'' என்ற உணர்வை உங்களிடம் ஏற்படுத்திவிடும். அடுத்தவரது விழிப்புணர்வைப் பற்றி கொஞ்சங்கூடக் கவலைப்படமாட்டீர்கள். அந்த வகையில், நன்மை செய்ய முன் வர மாட்டீர்கள். உங்களுடைய அகங்காரம், இந்த வகையில் வலுப் படத்தான் செய்யும். உங்கள் கண்களை மூடிக்கொண்டு, நீங்கள் ஒரு தனிமர மாகி விடுவீர்கள்.

ஒன்றை நன்றாகப் புரிந்துகொள்ளுங்கள். உங்களுடைய அகங்காரத்தின் பாதியை விழிப்புணர்வும், மறுபாதியை, கருணையும் அழித்துவிடும். எப்பொழுது ஒருவனிடம் சுயநலம் இல்லையோ, அப்பொழுது அவன் புத்தனாகிறான்.

சாரஹா, ''உண்மையான தனித்தன்மையுடடைய அந்த உணர்வு, புத்தருடைய முழுபிரக்ஞையால் நிறைந்து இருக்கும். அந்தத் தெய்வீகத் தன்மையோடுதான் எல்லா உயிர்களும் தோன்றியிருக்கின்றன. அந்தத் தெய்வீகத் தன்மையில்தான் மீண்டும் சேர்ந்து, ஓய்வு எடுக்க வேண்டும். அந்தத் தெய்வீகநிலை, உறுதியானதோ, அல்லது நிலையற்றதோ அல்ல'' என்கிறார்.

அந்தத் தனித்தன்மையுடைய உந்துதலால், தெய்வீகத் தன்மை யால், நாம் பிறந்திருக்கிறோம். பிறகு, மீண்டும் அதனிடமே சென்று, ஓய்வு எடுக்கப் போகிறோம். இந்தப் பிறப்புக்கும், ஓய்வுக்கும் இடையில், இந்த

உலகச் செயல்கள் என்ற மேகத்தோடு நாம் சம்மந்தப்பட்டிருக்கிறோம். இப்பொழுது எது தேவை என்றால், நாம் சம்மந்தப்பட்டதிலிருந்து விடுதலை அடையவேண்டும். ஏனெனில், இந்த மேகங்கள் என்பது மாறும் தன்மையுடையது. இந்த நேரம் இருப்பது, அடுத்தநேரம் அப்படியே இருக்காது. நாம் எங்கிருந்து வந்தோமோ, அந்த ஆரம்ப நிலையில் கவனம் வைக்கவும். இந்த மேகங்களை வெறுமனே ஒரு சாட்சியாக நின்று பார்க்கவும். ஒன்றை நன்றாக ஞாபகம் வைத்துக்கொள்ளுங்கள். அதாவது, நீங்கள் மேகங்கள் அல்ல. இதுதான் தந்த்ராவின் அடிப்படைக் கருத்து.

நாம் கடவுள் தன்மையால் பிறப்பெடுத்திருக்கிறோம். ஆகவே, நாம் கடவுள் தன்மையாக இருக்கிறோம். பிறகு மீண்டும் அதனிடமே போய்ச் சேர்ந்து விடுகிறோம். இதைக் கடவுள் என்று கூட வைத்துக்கொள்ளுங்கள். இந்த இடைப்பட்ட நிலையில், நாம் இந்த உலகத்தில் பல கனவு களைக் கண்டு அங்கும் இங்கும் அலைகிறோம், மேகக்கூட்டங்களைப் போல.

கடவுள் மிகவும் சாதாரணமாக இதோ, இங்கே உங்கள் முன்னால் இருக்கிறார். நீங்கள் என்னைப் பார்க்கும்பொழுது, கடவுள்தான் என்னைப் பார்க்கிறார். வேறு யாரும் கிடையாது. இந்த உணர்வு உங்களிடம் ஏற்படு வதற்கு, நீங்கள் இந்த மாறும் மேகத்தில் வைத்த கண்ணை, அந்த ஆகாயத் தில் வைக்க வேண்டும். உங்கள் பார்வையின் கோணம் மாறவேண்டும். அவ்வளவுதான். அப்பொழுது, நீங்கள் மிகவும் அமைதியாகி அந்த ஆனந்தக் கடலில் மூழ்கிவிடுவீர்கள்.

சாரஹா, ''அந்த தெய்வீக நிலை, உறுதியானதோ அல்லது நிலையற்றதோ அல்ல'' என்கிறார். ஆமாம் அது உங்கள் மனதைப்போல நிலையற்றது அல்ல. அதேசமயம், உங்கள் உடலைப்போல உறுதியானதும் அல்ல. உடல், ஏனையபொருள் போல் ஓர் அடர்த்தியான பொருள்தான். ஆனால், மனம், நிலையற்ற எண்ணங்களால் ஆனது. அதற்கு எந்த உறுதியும் கிடையாது. இந்த இரண்டையும் உங்கள் உள்ளே உள்ள உயிர்த்தன்மை, தெய்வீகத்தன்மை கடந்து நிற்கிறது.

தந்த்ரா என்றால் 'கடந்துசெல்லுதல்' (Trancendence) என்று அர்த்தம். ஆகவே, நீங்கள் உடலோடு சம்மந்தப்பட்டு, உங்களை நீங்கள் உடலாகக் கருதினாலும், அல்லது மனதோடு சம்மந்தப்பட்டு, நீங்கள் உங்களை மனமாகக் கருதினாலும், நீங்கள் அந்த மேகத்தோடுதான்

சம்மந்தப்படுகிறீர்கள் என்று அர்த்தம். ஆனால், நீங்கள் விழிப்புணர்வு பெற்றால், நீங்கள் இரண்டுமாக இல்லை என்றும், வெறும் சாட்சியாக இருந்து இந்த உடலையும், மனதையும் உங்களுக்கு சம்மந்தமில் லாதபொருள் போல் பார்க்க முடியும். நீங்கள் அப்பொழுது ஒரு சாரஹா வாக மாறி இருக்கிறீர்கள். உங்களுடைய பிரக்ஞை நிலையில் ஒரு சிறிது மாற்றத்தில், அந்த சாட்சித்தன்மை என்ற அம்பு எய்யப்படுகிறது. ஆனால், எல்லாமே உங்களிடம் தான் இருக்கிறது. எதுவும் உங்களைவிட்டு அகலவில்லை. மாற்றம் உங்கள் விழிப்புணர்வால் ஏற்பட்டதுதான்.

அடுத்து மூன்றாவது சூத்திரம் :

''மக்கள் வழி மாறி நடக்கிறார்கள்

உன்னத ஆனந்தத்தை ஒதுக்கிவிட்டு

சந்தோஷத்தையே தேடுகின்றார்கள்

புலன்களின் பொறியில் அகப்பட்டு

பேரின்பம் உள்ளது பேசும் வாயிலேயே

அருமை உணர்ந்தோர்க்கு மிக அருகிலேயே

உணராதோர்க்கு நெடுந் தொலைவிலேயே''

நீங்கள் இந்தப் பரந்த உயிர்த்தன்மையுடைய ஆகாயத்தின் ஒரு சிறு கூறு. அதாவது நீங்களும் அதுவும் ஒன்றுதான். ஆனால், பல ஆயிரக்கணக்கான வழிகளில் செல்கிறீர்கள். உண்மைக்கு ஒரே வழிதான். பார்க்கப்போனால், அதை வழி என்று கூடச் சொல்ல முடியாது. வழியற்ற வழி என்று வேண்டுமானால் வைத்துக்கொள்ளலாம். இந்த ஆகாயம் எங்கேயும் போகாது. அது இருந்தது, இருக்கிறது, இருக்கும். ஆனால் மேலே படரும் மேகம் வரும், போகும். அவைகளுக்கு வேண்டுமானால் வழிகள் இருக்கின்றன. வரைப்படம் இருக்கின்றன. ஆனால், ஆகாயம் எளிமையாக, நிர்மலமாக, பரிசுத்தமாக அப்படியே இருக்கிறது. யார் ஒருவர், தானும், இந்த பரந்த ஆகாயமும் ஒன்றுதான் என்று அனுபவத்தில் உணருகிறார்களோ, அவர்கள் தன் சொந்தவீட்டை அடைந்து, ஓய்வு எடுக்கிறார்கள் என்று அர்த்தம். அந்த ஓய்வு மிக, மிக ஆனந்தமானது, தெய்வீகமானது. இவர்கள் மாத்திரமே புத்தத்தன்மையை அடைந்தவர்கள். மற்றகோடிக்காணவர்கள், பல வழிகளில் கலைந்து திரிந்துகொண்டேதான் இருக்கிறார்கள்.

ஆனால், எப்பொழுது நீங்கள் ஒரு வழியைக் கடைப்பிடித்து உண்மையைத் தேடி புறப்பட்டீர்களோ, அப்பொழுதே நீங்கள் உண்மையை புறக்கணித்துவிட்டுத்தான் செல்லுகிறீர்கள். அந்த உண்மை, அந்த பேரின்பம் உங்களுடைய இயற்கை தன்மைதான். அது எங்கேயோ சென்று அடையவேண்டிய பொருள் அல்ல. இதைத் தெளிவாகப் புரிந்து கொள்ளுங்கள்.

ஆகவே, நீங்கள் எப்பொழுது அதைத் தேடிச் செல்கிறீர்களோ, அப்பொழுதே அதை விட்டு அகன்று செல்கிறீர்கள் என்று அர்த்தம். எப்பொழுது எங்கும் செல்லாமல் இருக்கிறீர்களோ, அப்பொழுது நீங்கள் உங்கள் சொந்த வீட்டை நெருங்கிவிட்டீர்கள் என்று அர்த்தம். ஆகவே, தேடினால், நீங்கள் இழப்பீர்கள், இருந்தால் அதை அடைவீர்கள்.

அடுத்து, ஆனந்தத்தில் இரண்டு வகைகள் உண்டு. ஒன்று எல்லை கட்டியது. அது ஒரு சில சூழ்நிலையில்தான் இன்பம்கொடுக்கும். உதாரணமாக, நீங்கள் உங்கள் காதலியை சந்திக்கிறீர்கள். அப்பொழுது உங்களிடம் ஆனந்தம் ஏற்படுகிறது. நீங்கள் பணத்தாசை பிடித்தவர் என்றால், வீதியில் 100 ரூபாய் நோட்டாக ஒரு மூட்டையைக் கண்டு எடுக்கிறீர்கள். அப்பொழுது அது மிக்க ஆனந்தத்தை உங்களிடம் ஏற்படுத்துகிறது. நீங்கள் 'தான்'-என்ற அகங்காரம் நிரம்பியவர் என்றால், உங்களுக்கு ஏதோ ஒரு கண்டுபிடிப்புக்காக நோபல் பரிசு கிடைத்தால், உங்களிடம் ஒரு ஆனந்தப் பரவசம் ஏற்படும். இங்கு, நீங்கள் ஒன்றை நன்றாகக் கவனிக்கவேண்டும். உங்கள் மகிழ்ச்சி மற்றும் ஆனந்தம் ஏதோ ஒரு காரணம் கருதி ஏற்படுகிறது. அந்தக் காரணம் மறைந்தால் அல்லது அது நிலை பெற்றுவிட்டால், உங்கள் மகிழ்ச்சியும் இறந்துவிடும். அந்த எல்லைகட்டிய பொருளால் ஏற்படும் மகிழ்ச்சியும் எல்லைகட்டியதுதான் என்பதை உணருங்கள். அது சில கணங்கள் கழித்தோ அல்லது சில நாட்கள் சென்றோ சலிப்பைத்தான் உண்டு பண்ணும். உதாரணமாக, நீங்கள் கண்டு எடுத்த பணத்தைக்கொண்டு என்ன செய்வீர்கள்? ஒரு கார் வாங்கலாம். இப்படி வேறு ஏதும் விலையுயர்ந்த பொருள்களை வாங்கலாம். அது எவ்வளவு நாட்களுக்கு உங்களுக்கு மகிழச்சியைக் கொடுக்கும்? ஒரு கட்டத்தில், அதைத் திரும்பிக்கூட பார்க்கமாட்டீர்கள்.

ஆகவே, இப்படிப்பட்ட மகிழ்ச்சிகள், மேகத்தைப் போல் வரும், போகும். அவைகள் ஆறுபோல. நிலையில்லாதது. ஆனால், கடலே நிலையுள்ளது. அதில் குறைவோ ஏற்றமோ எதுவும் எப்பொழுதும் இருக்காது.

அடுத்தவகை இன்பத்தைத்தான் சாரஹா குறிப்பிடுகிறார். அது தான் நிலையானது. உண்மையானது, எல்லைகட்டாதது. அது எப்பொழுதும் அங்கேயே இருக்கிறது. அதில் எந்த மாற்றமும் கிடையாது. நீங்கள் அதற்காக ஒரு காரணத்தைத் தேடி அலைய வேண்டாம். நீங்கள் தனிமையாக உங்கள் உள்ளே அதைப் பார்க்க வேண்டும், உணரவேண்டும். அவ்வளவுதான். அந்த பேரின்பத்தை அடைய, உங்களுக்கு எந்த ஆணோ, அல்லது பெண்ணோ, பணமோ, காரோ, பெரியவீடோ, அந்தஸ்த்தோ, கௌரவமோ எதுவுமே தேவையில்லை. நீங்கள் வெறுமனே உங்கள் கண்களை மூடிக்கொண்டு, உங்கள் உள்ளே மெல்ல செல்ல வேண்டியதுதான். அது அங்கே எப்பொழுதும் உங்களுக்காகக் காத்துக் கொண்டிருக்கிறது.

இந்த பேரானந்தம்தான், எப்பொழுதும் அப்படியே இருக்கும். இது தெய்வீகமான பரவசம். இதற்கு ஈடு இணை வேறு எதுவும் கிடையாது. இது குறையாது. கூடாது. இதை அடைவதற்கு, நீங்கள் அங்கும் இங்கும் தேடி ஓட வேண்டாம். அப்படிச் சென்றால், நீங்கள் இந்த நிலையற்ற புலன் இன்பங்களைத்தான் அடைவீர்கள்.

அந்த பேரின்பத்தேன், உங்கள் வாய்க்கு மிக அருகில் இருக்கிறது. ஆனால் நீங்கள் அதைத் தேடி இமயமலையை நோக்கி ஓடுகிறீர்கள்! இந்தியாவில் ஒரு வகை ஆண்மான், தன் தொப்புளில் ஒரு நறுமண மிக்க சுகந்தத்தை வைத்திருக்கும். அதற்கு 'மஸ்க்' (Musk) என்று பெயர். அதற்கு பால் உணர்வு அதிகமாகும் பொழுது, அதிலிருந்து மிக அதிகமாக நறுமணம் பரவ ஆரம்பிக்கும். அது இயற்கை கொடுத்த உடல்கூறு சம்மந்தப்பட்ட தந்திரம் என்று கூட சொல்லலாம். இந்த நறுமணத்தால், பெண்மான், ஆண் மானின் பக்கம் ஈர்க்கப்படுகிறது.

ஆண்-பெண் கலவிக்கு, மூக்கு உணர்வு மிகவும் முக்கிய பங்கு வகிக்கிறது. ஆகவேதான், மனிதனின் மூக்கின் உணர்வை கெடுத்து வைத்திருக்கிறார்கள். ஏன், கொன்றே விட்டார்கள் என்றுகூடச் சொல்லலாம். அது முழுமையாக இயங்கினால், அவனுடைய பால் உணர்வை கட்டுப்படுத்துவது அவ்வளவு சுலபமல்ல. ஆகவேதான், மனிதர்கள், இருக்கும் கொஞ்ச நஞ்ச இயற்கையான உடல் சம்மந்தமான வாசனையை, செண்ட் (Perfume) மூலமாக மறைத்துவிடுகிறார்கள்! மிருகங்கள் பெரும்பாலும் வாசனையால்தான் ஈர்க்கப்படுகின்றன. காதல் புரிகின்றன. இந்த

நறுமணம் எங்கிருந்து வருகிறது என்று அந்த ஆண் மானுக்குத்தெரியாமல், அது அங்கும் இங்கும் தேடி அலைகிறது. அது அலைய அலைய, அந்த நறுமணமும் நாலாபக்கமும் இன்னும் தீவிரமாகப் பரவுகிறது. அதனால், அது கிட்டத்தட்ட பைத்திய நிலைக்கே சென்றுவிடுகிறது. அதைப்போல, மனிதன் இன்பத்தைத்தேடி, பணத்தை நோக்கி, பெண்ணை நோக்கி ஓடுகிறான். ஆனால், அந்த பேரின்பத்தேன், தன்னிடமே, தன் வாய்க்கு மிக அருகில் இருப்பதை அவனால் உணர முடியவில்லை!

சாரஹா, ''இந்தத் தேனை உடனே குடித்துவிடுங்கள். இல்லா விட்டால் அது மறைந்துவிடும்'' என்று எச்சரிக்கிறார். அதை இந்த உலகத் தில் தேடி அலையாதீர்கள் என்கிறார். அது வீண் வேலை.

அடுத்து நான்காவது சூத்திரம் :

''உலகம் வருத்தம் தரக்கூடியதே
புரிதலை இழந்த விலங்கினையோருக்கு
புத்தியில் தெளிந்தோர்க்கு
தேவ அமுதமே அது - எனினும்
விலங்கினரின் வேட்கை, புலன் இன்பத்தோடே''

விலங்கு என்ற வார்த்தை, ஹிந்து மற்றும் சம்ஸ்கிருத வார்த்தை யான 'பாஸ்ஸு' **(Pashu)** என்ற வார்த்தையிலிருந்து வந்தது. இதன் நேரடியான அர்த்தம் 'அடிமைத்தனம்' **(Bondage)** என்பது. எப்பொழுது ஒருவன், உடலோடு, உணர்வோடு, மனத்தோடு, சமூகத்தோடு மற்றும் எண்ணங்களுடன் ஒரு அடிமையைப் போல இயந்திரத்தனமாக, பிரக்ஞை உணர்வு ஏதும் இன்றி, சம்மந்தப்பட்டு இருக்கிறானோ, அவன் ஒரு மிருகத்துக்கு சமம்தான். அவர்களால் இந்த உலகத்தைச் சரியாகப் புரிந்து கொள்ள முடியாது. அவர்களது கண்களும், மனதும் ஒரு போதும் தெளி வாக இருப்பது இல்லை. அவர்களது உடலும் சுதந்திரமான உணர்வை உணர்வது இல்லை. அவர்கள் உண்மையாக எதையும் பார்ப்பது இல்லை, கேட்பது இல்லை, வாசனையை அறிவதும் இல்லை. மற்றும் உடலால் உணர்வதும் இல்லை. எல்லாம் கட்டுப்படுத்தப்பட்டிருக்கின்றன. இந்த நிலையில், ஒரு மிருகத்தால் இந்த உலகத்தை எப்படி உண்மையாக அறிந்து கொள்ளமுடியும்? எப்பொழுது மத நூல்கள் உங்களைக் கட்டுப் படுத்த

வில்லையோ, எப்பொழுது மத தத்துவங்கள் உங்கள் கைகளைக் கட்டிப் போடவில்லையோ, இப்படி எல்லா கட்டுப்பாடுகளிலிருந்தும் எப்பொழுது நீங்கள் விடுதலை அடைகிறீர்களோ, அப்பொழுது தான் இந்த உலகத்தை உண்மையாகப் புரிந்துகொள்ளமுடியும். சுதந்திரத் தன்மையில்தான், நீங்கள் ஒன்றைத் தெளிவாகப் புரிந்துகொள்ள முடியும்.

நீங்கள் ஏற்படுத்திக்கொண்டிருக்கும் இந்த உலகம், உங்கள் உடலாலும், மனதாலும் ஆனது. அது கானல் நீருக்குச் (Mirage) சமம்தான். அது உங்களுக்கு வெறும் தோற்றம்தான். அது உங்களுக்கு அழகாக, வான வில்லைப் போலத் தோற்றம் அளிக்கிறது. நாம் பிரக்ஞையற்ற நிலையில் இருப்பதால், இதை உணர முடியவில்லை. எப்பொழுது உங்களிடம் விழிப் புணர்வு மற்றும் பிரக்ஞை தன்மை ஏற்படுகிறதோ, அப்பொழுது உண்மை தன்னை வெளிப்படுத்திக் காட்டும். இந்த வெளி உலகத்தால் ஏற்படும் சந்தோஷம், மகிழ்ச்சி, இன்பம் எல்லாம் ஒரு ஏமாற்று வேலை என்பது அப்பொழுது புரியும். உங்களது மதிமயக்கத்தால் அவைகள் ஏற்பட்டது என்பதைப் புரிந்துகொள்வீர்கள்.

நீங்கள் ஒரு ஆணோடும் அல்லது பெண்ணோடும் இருக்கும் பொழுது மிகவும் மகிழ்ச்சியாக இருப்பதாக எண்ணுகிறீர்கள். ஆனால், இப்பொழுதோ அல்லது சிறிது காலம் கழித்தோ, நீங்கள் துன்பத்தைத்தான் சந்திப்பீர்கள். அந்த இன்பம், ஒரு கனவு என்பதை அறிந்து அதிர்ச்சி அடைவீர்கள். ஆனால், வெளியே சொல்லமாட்டீர்கள்!

ஒரு நிகழ்ச்சியைக் கேளுங்கள்.

கல்யாணம் செய்து கொள்ளப் போகும், தன் நண்பனை ஒருவன் ஆரத்தழுவி, விளையாட்டாக, ''என்ன நீ, தெம்பாக இருப்பதாகத் தெரிய வில்லையே, ஒரு இலையைப் போல ஆடுகிறாயே? என்ன காரணம்?'' என்று மிக ஆவலாகக் கேட்டான்.

அதற்கு அந்த கல்யாண மாப்பிள்ளை, ''அது சரிதான். ஏனெனில், இதற்கு முன், நான் எந்தக் கல்யாணமும் செய்ததில்லையே. அதுதான் கொஞ்சம் பயமாக இருக்கிறது'' என்றான். அந்த நண்பன், '' அதுவும் சரிதான். ஆனால், உனக்கு, ஏற்கனவே இந்த கல்யாண அனுபவம் இருந்தி ருந்தால், இப்பொழுது இருக்கிறதைவிட, இன்னும் மோசமாக பயத்தில் ஆடிக்கொண்டு இருப்பாய்!'' என்றான்.

ஆகவே, நீங்கள் இந்த வாழ்க்கையை புரிந்துகொள்ள, புரிந்து கொள்ள, நீங்கள் எப்படி இந்த வெளி உலகத்தால், ஏமாற்றப்பட்டிருக்கி றீர்கள் என்பது தெளிவாகப் புரியும். ஒரு வெறுமையைத் தேடி அலைந்தது புரியும். அதே சமயம், நீங்கள் விழிப்புணர்வு பெற்றால், உங்கள் அனுபவம், உங்களுக்கு விடுதலையைத் தேடிக் கொடுக்கும். நானோ, அல்லது சாரஹாவோ சொல்லும் உலகம், இந்த அழகிய மரங்களும், நட்சத்திரங்களும், மலைகளும், ஆறுகளும் கொண்ட இந்த உலகம் அல்ல. அது மிகவும் அற்புதமானது. நாங்கள் குறிப்பிடும் உலகம், நீங்கள் உங்கள் வக்ர, அகங்கார ஆசைகொண்ட மனத்தால் பார்க்கும் உலகம் அல்ல. இந்த உலகம் தான் 'மாயை' (maya) எனப்படும். அது உங்கள் எண்ணத்தால், ஆசையால் உண்டாகியது. நீங்கள் எப்பொழுது ஆசைகளற்று, எண்ணங் களற்று, வெறும் பிரக்ஞையாக இந்தப் பரந்த ஆகாயத்தையும், இந்த உலகத்தையும் பார்க்கிறீர்களோ, அப்பொழுதுதான், நீங்கள் உண்மையான உலகத்தைப் பார்க்கிறீர்கள். அந்த உண்மையான உலகத்தைத்தான் மதங்கள் கடவுள் என்றும், புத்தர் என்றும், நிர்வாணா என்றும் அழைக்கிறார்கள். அதைத்தான், நாங்கள் அற்புதமானது என்று சொல்லுகிறோம்.

அடுத்து, நீங்கள் ஒரு உலகக் கனவில் மூழ்கி, அதை நிறைவேற்ற ஓடி, அது நிறைவேறாத பொழுது, ஒன்று அதில் தீவிரமாக மூழ்குகிறீர்கள், அல்லது, வேறு ஒரு கனவை நோக்கி ஓடுகிறீர்கள். எப்படி இருந்தாலும், நீங்கள் கடைசியில் எமாந்துதான் போகிறீர்கள்.

ஒரு சிறு நிகழ்ச்சி

ஒரு டவுன் பஸ்ஸில் உட்கார்ந்திருந்த ஒரு பெண்மணி, தன் பக்கத்தில் உட்கார்ந்திருந்த மனிதன், தன் தலையை அப்படி இப்படி ஆட்டிக் கொண்டே வருவதைக் கண்டு, மிக ஆவலாக, அவனிடம், ''எதற்கா இப்படி செய்துகொண்டு வருகிறீர்கள்?'' என்று கேட்டாள். அவன், ''இப்படிச் செய்து, என்னால் சரியான நேரத்தைச் சொல்ல முடியும்'' என்றான். அவள், ''அப்படியானால், இப்பொழுது மணி என்ன?'' என்று கேட்டார். அவன், ''4.30'' என்றான். அவள், ''தவறு. இப்பொழுது மணி, 5 1/4'' அவன், ''அப்படியா, நான் கொஞ்சம் மெதுவாகத்தலையை ஆட்டுகிறேன் என்று நினைக்கிறேன்.'' என்று சொல்லி, வேகமாகத் தன் தலையை ஆட்ட ஆரம்பித்தான்!

இப்படித்தான், நீங்கள் இயந்திரத்தனமாகச் செயல்படுகிறீர்கள். நீங்கள் எவ்வளவுதான் முயன்றாலும், இந்த உலகத்தின் செயல்களின் முடிவு, தோல்வியைத்தான் கொடுக்கும். எதுவும் நிறைவைக் கொடுக்காத பொழுது, அது தோல்விதான். நீங்கள் பணக்காரனாக ஆசைப்பட்டு, அலைந்து, திரிந்து, உங்கள் சக்தியையெல்லாம் செலவழித்து, கோடீஸ்வர னாகிறீர்கள். அந்தப் பணம் உங்களுக்கு என்ன நிறைவை, அமைதியைக் கொடுக்கும் என்று நினைக்கிறீர்கள்? ஒரு கோடீஸ்வரனிடம் சென்று கேளுங்கள். உண்மை விளங்கும். அப்பொழுது அவன் ஏமாற்றப்பட்டி ருப்பதை நீங்கள் உணருவீர்கள்! இப்படித்தான் ஒவ்வொன்றும். ஆசைகளை ஒரு நாளும் நிறைவேற்ற முடியாது. ஒன்று நிறைவேறியது போல் தோன்றலாம். ஆனால், அதிலிருந்து அடுத்த ஆசை ஒன்று பிறக்கும். இப்படி ஓடிக்கொண்டேதான் இருப்பீர்கள். அப்பொழுதுதான், இந்த ஆசைகளுக்கு, கட்டுப்பட்டு, எப்படி ஒரு அடிமையைப் போல் இருக்கிறோம் என்பது புரியும். ஒரு அனுபவம் முடிந்து, அடுத்த அனுபவம், அடுத்த அனுபவம்... ஆனால், எல்லா அனுபவங்களையும் ஒன்று சேர்த்து, நீங்கள் ஒரு முடிவுக்கு வரமாட்டீர்கள். நீங்கள், ''இந்த பெண் பயங்கரம். சரி. இந்த உலகத்தில் பல லட்சம் பெண்கள் இருக்கிறார்கள். வேறு ஒன்றை பார்ப்போம்'' என்று அடுத்த பெண்ணை நோக்கிச் செல்லுகிறீர்கள். ஒன்று சரியில்லை என்றதும், அடுத்ததை கனவுகண்டு, நம்பிக்கையோடு செல்கிறீர்கள். இந்த நம்பிக்கை, உங்கள் முன் அனுபவங்களை அமுக்கி விடுகிறது. ஆனால், நீங்கள் எதையும் கற்றதாக, உணர்ந்ததாகத் தெரிய வில்லை! நீங்கள் ஒருக்காலும் ஜெயிக்கமாட்டீர்கள். ஏனெனில், அந்த செயலில், வெற்றி என்பதே இல்லை. தோல்விதான் அதனுடன் மிகவும் சம்மந்தப்பட்டிருக்கிறது. எவைகளெல்லாம் வானவில்லைப் போல் உங்களைப் பரவசப்படுத்தியதோ, எவைகளெல்லாம், உங்களை காந்தம் போல் கவர்ந்து இழுத்ததோ, அவைகளெல்லாம் ஒன்றுமே இல்லாக் கனவுகள், வெறும் ஆசைகள் என்று உணருவீர்கள். அப்பொழுது உங்களி டம் ஒரு பெரிய மாற்றம் ஏற்பட்டு, ஒரு புதிய பிறவியை எடுக்கிறீர்கள்.

ஒரு நிகழ்ச்சி

ஒரு பெண், மிகவும் கோபமாக, கதவைத்தள்ளிக்கொண்டு, திருமணப் பதிவு அலுவகத்துச் சென்று, அங்குள்ள அதிகாரியிடம், ''ஜான் ஹென்றியை கல்யாணம் செய்துகொள்ள, நீங்கள் அனுமதி அளித்தது உண்டா, இல்லையா; இதோ பாருங்கள்'' என்று கத்தியபடி, அவர் உத்திரவு

கொடுத்த பேப்பரை. அவர் மேஜைமேல் போட்டாள். அவரும், அதை எடுத்து உன்னிப்பாகக் கவனித்து, '' அப்படித்தான் நம்புகிறேன். என்ன ஆச்சு?'' என்று கேட்டார்.

''அவன் ஓடிவிட்டான். இப்பொழுது என்ன செய்யப் போகிறீர்கள்?'' என்று அதட்டிக்கேட்டாள்.

எல்லா உறவுகளையும், மேலோட்டமாகப் பார்த்தால், மிகவும் அழகாகத் தான் இருக்கும். ஆனால், அதன் ஆழத்தில் ஒரு வித கட்டுப்பாடு இருந்தே தீரும். அதற்காக, நீங்கள் மக்களை ஒதுக்கவேண்டும் என்று நான் சொல்லவில்லை. அவர்களோடு அன்புடன் பழகுங்கள். ஆனால், எந்த உறவும் முடிவில், மகிழ்ச்சியைக் கொடுக்காது என்ற உணர்வும் உங்களிடம் இருக்கட்டும். ஏனெனில், உண்மையான மகிழ்ச்சி என்பது உங்களது உள்உணர்வாக மேலே வருவது. அது வெளியிலிருந்து வருவது அல்ல. அப்படி ஏதும் வந்தால், அது நிலையற்றது; அது ஒரு கனவுக்குச் சமம்தான்.

ஆகவேதான், சாரஹா, ''எவன் ஒருவன், வெளியிலிருந்துதான் மகிழ்ச்சி வருகிறது என்று நம்புகிறானோ, அவன் கட்டுப்படுத்தப்படு கிறான். எவன் ஒருவன், அது தன் உள்உணர்வாக வெளிப்படுகிறது என்று உணருகிறானோ , அவன் சுதந்திரமானவனாகிறான். இவன்தான் உண்மை யான மனிதன்'' என்கிறார்.

''அந்தத் தெய்வீகத்தேன், உங்கள் வாய்க்கு, மிக அருகில் இருக்கிறது'' என்று சாரஹா குறிப்பிடுவது அந்த பேரின்பத்தை, அந்த சொர்க்கத்தை. அது உங்களுடன்தான் பிறந்திருக்கிறது. ஆனால், நீங்கள் அதைப் புரிந்து கொள்ளாலாம், இந்த பரந்த உலகத்தில் அங்கும் இங்கும் தேடி அலைகிறீர்கள். ஏனெனில், அந்தத் தேன், உங்கள் வாய்க்கு மிக அருகில் இருந்தும், அதை ருசிக்கவில்லை. அதற்கு, உங்களுக்கு ஏது நேரம்?

அந்தத்தேனை அருந்தினால், நீங்கள் சொர்க்கத்தில் இருப்பீர்கள் அதன்பிறகு உங்களுக்கு இறப்பு என்பதே கிடையாது. நீங்கள் அந்தத் தெய்வீக நிலையை அடைந்துவிடுகிறீர்கள். இந்த பரந்த ஆகாயத்துக்கு ஏது இறப்பு? அது என்றும் நிலையானது. ஆனால், இந்த மேகக் கூட்டங் களுக்கு, பிறப்பும் உண்டு, இறப்பும் உண்டு. ஆறுகள் பிறக்கின்றன. இறக்

கின்றன. ஆனால் கடலுக்கு ஏது பிறப்பும், இறப்பும், அதைப் போலத்தான் நீங்களும். உங்களுக்கு ஏது பிறப்பும், இறப்பும்?

சாரஹா, இதைத்தான் அந்த அரசனுக்கு விளக்குகிறார். அந்த அரசனை தர்க்க ரீதியாக நம்பும்படி, எதையும் சொல்லவில்லை. உண்மையில், தன் உயிர்த்தன்மையை அந்த அரசன் தொடவேண்டும் என்று முயல்கிறார். அதற்கு சில வழிமுறைகளைச் சுட்டிக்காட்டுகிறார். வாழ்வை, ஒரு புதிய கோணத்தில் பார்ப்பதுதான், தந்த்ரா. சாரஹாவைப் பார்ப்பது போல.

தந்த்ராவைவிட, உண்மையைப் பற்றி மிக ஆழமான கருத்து கொண்ட வேறு எதையும், நான் இதுவரை சந்தித்தது இல்லை

4. ''அன்பு ஒரு இறப்பே''

(Love is a Death)

முதல் கேள்வி:-

''அன்புள்ள ஓஷோ, எனக்குத் தேவைப்படாதது எவ்வளவோ உங்களிடம் இருக்கின்றன. உங்களை அணுகுவதற்கு, என்னிடம் ஏன் இவ்வளவு தயக்கம் ஏற்படுகிறது என்று எனக்குப் புரிவில்லை?''

என்னிடம், உங்களுக்கு அளவுக்கு அதிகமாக அன்பு ஏற்பட்டால், அந்த அளவுக்கு உங்களிடம் தயக்கமும், எதிர்ப்பும் ஏற்படும். இரண்டும் ஒரு சமநிலையை உங்களிடம் ஏற்படுத்தும். எங்கே அன்பு இருக்கிறதோ, அங்கே எதிர்ப்பும் இருக்கத்தான் செய்யும். எதனால் நீங்கள் மிகவும் கவரப்படுகிறீர்களோ, அதிலிருந்து தப்பிக்கவும் முயற்சி செய்வீர்கள். ஏனெனில், நீங்கள் அளவுக்கு அதிகமாக ஈர்க்கப்படும்பொழுது, நீங்கள் பள்ளத்துக்குச் செல்கிறீர்கள். அதாவது, உங்களுடைய சமநிலையிலிருந்து, கீழே செல்கிறீர்கள். அந்த பள்ளத்திலேயே நீங்கள் எப்பொழு தும் இருக்க முடியாது.

ஆகவே, அன்பு என்பது அபாயமானதுதான், ஏனெனில் அதிலேயே இறப்பும் கலந்தே இருக்கிறது! உங்கள் சாதாரண உடல் இறப்பை விட, அந்த அன்பு கொடுக்கும் இறப்பு, மிகவும் துன்பம் தரக் கூடியது. நீங்கள் இறந்தால், உங்களுக்கு மீண்டும் மறுபிறப்பு உண்டு. ஆனால், உங்கள் அன்பு இறந்தால், நீங்கள் நிரந்தரமாக இறந்தவர்போல் ஆகிவிடுகிறீர்கள். ஆகவேதான், இந்த முழுமையான அன்பைக் கண்டு எல்லோரும் பயப்படுகிறார்கள். இந்த அன்பில் ஒருவன் முழுமையாக இறங்கும் பொழுது, வேறு யாரோ அவனிடம் பிறக்கிறான். அதாவது அவன் முழுமையாக மாறிவிடுகிறான். இதைக் கொஞ்சம் தெளிவாகப் புரிந்துகொள்ளுங்கள்.

யார், என்மேல். முழு அன்பு செலுத்தவில்லையோ, அவர்கள் ப்யப்படாமல், என் அருகில் நெருங்கி வரமுடியும். என்மேல் அன்பு செலுத்துபவர்கள் மிகவும் தயங்கிக் கொண்டேதான், மெல்ல மெல்ல

வருவார்கள். ஏனெனில், அவர்கள் என்னை நோக்கி எடுத்து வைக்கும் ஒவ்வொரு அடியும், அவர்களது அகங்காரத்தின் மேல் வைக்கும் ஒவ்வொரு அடிக்கும் சமம். ஆகவேதான், முழுமையான அன்பை, இறப்புக்குச் சமம் என்கிறேன். அதாவது உங்கள் அகங்கார மனத்தின் இறப் பிற்குச் சமம். நீங்கள் மிக நெருக்கமாக அருகில் வரும்பொழுது, என்னைப் போல் நீங்களும் மனமற்றநிலையை அடைகிறீர்கள். அது ஒரு ஒன்றும் அற்ற தன்மைதான் (Nothingness). ஆகவே, சாதாரண அன்புக்கே, எதிர்ப்பு உணர்வு உங்களிடம் ஏற்படும்பொழுது, இந்த ஆழமான ஆன்மீக அன்புக்கு, தனித்தன்மையுடைய அன்புக்கு, எப்படி எதிர்ப்பு உண்டாகாமல் இருக்க முடியும்?

இந்தக் கேள்வியை ஆனந்த அனுபவ் கேட்டிருக்கிறாள். அவளை நான் கூர்ந்து கவனித்துத்தான் வருகிறேன். அவள் எப்பொழுதும் எதிர்ப்பு உணர்வோடுதான் இருக்கிறாள். அவளுடைய கேள்வி அறிவுபூர்வ மானது: ஆனால், அது உயிர்த்தன்மையோடு கலந்து உள்ளத்திலிருந்து வரவில்லை. அறிவுசம்மந்தமான எந்த விஷய ஞானத்திலும், ஒரு மறுப்பும் கூடவே இருக்கும். ஆகவே, அவளால் ஒருக்காலும் அதை வெற்றி கொள்ளமுடியாது. அதை வெற்றிகொள்ளாமல் இருப்பதே, அவளை ஆசீர்வதித்தற்கு சமம்தான். அவளுடைய கண்களில் அறிவைவிட அன்பை மிக முழுமையாகக் காணுகிறேன். உங்கள் அகங்காரத்தை வெல்வதற்கு அன்பைவிட, எளிய சாதனம் வேறு இல்லை. அறிவால் அது ஒருக்காலும் நடக்காது. ஆகவே, ஆனந்த அனுபவ், இதில் வெற்றியடைவது உறுதி. ஆனால், பெரும்பாலான மக்கள் இந்த அகங்காரத்தை விடுவதற்கு பயந்து, அன்பற்றே வாழ்கிறார்கள். அவர்கள் அன்பைப்பற்றி மிக விரிவாகப் பேசுவார்கள். ஆனால், அவர்கள் அன்புசெலுத்தப் பயப்படுவார்கள்! இதை நடை முறையில் கூர்ந்து கவனித்தால் புரியும்.

ஆகவே, நீங்கள் ஒரு மாஸ்டரிடம் நெருங்கினால், அது உங்களை முழுமையாக அழித்து, உங்களை ஒன்றுமில்லாதவனாக ஆக்கி விடும்! அப்பொழுது, ஒன்று, நீங்கள் என்னோடு இரண்டறக்கலந்துவிடவேண்டும், அல்லது, நான் உங்களிடம் கலக்க, நீங்கள் என்னை அனுமதிக்கவேண்டும். அல்லது நீங்கள் வெறுமனே இருக்கலாம். உங்களிடம் எதுவும் நிகழாது. அதாவது நீங்கள் உங்கள் அகங்காரத்தை விடாமல் வெறுமனே இங்கு இருந்தால், உங்களுக்கும் எனக்கும் இடையில் சைனா சுவர் ஒன்று ஏற்பட்டுவிடும்.

ஆனால் உங்களது அகங்கார சக்தி மிக ஆழத்தில் ஒடிக்கொண்டிருக்கும். அவ்வளவு சுலபமாக அந்த சைனாசுவற்றை இடிக்க முடியாது. ஆனால், அன்பு மேலே எழுந்து அதன் முழுமையினால், உங்கள் அகங்காரம் தானே தன் வலுவை இழந்துவிடும். இந்த அன்பின் ஆழத்தை அனுபவ கண்களில் காணுகிறேன். இது நல்லதற்குத்தான். அவள் சரியான பாதையில்தான் செல்கிறாள். அவளுடைய ஆன்மீக யாத்திரை முழுமை பெற, சில வருடங்கள் ஆகலாம். அதனாலென்ன? அவள் திரும்பிச் செல்லக்கூடிய அந்த முனையைத் தாண்டி வந்துவிட்டாள். இனிமேல் மேற்கொண்டு செல்லவேண்டியதுதான். இனி அவள் அடைய வேண்டியது காலத்தின் கையில்தான் உள்ளது. அவள் என்னை ஏற்கத் தயாராக இருக்கிறாள். ஆனால், நான் யாரையும், எதற்கும் வற்புறுத்துவது இல்லை. அதற்கு அவசியமும் இல்லை. அவர்களுக்கு வேண்டிய அவகாசம் கொடுத்தாலே போதுமானது. அவர்கள் தானாகவே முன்னேறி வந்துவிடுவார்கள். சுதந்திரத்தன்மையில், யாருடைய வற்புறுத்தலும் இல்லாமல், சரணாகதி ஏற்பட்டால், அதன் அழகே தனிதான். ஆனால், நீங்கள் அதனிடம் பூர்ண நம்பிக்கை வைக்கவேண்டும்.

அது உங்களது உயிர்த்தன்மையின் மையத்தில், ஏற்கனவே நிகழ்ந்துகொண்டு தான் இருக்கிறது. இன்னும் சிறிது காலத்தில், அதுமேலே உணர்வுப் பூர்வமாகக் கிளம்பி உங்களுடைய மேலோட்டமான மனதை ஆக்ரமித்துவிடும். நீங்கள் உள்ளத்தளவில் என்னோடு நெருங்கி வந்துவிட்டீர்கள். ஆனால், உங்கள் மனதளவில் இன்னமும் போராடிக்கொண்டிருக்கிறீர்கள்! அந்த போராட்டம் மிகவும் மேலோட்டமானதுதான். அதனுடைய மையம் அல்லது தலைமை ஏற்கனவே என்னிடம் சரணாகதி அடைந்துவிட்டது.

ஒரு ஜப்பானிய சிப்பாய், இரண்டாவது மகா யுத்தம் முடிந்து இருபது வருடம் ஆகியும், இன்னமும் போராடியபடியேதான் இருக்கிறான். ஜப்பான் சரணாகதி அடைந்தது அவனுக்கு இன்னமும் தெரியாது. அவன் இந்தோனேஷியாவில் உள்ள ஒரு அடர்ந்த காட்டுப் பகுதியில் வசித்துக் கொண்டு இருக்கிறான். அவன் இன்னமும் யுத்தம் முடியவில்லை என்றே கருதிக்கொண்டு இருக்கிறான். அவன் மறைந்து மறைந்து வாழ்ந்து கொண்டு, அப்பாவி மக்களைக் கொன்று கொண்டு இருக்கிறான். இவனை பைத்தியம் என்றுசொல்லாமல், வேறு எப்படி அழைப்பது? இவன் சில வருடங்களுக்கு முன், ஜப்பானுக்குத் திரும்பினான். அப்பொழுது

அவனுக்கு வீர மரியாதை கொடுக்கப்பட்டது. புரிந்துகொள்ளாமல், தனித்து வாழ்ந்த வகையில், அவன் ஒரு வீரன்தான்! ஆனால், இப்பொழுதும் அவன் சொல்லுவது என்னவென்றால், ''எனக்கு என் மேலதிகாரியிடமிருந்து உத்தரவு வராத வரையில், நான் சரணாகதியடைய மாட்டேன். ஜப்பான் சரணாகதி அடைந்தது என்பதையும் ஒத்துக்கொள்ள மாட்டேன்'' என்று!! இப்பொழுது அந்த சிப்பாயின் மேலதிகாரி இறந்துவிட்டார். யார் அவனுக்கு உத்தரவு கொடுப்பது? இன்னமும் அந்த சிப்பாய் சண்டை போட்டுக்கொண்டுதான் இருக்கிறான்! அவன் வாழ்வு முழுவதும் இப்படியேதான் இருக்கவேண்டும். வேறு வழியில்லை.

அனுபவ் என்ற இந்த பெண்ணும் அந்த நிலையில்தான் இருக்கிறாள். அவளுடைய உள்ளம் மற்றும் உயிர்த்தன்மை எப்பொழுதோ என்னிடம் சரணாகதியடைந்துவிட்டது. அந்த அதிகாரி எப்பொழுதோ இறந்துவிட்டார்! ஆனால், மேலோட்டமாக அந்த இந்தோனேஷிய காட்டில், உன்னுடைய மனத்தை வைத்துக்கொண்டு போராடிக் கொண்டு இருக்கிறாய். ஆனால், இப்பொழுதோ அல்லது சிறிது நாட்கள் சென்றோ, அந்த உண்மையான செய்தி உன்னை வந்து அடையத்தான் செய்யும். அப்பொழுது அந்த சிப்பாயைப்போல் இல்லாமல், அதை பூர்ணமாக நம்பினால் போதும்.

இரண்டாவது கேள்வி:-

''அன்புள்ள ஓஷோ, நான் உண்மைத்தன்மையை அடைய விரும்புகிறேன். ஆனால், உண்மை என்றால் என்ன? அது எப்படி இருக்கும்? நான் ஏதோ பிசாசுகள் சூழ்ந்த ஒரு சிறையில் இருப்பது போல் உணர்கிறேன். அதிலிருந்து வெளிவர விரும்புகிறேன். ஆனால் எப்படி?''

நீங்கள் சிறையில் இல்லை என்பதை முதலில் புரிந்துகொள்ளுங்கள். யாருமே அப்படி இருந்தது இல்லை. இருக்கவும் முடியாது. இது உங்களது பொய்யான நம்பிக்கை. ஆனால், நீங்கள் நிச்சயம் பிரக்ஞையற்று இயந்திரத்தனமாகச் செயல்படுகிறீர்கள். நீங்கள் நினைக்கும் சிறை என்பது உங்களது கனவு மயக்கம். அது உங்களது பய உணர்வால் ஏற்பட்டது. நீங்கள் தூக்கத்தில் இருக்கிறீர்கள். நீங்கள் அடிப்படையாகப் புரிந்துகொள்ள வேண்டியது என்னவென்றால், இந்த கற்பனையான சிறையிலிருந்து எப்படி வெளியே வருவது என்பதல்ல. அதற்கு மாறாக, உங்கள்

தூக்கத்திலிருந்து எப்படி மீண்டு, பிரக்ஞை நிலைக்கு வருவது என்பதுதான். நீங்கள் எப்படி அந்தச் சிறையிலிருந்து வெளியே வருவது என்று எண்ணிக் கொண்டு, அதனுடன் போராடிக்கொண்டிருந்தால், உங்கள் சக்திதான் வீணாகும். ஏனெனில் அப்படி ஒன்று உண்மையாக இல்லவே இல்லை.

இதைத்தான் பல நூற்றாண்டுகளாக, பல கோடிமக்கள் நம்பிக் கொண்டு வருகிறார்கள். அவர்களுடைய சக்தி அனைத்தையும் இந்த சிறைப் போராட்டத்திலேயே செலவழித்து, முடிவில் பரிதாபமாக இறந்து விடுகிறார்கள். நீங்கள் ஆழ்ந்த தூக்கத்தில் பல பயங்கரக் கனவுகளைக் கண்டு கொண்டு இருக்கிறீர்கள். ஆகவே முதலில் இந்தத் தூக்கத்திலிருந்து எப்படி விழிப்புநிலைக்கு வருவது என்பதைப் புரிந்து கொள்ளுங்கள். இப்பொழுது உங்களுக்கும், ஒரு குடிகாரனுக்கும் எந்த வித்தியாசமும் இல்லை. ஒரு பூங்காவுக்கு வெளியே ஒரு குடிகாரன் நன்றாகக் குடித்து விட்டு அதன் வேலியைச் சுற்றிச்சுற்றி வந்து, கதறியபடியே,'' நான் வெளியே வர வேண்டும்'' என்று சொல்லிக் கொண்டே இருந்தால் எப்படியோ, அப்படியேதான், நீங்களும் இருக்கிறீர்கள்.

ஆகவே, இந்த சிறை என்பது ஒரு கற்பனையான எண்ணம்தான். இது எப்படி உங்களிடம் ஏற்பட்டது? எப்படியென்றால், நீங்கள் பல சூழ்நிலையால் கட்டுப்படுத்தப்பட்டிருக்கிறீர்கள். அந்தக் கட்டுப்பாடு, ஒரு சிறை உணர்வை உங்களிடம் ஏற்படுத்தியிருக்கிறது. நீங்கள் எங்கே சென்றா லும், அந்தக் கட்டுப்பாடும் உங்களைத் துரத்திக்கொண்டே வருகிறது. ஓரளவுக்கு மேல், உங்களால் செல்ல முடியவில்லை. ஏதோ ஒன்று ஒரு சுவர்போல, உங்களைத் தடுக்கிறது. ஆகவே, நீங்கள் உங்களைச் சுற்றி, ஒரு சுவர் எழுப்பப்பட்டிருக்கிறது என்று கருதுகிறீர்கள். ஆனால், அது உங்கள் கண்களுக்குத் தெரியவில்லை. அது மிக மெல்லிய கண்ணாடியால் ஆனது போல் உணர்கிறீர்கள். அதன் வழியாக நீங்கள், உங்கள் முன்னே உள்ள தைப் பார்க்க முடியும். ஆனால், அதை அடைய முடியாது. இது உங்களுக்கு ஒரு சிறை உணர்வை ஏற்படுத்துகிறது.

இந்த உணர்வு, நீங்கள் தூக்கத்தில் இருப்பதால் ஏற்படுவது. நீங்கள் தூக்கத்தில், உங்கள் உடலோடு மிகவும் நெருக்கமாகச் சம்மந்தப் படுகிறீர்கள். அப்பொழுது உங்களது உடலின் எல்லையே, உங்களது எல்லையாகி விடுகிறது. அதைப்போல, உங்கள் தூக்கத்தில், உங்கள் மன தோடும் மிகவும் நெருக்கமாகி வருகிறீர்கள். ஆகவே, அதன் எல்லைகளும், உங்களது எல்லையாகிவிடுகிறது.

ஆனால், உண்மையான 'நீங்கள்' எல்லையில்லாமல் இருக்கிறீர்கள். இதை நன்றாகப் புரிந்துகொள்ளுங்கள். உங்களது சுத்தமான உயிர்த் தன்மையில், நீங்கள் எல்லையற்ற ஆகாயமாக இருக்கிறீர்கள். அப்பொழுது, நீங்கள் கடவுளாகவே இருக்கிறீர்கள். இந்தக் கடவுள் தன்மையை அறிய, உங்கள் சக்தியை இப்படி கற்பனையான சிறையில் சிதறடிக்காதீர்கள். ஏனெனில் நீங்கள் அதில் ஒருக்காலும் வெற்றிகொள்ள முடியாது. நீங்கள் அதில் எவ்வளவுக்கெவ்வளவு முயலுகிறீர்களோ, அவ்வளவுக் கவ்வளவு, அதில் தோல்வியையும், விரக்தியையும்தான் சந்திப்பீர்கள். ஒரு கட்டத்தில், அதிலிருந்து வெளியே ஒருக்காலும் வரமுடியாது என்று எண்ணத்தை உண்டாக்கிக் கொள்வீர்கள்.

ஆகவே, முதலில் உங்களிடம் விழிப்புணர்வை உண்டாக்கிக் கொள்ள முயலுங்கள். எதிலும் மிகவும் கவனமாகவும், பிரக்ஞையுடனும் ஈடுபடுங்கள். எதிலும் அதன் மையத் தன்மையை உணர முற்படுங்கள். உங்களது விழிப்புணர்வு அதிகமாக அதிகமாக, அந்தக் கண்ணாடிச் சுவர் உங்களை விட்டு அகல்வதை உணர்வீர்கள். உங்களது பிரக்ஞை உணர்வு அதிகரிக்க அதிகரிக்க, அந்த சுவரும் பெரிதாகிக்கொண்டே சென்று, ஒரு கட்டத்தில் மறைந்தே போகும். அப்பொழுது நீங்கள் வெறும் பிரக்ஞையாக மட்டும்தான் இருப்பீர்கள். அதற்கு இந்த ஆகாயம்கூட எல்லையாக முடியாது. அது அவ்வளவு பரந்து விரிந்தது. அந்த விழிப்புணர்வு, ஒரு மெல்லிய ஒளியாக உங்களிடம் ஒளிர்வதை உணர்வீர்கள். அந்த ஒளியால், நீங்கள் முழுமையாகப் பிரகாசிப்பீர்கள். அந்த ஒளி தெய்வீக மானது.. அதுதான் உண்மையான 'நீங்கள்'.

இந்த முழு அனுபவமே, எக்காலத்திலும் ஒரு புரியாத புதிராகவே இருக்கும். ஜீசஸ், ''நானும், என் பிதாவும் சொர்க்கத்தில் ஒன்றாகவே இருக்கிறோம்'' என்று சொன்ன வாக்கியத்தின் அர்த்தம் இதுதான். நானும் என் பிதாவும் எல்லையில்லாத தன்மையில் இருக்கிறோம் என்பதைத்தான், அப்படி உவமையாகக் குறிப்பிடுகிறார். இதையே உபநிசத்து, ''அகம் பிரம்யாஸ் மீ'' என்று அழைக்கிறது. அதாவது ''நானே அந்த முழுமையாக இருக்கிறேன். நானேதான் அந்தக் கடவுள்'' என்று அர்த்தம். இந்த வார்த்தைகள், ஒரு முழுமையான பிரக்ஞை நிலையில் வெளிப்படுத்தியது. இதையேதான், சுபிமன்சூர் **(Sufimansoor)** ''அனல் ஹக்'' **(Ana'l Haq)** என்கிறார். அதாவது, ''நானே உண்மை'' என்பதாகும்.

இந்த அறிவிப்புகள் மிகவும் அற்புதமானவைகள். நீயே முழு பிரக்ஞையாக இருக்கிறாய். அதில் கூடுதல், குறைதல் என்ற பேச்சுக்கே இடமில்லை. ஆகவேதான், போதை தரும் மருந்துகளில் மக்கள் இவ்வளவு ஆர்வமாக இருக்கிறார்கள். ஏனெனில், அது உங்களது பிரக்ஞைத் தன்மையை ஓரளவு பெரிதாக்க உதவுகிறது. ஆனால், அதனால் அதை முழுமையாக்க முடியாது. இந்த எல் எஸ்டி (LSD), மார்ஜுவானா மற்றும் மெஸ்காலின் (Mescalin)போன்ற மருந்துகள், உங்களுடைய பிரக்ஞைத் தன்மையை திடீரென்று அதிகப்படுத்துகிறது. ஆனால், அது ஒரு ரசாயனம் தான். அதற்கும் ஆன்மீக மாற்றத்துக்கும் எந்தச் சம்மந்தமும் கிடையாது. நீங்கள் அதனால் ஒருக்காலும் வளர்ச்சியடைய மாட்டீர்கள். ஆன்மீக வளர்ச்சி என்பது உங்கள் முயற்சியால் கிட்டுவது. அது அவ்வளவு சுலபமா என்ன?

எல் எஸ்டி (LSD) மருந்தால் நான் கபீரீன் ஆன்மீக அனுப வத்தை அடைந்தேன் என்று ஆல்டஸ் ஹக்ஸ்லி (Aldous Huxley) சொன்னது மிகப்பெரிய தவறு, அந்த அனுபவம் அப்படித்தான் இருக்கும். ஆனால், அது உண்மை அல்ல. அது உங்கள் உடலில் ஏற்படும் ரசாயன மாற்றத்தால் ஏற்படும் ஒரு பிரமை என்றுதான் சொல்ல முடியும். ஆனால், நீங்கள் அப்படியே தான் இருக்கிறீர்கள். அந்த மருந்தின் வீரியம் குறையும் பொழுது, நீங்கள் பழைய நிலைக்கே திரும்பவும் வந்துவிடுகிறீர்கள். அதனால் என்ன பியோஜனம்?

கபீரிடம் ஏற்பட்ட ஆன்மீக மாற்றம், அவருடைய உள்ளுணர்வு வளர்ச்சியால் ஏற்பட்டது. அவர் அடைந்த இந்த மாற்றம் நிரந்தரமானது. அது அவரை முழுமையாக ஆட்கொண்டது. ஆனால், இந்த போதை மருந்துகள். வேத காலம் முதல் மனிதனை அடிமையாக்கி வைத்திருந்தது. ஆகவே, இது இந்தக் கால மனிதனுக்கு புதியது அல்ல. இது உங்களை ஒரு பொய்யான நிலைக்கே கொண்டு செல்லும். ஆனால், மனிதனின் அடிப்படையான இந்த பிரக்ஞை நிலையை விரிவாக்குதல் என்பது எப்பொழுதும் இருந்துகொண்டுதான் இருக்கும். அதற்கு தியான முறையைத் தவிர சரியான மார்க்கம் வேறு எதுவும் இல்லை.

ஆனால், போதை மருந்தை நாடுவதைப் போல, சில பேர்கள் பணத்தை நாடுவார்கள். பெரும் பணக்காரனாக வேண்டும் என்று ஆசைப் படுவார்கள். ஏனெனில், பணத்தின் மூலம், அவர்கள் ஆசைகள் பூர்த்தி செய்

யப்படும்பொழுது, தங்களது பிரக்ஞை உணர்வு அதிகமாவது போல் உணர்வார்கள். பணத்தின் மூலம், பல கார்களுக்குச் சொந்தக்காரனாக ஆக முடியும். அப்பொழுது தன்னுடைய எல்லைகள் விரிவடைவதுபோல் உணரலாம். ஒரு வித விடுதலை உணர்வை அடையலாம். ஆனால், இவைகளினால் ஏற்படும் இந்த சுதந்திர உணர்வு, மிகவும் பொய்யானது. நிலைத்து நிற்கக்கூடியது அல்ல. இந்தக் கார்களைப் போல, உங்களால் பல உலகப் பொருள்களை அடையமுடியும். அதனால், நீங்கள் ஒருபோதும் ஆன்மீகமாக வளர்ச்சியடையமாட்டீர்கள். நீங்கள் ஏழ்மையில் எப்படி இருந்தீர்களோ, அப்படியேதான் இப்பொழுதும் இருப்பீர்கள். அதில் எந்த மாற்றமும் இருக்காது. இதைப் போலத்தான் அதிகாரமும். நீங்கள் ஒரு பிரதம மந்திரியாகவோ அல்லது ஜனாதிபதியாகவோ இருக்கலாம். அப்பொழுது உங்களது எல்லைகள் இந்தத் தேசம் அளவு விரிவடைந்து இருக்கலாம். ஆனால் அதுவும் அந்த போதை மருந்துக்குச் சமம்தான் நீங்கள் ஒருபோதும் ஆன்மீகமாக வளர்ந்திருக்கமாட்டீர்கள்.

சொல்லப்போனால், இந்தப் பணம், அதிகாரம், அந்தஸ்து என்ப வைகள், எல் எஸ்டி போன்ற போதை மருந்துகளைவிட மிகவும் அபாய மானது என்று கூடச் சொல்லலாம். ஏனெனில், இந்த போதை மருந்துகளால், நீங்கள் மட்டும் உங்களையே அழித்துக் கொள்கிறீர்கள். ஆனால், பணம் மற்றும் அதிகாரம் மூலம், நீங்கள் மற்றவர்களையும் அழிக்கிறீர்கள். உதாரணமாக, அடால்ப் ஹிட்லரை எடுத்துக்கொள்ளுங்கள். அவன் மாத்தி ரம், ஒரு போதை மருந்து பழக்கம் உள்ளவனாக இருந்திருந்தால், உலக யுத்தமே ஏற்பட்டிருக்காது! நாம் கடவுளுக்கு நன்றி சொல்லியிருப்போம். அதைப் போல, ஒரு பணக்காரன், போதை மருந்து பழக்கம் உள்ளவனாக இருந்தால், அவனுக்கு மட்டும்தான் அழிவைத்தேடிக் கொள்வான். பிற ருக்கு தன் பணத்தின் வலிமையால் கேடுகள் செய்ய மாட்டான். எத்தனை பேர்களை மறைமுகமாக ஏமாற்றி, அவன் பணக்கார னானான் தெரியுமா? ஒரு பணக்காரனால், பலபேர்கள் ஏழையாக இருக்கி றார்கள். ஆனால், துரதிர்ஷ்டவசமாக, பெரும்பாலும் பணக்காரனுக்கு போதைப் பழக்கம் இருக்காது. அப்படி இருந்திருந்தால், அவனால் பணக் காரனாக முடியாது. ஆனால், பணமும் ஒரு போதைப் பொருள்தான்! அரசியல்வாதி செய்யும் கெடுதியை, ஒரு பணக்காரனால், இந்த சமூகத் துக்கு செய்ய முடியும். மத வெறி பிடித்தவர்கள், பணக்காரன், அரசியல் வாதி இவர்களெல்லாம் ஒரே இனம்தான். இந்தப் போதை மருந்துகளை விட, அவர்கள் மிகவும் அபாயகரமானவர்கள்.

அதற்காக, நான், இந்தப் போதை மருந்துகளை தேர்ந்து எடுத்துக் கொள்ளுங்கள் என்று சொல்லவில்லை. தவறாக அர்த்தம் கற்பித்துக் கொள்ள வேண்டாம். இவைகள் மூலமாக, உங்கள் பிரக்ஞை உணர்வை தற்காலிகமாக விரிவடையச் செய்யலாம் என்று சுட்டிக்காட்டுகிறேன். இந்த போதை மருந்து, அந்தப் பணக்காரன், அரசியல்வாதி, மதவெறி பிடித்த வர்களைக்காட்டிலும் மேல் என்று மட்டும் கூறுகிறேன். அவ்வளவுதான்.

''நான் உண்மையை அடைய விரும்புகிறேன்'' என்று கூறுகிறீர் கள். அதில் உங்கள் விருப்பத்தையோ அல்லது விருப்பமின்மையையோ கலக்க முடியாது. உண்மை எப்பொழுதும் இருந்தது, இருக்கிறது, இருக்கும். உங்கள் விருப்பத்தைப் பற்றி அது கவலைப்படுவதுஇல்லை! நீங்கள் பொய்யை வேண்டுமானால் தேர்ந்துஎடுத்துக்கொள்ளலாம்; ஆனால், உண்மையை உங்களால் தேர்ந்து எடுத்துக்கொள்ள முடியாது. ஆகவே தான், திரு கிருஷ்ணமூர்த்தி, ''தேர்ந்து எடுக்கமுடியாத விழிப்பு உணர்வு'' (Choiceless Awareness) என்று அதைக் குறிப்பிடுகிறார்.

எப்பொழுது, நீங்கள் உங்களது தேர்ந்து எடுத்துதலை நிறுத்து கிறீர்களோ, அப்பொழுது உண்மை, தன்னை வெளிக்காட்டும். இந்தத் தேர்ந்து எடுத்தல்தான், உங்களுக்கும், உண்மைக்கும் ஒரு தடையாக இருக் கிறது. ஏனெனில், நீங்கள் ஒன்றை விரும்பி தேர்ந்து எடுக்கும் பொழுது, மற்றதை தள்ளிவிடுகிறீர்கள். அதைப் பார்க்க மறுக்கிறீர்கள். உண்மை என்பது முழுமையானது. இப்படி செய்யும் பொழுது, உண்மை யின் ஒரு பகுதியை மட்டும் தேர்ந்து எடுத்துக்கொள்கிறீர்கள். உங்கள் கண்கள் தெளிவாக இல்லை. அதனால், உண்மையை முழுமையாகப் பார்க்க முடிவதில்லை.

''நான் உண்மையை அடைய விரும்புகிறேன்'' என்று நீங்கள் சொல்லும் பொழுது, நீங்கள் பொய்யாக இருப்பது உங்களுக்குப் புரிய வில்லையா? ஆனால், இது உங்களது தேர்ந்து எடுக்கும் தன்மையால் ஏற்பட்ட பொய்த் தோற்றம்தான். நீங்கள் ஒருக்காலும் பொய்யாக இருக்க முடியாது. உங்களது உயிர்த்தன்மை முழு உண்மையானது. இங்கே என் முன், நீங்கள் மூச்சுவிட்டுக் கொண்டு உட்கார்ந்திருப்பதும் உண்மை. உண்மையான நீங்கள், உண்மையாகவே இருக்கிறீர்கள். உங்கள் உயிர்த் தன்மை, உங்கள் மூச்சு, ''நான் ஒரு கிருஸ்துவன், நான் ஹிந்து, நான் ஒரு முஸ்லீம்'' என்று கூறுவதுஇல்லை! ஆனால், நீங்கள், உங்கள் மனத்தால்

தேர்ந்து எடுப்பதன் மூலம், ஒரு முஸ்லீமாகவோ, ஒரு கிருஸ்துவனாகவோ அல்லது ஹிந்துவாகவோ மாறுகிறீர்கள். அதைப் போல, நீங்கள் நான் இந்தியன், நான் ஐரோப்பியன், நான் சைனாக்காரன் என்று கூறிக்கொள் கிறீர்கள். நீங்கள் இந்த பரந்த பிரபஞ்ச உயிர்த்தன்மையின் ஒரு அங்கம் என்பதை ஆழ்ந்து புரிந்துகொள்ளுங்கள். அதற்கு மதமோ, தேசமோ, மொழியோ தடையில்லை.

ஆகவே, ''நான் உண்மையை அடைய விரும்புகிறேன்'' என்று சொல்லிக் கொண்டு, நீங்கள் பொய்யை தேர்ந்து எடுக்கும் வாய்ப்பு மிக அதிகம் உண்டு என்பதை அறிந்துகொள்ளுங்கள். இப்படித்தான், பல பேர்கள் மதத்திடம் சென்று விடுகிறார்கள். ஒரு கிஸ்துவன், தன்னுடைய மதமாகிய கிருஸ்துவ மதம்தான் உண்மையானது என்று நினைக்கிறான். அப்படியேதான் ஒவ்வொரு மதத்தவனும் நினைக்கிறான். ஒன்றை நன்றா கப் புரிந்துகொள்ளுங்கள். நீங்கள் பிறக்கும்பொழுதே, ஒரு ஹிந்து வாகவோ, ஒரு முஸ்லீமாகவோ, அல்லது ஒரு கிருஸ்துவனாகவோதான் பிறக்கிறீர்கள். அந்தத் தன்மை உங்களிடம் இயல்பாகவே இருக்கிறது. அதற்காக, ஒன்றை தேர்ந்துஎடுத்து மாற வேண்டிய அவசியம் இல்லை. எல்லா மதங்களிலும், உண்மை மறைந்தே இருக்கிறது. அந்த மறைவான உண்மையை, ஒரு மதத்தின் மூலமாகத் தேர்ந்து, நேரடியாக அணுகுங்கள். கிருஸ்துவிடம் என்ன உண்மை இருந்ததோ, அதே உண்மைதான் உங்களிடமும் இருக்கிறது.

ஆனால் கிருஸ்துவத்தன்மை, ஹிந்துத் தன்மை, புத்தாத்தன்மை என்பது, ''தேர்ந்து எடுக்க முடியாத விழிப்புத்தன்மை'' என்பதைத் தெளிவாகப் புரிந்துகொள்ளுங்கள்.

ஆகவே, உங்களது விருப்பம் என்ன என்று சிந்திக்க வேண்டாம். முதலில், உங்கள் விருப்பத்தை விடுங்கள். நீங்கள், நீங்களாக எந்த விருப்பமும் இன்றி இருங்கள். அதுதான் உண்மைநிலை. நீங்கள், ஏதோ ஒன்றாக ஆகவேண்டும் என்று விருப்பப்படுவது பொய்மை. இந்த வித்தி யாசத்தை ஆழ்ந்து புரிந்துகொள்ளுங்கள். அது வருங்காலத்தில் நிகழக் கூடியது. நான் சொல்வது நீங்கள் நிகழ்காலத்தில் 'இப்பொழுது, இங்கே' வெறுமனே இருங்கள் என்பதுதான். ஆனால், நீங்கள் ''அப்படி இருக்க வேண்டும், இப்படி இருக்கவேண்டும், அதை அடையவேண்டும்.'' என்று தான் கற்பிக்கப்பட்டிருக்கிறீர்கள்.

என்னுடைய அறிவிப்பு என்னவென்றால், "நீங்கள் எப்படிப் படைக்கப்பட்டிருக்கிறீர்களோ, அப்படியே இருங்கள். அதுதான் அழகானது" என்பதே.

"உண்மை என்றால் என்ன, அது எப்படி இருக்கும்?" என்று கேட்கிறீர்கள். அதாவது, அது எங்கேயோ இருப்பதாகவும், அதை அறிந்து கொள்ள வேண்டும் என்ற ஆவலில் கேட்கிறீர்கள். அது உங்களது முயற்சியின் பலன் என்று கருதுகிறீர்கள். இல்லாவிட்டால், 'எப்படி' என்ற வார்த்தையை உபயோப்படுத்தியிருக்கமாட்டீர்கள்.

நான் உறுதியாகச் சொல்கிறேன். அது எங்கேயும் தனியாக இல்லை. நீங்கள் தான் அதுவாக இருக்கிறீர்கள். உபநிஷத்து, "தத்-துவம்-அஸி" (Tat-Tvam-Asi) என்று கூறுகிறது. இதன் அர்த்தம், "நீதான் அதுவாக இருக்கிறாய்" என்பதே. கடவுள் எதிர்காலத்தில் இல்லை. அவர் இதோ உங்களிடமும், உங்களைச் சுற்றியும் இந்த கணத்தில் இருந்து கொண்டுதான் இருக்கிறார். அவர் இல்லாத இடமே இல்லை. கடவுள் என்பது வாழ்தல்தான். அதைத்தவிர தனியாக வேறு எதுவும் இல்லை. இந்த வாழ்தல் என்பது இந்த மரத்தில் நடக்கிறது, அந்த ஆற்றில் நடக்கிறது, இந்தக் காற்றில் நடக்கிறது, மற்றும் சகல உயிரினங்களிலும் நடக்கிறது. இந்த மேகக்கூட்டத்தில், அந்த நட்சத்திரங்களில் நடக்கிறது. அது ஒரு நிகழ்கால நிகழ்ச்சி. அவ்வளவுதான்.

ஆகவே, நீங்கள் நீங்களாக இருங்கள். போதும். வேறு ஒன்றாக மாற ஆசைப்படாதீர்கள். அப்படி ஆசைப்பட்டால், அதற்கு முடிவே இருக்காது. ஒன்றை அடைந்ததும், இன்னொன்றுக்குத் தாவ ஆசைப்படுவீர்கள்.

உங்களுக்கு ஒன்று தெரியுமா? இந்த உலகத்தில் ஒரு கிருஷ்ணா தான் வாழ்ந்திருக்கிறார். ஒரு கிருஸ்துதான் வாழ்ந்திருக்கிறார். அதைப் போல ஒரு புத்தர்தான் பிறந்தார். ஒருவரைப் போல மற்றவர் இல்லை. இந்த எளிய உண்மையை உங்களால் புரிந்துகொள்ள முடியவில்லையா? ஒவ்வொருவரும் தனித்தன்மையுடையவர்கள். அப்படித்தான் நீங்களும். இந்த பிரபஞ்ச உயிர்த்தன்மை, ஒருக்காலும் ஒன்றைப் போல், மற்றொன்றை உண்டாக்குவது இல்லை. இந்த மரங்களையே எடுத்துக் கொள்ளுங்கள். பார்ப்பதற்கு எல்லாம் ஒன்று போல் தெரியும். ஆனால், ஆழ்ந்து பார்த்தால், ஒன்றுக்கொன்று எவ்வளவு வித்தியாசம் இருக்கும் தெரியுமா? ஆகவே, வேறு யாரையோ மனதில் வைத்துக்கொண்டு, அவரைப் போல அடைய

நினைக்காதீர்கள். அப்படி நினைத்து அடைந்தால், அது நீங்கள் ஏற்படுத்திக் கொண்ட ஒரு பொய்யான பிரதி (Copy) அப்பொழுது உங்களுடைய உண்மையான தனித்தன்மையை இழந்து விடுகிறீர்கள்.

ஆனால், உங்கள் அகங்கார மனம், உங்களை சும்மா இருக்க விடாது. அது, எதையாவது அடைய வேண்டும் என்று உங்களை விரட்டிக் கொண்டே இருக்கும். அப்படி உங்களது இலட்சியம் பெரிதாக இருந்தால், உங்களது அகங்காரமும் பெரிதாகவே இருக்கும். நீங்கள் ஒரு கிருஸ்துவைப் போல ஆக வேண்டும் என்று நினைத்தால், நீங்கள் மிகவும் புனிதத்தன்மை நிறைந்தசெயல்களை வலுக்கட்டாயமாகச் செய்யலாம். ஆனால், அதுவும் உங்களிடம் ஒரு அகங்காரத்தை ஏற்படுத்திவிடும். அதாவது புனித அகங்காரம்! இது சாதாரண அகங்காரத்தைவிட, மிகவும் ஆபத்தானது!

மக்கள் என்னிடம் வந்து, ''எப்படி என் அகங்காரத்தை விடுவது?'' என்று கேட்கிறார்கள். நீங்கள் வேறு ஒருவரைப்போல் ஆகவேண்டும் என்று எப்பொழுதும் வருங்காலத்திலேயே இருந்தால், உங்களால் இந்த அகங்காரத்தைவிட முடியாது. இலட்சியம், நம்பிக்கை மற்றும் வருங்காலம் என்று எதையாவது நினைத்துக் கொண்டிருந்தால், இந்த அகங்காரமும் உங்களிடம் நிலை கொண்டுதான் இருக்கும். நிகழ் காலத்திற்கும், வருங்காலத்திற்கு எவ்வளவு பெரிய இடைவெளி இருக்கிறதோ, மற்றும் உங்கள் இலட்சியம் எவ்வளவு பெரியதாக இருக்கிறதோ, அவ்வளவு பெரிதாக உங்கள் அகங்காரமும் இருக்கும். ஆகவே தான், மதத்தலைவர்களது அகங்காரம், சாதாரண பொருளாசை மிகுந்த வனிடம் காணப்படும் அகங்காரத்தைவிட மிக அதிகமாக இருக்கும். மதத் தலைவர்களது இலட்சியம், தான் ஒரு கடவுளாக மாறவேண்டும் என்பது! அது எவ்வளவு பெரியது! அவர்களது ஆசை அனைத்தும், ப்படி மோட்சத்தை, சொர்க்கத்தை அடைவது என்பதுதான். இதைவிட பெரிய இலட்சியம் வேறு என்ன இருக்கமுடியும்?

நன்றாகக் கேட்டுக்கொள்ளுங்கள். நீங்கள் கடவுள்களாக ஆக முடியும் என்று வருங்காலத்தை நான் சுட்டிக்காட்டவில்லை. ஆனால், நீங்கள் அதுவாகவே இப்பொழுதும் இருக்கிறீர்கள் என்று கூறுகிறேன். இதை நீங்கள் ஏற்றுக்கொண்டால், உங்களிடம் அகங்காரம் எப்படி ஏற்படும்? அதற்கு இடமே இல்லையே? நீங்கள் சொர்க்கத்துக்கு வருங் காலத்தில் செல்லப் போவதுஇல்லை. ஆனால், சொர்க்கத்தில்தான், நீங்கள்

இருக்கிறீர்கள் என்று நான் சொல்கிறேன். உங்களைச் சுற்றி, நன்றாக தீர்க்கமாகப் பாருங்கள். புரியும். அது, இங்கு இப்பொழுது உங்களிடமும், உங்களைச் சுற்றியும் இருக்கிறது. சொர்க்கம் என்பது நிகழ்காலத்தில் நிகழக்கூடியது. அது வருங்காலத்தில் இல்லவே இல்லை.

ஆகவே, நீங்கள் உங்கள் அகங்காரத்தைக் கட்டிக்கொண்டு, எதிர்காலத்தையே நினைத்துக்கொண்டிருக்காதீர்கள். அது எப்பொழுதும் உங்களை விரட்டிக்கொண்டே தான் இருக்கும். அதனுடைய வேலையே அதுதான். அப்பொழுதுதான் அது நிறைவாக இருக்கும். அதற்கு மாறாக, நீங்கள் குற்ற உணர்வு கொண்டவர்களாக, குறுகிப்போய் விடுவீர்கள். ஏனெனில், பெரும்பாலான இலட்சியங்கள் வெறுங் கனவுதான். அதை அடையவே முடியாது. அப்பொழுது உங்களிடம் ஏற்படும் தாழ்வு மனப் பான்மையை நீங்கள் ஒதுக்கித் தள்ள முடியாது. ஆகவே, ஒருபக்கம் உங்கள் அகங்காரம், இலட்சியம், அது, இது என்று உங்களை விரட்டிக்கொண்டே இருக்க, மறுபக்கம், உங்களிடம் ஒரு வித தாழ்வு மனப்பான்மை ஏற்பட்டு அமைதி இழந்து தவிப்பீர்கள். சாதாரணமாக, ஒரு அகங்காரம் நிறைந்த மனிதன், சிறு செயல்களுக்கெல்லாம், குற்ற உணர்வு கொள்வான். ஏனெனில், அது தன் இலட்சியத்தை அடைய குறுக்கே நிற்பதாக நினைப் பான். அது மாத்திரமல்ல. உங்களையும் அப்படி நினைக்க வைப்பான். கொள்கை, கோட்பாடு, விரதம், சாஸ்திரம், சம்பிரதாயம் என்று பலவற்றை தன்மேல் திணித்துக்கொண்டு, உங்களையும் மேற்கொள்ளச் சொல்வான். அதிலிருந்து சிறிது தவறினாலும், உங்களிடம் ஏற்படும் குற்ற உணர்வை உங்களால் தவிர்க்க முடியாது. இது தேவை இல்லாத வேலை. நீங்கள் எதைச் செய்தாலும், அதில் குற்றம் கண்டு பிடிப்பதிலேயே குறியாக இருப்பான். ஏனெனில், அந்த குற்ற உணர்வில் அவன் அமைதி இழந்து இருக்கிறான். நீங்கள் மட்டும் நிம்மதியாக இருக்கலாமா, என்ன?! அவனுக்கு ஒரு ஆறுதல் வேண்டாமா?

இந்த குற்ற உணர்வை உங்களிடம் ஏற்படுத்துவது ஒரு வித ஆழமான தந்திரம்தான். பெற்றோர்கள். தங்கள் பிள்ளைகளிடம், "இப்படி இரு, அவனைப் போல் இரு" என்று எவனையாவது காட்டிக் கூறுவார்கள். ஆனால், அவனைப் போல இருக்க அவர்களாலேயே முடியாது! அப்படி யிருக்கும் பொழுது, தன் பிள்ளைகளிடம் இப்படிச் சொல்லி, அவர்களிடம் பெரும்பாலான பெற்றோர்கள் ஒரு குற்ற உணர்வையும், வெறுப்பையும் ஏற்படுத்திவிடுகிறார்கள். இது அவர்களிடம், ஒரு வித தாழ்வு மனப்

பான்மையை ஏற்படுத்திவிடுகிறது. ஏனெனில், ஒவ்வொரு வரும் தனித்தன்மையும், தனி இயல்பும் கொண்டவர்கள். ஒருவரைப் போல், மற்றவர் மாறுவது என்பது இயற்கைக்கு விரோதமான செயல். எந்த இயற்கைக்கு விரோதமான செயலும், உங்களிடம் இறுக்கத்தையே உண்டு பண்ணும். இதை நன்றாகப் புரிந்துகொள்ளுங்கள்.

உலகத்தில் உள்ள தொன்னூறு சதம் துன்பத்திற்கு, மேற்சொன்னது தான் காரணம். உங்கள் மேல் திணிக்கப்பட்ட அல்லது உண்டாக்கிக் கொண்ட இலட்சியத்தை நோக்கி எப்பொழுதும் ஓடியவாறே இருக்கிறீர் கள்! நீங்கள் சிரிப்பதற்கு, உங்களையே நீங்கள் கொண்டாடுவதற்கு ஏது நேரம்? இப்படிப்பட்டவர்கள் தானும் சிரிக்க மாட்டார்கள். அடுத்தவர்களை யும் சிரிக்க அனுமதிக்கமாட்டார்கள்!

சென்ற சில நாட்களுக்கு முன், ஒருவன் என்னிடம் வந்து, ''நான் ஆண் - ஆண் (Homosexuality) சேர்க்கை பழக்கம் உள்ளவன். இது இயற்கைக்கு விரோதமான செயல்தான். இது என்னிடம் எப்பொழுதும் ஒரு குற்ற உணர்வை உண்டுபண்ணுகிறது'' என்றான். இவன், மகாத்மா காந்தியிடமோ, வெட்டிகனில் உள்ள போப்பிடமோ அல்லது பூரி சங்கராச் சாரியரிடமோ சென்றால், என்ன நடக்கும்? அவனுடைய குற்ற உணர்வை மிகவும் பெரிதாக ஊதி, அவனை அனுப்பிவைப்பார்கள்! அதற்காக, அவன் எந்தத் தண்டனையையும் ஏற்றுக்கொள்ளத் தயார்படுத்தி அனுப்பி வைப்பார்கள்! ஆனால், அவன் ஒரு தவறான மனிதனிடம் (என்னிடம்!) வந்து விட்டான்!

நான் அவனிடம், ''அதனால் என்ன? எதற்காக நீ குற்ற உணர்ச்சி அடைய வேண்டும்?'' என்றேன்.

அவன் அதிர்ச்சியும், ஆச்சரியமும் அடைந்து, ''என்ன, அது இயற்கைக்கு விரோதமான செயல் இல்லையா?'' என்றான்.

''அது இயற்கைக்கு விரோதம் என்று யார் சொன்னது? என்னைப் பொருத்தவரையில், எவையெல்லாம் தன் இயல்பாக நடக்கிறதோ, அவை யெல்லாம் இயற்கையான செயல்தான். முதலில் இயற்கைக்கு விரோதமான செயல் ஏற்பட எப்படி சாத்தியமாகும்?'' என்றேன்.

அவன், தன்னுடைய குற்ற உணர்வு என்ற பள்ளத்திலிருந்து உடனே வெளியே வந்து, முகத்தில் சிரிப்பு ஏற்பட, ''அப்பொழுது அது

இயற்கைக்கு மாறுபட்ட செயல் இல்லையா? அது ஒரு விபரீதமான செயல் இல்லையா?'' என்று திரும்பத் திரும்பக் கேட்டான்.

நான், ''கிடையவே கிடையாது'' என்றேன்.

அவன், ''ஆனால், மிருகங்களிடம் இந்த செயல் இல்லையே?'' என்றான்.

நான், ''அந்த அளவுக்கு, அவைகளிடம் அறிவு வளர்ச்சி இல்லை. அவைகளுடைய வாழ்வு, ஏற்கனவே தீர்மானிக்கப்பட்டுவிட்டது. அந்த உடல் உணர்வுப்படிதான் அவைகளால் நடக்க முடியும். ஒரு எருமையைப் போய்ப் பாருங்கள். அது ஒரு வகைப் புல்லைத்தான் தின்னும். வேறு வகைகளை ஏறெடுத்தும் பார்க்காது. ஆனால், நீங்கள் அப்படி இல்லை. விதவிதமாக, உங்கள் விருப்பப்படி சாப்பிடுகிறீர்கள். மிருகங்களுக்கு பிரக்ஞை உணர்வு கிட்டத்தட்ட இல்லை என்றே சொல்லலாம். மனிதன் பகுத்தறிவு உள்ளவன். புத்தி கூர்மை படைத்தவன். அவன், தன் வாழ்வை எப்படி வேண்டுமானாலும் மாற்றிக்கொள்ளலாம். அந்த சுதந்திரச் சாவியை அவன் பிறக்கும்போதே, இயற்கை அவனிடம் கொடுத்திருக்கிறது.

அடுத்து, மிருகங்கள் காட்டில் இயற்கையாக வாழுகின்றன. ஆனால் நீங்கள் எத்தனை மாடிக்கட்டிடம் கட்டி வாழ்கிறீர்கள்? அது இயற்கைக்கு விரோதம் இல்லையா? நீங்கள் ஆடை உடுத்துகிறீர்கள். மிருகங்கள் ஆடையா உடுத்துகின்றன? இது இழிவான செயல் இல்லையா? நீங்கள் சமைத்து சாப்பிடுகிறீர்கள்? மிருகங்கள் அப்படியா சாப்பிடுகின் றன. இப்படி சொல்லிக்கொண்டே போகலாம். ஆகவே, மனிதன் தன் புத்தியை உபயோகித்து, வாழ்வை மாற்றி அமைத்துக் கொண்டு வாழ்கிறான். அதில் இயற்கை, செயற்கை என்ற வேறுபாடு எங்கே வந்தது?

அவன் கண்களில், ஒரு விடுதலை உணர்ச்சியைக் கண்டேன். ஏதோ மலை போல் உள்ளபாரம், அவன் தன் தலையிலிருந்து இறங்கி விட்டதை உணர்ந்தான். ஆனால், இவன் இந்த விடுதலை உணர்ச்சியோடு எத்தனை நாட்களுக்கு இருப்பான் என்று சொல்ல முடியாது. எவனாவது, மகாத்மா என்று கூறிக்கொண்டு, அவனிடம் மறுபடியும் அந்த குற்ற உணர்வை ஏற்படுத்திவிடுவான். பெரும்பாலான மகாத்மாக்கள். ஒன்று தங்களையே வருத்திக்கொள்வார்கள் அல்லது அடுத்தவர்களை வருத்தி, அதில் இன்பம் காணுவார்கள். இவர்களை அடையாளம் கண்டு, தவிர்த்து விடுங்கள்.

ஓஷோ

உங்களால் எப்படி இருக்கமுடியுமோ, அப்படியே இருங்கள். எந்த இலட்சியமும் வேண்டாம். நாம் இங்கே நம்மையே கொண்டாடிக் கொண்டிருக்கிறோம். உயிர்த்தன்மை என்பது இலட்சிய யாத்திரை அல்ல. அது, இங்கே இப்பொழுது கொண்டாடுதல்தான். அதை ஆனந்தமாக, மகிழ்ச்சியாகக் கொண்டாடுங்கள். கடவுள், மோட்சம், அது இது என்று கற்பனை செய்துகொண்டு இறுக்கம் கொள்ளாதீர்கள். உங்கள் வாழ்வு ஒரு கடமையாக இல்லாமல், விளையாட்டுபோல் இருக்கட்டும். இதைத்தான், நான் மதத்தன்மை என்று குறிப்பிடுகிறேன். எந்தக் குற்ற உணர்வோ, எந்த அகங்காரமோ, எந்த இலட்சியமோ இல்லாமல், இங்கே இப்பொழுது இருந்து உங்களையே நீங்கள் கொண்டாடிக்கொள்ளுங்கள். இந்த மரங்களோடும், இந்த பறவைகள் மற்றும் ஆறுகள், மலைகள் இவற்றோடு நட்போடும், அன்போடும் இயைந்து செல்லுங்கள்.

நீங்கள் சிறையில் இல்லவே இல்லை. நீங்கள் கடவுளின் இல்லத்தில் வசிக்கிறீர்கள்.

ஒரு நிகழ்ச்சி

ஒரு தோட்டக்கலை நிபுணர், ஒரு சங்கத்தில் தோட்டம் போடுவது எப்படி என்று விளக்கிச் சொல்லும்பொழுது, ஒரு கட்டத்தில், அவர், ''வயதான குதிரைச் சாணம் பூச்செடிகளுக்கு சிறந்த உரமாகும்'' என்றார். இதைக் குறிப்பெடுத்துக் கொண்டிருந்த ஒரு பெண் நிருபர், அவரிடம் ''மன்னிக்கவும், வயதான குதிரைச் சாணம் என்று சொன்னீர்கள். அந்தக் குதிரையின் வயதைக் குறிப்பிடவில்லையே?!'' என்றாள்.

நான், உங்களிடம் சுதந்திரமாக இருங்கள் என்று சொல்கிறேன். உடனே நீங்கள், உங்களையே ஓர் சிறையில் இருப்பதாகக் கருதிக்கொள் கிறீர்கள். நான் சொல்வதை இப்படி ஒவ்வொருவர் ஒவ்வொருவிதமாக அர்த்தம் பண்ணிக்கொள்கிறார்கள். ஒவ்வொருவரிடம் ஒவ்வொரு அகராதி இருக்கிறது! அதைக் கொண்டு, நான் சொல்வதை தங்கள் அகராதிப்படி மாற்றக்கொண்டோ, சாயம் பூசியோ அல்லது வடிகட்டியோ தான் பார்க்கிறார்கள். நான் உங்களை சுட்டிக்காட்டி சுதந்திரமாகச் செயல் படுங்கள் என்று சொல்கிறேன். உடனே, நீங்கள் உங்களைச் சுற்றியுள்ள சிறையை சுட்டிக் காட்டுவதாக எடுத்துக்கொள்கிறீர்கள். அந்த சிறை என்பது உங்களது கற்பனை என்றுஏற்கனவே சொல்லியிருக்கிறேன். பின்பு, எப்படி நான் அதைக் குறிப்பிடுவேன்?

"நீங்கள் விடுதலை அடையுங்கள்" என்று நான் சொன்னால், அந்த விடுதலையற்ற தன்மைக்கு, நீங்கள்தான் பொறுப்பு என்பதை உணருங்கள். பிறரை குற்றம் சாட்டவேண்டாம். உங்களுடைய பார்வையின் கோணத்தை மாற்றிக் கொள்ளுங்கள். சுதந்திரமும், விழிப்புணர்வும் ஒன்றாகச் செயல்பட வேண்டும். எவ்வளவுக்கெவ்வளவு பிரக்ஞை தன்மையில் இருக்கிறீர்களோ, அவ்வளவுக்கவ்வளவு நீங்கள் சுதந்திர உணர்வை அடைவீர்கள். மிருகங்கள் சுதந்திர உணர்வையே அறியாது. ஏனெனில், அவைகளுக்கு பிரக்ஞை தன்மை மிகக் குறைவு. பாறைகள் அதைக் கொஞ்சம் கூட உணராது. ஏனெனில், அவைகளுக்கு கொஞ்சம் கூட பிரக்ஞை உணர்வு கிடையாது. இந்த உலகத்தில், மனிதன் ஒருவனே தன் முழுபிரக்ஞை தன்மையில் செயல்பட முடியும். ஆனால், பலகோடி மக்கள் சிறிது பிரக்ஞை நிலையில் தான் வாழுகிறார்கள். எப்பொழுதோ அரிதாக, ஒரு புத்தர் தன் முழு பிரக்ஞையில் வாழ்ந்து செல்கிறார்.

ஆகவே, உங்களுடைய விடுதலை உணர்வு, உங்களது விழிப்புணர்வு மற்றும் பிரக்ஞை தன்மையின் அளவைப் பொருத்து வேறுபடுகிறது. முழு பிரக்ஞை நிலையில், நீங்கள் எந்த சிறைத் தன்மையையும் உணர மாட்டீர்கள். அது ஆகாயம் போல் பரந்து விரிந்தது.

ஆனால், உங்கள் மனம் மிகவும் தந்திரமானது. இதை நன்றாக ஞாபகம் வைத்துக் கொள்ளுங்கள். அது எப்படியும் உங்களை முட்டாளாக்குவதிலேயே குறியாக இருக்கும். அது பல தந்திரங்களைக் கையாளும். நான் சொல்லுவதற்கு, கிட்டத்தட்ட அதே அர்த்தத்தில் வேறு ஒரு வார்த்தையைக் காண்பிக்கும். ஆனால், அதை சிந்தித்தால், அவைகளுடைய வித்தியாசத்தை நீங்கள் சரியாகப் புரிந்து கொள்ள முடியும். அந்த வித்தியாசம் மிகப் பெரிதாகவே இருக்கும். ஆகவே, நான் சொல்வதை, நீங்கள் குறுக்கிடாமல் அப்படியே உங்கள் உள்ளத்தில் வாங்குங்கள். என் சொற்களை மிகக் கவனமாகக் கேளுங்கள். அதில் உள்ள ஒரு சிறிய குறியீட்டைக் கூட மாற்றாதீர்கள். உங்கள் மனத்தை குறுக்கே கொண்டு வராதீர்கள். எப்பொழுதும் உங்கள் தந்திரம் மிகுந்த மனதிடம் ஜாக்கிரதையாகவே இருங்கள். இந்தத் தந்திரத்தை நீங்கள்தான் உண்டாக்கி இருக்கிறீர்கள் என்பதை மறந்து விடாதீர்கள். அதை, நீங்கள் உங்களுக்காக ஏற்படுத்திக் கொள்ளவில்லை. அடுத்தவர்களுக்காக ஏற்படுத்திக் கொண்டீர்கள்! அதில் உங்கள் திறமை யைக் காட்டினீர்கள். ஆனால், அது உங்களையே

முட்டாளாக்கும் என்று நினைததுக்கூடப் பார்த்திருக்க மாட்டீர்கள்! ஆனால், அதுதான் உண்மை!

ஒரு நிகழ்ச்சி

ஒரு புகழ்பெற்ற பத்திரிகையாளர் இறந்து, சொர்க்கத்துக்குச் செல்கிறார். அப்பொழுது சொர்க்கத்தின் வாசலில் நின்ற செயின்ட் பீட்டர் (Saint peter) அவரைத் தடுத்து, ''இங்கு ஏற்கனவே ஒரு டஜன் பத்திரிகையாளர்கள் இருக்கிறார்கள். அவர்களுக்கே இங்கு வேலை இல்லை. ஏனெனில், சொர்க்கத்தில் என்ன திடுக்கிடும் செய்திகள் இருக்கப் போகின்றன? எல்லாச் சாமியார்களும், மரத்தடியில் உட்கார்ந்துகொண்டு தியானம் செய்கிறார்கள். ஒரே செய்திதான் ஒவ்வொரு நாளும் வருகிறது. அதைப் படிப்பதற்கே இங்கு ஆளில்லை. ஆகவே, நீ நரகத்துக்குப் போ. அங்கு எவ்வளவோ நிகழ்ச்சிகள் நடக்கின்றன. அங்குதான் அதிக பத்திரிகையாளர்கள் தேவைப்படுகிறார்கள். அங்கு உனக்கு நிறையவே வேலை இருக்கும். அதைச் செய்வதில், நீ சந்தோஷமாகவே இருப்பாய்'' என்றார்.

ஆனால், அந்தப் பத்திரிகையாளர், சொர்க்கத்தில் இருக்கவே ஆசைப்பட்டார். ஆகவே, அவர் செயின்ட் பீட்டரிடம், ''என்னை 24 மணிநேரம் உள்ளே அனுமதியுங்கள். இங்குள்ள பல பத்திரிகையாளர்களை எனக்கு மிக நன்றாகத் தெரியும். அவர்களில் சிலரை சமாதானப்படுத்தி, நரகத்திற்கு அனுப்பிவைத்துவிட்டு, நான் சொர்க்கத்தில் இருக்கிறேன். உங்கள் கணக்குப் பிரகாரம் ஒரு டஜனுக்கு மேல் தாண்டாது'' என்று மன்றாடிக் கேட்டுக்கொண்டார். அவரும் சரி, 24 மணி நேரத்தில், கண்டிப்பாகக் காரியம் நடக்கவேண்டும்'' என்று எச்சரித்து அவரை உள்ளே அனுப்பினார்.

அவர் உள்ளே சென்று, ''இதோ பாருங்கள். நரகத்தில், ஒரு சிறந்த தினசரியைக் கொண்டு வர, பெரிய திட்டம் போட்டிருக்கிறார்கள். அதற்கு பல அதிகாரிகள் தேவைப்படுகிறார்கள். நல்ல சம்பளம். யார் நரகத்துக்குச் செல்ல ஆசைப்படுகிறார்களோ, அவர்கள் செல்லலாம்'' என்று ஒரு புரளியைக் கிளப்பிவிட்டார். பிறகு 24 மணி நேரம் சென்று, வாசலில் நின்ற செயின்ட் பீட்டரிடம் சென்று எத்தனை பேர்கள் வெளியேறினார்கள் என்று ஆவலுடன் கேட்க விரைந்தார். அப்பொழுது அந்த பத்திரிகையாளரை வெளியே செல்லாமல் செயின்ட் பீட்டார் தடுத்து விட்டார். அவர், ''நீங்கள்

சொன்னதின் பேரில், எல்லோரும் நரகத்துக்குச் சென்றுவிட்டார்கள்! இப்பொழுது உள்ளே யாரும் இல்லை. ஆகவே, நீங்கள் உள்ளே இருக்க லாம்'' என்றார். இதைக் கேட்டதும், அந்தப் பத்திரிகையாளர் குழப்பம் அடைந்து, ''இல்லை, முடியாது. நானும் நரகத்துக்கே செல்கிறேன். அங்கு ஏதோ விஷேசம் இருக்கவேண்டும். இல்லாவிட்டால், இத்தனை பேர்களும் சென்றிருக்கமாட்டார்கள். என்னைத் தடுக்காதீர்கள்'' என்று கெஞ்சினார்!!

பிறர் நம்புவதற்காக, ஓர் புரளியைக் கிளப்பிவிட்டார். பிறகு தானே அந்த புரளிக்கு ஆளாகிவிட்டார்! அதாவது பிறரை ஏமாற்றிய அவரது மனம், கடைசியில் அவரையே ஏமாற்ற ஆரம்பித்துவிட்டது! நீங்கள் இப்படி பிறரை ஏமாற்ற உங்கள் மனத்தைப் பழக்கப்படுத்துகிறீர்கள். ஆனால், கடைசியில், அதனால் நீங்களே ஏமாற்றப்படுகிறீர்கள்! இதுதான் உண்மை.

ஆகவே, உங்கள் மனதிடம் மிகவும் எச்சரிக்கையாகவே இருங்கள். அதை எப்பொழுதும் சந்தேகத்தோடு அணுகுங்கள். நம்பிக்கை யோடு நெருங்கவேண்டாம். நீங்கள் கண்டிப்பாக ஏமாற்றப்படுவீர்கள். நீங்கள் உங்கள் மனத்தை சந்தேகத்தோடு பார்க்கும்பொழுது, உங்கள் உயிர்த்தன்மையை நம்பிக்கையோடு பார்க்கிறீர்கள் என்று அர்த்தம். அது தான் உங்களை சரியான வழிக்கு அழைத்துச்செல்லும். நீங்கள் ஒரு மாஸ்டரிடம் முழு நம்பிக்கை வைக்கவேண்டும் என்று சொல்லுவதின் காரணம் இதுதான். அவர், உங்களது உயிர்த்தன்மையாக இருக்கிறார். மனதாக அல்ல. என்னிடம் நீங்கள் வருவதற்கு முக்கியக்காரணம், நீங்கள் உங்கள் மனத்தை நம்ப மறுக்கிறீர்கள். இதைத்தான், அது மறைமுகமாக உணர்த்துகிறது. இல்லாவிட்டால், நீங்கள் இங்கு வரவேண்டிய அவசியமே இல்லையே? இந்த கோடிக்கணக்கான மக்களில் ஒருவராக, இந்த உலகத்தில் ஓடிக்கொண்டே இருக்கலாமே?

ஆகவே, மாஸ்டர் என்பவர், உங்கள் மனதிலிருந்து, நீங்கள் விடுதலை அடைய ஒரு கருவிதான். நீங்கள் அப்படி அதனிடமிருந்து விடுதலை அடைந்து விட்டால், பிறகு மாஸ்டருக்கு வேலையே இல்லை. அப்பொழுது, உங்கள் உள்ளே உள்ள மாஸ்டரிடம் ஒன்றாகக் கலந்துவிடு கிறீர்கள். ஆகவே, வெளியே இருக்கும் மாஸ்டர், உங்கள் உள்ளே மாஸ்ட ரோடு நீங்கள் கலக்க ஒரு கருவியாகவே இருக்கிறார். இப்படி அடைவது தான் சுலபமான வழி. இல்லாவிட்டால், உங்கள் மனம் உங்களை ஏமாற்றி எங்கேயோ அழைத்துச் சென்றுவிடும். ஜாக்கிரதை. இதை மீண்டும் படித்துப்புரிந்துகொள்ளுங்கள்

ஓர் மாஸ்டரை உள்ளத்தின் முழுமையோடு, நம்பிக்கையுடன், முழு அன்புடன் கேட்டால், நீங்கள் உங்களது மாஸ்டரை விரைவில் அடைந்து விடுவீர்கள். அப்படிக்கேட்கும் பொழுது, நீங்கள் பலதடவை, உங்கள் மனத்தை அலட்சியம் செய்ய வேண்டிவரும். அது குறுக்கே பாயும். ''இது சரியில்லை, அது தவறு'' என்று சுட்டிக்காட்டும். அதை நீங்கள் தைரியமாக அலட்சியம் செய்யவேண்டும். அப்பொழுது அது மெல்ல மெல்ல இறக்க ஆரம்பிக்கும். அது இப்பொழுது உங்கள் எஜமானனாக இருக்கிறது. நீங்கள் அதை அலட்சியம் செய்யச் செய்ய, அது சுருங்கி, தன் சுய நிலைக்கு வந்து, ஒரு கட்டத்தில் உங்களைவிட்டு ஒதுங்கி விடுகிறது. அப்பொழுது அது ஒரு வேலைக்காரனைப் போல, உங்களுக்கு சேவகம் செய்யத் தயாராகி விடுகிறது. ஒன்றை நன்றாகப் புரிந்துகொள்ளுங்கள். உங்கள் மனம், திறமையான வேலைக்காரன். ஆனால், மோசமான எஜமான்!

உங்கள் மனம் உங்களிடம், ''அவனைப் போல் மாறு'' என்று சொல்ல, உங்கள் மாஸ்டர், ''நீ எப்படி இருக்கிறாயோ, அப்படியே இரு'' என்கிறார். உங்கள் மனம், ''ஆசைப்படு'' என்று சொல்ல, உங்கள் மாஸ்டர், ''ஆனந்தமாக இரு'' என்கிறார். உங்கள் மனம், ''அந்த இலட்சியத்தை அடைய, நீ நீண்டதூரம் செல்ல வேண்டும்'' என்று கட்டளையிட, உங்கள் மாஸ்டர், ''நீ அடைய வேண்டியதை அடைந்து விட்டாய். மேற்கொண்டு செல்லுவதற்கு ஒன்றும் இல்லை. நீ இப்பொழுது ஒரு சாரஹா. அப்படியே இரு'' என்கிறார்.

மூன்றாவது கேள்வி :-

''அன்புள்ள ஓஷோ, நீங்கள் நாகரிகத்தைப் பற்றி என்ன நினைக்கிறீர்கள்? நீங்கள் அதை முழுமையாக எதிர்க்கிறீர்களா?''

இந்த உலகத்தில் எங்கேயும் நாகரிகம் தென்படவில்லை. பிறகல்லவா நான் அதை எதிர்க்க வேண்டும்! உண்மையில் நாகரிகம் என்று எதுவும் இங்கு இல்லை. ஆனால், அப்படி ஒரு தோற்றம் எங்கும் இருக்கிறது. ஆமாம், மனிதன் தன்பழைய, பிறப்போடு கூடிய கள்ளம் கபடமற்றத் தன்மையை எப்பொழுதோ இழந்துவிட்டான். அவன் இன்னும் நாகரிகம் அடையவில்லை. ஏனென்றால், அதற்கு வழியேஇல்லை. நாகரிகம் அடைவதற்கு அடிப்படையாக ஒரே ஒரு வழிதான் உண்டு. அதுதான் பழைய கள்ளம் கபடமற்றதன்மை (Inno cence). அதிலிருந்துதான் நாகரிகம் வளர வேண்டும். அதை அழித்து எவ்வளவோ காலமாகிறது.

ஆகவேதான், ஜீசஸ், ''நீங்கள் மீண்டும் பிறக்காமல், நீங்கள் மறுபடியும் ஒரு குழந்தையைப் போல் மாறாமல், உங்களால் உண்மையை ஒருக்காலும் அறிய முடியாது'' என்றார்.

நீங்கள் பார்க்கும் இந்த நாகரிகம் ஒரு போலி, ஒரு செல்லாத காசு. நான் அதற்கு எதிராக இருக்கிறேன் என்றால், உண்மையான நாகரிகத்திற்கு எதிராக என்று அர்த்தம் இல்லை. இந்தப் பொய்யான நாகரிகத்திற்குத்தான் எதிராக இருக்கிறேன்.

ஒரு நிகழ்ச்சி

வேல்ஸ் அரசரிடம், யாரோ ஒருவன், ஒரு சமயம்'', நாகரிகத்தைப் பற்றி உங்கள் எண்ணம் என்ன?'' என்று கேட்டான். அதற்கு அவர், ''அது நல்ல திட்டம்தான். யாராவது அதைச் சீக்கிரம் ஆரம்பிக்க வேண்டும்!'' என்றாராம்.

இந்த பதில் மிகவும் சரி. ஆமாம். யாராவது ஒருவன் இனிமேல் தான் ஆரம்பிக்க வேண்டும். மனிதன் உண்மையாக நாகரிகம் அடைய வில்லை. ஆனால், அப்படி நடிக்கிறான். அவன் வேஷம் போடுகிறான், கபடநாடகமாடுகிறான். கொஞ்சம் அவனை உரசிப்பாருங்கள். அவனுள்ளே இருந்து புறப்படும் காட்டுவிலங்கைக் கண்டு அதிர்ச்சி அடைவீர்கள்! அவனுடைய நல்ல தன்மைகள் எல்லாம் மிகவும் மேலோட்டமானது என்றும், கெட்டவைகள் அனைத்தும் அவனுள்ளே மிகவும் ஆழமாக வேர் விட்டிருப்பதை அறிந்து ஆச்சரியப்படுவீர்கள். ஆகவே, இந்த நாகரிகம், மனிதனின் மேல் தோல் அளவில் நிற்கிறது. அது அவனுடைய உள்ளம் வரை செல்லவே இல்லை. எல்லாம் சரியாக இருக்கும்பொழுது, நீங்கள் சிறிது புன்முறுவல் பூக்கிறீர்கள். ஆனால், யாராவது உங்களை சிறிது இழித்து அல்லது குறைகூறினால், நீங்கள் கிட்டத்தட்ட பைத்திய நிலைக்கே சென்று விடுகிறீர்கள். அவனைக்கொல்லவும் நினைக்கிறீர்கள். ஒரு சில வினாடிக்குமுன் சிரித்துக்கொண்டிருந்த நீங்கள், இப்பொழுது அவனைக் கொல்லும் அளவுக்கு சென்று விட்டீர்கள். இது என்ன நாகரிகம்?

ஒரு மனிதனை எப்பொழுது நாகரிகம் அடைந்தவனாகக் கருத முடியும் என்றால், உண்மையிலேயே அவன் தியானத்தன்மையில் இருந்தால்தான். தியானம்தான். அவனை உண்மையிலேயே நாகரிகம்

அடையச் செய்யும். அதுதான் இந்த உலகத்தை நாகரிகப்படுத்தும். புத்தர்கள் உண்மையிலேயே நாகரிகம் அடைந்தவர்கள். அவர்கள் பழைய கால தன்மைக்குப் புறம்பாகச் செயல்படவில்லை. அதை அவர்கள் தங்கள் தியானத்திற்கு, அடிப்படையாக வைத்துக் கொண்டார்கள். அதாவது நாகரீகம் அடைய, நாகரிகமற்ற ஒரு குணத்தை அடிப்படையாக வைத்துக் கொண்டார்கள். இது என்ன அற்புத முரண்பாடு! அந்த நாகரிகம் அற்ற குழந்தைத் தனமான கள்ளம்கபடமற்ற தன்மையை, தங்கள் தியானத்திற்கு அடித்தளமாக அமைத்துக்கொண்டார்கள். அந்த அடித்தளத்தின் மேல் தியானம் என்ற அற்புதக் கோவிலை எழுப்பினார்கள். ஆனால், இப்பொழுது காணப்படும் இந்த நவீன நாகரிகம், இந்த குழந்தையின் கள்ளம்கபடமற்ற தன்மையை அழிக்கிறது. அதற்கு மாறாக, ஒரு பொய்யான தோற்றத்தை உண்டு பண்ணி வைத்திருக்கிறது. இதை நன்றாகப் புரிந்து கொள்ளுங்கள். எப்பொழுது உங்களுடைய கள்ளம் கபடமற்ற தன்மை அழிக்கப்பட்டு விட்டதோ, அப்பொழுதே நீங்கள் கபடம் நிறைந்தவராக, விபரீத புத்திசாலியாக, எதையும் கணக்குப்பார்க்கும்தன்மை படைத்தவராக மாறிவிட்டீர்கள். நீங்கள் இப்படி இந்தப் பொய்யான நாகரிகத்தில் மாட்டிக்கொண்டுவிட்டீர்கள். இந்த சமூகம், இப்படித்தான் உங்களை வளர அனுமதிக்கும்.

முதலில், அது உங்களுடைய இயற்கையான தன்மையை மாற்றுகிறது. பிறகு உங்ககளிடம் அது ஒரு போலியான நாணயத்தைக் கொடுத்து உண்மை என்று நம்பச் சொல்கிறது. நீங்கள் அதைத்தான் சார்ந்து இருக்கவேண்டும் என்று வற்புறுத்துகிறது. இந்த நாகரிகம், கிட்டத்தட்ட ஒரு பைத்தியத்தன்மைதான். இந்த உலகமே ஒரு பைத்திய நிலையில் இருப்பதை, உங்களால் அறிந்து கொள்ளமுடியவில்லையா? நன்றாக ஆழ்ந்து சிந்தித்துப் பாருங்கள். புரியும்.

மக்கள் தங்கள் உள்ளத்தை இழந்து நிற்கிறார்கள். மக்கள் மக்களாகவே இல்லை. அவர்கள், தங்கள் தனித்தன்மையையும், உயிர்த்தன்மையையும் இழந்து நிற்கிறார்கள். உயிர்த்தன்மை என்பது அன்பு மற்றும் கருணை. இவைகள் எங்கே காணப்படுகிறது? மக்கள் எப்படி நடிக்கிறார்கள்? என்ன வேஷம் போடுகிறார்கள்? அவர்கள் தங்கள் சுயமுகத்தை இழந்து, எவ்வளவோ நாட்களாகின்றன. ஒவ்வொருவரும் தங்கள் கையில் ஒரு முகமூடியுடன்தான் வெளியே புறப்படுகிறார்கள்!

நான் உண்மையான நாகரிகத்திற்கு எதிரி அல்ல. ஆனால், இப்பொழுது காணப்படும் இந்தப் பொய்யான நாகரிகத்துக்கு, நான் எதிரிதான். நான் அதை ஒருக்காலும் ஆதரிக்கமாட்டேன். அவனுடைய பண்பாடு மற்றும் நாகரிகம் உள்ளத்தின் மூலமாக வெளிப்படவேண்டும். தலையின் மூலமாக அல்ல. அந்த பண்பாடு, வெளியிலிருந்து ஒருவனிடம் திணிக்கப்படக்கூடாது. அது, அவன் உள்ளேயிருந்து, தன் இயல்பாக வெளியே வரவேண்டும். அது, அவனது உள்மையத்திலிருந்து மேலே கிளம்பி, வெளியே வந்து இந்த உலகம் பூரா பரவவேண்டும். வெளியிலிருந்து, அவனுடைய தோலைத்துளைத்துக்கொண்டு, அவனுடைய உள்மையத்தை ஒருக்காலும் அடைய முடியாது. தோல் அளவிலேயே அது நின்றுவிடும். இதை ஆழ்ந்து சிந்தித்துப் புரிந்துகொள்ளுங்கள். ஆனால், உங்கள் நாகரிகம் இதைத் தான் செய்துகொண்டுவருகிறது.

அகிம்சையைப் பற்றி (Non-violence), பலபேர்கள் பிரச்சாரம் செய்கிறார்கள். இதைப் போல முன்பு, மஹாவீரர், புத்தர், ஜீசஸ் போன்றவர்களும் பிரச்சாரம் செய்திருக்கிறார்கள். இவர்கள் செய்த பிரச்சாரத்திற்கும், இப்பொழுது பலபேர்கள் செய்யும் பிரச்சாரத்திற்கும் மிகுந்த வேறுபாடு உண்டு. அவர்கள், அந்த அகிம்சைத் தன்மையை தன் உள்ளத் தளவில் உணர்ந்து பிரச்சாரம் செய்தார்கள். ஆனால், அவர்களைப் பின்பற் றும் இப்பொழுது உள்ளவர்கள்? இவர்களுக்கு அந்த உணர்வு என்ன என்றே தெரியாது. ஆனால், அதைப் பற்றி அறிந்திருக்கிறார்கள், உணரவில்லை. இரண்டிற்கும் மிகுந்த வேறுபாடு உண்டு. இவர்கள், தங்கள் அறிவைக் கொண்டு, அதைத் தன்மேல் திணித்துக்கொண்டவர்கள். இந்த நடத்தையை (Character) இவர்களாகவே உண்டு பண்ணிக்கொண்டது. இது, இவர்களுக்கு ஒரு கவசம் போல் ஒருவித பாதுகாப்பை இந்த சமூகத்தில் அளிக்கிறது. ஒரு அந்தஸ்த்தைக்கொடுக்கிறது. ஆனால், அவர்களது மன ஆழத்தில்... ஒரு எரிமலையைப் போல் கொதித்துக் கொண்டிருக்கிறார்கள். எந்த நேரமும் அது வெடித்துச் சிதறும். ஆனால், அவர்கள் முகத்தில் எப்பொழுதும் தயாராக ஒரு புன்னகை இருந்து கொண்டே இருக்கும்! அது ஒரு பிலாஸ்டிக் புன்னகை! அதில் எந்த உள்ளக்கலப்பும், உயிர்க்கலப்பும் கிடையாது.

இது உண்மையான நாகரிகம் இல்லை. நான் இந்த சமூகத்தின் வெளித் தோற்றத்தை விட, ஒரு தனிமனிதனின் பண்புகளில் மிகவும்

அக்கரை கொள்கிறேன். ஒவ்வொரு தனிமனிதனிடமும் மாற்றம் ஏற்பட்டால், பிறகு அது சமூகத்தின் மாற்றமாகிறது. அந்தத் தனிமனிதனிடம் மாற்றம், என்பதை வெளியிலிருந்து அவன்மேல் திணிக்கக்கூடாது. மதம் என்றும், சமூகநீதி என்றும், சட்டம் என்றும் வெளியிலிருந்து அவனைத் தாக்கக்கூடாது. அது தன் இயல்பாக, அவன் உள்மையத்திலிருந்து கிளம்பி, அவனை ஆக்கிரமிக்கவேண்டும். அது வெளிக் கல்வியால் போதிக்கப் படுவது இல்லை. அந்தக் கல்வி கிணற்றுநீரைப்போல அவனிடமே சுரக்க வேண்டும். கல்வி என்பதன் அடிப்படை அர்த்தம் இதுதான். ஆனால், நாம் என்ன செய்கிறோம்? அதை வெளியிலிருந்து சிறுவர்களிடம் திணிக்கிறோம். நாம் அந்த சிறுவர்களைவிட, அந்தத் திணிப்பிலேயே குறியாக இருக்கிறோம். அவர்கள் மண்டைக்குள் எவ்வளவு திணிக்க முடியுமோ, அவ்வளவு திணிக்க முற்படுகிறோம். இது கல்வியா அல்லது கல்வியின் பெயரால் திணிக்கும் ஹிம்சையான திணிப்பா?

அந்தக் குழந்தையின் உண்மையான உள்ளத்தை ஒரு கல்வி வெளியே கொண்டு வரவேண்டும். அதுதான் உண்மையான கல்வி. அதன் உள்ளத்தில் எது மறைந்திருக்கிறதோ, அது வெளியே வரவேண்டும். அதனுடைய சுதந்திரத்தில், நாம் கேவலமாகக் குறுக்கிடக்கூடாது. இது மாபெரும் குற்றம். குழந்தையின் பிரக்ஞைதன்மையை வெளியே கொண்டு வந்து பரிணமிக்கச் செய்ய வேண்டும். அது வளர உதவி செய்யவேண்டும். அதிக அளவு விஷய ஞானத்தைத் திணிப்பது கல்வி அல்ல. இதைச் சரியாகப் புரிந்துகொள்ளுங்கள். அதிக விழிப்புணர்வு, அதிக அன்பு செலுத்துதல், அதிக கருணை என்பதுதான் உண்மையான கல்வியின் பயனாக இருக்கவேண்டும். இதன் அடிப்படையில்தான், நீங்கள் உண்மை யாக நாகரிகம் அடைவீர்கள்.

இந்த நாகரிகம், இந்தக் கல்வி முறையெல்லாம் பொய். ஆகவே தான் நான் இவைகளை எதிர்க்கிறேன்.

நான்காவது கேள்வி:-

"அன்புள்ள ஓஷோ, நான் உங்கள் ஜோக்குகளைக் கேட்டு என்னை மறந்து சிரிக்கிறேன். அது சம்மந்தமாக ஒரு கேள்விகேட்க ஆசைப்படுகிறேன். அதாவது, ஏன் ஜோக், இவ்வளவு சிரிப்பை உண்டாக்குகிறது?"

முதலில் ஒரு முக்கிய விஷயத்தைத் தெரிந்துகொள்ளுங்கள். அதாவது நீங்கள் சிரிப்பதற்கு இதுவரை அனுமதிகிடைக்கவில்லை! உங்கள் இயல்பான சிரிப்புத் தன்மை காலங்காலமாக அடக்கப்பட்டே வந்திருக்கிறது. அது ஒரு அடக்கப்பட்ட ஊற்றுபோல உங்களிடம் அமுக்கப்பட்டு இருக்கிறது. ஒரு சிறிய துண்டுதல் போதும். அது பீரிட்டுக் கொண்டு வெளியே வருகிறது. நீங்கள், நீண்ட தொங்கிய முகத்தோடு, துக்கமாக, இறுக்கமாக இருக்கவேண்டும் என்றுதான் போதிக்கப்பட்டிருக்கிறீர்கள்.

நீங்கள் இறுக்கமாக இருப்பதை ஒருவன் பார்க்கும்பொழுது, நீங்கள் எந்தத் தவறும் செய்யமாட்டீர்கள் என்று அவன் நம்புகிறான். ஆகவே, அப்படியே பழக்கப்பட்டு வந்திருக்கிறீர்கள். அதற்குமாறாக, நீங்கள் மனம் விட்டு சிரித்தால், அது மக்களுக்கு ஒருவித சங்கடத்தைக் கொடுக்கிறது.'' ஏதோ விபரீதம் இவனிடம் ஏற்பட்டிருக்கிறது'' என்று மக்கள் அதிர்ச்சியோடு நினைக்க ஆரம்பிக்கிறார்கள். அதைப் போல எந்தக் காரணமும் விளங்காமல் அல்லது விளக்காமல், நீங்கள் சிரித்தால், உங்களை சுலபமாக வைத்தியம் என்று முடிவுகட்டிவிடுவார்கள்! உங்களை வலுக்கட்டாயமாக பைத்தியக்கார ஆஸ்பத்திரியில் சேர்த்தாலும் ஆச்சரியப் படுவதற்கில்லை!

உண்மையிலேயே நாகரிகம் அடைந்த உலகத்தில், நன்றாகப் புரிந்த மக்கள் நிறைந்த உலகத்தில், 'சிரித்தல் என்பது மிக இயற்கையான, இயல்பான செயல்களில் ஒன்றாகும். அப்பொழுது, எவன் ஒருவன் துக்கமாக, இறுக்கமாக இருக்கிறானோ, அவனைத்தான் மக்கள் பைத்தியக் கார ஆஸ்பத்திரியில் சேர்ப்பார்கள்! துக்கமாக இருத்தல் என்பது ஒருவித மனோவியாதி. சிரித்தல் என்பது ஆரோகியத்தின் அறிகுறி. இதை நன்றாகப் புரிந்துகொள்ளுங்கள். உங்கள் சிரிப்புத்தன்மை தடைப்படுத்தப்பட்டதால், ஒரு சிறிய ஜோக்குகூட, அதைத் தூண்டிவிடுகிறது. உண்மையில் ஜோக் என்பது ஒரு சால்ஜாப்பு அல்லது ஒரு கருவிதான். அதை வைத்துக் கொண்டு, நீங்கள் சிரிக்கும்பொழுது, யாரும் உங்களை பைத்தியம் என்று எண்ணமாட்டார்கள். நீங்கள் தைரியமாகச் சிரிக்கலாம்!!

ஜோக், சாதாரணமாக வெளித் தோற்றத்தில் எளிமையாகத் தெரியலாம். ஆனால், அதனுடைய வேலை, மிகவும் சிக்கலானது, ஒரு சில வார்த்தைகளால் அது உங்களிடம் ஒரு புதிய சூழ்நிலையை உண்டாக்கி, ஒரு திடீர் மாற்றத்தை ஏற்படுத்தி விடுகிறது. உண்மையில் என்னதான் நடக்

கிறது? முதலில், ஒரு ஜோக்கை ஆரம்பிக்கும்பொழுதே, நீங்கள் சிரிப்பதற்கு தயாராகி விடுகிறீர்கள். ஏதோ ஒரு புதுமையை எதிர்ப்பார்க்கிறீர்கள். உங்களை நீங்களே வசியம் செய்துகொள்ளுகிறீர்கள் என்று சொன்னால், அது மிகையாகாது. அப்பொழுது நீங்கள் மிகவும் விழிப்பாக, உஷாராக இருக்கிறீர்கள். உங்களுடைய அலுப்பு மற்றும் தூக்கம் எல்லாம் கலைந்து, உங்கள் மூளை சுறுசுறுப்பாகிறது. அப்படி முழு உணர்வோடும், அறிவோடும் அதை எதிர் கொண்டு, அந்த நிகழ்ச்சி மெல்ல மெல்ல முன்னேறும் பொழுது, உங்களிடம் ஒருவித இறுக்கம் (Tension) ஏற்படுகிறது. அதன் முடிவை மிகவும் ஆவலுடன் எதிர்ப்பார்க்கிறீர்கள். அந்த ஜோக் ஆரம்பத்திலும், நடுவிலும் மிகச் சாதாரணமாகவே செல்லும். அது ஒரு ஜோக் போலவே இருக்காது. அப்புறம், அதனிடம் ஒரு திடீர் திருப்பம் ஏற்படும். அந்தத்திருப்பம், சுருண்டிருந்த சுருனை (Spring) திடீரென்று விடுதலை செய்தால், எப்படி துள்ளிக்குதிக்குமோ, அப்படி ஒரு துள்ளல் உங்கள் உள்ளத்தில் ஏற்படும். அதாவது உங்களது இறுகிய உள்ளம் விடுதலையடையக் காத்துக்கொண்டே இருக்கிறது. அந்தத் திருப்பத்தை எதிர்நோக்கிய வாறு இருக்கிறது. அப்பொழுது அந்தத் திருப்பம் வரும்பொழுது, உங்கள் இறுக்கம் திடீரென்று வெடித்து சிதறுகிறது. அப்பொழுது அது சிரிப்பாக மாறுகிறது. அப்பொழுது நீங்கள், உங்களை முழுமையாக மறக்கிறீர்கள். அந்தத்திடீர் திருப்பத்தில், நீங்கள் மீண்டும் ஒரு குழந்தையாக மாறுகிறீர்கள்.

ஒரு நல்ல, நாகரிகம் அடைந்த சமூகத்தில், ஜோக் என்பது மிகவும் சாதாரணமாகவே இருக்கும். அந்த சமூகம் நிச்சயம் மகிழ்ச்சியாக இருக்கும் என்று நம்பலாம். நீங்கள் இந்த வாழ்க்கையை சற்று உற்று நோக்குங்கள். அதில் எவ்வளவு ஜோக்குகள் இருக்கின்றன. என்பதை அறிந்து ஆச்சரியப்படுவீர்கள். ஆனால், அதை ஆழமாகப் பார்க்க, நீங்கள் அனுமதிக்கப்படுவதே இல்லை. அதை, மிகவும் மேலோட்டமாகப் பார்க்கவே உங்களை அனுமதித்துஇருக்கிறார்கள். வாழ்வில் அபத்தத்தைக் கண்டு சிரிக்க, நீங்கள் அனுமதிக்கப்படுவதே இல்லை. இது மிக அபத்தமான செயல்!

ஆனால், குழந்தைகள் இந்த அபத்தங்களை வெகு இயல்பாகக் காணுகின்றன. ஆகவேதான், குந்தைகள் வெகு இயல்பாகச் சிரிக்கின்றன. மிகவும் சப்தம் போட்டு, சூழ்நிலையை மறந்து சிரிக்கின்றன. அது, அவர்களுடைய பெற்றோர்களுக்குச் சங்கடத்தைக்கூட விளைவிக்கலாம். அது பற்றி, அவைகள் கவலைப்படுவதே இல்லை. தகப்பனார், தன் குழந்தையிடம், ''எப்பொழுதும் உண்மையையே பேசு'' என்று சொல்வார். அதே

தகப்பனார், தன் வீட்டின் கதவை யாராவது தட்டினால், அதே குழந்தை யிடம், ''போய், அப்பா உள்ளே இல்லை என்று சொல்'' என்று சொல்வார்! இது, அந்தக் குழந்தைக்கு சிரிப்பை வரவழைக்கத்தான் செய்யும்! இது எவ்வளவு அபத்தம் என்று நினைத்து அந்தக் குழந்தை வெடிச்சிரிப்பு சிரிக்கிறது. அந்த குழந்தை, தன் தகப்பனார் சொன்னதுபோல், கதவைத் திறந்து வந்திருப்பவரிடம், ''அப்பா உள்ளே இல்லை என்று சொல்லச் சொன்னார்.'' என்று கூறும்!! இதுவும் எவ்வளவு அபத்தமானது! இந்தக் குழந்தை, அந்த சூழ்நிலையையே ஒரு ஜோக்காக மாற்றிவிடுகிறது! இப்படி பல அபத்தங்கள் நம் வாழ்க்கையில் நிறைந்து இருக்கின்றன. ஆனால் அதைப் பார்த்தும் பார்க்காதது போல் இருக்கவே, நீங்கள். பழக்கப்பட்டி ருக்கிறீர்கள்! அல்லது உங்கள் கண்கள் பாதி மூடிய நிலையிலேயே இருக்கக் கற்பிக்கப் பட்டிருப்பீர்கள்!

ஒரு வாழைப் பழத்தோலில், ஒரு ஜனாதிபதி தவறுதலாகக் காலை வைத்து வழுக்கி விழுகிறார். அதைப் போல ஒரு சாதாரண ஆளும் வழுக்கி விழுகிறான். நீங்கள் யாரைப் பார்த்து மிக அதிகமாகச் சிரிப்பீர்கள்? அந்த ஜனாதிபதியைப் பார்த்துதான்! ஏன்? இவ்வளவு பெரிய ஆள், இந்த சாதாரண வாழைப் பழத்தோலினால் மண்ணை கவ்வுவது, உங்களுக்கு மிகவும் அபத்தமாகத் தெரிகிறது. ஆகவே நன்றாகச் சிரிக்கிறீர்கள். ஆனால், அந்த சாதாரண ஆளைக்கண்டு சாதாரணமாகவே சிரிக்கிறீர்கள். அதற்கு மாறாக, அந்த சாதாரண ஆளின்மேல், நீங்கள் அனுதாபம் காட்டினாலும் ஆச்சரிப்படுபதற்கில்லை. ஆனால், அந்த ஜனாதிபதியிடம் நீங்கள் ஒருக்கா லும் அனுதாபம் காட்ட மாட்டீர்கள். அவரிடம் ஏதாவது எலும்பு முறிவு எற்பட்டால் ஒழிய! ஆகவே, ஒரு ஜோக் உங்களை மீண்டும் ஒரு கள்ளம் கபடமற்ற குழந்தையாக்குகிறது. ஆகவேதான், நான் அடிக்கடி என் பேச்சுக் களுக்கிடையே பல ஜோக்குகளைச் சொல்கிறேன். உங்களை மீண்டும் ஒரு குந்தையாகப் பார்க்கவே விரும்புகிறேன்!

சில ஜோக்குகள் :-

ஒரு வயதான கோவில் மணியக்காரர், வெளியூரில் ஒரு ஹோட்ட லில் தங்க நேர்ந்தது. ஆனால், தனி அறை கிடைக்கவில்லை. மூன்று படுக்கைகள் உள்ள ஒரு அறையில் தான் இடம் கிடைத்தது. மற்ற இரண்டு படுக்கைகளுக்கு ஏற்கனவே இரண்டு ஆட்கள் முன் பதிவு செய்து வந்திருந்தார்கள். இரவு வந்தது. எல்லா விளக்குகளும் அணைக்கப்பட்டன.

அப்பொழுது, ஒரு படுக்கையில் உள்ளவரிடமிருந்து, குறட்டை சப்தம் ஆரம்பமாயிற்று. நேரம் செல்ல செல்ல, அதனுடைய கர்ணகடூரமான சப்தமும் அதிகரிக்க ஆரம்பித்தது. இவருக்கு என்ன செய்வது என்றே புரியவில்லை. தூக்கமே வரவில்லை. சில சமயம் அதைக் கேட்டு பயந்து நடுங்குகிறார். பிறகு, ஒரு கட்டத்தில், அந்த ஆள் திரும்பிப்படுத்து, ஒரு பெரிய சப்தத்தை எழுப்பினார். அவ்வளவுதான். அதற்கு பிறகு எந்த சப்பதமும் அவரிடமிருந்து வரவில்லை.

இந்த மணியக்காரர், அந்த மூன்றாவது ஆள் தூங்கிக்கொண்டிருப் பதாக நினைத்துக்கொண்டிருந்தார். ஆனால், அவர் எழுந்தவாறே, ''இந்த ஆள் இறந்துவிட்டான். கடவுளே, உனக்கு நன்றி'' என்று சந்தோஷமாகக் கூவினான்!

இந்த கடைசி ஜோக்கைக்கேட்டு, இதை தியானமாக்குங்கள்.

ஒருநாள், ஒரு கிராமத்தின் வழியே ஜீசஸ் சென்றுகொண்டு இருக்கும்பொழுது, ஒரு ஆத்திரம் கொண்ட கூட்டம், ஒரு பெண்ணை, ஒரு சுவற்றோரம் நிற்கவைத்து, கல்லால் அடித்துக்கொல்ல முனைந்தது. அப்பொழுது, ஜீசஸ் குறுக்கே சென்று நின்று, அந்த கூட்டத்திடம், ''இந்தக் கூட்டத்தில் யார் ஒருவர் பாபம் செய்யவில்லையோ, அவர், இவளை கல்லால் அடிக்கட்டும்'' என்றார்

அப்பொழுது, சிறிது வயதான ஒரு பெண்மணி, ஒரு சிறிய பாறையை அந்தப் பெண்ணின் பக்கம் உருட்ட முயன்று கொண்டிருந்தாள். இதைப் பார்த்த ஜீசஸ் அவளிடம், ''தாயே, நீ என்னை கோபம் அடையச் செய்கிறாய்'' என்று பல்லைக் கடித்தவாறு சொன்னார்!

5. "மனிதன் ஒரு கற்பனை"
(Man is A Myth)

புழுக்கும் மாமிச மணத்தில்
லயிக்கும் ஈக்கள்
நறுமணம் வீசும் நற்சந்தனம்
நாடி விரும்பாது
சம்சார சாகரத்தில் சதிராடும்
மனிதர்களோ
நிர்வாண சாகரத்தை விரும்புவரோ!

எருதுவின் காலடிப் பள்ளத்தில்
நிறைந்து நிற்கும் நீர்
உலர்ந்து போகும் அதிவிரைவில்
உறுதியான மனத்தில் உறையும்
முழுமையற்ற குணங்களும்
உதிர்ந்து விடும் காலத்தின் கதியில்

உப்பான கடல்நீரை
உவப்பான நன்னீராக
உருமாற்றும் மேகம்போலவே
உறுதியான மனத்தோடு
உற்றாருக்கு உதவும் போது
பொருட்களின் விஷமெல்லாம்
அருளின் அமுதமாகிவிடும்.

பூரண திருப்தி அடைவதோ
சொல்லின் விளக்கொணா சுகந்தத்தில்

ஓஷோ

கற்பனைக் கெட்டாத நிலையிலேயே
கண்டு திளைக்கின்றன பரவசத்தில்

மேகம் மின்னலிடிக்கும்போது
தேகமே நடுங்கி ஒடுங்கினாலும்
மழையாய்த் தூவும் போது
விளையுமே ஆனந்தப் பயிர்

மனிதன் என்பது ஒரு அபாயகரமான கட்டுக்கதை அல்லது கற்பனை! ஏனெனில், மனிதன் இருக்கிறான் என்று நீங்கள் நம்பினால், நீங்கள் அவன் முன்னேற்றத்துக்கு எதுவும் செய்யமாட்டீர்கள். அதற்கு அவசியமே இல்லை. நீங்கள் மனிதனாகவே இருக்கிறீர்கள் என்று கருதினால், உங்களுக்கான சகல வளர்ச்சிகளும் நின்றுவிடுகின்றன. நீங்கள் மனிதனாக உருப்பெறாமல், அதன் கருவாக இருக்கிறீர்கள் என்று நம்பினால், நீங்கள் ஒன்று மனிதனாகலாம், இல்லை ஆகாமல் போகலாம், இல்லை தவற விடலாம். ஞாபகம் வைத்துக் கொள்ளுங்கள். நீங்கள் தவற விட்டுவிடுவீர்கள். மனிதன் பிறக்கவில்லை. நீங்கள் அப்படித்தான் எடுத்துக் கொள்ள வேண்டும். அவன் இன்னும் விதையாகவே இருக்கிறான். இன்னும் அவன் மரமாகவில்லை. ஆனால் மரமாகக்கூடிய சாத்தியக்கூறு உண்டு. இதை நம்பலாம். மனிதன் விதையாக இருப்பதற்கும், மரமாக இருப்பதற்கும் நிறைய வித்தியாசங்கள் உண்டு.

மேற்கண்டவாறு ஏன் சொல்கிறேன் என்றால், இப்பொழுது இந்த உலகத்தில் வாழும் மனிதன், ஒரு இயந்திரம் போல வேலை செய்து, ஏதோ வாழ்ந்து, பரிதாபமாக இறக்கிறான். நன்றாக ஞாபகம் வைத்துக் கொள்ளுங்கள். அவன் உண்மையாக வாழவில்லை. அவனுக்கும், ஒரு இயந்திர மனிதனுக்கும் (Robot), எந்த வித்தியாசமும் இல்லை. ஆகவே தான், நான் மனிதன் இன்னும் பிறக்க வில்லை என்றும், அது ஒரு கட்டுக் கதை என்றும் சொன்னேன். அவன் இப்பொழுது ஒரு வளரும் இயந்திரம். அவ்வளவு தான். ஆனால், இது சாதாரண இயந்திரம் இல்லை. இதன் ஆற்றல் அளப்பற்கரியது. இதனால், தன் இயந்திரத் தன்மையை விட்டு, மேலே செல்ல முடியும். அதுமாத்திரமல்ல. இதனால், தன் அமைப்பையே மாற்றிக் கொண்டு, தன்னையே கடந்து அப்பால் செல்ல முடியும். சில சமயம், இந்த இயந்திரம் இப்படி ஒரு புத்தரை, ஒரு இயேசுவை, ஒரு குருட் ஜீவியை

(Gurdjieff) உண்டு பண்ணியிருக்கிறது. இவர்களெல்லாம் உண்மையான மனிதர்கள். ஆனால், நீங்களும் அப்படி நினைத்தால், அது தற்கொலைக்குச் சமம்தான். ஏனெனில், இந்த நம்பிக்கையே உங்கள் வளர்ச்சியைக் கொன்றுவிடும். ஏனெனில், நீங்கள் இன்னும் ஒரு உண்மையான மனிதனாக வில்லை!

இப்படிகொஞ்சம் நினைத்துப் பாருங்கள். ஒரு வியாதியஸ்தன், தான் ஆரோக்கியமாக இருப்பதாக நம்பிக்கொண்டு, டாக்டரிடம் செல்லாமல், எந்த மருந்தும் சாப்பிடாமல் இருந்தால் என்ன ஆகும்? ஒரு நாள் கண்டிப்பாக அவன் இறந்து விடுவான். ஆகவேதான், உங்கள் கற்பனை அதாவது 'நான் ஒரு மனிதன்' என்ற கற்பனை மிகவும் ஆபத்தானது என்று சொல்கிறேன். உங்கள் பாதிரிமார்களுக்கும், அரசியல்வாதிகளுக்கும் எட்டாத மிகப்பெரிய கற்பனை! இந்த பூமியின் உள்ள கோடிக்கணக்கான மனிதர்கள் உண்மையான மனிதனாக வாழக்கூடிய சாத்யக் கூறுதான் உண்டு. துரதிர்ஷ்டவசமாக, இவர்களில் பெரும்பாலோர், அந்த உண்மைத் தன்மையை எட்டவே மாட்டார்கள். இவர்களில் பெரும்பாலோர், ஒரு இயந்திரமாகவே வாழ்ந்துதான் இறக்கப்போகிறார்கள்.

சரி, நான் எதற்காக மனிதனாக இருப்பவர்களை ஒரு இயந்திரத்துக்கு ஒப்பிடவேண்டும்? முக்கியக்காரணம், அவன் எப்பொழுதும் இறந்த காலத்தை ஒட்டியே வாழ்கிறான். அவன் எப்பொழுதும் இறந்த சடலத்துட னும், இறந்த பழக்க வழக்கங்களுடனும், திரும்பத்திரும்ப அதே முறையால வாழ்கிறான். அவன் எப்பொழுதும் ஒரே பாதையில், ஒரே வட்டத்தில் சென்றுகொண்டும், சுற்றிக்கொண்டும் இருக்கிறான். இந்தத் துன்பமயமான ஒரே வட்டத்தில் நீங்கள் சுழன்று சுழன்று வருவது உங்களுக்குப் புரியவில்லையா? நன்றாக யோசனை செய்து பாருங்கள். புரியும். ஒவ்வொரு நாளும், நீங்கள் என்ன செய்கிறீர்கள்? எதையோ நினைத்து நம்பிக்கை கொள்கிறீர்கள். எதற்காகவோ கோபப்படுகிறீர்கள், ஆசைப்படுகிறீர்கள், உணர்ச்சி வசப்படுகிறீர்கள், பால் உணர்வு கொள்கிறீர்கள், விரக்தியடைகிறீர்கள்.... இப்படி மாறி மாறி தினமும் இதையேதான் செய்துகொண்டு வருகிறீர்கள். ஒவ்வொரு தோல்விக்கும், விரக்தி நிலைக்குப் பிறகு, மறுபடியும் நம்பிக்கையோடு ஓடுகிறீர்கள். பிறகு தோல்வி, பிறகு விரக்தி... இதற்கு முடிவே கிடையாது.

கீழை நாட்டில், இதை 'சம்சாரா' **(Samsara)** சக்கரம் என்று அழைப்

பார்கள். இந்தச் சக்கரத்தில், நம்பிக்கை, விரக்தி, கோபம், பால் உணர்வு இப்படிப் பல கம்பிகள் இணைக்கப்பட்டிருக்கின்றன. நீங்கள் எத்தனை பிறவி எடுத்தாலும், இந்த சக்கரத்தில் உள்ள கம்பிகள், அநேகமாக அதே கணக்கில்தான் இருக்கும். நீங்கள் இப்படி பல ஆயிரம் தடவை நம்பிக்கைக் கொண்டு ஓடி, தோல்வியுற்று, விரத்தியடைந்து இந்த சக்கரத்தில் சுற்றி சுற்றி வந்து உங்களையே அழித்துக்கொள்கிறீர்கள். காலம் ஒரு தடவை சென்றால், சென்றதுதான். இதை நன்றாக ஞாபகம் வைத்துக் கொள்ளுங் கள். காலத்தின் பாதை ஒரே வழிதான். அது ஒருக்காலும் பின்னோக்கிச் செல்லாது.

ஆகவேதான், நான் மனிதனை ஒரு இயந்திரத்துக்கு ஒப்பிடு கிறேன். இந்த வகையில், நான் குருட்ஜீவியோடு (Gurdjieff) மிகவும் ஒத்துப் போகிறேன். அவர், ''இன்னும் உங்களுக்கு ஆத்மா என்று எதுவும் ஏற்படவில்லை'' என்று அடிக்கடி சொல்வார். இவ்வளவு அழுத்தந் திருத்த மாக சொன்ன தைரியமான முதல் மனிதன் இவர்தான். ஆமாம். அந்த ஆத்மாவை நீங்கள்தான் உண்டாக்க வேண்டும். நீங்கள்தான் பிரசவிக்க வேண்டும். அதற்கு நீங்கள் உங்களைத் தயார்படுத்திக்கொள்ள வேண்டும். பல நூற்றாண்டுகளாக, உங்கள் மதத் தலைவர்கள், ''உங்களிடம் ஆத்மா ஏற்கனவே இருக்கிறது'' என்று சொல்லி வந்திருக்கிறார்கள். ஆமாம். அது இருப்பது உண்மைதான். ஆனால், கருவின் தன்மையில் மிக ஆழத்தில் இருக்கிறது. நீங்கள் அதுவாக முழுமையாக ஆகவேண்டும். அதற்கு முதலில் இந்த கற்பனை மனிதனை அழிக்கவேண்டும். நீங்கள் முழு ஆத்மா வாக, முழு பிரக்ஞை நிலையை அடைய, நீங்கள் உங்களிடம் உள்ள அந்த பழைய மனிதனை அழிக்கத்தான் வேண்டும். வேறு வழியில்லை.

உங்களுக்கும், இந்தப் பாறைக்கும், விலங்குகளுக்கும் மற்றும் மரங்களுக்கும் என்ன வித்தியாசம்? வேறு எதிலும் இல்லை. பிரக்ஞை நிலையில்தான் (Consciousness) வித்தியாசம். ஆனால், உங்களிடம் எந்த அளவு பிரக்ஞை நிலை உள்ளது? ஏதோ இங்கே கொஞ்சம், அங்கே கொஞ்சம். அவ்வளவுதான். சில சமயம், ஒரு சில வினாடி அந்த பிரக்ஞை யில் இருக்கிறீர்கள். உடனே பழைய இயந்திர நிலைக்கு வந்து விடுகிறீர்கள். சில சமயம், அது உங்களையறியாமலேயே, உங்கள் முயற்சி ஏதும் இன்றி, தன் இயல்பாக அந்த உணர்வு உங்களிடம் ஏற்படுகிறது. அது, நீங்கள் முழுமையான அன்பில் திளைத்திருக்கும்பொழுது, சில சமயம் பூர்ண சந்திரனை உணர்வோடு கவனிக்கும் பொழுது, சூரியன் உதயமாகும்

பொழுது, அமைதியாக ஒரு மலையில் உள்ள குகையில் உட்கார்ந்திருக்கும் பொழுது, சிலசயம், குழந்தைகள் ஆடிப்பாடி விளையாடுவதைக் கவனிக் கும்பொழுது, மற்றும் நல்ல தரமான இசையைக் கேட்கும்பொழுது.... இப்படி பல சமயம் அது ஒரு ஒளிக்கீற்றுபோல உங்களிடம் ஏற்படும்.

சாதாரண மனிதனிடம், அவன் வாழ் நாளில் இப்படி ஏழுதடவை ஏற்பட்டால், அது மிகப் பெரிய வரப்பிரசாதம் என்று கூறலாம். மிகவும் அரிதாகத்தான், இந்த ஒளிக்கீற்று அவர்களிடம் ஏற்படும். ஆனால் உடனே நீங்கள் பழைய இறந்த கால வாழ்க்கைக்கு வந்து விடுகிறீர்கள். சாதாரண மக்களிடம் மட்டும் இப்படி ஏற்படுவதில்லை. அசாதாரண மக்களிடம்கூட இது ஒரு சில வினாடிதான் ஏற்படும். ஏனெனில், அந்த அசாதாரண மக்களும், பல சமயம் சாதாரண மக்களே.

சில நாட்களுக்கு முன், கார்ல் ஜங்க் (Carl Jung) கைப் பற்றி படிக்க நேர்ந்தது. அவர் இந்த நூற்றாண்டின் தலைசிறந்த மனநல வைத்தியர்களில் ஒருவர் என்று கூறலாம். ஆனால், இவர் எப்பொழுதும் அமைதியற்றே காணப்படுவார். அவரால் ஒரு சில வினாடிகூட அமைதியாக ஒரே இடத்தில் உட்கார்த்திருக்க முடியாது. ஒன்றும் செய்யத்தோன்றாவிட்டால், சிகரெட்டை மாற்றிமாற்றி தொடர்ந்து பிடித்துக்கொண்டே இருப்பார். ஆகவே, இருதய வியாதி வந்து, டாக்டர்கள் புகை பிடிப்பதை விடும்படி அவரைக் கட்டாயப்படுத்தினார்கள். ஆனால், அவரால், அதை விட முடியவில்லை. அதை விடுவது பற்றி நினைத்தாலே, இன்னும் அதிகமாக அமைதியின்றி தவித்தார். அந்த சிகரெட் வெறியை அடக்க முடியாமல், தன் டாக்டரிடம், ''அந்த காலி சிகரெட் பைப்பையாவது வாயில் வைத்துக் கொள்ளலலாமா?'' என்று கேட்டார். அதற்கு டாக்டர்கள் அனுமதி கொடுக் கவே, அவர் நிம்மதி அடைந்து, எப்பொழுதெல்லாம் சிகரெட் வெறி வருகிறதோ, அப்பொழுதெல்லாம், அந்தக் காலி பைப்பை, வருடக்கணக் காக வாயில் வைத்துக்கொண்டிருந்தார்! இவர் தான் மிகப் பெரிய மனோ வைத்தியர்களில் ஒருவர்! உங்களால் நம்ப முடிகிறதா? எந்த அளவுக்கு பிரக்ஞையற்றதன்மை இருந்தால், இப்படி ஒரு செயலை விட முடியாமல், அந்தக் காலி பைப்பை வைத்து, தன் உணர்வை திருப்திப்படுத்திக் கொள்வார்! இது எவ்வளவு முட்டாள்தனமான செய்கை! நீங்கள் அதற்குக்காரணம் கேட்டால், உங்களுக்குப் புரியாத பல விளக்கங்களைக் கொடுப்பார்கள்! தேவையற்ற வீண்வேலை. கார்ல் ஜங்க், தன் 45வது வயதில், ஒரு பெண்ணின் மேல் காதல் கொண்டார். அவருக்கு ஏற்கனவே

திருமணமாகி இருந்தும், வேறொரு பெண்ணின்மேல் காதல் கொண்டார். இது அவரது அமைதியற்ற தன்மையால் ஏற்பட்டது. பொதுவாகவே, சுமார் 45 வயதில், பெரும்பான்மையோர் அமைதி இழந்தே காணப்படுவார்கள். ஏனெனில், தன்னுடைய வசந்த வாழ்வு முடியும் தருணம் வந்து விட்டது. அடுத்து நாம் இறப்பை நோக்கித்தான் செல்லவேண்டும் என்ற உணர்வு வந்துவிடும். அப்பொழுது அவர்கள் ஒன்று ஆன்மீகத்தில் மாற வேண்டும் அல்லது மிக்க காம உணர்வு உடையவர்களாக ஆகவேண்டும்.

உண்மையை அடைந்து, மரணத்தைவெல்லலாம் என்று நினைக்கிறார்கள் அல்லது பால் உணர்வுக் கற்பனைகளில் திளைத்து, தன்னையே மறக்க நினைக்கிறார்கள். முக்கியமாக, தலையால் வாழ்ந்தவர்கள் அதாவது அறிவாளிகள், இந்த 45 வயதில், இப்படி ஏதாவது ஒரு பக்கம் சாய்ந்து விடுவார்கள். அவர்கள் வாழ்க்கையில், பால்உணர்வை அலட்சியம் செய்திருந்தால், அது இந்த 45வது வயதில், ஒருவனைப் பழி வாங்க நினைக்கும். ஏனெனில், அவன் இறப்பை நெருங்கிக்கொண்டு இருக்கிறான். அதற்குள், அது தன் ஆவலை தீர்த்துக்கொள்ள நினைக்கிறது. இது இயற்கைதான்.

ஆகவே, கார்ல் ஜங், இப்படி தன் 45வது வயதில், வேறு ஒரு பெண்ணின் மேல் காதல் வசப்பட்டார். எல்லோருக்கும், முக்கியமாக அவருடைய அன்பு மனைவிக்கு இது பெரும் அதிர்ச்சியாகவே இருந்தது. அவருடைய அந்தஸ்துக்கு இது சரியில்லை என்றே பெரும்பான்மையோர் நினைத்தார்கள். ஆனால், ஜங் இதை எப்படி நியாயப்படுத்துகிறார் என்று பாருங்கள்! தன்னுடைய அறிவைக்கொண்டு, தான் செய்த இந்த பிரக்ஞையற்ற செயலுக்கு, ஒரு தத்துவத்தை உண்டு பண்ணி, மக்களை நம்ப வைத்தார். அதாவது அது பிரக்ஞையற்ற தன்மையில் செய்த செயல் அல்ல என்பதற்கு பலகாரணங்களை அடுக்கினார். இப்படித்தான் நம் அறிவாளிகள் பல முட்டாள்தனமான கொள்கைகளை, தங்களுடைய விழிப்பற்ற செயலுக்கு, சமாதானமாக உண்டாக்கி, நம் எல்லோருடைய தலையிலும் கட்டிவிட்டுச் சென்றிருக்கிறார்கள். இந்த அறிவாளி என்ன சமாதானம் சொல்கிறார்?

அவர், ''நான் இந்த செயலை நனறாக யோசித்தே செய்கிறேன். அதை நான் செய்துதான் ஆகவேண்டும். ஏனெனில், உலகத்தில் இரண்டு வகையான பெண்கள் இருக்கிறார்கள். ஒன்று, தாயாரைப்போல, நம் மேல்

மிகவும் அக்கறை எடுத்துக்கொள்ளும் பெண்டிர். அடுத்தது நம் மனைவி. இவர்கள் காதல் புரிவதற்கென்றே அவதரித்தவர்கள். இவர்கள் நம் பால் உணர்வை நன்றாகத் திருப்தி செய்பவர்கள். ஒரு மனிதனுக்கு இந்த இரண்டு வகைப் பெண்களும் அவசியம்தான்.'' என்ன அருமையான கொள்கை! இவர் ஒரு பெரிய அறிவாளி! தான் செய்த தவறுக்கு, எப்படி சப்பை கட்டு கட்டுகிறார்.! அது மாத்திரமல்ல. இதை ஒரு பொது விதியாக்கி, உங்களை யும் தன்னை ஆதரிக்கும்படி கேட்கிறார்!! அடுத்து, உங்களையும் இந்தத் தவற்றை செய்யத்தூண்டுகிறார். இப்படித்தான். உலகத்தில் பெரும்பான் மையான கொள்கைகள் இருக்கின்றன.

இந்த ஜங், உண்மையிலேயே புத்திசாலியாக இருந்தால், ஆணை யும் இப்படி இரண்டு வகையாகப் பிரிந்திருக்கவேண்டும். ஒரு வகையினர், தகப்பனார் உள்ளம் கொண்டவர் என்றும் அடுத்தவகையினர் காதல் உள்ளம் கொண்டவர் என்றும்! அப்படி செய்திருந்தால், ஜங்கின் மனைவிக்கு, இரண்டு ஆண்கள் தேவைப்படும்! இந்த கொள்கையை அவர் ஏன் உண்டாக்கவில்லை? இதிலிருந்து அவருடைய வக்ரபுத்தி தெரிய வில்லையா? இது ஒரு பகுத்தறிவு கொள்கையா?

இப்படித்தான் நம் அறிவாளிகள், ஒவ்வொன்றிற்கும் தன் பகுத்தறி வால் சமாதானம் கூறிச் சென்றிருக்கிறார்கள். அவர்கள் ஒருக்காலும் தங்கள் தவறை ஒத்துக்கொள்வது இல்லை. அப்படி செய்துவிட்டால், அவர்களது கௌரவம், அந்தஸ்து எல்லாம் என்ன ஆவது? ஆகவே, இந்த பகுத்தறி வாளர்களிடம் எப்பொழுதும் ஜாக்கிரதையாகவே இருங்கள்!

உங்களுக்குத் தெரியுமா? ஜங்கின் பெரும்பான்மையான வியாதியஸ்தர்கள், (மனநலம் குன்றியவர்கள்) தூக்குப் போட்டுக்கொண்டு செத்திருக்கிறார்கள்! ஏன்? அவர்கள், தாங்கள் சரியான மனநிலைக்கு வர வேண்டும் என்றே ஜங்கிடம் வந்தவர்கள் இடையில், எதற்காக தற்கொலை செய்து கொள்ள வேண்டும்? அடிப்படையில் ஏதோ கோளாறு அங்கு இருக் கிறது. அவருடைய அணுகு முறை மிகவும் தவறாக இருந்திருக்கவேண்டும். இயல்பாகவே ஜங், 'தான்' என்ற அகங்காரம் மிக்கவர். தன்னைவிட அறிவாளி வேறுயாரும் இந்த உலகத்தில் கிடையாது என்று தலைக்கனம் உடையவர். எப்பொழுதும் சண்டைபோடும் குணம் உடையவர். தன் குரு, சிக்மண்ட் பிராய்டை (Sigmund freud) மட்டம்தட்டவேண்டும் என்ற அகங்கார புத்தியால்தான், அவர் பல புதிய கொள்கைகளை வகுத்தார்

என்று கூடச் சொல்லலாம். ஆனால், அவைகளில் பெரும்பான்மை, மிகவும் மேம்போக்கான பகுத்தறிவை ஆதாரமாகக்கொண்டதுதான். எதுவும் அவருடைய உள்ளத்தின் ஆழத்திலிருந்து வந்ததாகத் தெரியவில்லை ஏனெனில், அவர் வகுத்த கொள்கையால், பிற்பாடு அவரே துன்பப்பட்டி ருக்கிறார், அமைதி இழந்து தவித்திருக்கிறார்.

ஜங்குக்கு, பிசாசு மற்றும் ஆவி என்றால் பயம்! அவரது வயதான காலத்தில்கூட இந்த நம்பிக்கை அவரைவிட்டு அகலவில்லை! அது மாத்திர மல்ல, அவருடைய கொள்கைகளில் அவருக்கே நம்பிக்கையில்லை! அவர் உயிரோடு இருக்கும்பொழுது, தன்னுடைய பெரும்பாலான எழுத்துக்கள், புஸ்தகங்களாக வெளியே வராமல் பார்த்துக்கொண்டார்! அந்த அளவுக்கு அவருடைய அறிவின் மேலேயே அவருக்கு சந்தேகம். ஏனெனில், மக்கள் அவைகளை ஏற்றுக்கொள்ளமாட்டார்கள் என்ற பயம்! தன் வாழ்க்கையைப் பற்றியும் வெளியிட விரும்பவில்லை. இப்படி செய்தால், அவருடைய கொள்கையில் என்ன உண்மை இருக்கப் போகிறது?

ஒரு நிகழ்ச்சி.

ஒரு மன நல வைத்தியரிடம், ஒருவன் வந்து, தன் மனம் சரியில்லையென்று சொல்ல, டாக்டர் அவனுடைய பழைய வாழ்க்கை, சின்ன வயது அனுபவங்கள், உணர்ச்சிகள், பழக்க வழக்கங்கள் எல்லாம் கேட்க, அவனும் அப்படியே சொல்ல, பிறகு டாக்டர், ''எனக்கு என்னமோ, நீங்கள் என்னைப் போலவே, நல்ல மனநிலையில் இருப்பதாகவே படுகிறது. ஏன், நீங்கள் விணாகக் கவலைப்படவேண்டும்?'' என்றார்

அவன் சிறிது அதிர்ச்சி அடைந்தவனாக, ''ஆனால், டாக்டர், இந்தப் பட்டாம் பூச்சி இருக்கிறதே, அது என் தலை மேலேயே சுற்றிக் கொண்டிருக்கிறது. விரட்டினாலும் போகமாட்டேன் என்கிறது'' என்றான்.

உடனே டாக்டர், ''ஐயோ, அதை என் பக்கம் விரட்டி விடாதே!'' என்று அலறினார்.

ஆகவே, டாக்டரும், வியாதியஸ்தர்களும் ஒரே படகில் தான் சவாரி செய்கிறார்கள்! இரண்டு பேரும் மிக நெருக்கமாகவே விளையாடிக் கொள்கிறார்கள்! இருவரில், அந்த வைத்தியர் அதிக அறிவாளியாக இருக்கலாம். ஆனால், உண்மையை நெருங்க, அறிவு மட்டும் போதாது. நல்ல விழிப்புணர்வு தேவை. உங்கள் மதிநுட்பத்தால் அதை அணு

முடியாது. உங்கள் தத்துவம், கொள்கை எதுவும் அங்கு எடுபடாது. உங்கள் பிரக்ஞைத் தன்மையை, உணர்வு நிலையை நன்றாக வளர்த்துக்கொள்ள வேண்டும்.

வருங்கால மனோதத்துவ சாஸ்திரத்தைப் பற்றி, குருட்ஜீவ், ''அப்படி ஒரு சாஸ்திரம் இதுவரை இருக்கவில்லை. ஏனெனில், மனிதனே இன்னும் வாழவில்லையே! அப்படியிருக்கும்பொழுது, அவனைப் பற்றிய விஞ்ஞானம், தத்துவம் என்பவைகள் எப்படி இருக்கமுடியும்?'' என்கிறார். ஆகவே, இப்பொழுது இருக்கும் இந்த மனோ தத்துவ சாஸ்திரம் எல்லாம் உண்மையானவைகள் அல்ல. அவைகள் மனித இயந்திரத்தைப் பற்றிய சாஸ்திரம்தான்!

மனோ தத்துவ சாஸ்திரம், ஒரு புத்தரைச் சுற்றி இயங்க வேண்டும். ஏனெனில், முழு பிக்ரஞை நிலையில், புத்தர் வாழ்ந்திருந்தார். அப்படி ஒரு சாஸ்திரம் ஏற்பட்டால், அப்பொழுது அதில் உண்மையான மனம் என்றால் என்ன, உண்மையான ஆத்மா என்றால் என்ன என்பது பற்றி இருக்கும். சாதாரண மனிதன், ஆத்மா என்று இல்லாமலேயே வாழ்கிறான். ஆமாம், அவனது உள் அமைப்பில், ஏதோ கோளாறு இருக்கிறது. அதை சரியாக்க வேண்டும்.

இப்பொழுது இருக்கும் மனோ தத்துவ சாஸ்திரம் என்பது, ஒருவனுடைய நடத்தையைப் பற்றிய (Behaviourism) சாஸ்திரமே ஒழிய வேறல்ல.

இந்த வகையில், பாவ்லோவ் (Pavlov) மற்றும் ஸ்கின்னர் (Skinner) ஆகியோர் பிராய்டு (Frevd) மற்றும் ஜங் (Jung) இவர்களைவிட, உண்மைக்கு மிக நெருக்கமாக இருக்கிறார்கள். ஏனெனில், அவர்கள் இப்பொழுது வாழும் மனிதன், உண்மையிலேயே ஒரு இயந்திரம்தான் அதாவது ஒரு உயிருள்ள இயந்திரம் என்பதை ஒப்புக்கொள்கிறார்கள். இது ஒரு வகையில் சரிதான். ஆனால், அவர்கள், ''இதுதான் மனிதனின் முடிவு. இதற்கு மேல் அவனால் மேலே செல்ல முடியாது'' என்று சொன்னது தவறு. ஆனால், பிராய்டு, ஜங் மற்றும் ஆட்லர் (Adler) இவர்களெல்லாம், இதை விட அபத்தமாக உளறி இருக்கிறார்கள். அவர்கள், ''மனிதன் என்பவன் ஏற்கனவே, இந்த பூமியில் வாழ்ந்துகொண்டு இருக்கிறான். இப்பொழுது என்ன தேவை என்றால், அவனை நாம் சரியாக அலசி ஆராயவேண்டும். அப்பொழுது அவனைப் பற்றிய பல உண்மைகள் வெளியே வரும்''

என்கிறார்கள். ஆனால், உண்மையான மனிதன் இந்த பூமியில் வாழ வில்லை என்று சொல்லும்பொழுது, அவனைப் பற்றிய சாஸ்திரமும் விழிப் புணர்வு இல்லாத, ஒரு இயந்திரத்தின் சாஸ்திரமாகவே இருக்கும்.

ஆகவே, உண்மையான மனிதன் என்பது இப்பொழுது ஒரு கற்பனைதான். இந்தக் கருத்து பல அடிப்படைக் கருத்துகளில், ஒன்றாக இருக்கட்டும். அப்படி அதை புரிந்து அணுகினால், நீங்கள் பொய்மையி லிருந்து விடுபட்டு, ஏமாற்றத்திலிருந்து விடுதலை அடைந்து, வெளியே வர முடியும்.

நீங்கள் முழு பிரக்ஞை நிலையை அடைய, தந்த்ரா வழி வகுக் கிறது. 'தந்த்ரா' என்பதின் நேரடியான அர்த்தம், 'பிரக்ஞை நிலையை விரிவுபடுத்துதல்' என்பதாகும். இந்த வார்த்தை, சம்ஸ்கிருதவார்த்தையான 'தன்' (Tan) என்ற வேரிலிருந்து உண்டாயிற்று. 'தன்' என்றால் விரிவு படுத்துதல் என்று அர்த்தம். நீங்கள், ஒரு அடிப்படையான உண்மையை ஒத்துக்கொள்ளத்தான் வேண்டும். அதாவது, நீங்கள் விழித்துக்கொண்டே தூங்கிக்கொண்டு இருக்கிறீர்கள். அதாவது பகல் தூக்கம்! நீங்கள் இரவில் கண்களை மூடிக்கொண்டு தூங்குகிறீர்கள். பகலில் இறந்த காலத்தின் நினைவில், விழித்துக்கொண்டே தூங்கிக்கொண்டு இருக்கிறீர்கள்! உங்கள் செய்கைகள் அனைத்தும் மிகவும் இயந்திரத்தனமானது. அது உங்களது இறந்த கால செயல்களின் தொடர்ச்சிதான். ஏதோ, அதில் சில மேலோட்ட மான விழிப்புணர்வு தென்படலாம். ஆனால், அந்த செயலின் ஆதாரம், எப்பொழுதும் இறந்தகாலத்திலேயே இருக்கும். இதை நீங்கள் கவனித்துப் பார்த்தால் நன்றாகப் புரியும். நீங்கள் இந்த ஏமாற்று தூக்க நிலையிலிருந்து, எழுந்திருக்க வேண்டும்.

குருட்ஜீவ், பலசிறந்த தாந்த்ரிகர்களில் ஒருவர். அவர் சில அடிப்படையான எளிய முறைகளைச் சொல்கிறார். உதாரணமாக, நீங்கள் ஆழ்ந்த தூக்கத்தில் இருக்கிறீர்கள் என்று வைத்துக் கொள்வோம். நீங்களாக தேவைப்படும் பொழுது எழுந்திருப்பது என்பது நடக்காத காரியம். உங்கள் தூக்கம் அனைத்தும் கலைந்த பிறகு எழுந்திருக்கலாம். ஆகவே, வேறு யாராவது உங்களை எழுப்ப வேண்டும். உதாரணமாக, நீங்கள் ஒவ்வொரு புது வருட பிறப்பின் போது, இனிமேல் சிகரெட்டையே பிடிக்கக் கூடாது என்று தீர்மானம் செய்துகொள்கிறீர்கள். ஆனால் அதை உங்களால் நிறைவேற்ற முடிய வில்லை! பிறகு அடுத்த வருடப் பிறப்பன்று, அதைப் போலவே தீர்மானிக்கிறீர்கள். ஆனால், பிறரிடம் இதைப் பற்றி சொல்வது

இல்லை. ஏனெனில், உங்கள் மேலேயே உங்களுக்கு நம்பிக்கை இல்லை. பிறகு, நீங்கள் அந்தத்தீர்மானத்தை உடைத்தால், பிறர் உங்களை கேலி செய்யக்கூடும். இப்படியே, நீங்கள் வருடாவருடம், உறுதி செய்து கொண்டு, அதை இடையில் மீறியும் வருகிறீர்கள். எதனால், அதை உங்களால் முழுமையாக நிறைவேற்ற முடியாமல் போகிறது? நீங்கள் சிந்தித் தீர்களா?

நீங்கள் இயந்திரத்தனமான, பழைய பழக்கத்திலிருந்து உங்களால் விடுபடமுடியவில்லை. உங்களுடைய விழிப்பான தீர்மானம், அங்கு செயல்படவில்லை. உங்கள் விழிப்புத்தன்மையைவிட, உங்கள் பழைய பழக்கம், மிகவும் ஆழமாக உங்கள் மனத்தில், உங்கள் உடலில் ஊறி இருக் கிறது. அதிலிருந்து நீங்கள் விடுதலையடைய வேண்டுமானால், உங்கள் விழிப்புணர்வு மிக்க தீர்மானமும் மிகவும் ஆழமாக இருக்க வேண்டும். இதை நன்றாகப் புரிந்து கொள்ளுங்கள். உங்கள் பிரக்ஞையற்ற தன்மை யைப் புரிந்துகொள்ளுங்கள். உங்கள் பிரக்ஞைநிலையை மேலே கொண்டு வர, கூடிய மட்டும், சிகரெட் பிடிக்காத நண்பர்கள் வட்டத்தில் இருங்கள். அப்பொழுது அந்த உணர்வு ஏற்படும் பொழுது, உங்கள் பிரக்ஞை நிலை உங்களுக்கு நினைவுக்குவரும். இப்படி அந்த நிலையை நீங்கள் அதிகரித்துக் கொண்டே போகலாம். இது கொஞ்சம் சுலபமான வழி. அதே சமயம், நீங்கள் தனிமையில் இருந்தால், உங்களது பிரக்ஞையற்ற தன்மை மறுபடியும் மேலே வர ஆரம்பிக்கும்! அதாவது, உங்களது இறந்த கால பழக்க வெறி, உங்களை ஆட்கொள்ள ஆரம்பிக்கும். நீங்கள் மறுபடியும் தூங்க ஆரம்பித்து விடுவீர்கள்! ஒன்றை நன்றாகப் புரிந்துகொள்ளுங்கள். நீங்கள் பழக்கத்தினாலேயே வாழ்கிறீர்கள். அதிலிருந்து மெல்ல மெல்ல விடுபடுங்கள். அதை மேலும் நடை முறைப்படுத்தாமல், விழிப்புணர் வோடு இருந்தால் (பிறர் கட்டாயத்தின் பேரில் அல்ல), அந்தப் பழக்கம் மெல்ல மெல்ல சாகும்.

தந்த்ரா, ''ஒரு கூட்டமான ஒத்த அமைப்பில் ஒருவன் இருக்கும் பொழுது, அவனிடம் விழிப்புணர்வு முழுமையாக வேலைசெய்கிறது'' என்கிறது. ஆகவேதான், நான் சந்நியாசத்தை மிகவும் வலியுறுத்துகிறேன். நீங்கள் அந்தக் கூட்டத்தில் ஒருவராக இருக்க வேண்டும் என்று வற்புறுத்துகிறேன்.

குருட்ஜீவ் இப்படி அடிக்கடி சொல்வது வழக்கம், ''நீங்கள் சிறையில் இருக்கிறீர்கள். ஆனால், அதிலிருந்து வெளியே வரத்துடிக்கிறீர்

கள். தனியாக தப்பித்து வருவது என்பது மிகவும் கஷ்டம். ஒத்த எண்ணம் கொண்ட மற்ற கைதிகளை ஒன்று சேர்த்து முயலுங்கள். நீங்கள் சுலபமாக வெளியேறி விடலாம்.'' என்று சொல்வார்.

ஆனால், சிறைக்கு வெளியே, இப்படி ஒத்த எண்ணம் கொண்டவர்கள் இருந்து, அவர்களுடன் தொடர்பு ஏற்படுத்திக் கொண்டால், நீங்கள் அந்த சிறையிலிருந்து சுலபமாக வெளியேறி விடலாம். அவர்கள் உங்களுக்கு வெளியிலிருந்து, பல உதவிகளைச் செய்ய முடியும். ஒரு மாஸ்டரைத் தேடுவதின் அடிப்படைக் கருத்து, இதுதான். அவர் விழிப் படைந்த நிலையில் இருக்கிறார். நீங்கள் விழிப்படைய, விடுதலையடைய, வெளியிலிருந்து அவர் பல வழிகளில் உங்களுக்கு உதவி செய்ய முடியும். அதைப் போல அவரது கூட்டத்தில், நீங்களும் ஒருவரானால், நீங்களும் விழிப்படைய 90 சதம், சாத்தியக்கூறு உண்டு. அந்த மீதி 10 சதம், உங்கள் முயற்சியால் நடக்க வேண்டும். ஆகவேதான், தந்த்ரா ஒரு கூட்டு அமைப்பை வலியுறுத்துகிறது. இதற்கு 'சத்சங்' என்று கூறுவார்கள். ஒரு கூட்டு அமைப்பில், ஒவ்வொருவரும் தங்கள் சக்தியை அங்கே கொட்டுகிறார்கள். அந்த சக்தி அறிவுப் பூர்வமானதாக இருக்கலாம், அன்பு மயமாக இருக்கலாம். அப்படி எல்லாம் அந்த இடத்தில் கலக்கும்பொழுது, அங்கு ஒரு 'முழுமை' ஏற்படுகிறது.

ஆண் என்பவன் பாதி. பெண் என்பவள் பாதி. தந்த்ராவைத்தவிர, வேறு முறைகளில், உண்மையைத் தேடுபவர்கள் ஒருவர், மற்றொருவரைத் தவிர்த்தே தனித்து முயன்றிருக்கிறார்கள். ஆனால் தந்த்ரா, ''ஏன் இப்படித் தனியாகச் செல்கிறீர்கள். ஒருவர் கையை மற்றொருவர் பிடித்துக் கொண்டு செல்லுங்கள். நீங்கள், பாதி பாதி சக்தி உணர்வாக இருக்கிறீர்கள். இருவரும் ஒருங்கிணைந்து சேர்ந்து சென்றால், ஒரு ஆரோக்கியமான, ஒரு முழுமையான சக்தி பிறக்கிறது. அப்படிச் செய்தால், அந்த சக்தியின் முழுமையை இருவரும் விரைவில் உணருவீர்கள்.

மற்ற முறைகள் அனைத்தும் உங்களிடம் பிரிவையும், வேற்றுமை யையும் தான் உண்டு பண்ணும். மனிதன் எப்பொழுதும் பெண்ணைக் கண்டு வெறுக்கிறான், அவளிடமிருந்து தப்பித்துச் செல்லவே ஆசைப்படு கிறான். அவளை, தன் ஆன்மீக வளர்ச்சிக்கு உபயோகப்படுத்துவதை விட்டுவிட்டு, அவளை எப்பொழுதும் ஒரு விரோதியாகவே பாவிக்கிறான். இது ஒரு வடிகட்டிய முட்டாள்தனம் என்று தந்த்ரா சொல்கிறது. நீங்கள் எப்பொழுதும் பெண்களுடன் சண்டை செய்தவாறு, உங்கள்

சக்தியை வீணடிக்கிறீர்கள். நீங்கள் சண்டை போடுவதற்கு, இதைவிட பெரிய சமாச்சாரம் எல்லாம் இருக்கின்றன! ஆகவே, பெண்களை நட்புடன் அணுகுங்கள். நீங்கள் இருவரும் ஒருவருக்கொருவர் ஆன்மீகத்தில் உதவி செய்துகொள்ளுங்கள். அப்படி இயைந்து, இணைந்து சென்றால், உங்களால் அந்த பிரக்ஞையற்றதன்மையை சுலபமாக வெற்றி கொள்ள முடியும். ஆகவே, எல்லா முறைகளிலும் முயன்று பாருங்கள். நீங்கள் கண்டிப்பாக ஒரு புத்தராக முடியும்.

இப்பொழுது சூத்திரத்திற்கு வருவோம். முதல் சூத்திரம் :

"புழுக்கும் மாமிச மணத்தில்
லயிக்கும் ஈக்கள்
நறுமணம் வீசும் நற்சந்தனம்
நாடி விரும்பாது
சம்சார சாகரத்தில் சதிராடும்
மனிதர்களோ
நிர்வாணா சாகரத்தை விரும்புவரோ"

மறுபடியும் சொல்கிறேன். மனிதன் ஒரு இயந்திரம்தான். அவன், தன் பழைய பழக்கப் பிரகாரம், இறந்தகால அனுபவத்தின் மூலமாக, பழைய ஞாபகத்தை வைத்துக்கொண்டு, பழைய விஷய ஞானங்களின் துணை கொண்டு, ஒரே முறையைப் பின்பற்றிக்கொண்டு வாழுகிறான். அப்பொழுது, புதுமை நிரம்பிய உண்மையைத் தவறவிடுகிறான். உண்மை எப்பொழுதும், புதுமைப் பொலிவுடன்தான் இருக்கும். அவனுக்கு இந்த இறந்தகால பழக்க வழக்கங்கள், ஒரு ஈக்கு எப்படி அழுகிய மாமிசத்தின் துர்நாற்றம் பிடிக்கிறதோ, அப்படி அவைகள். ஒரு இயந்திர மனிதனுக்குப் பிடிக்கும். அந்த ஈக்கு சந்தனமனம், துர்நாற்றமாகத் தெரியும்.

நீங்கள் ஆச்சரியப்படாதீர்கள். உங்களுக்கும் அதுதான் நிகழ் கிறது! நீங்கள் உங்கள் உடலில் உணர்வு வழியாக வாழ்ந்து வந்தால், அதனுடன் மிகவும் நெருக்கமாக இருந்தால், ஆத்மாவின் உணர்வோடு மிக சம்மந்தப்பட்டு வாழும் ஒருவர், உங்களுக்கு மிக அருகில் வந்தால், ஏதோ தவறு நேர்வதாக உணர்வீர்கள். இந்த உணர்வை, நீங்கள் புத்தருக்கு அருகில் சென்றால், மிக நன்றாக உணருவீர்கள். அது உங்களிடம் ஒரு சங்கடத்தை, ஒரு இறுக்கத்தை உண்டுபண்ணும். ஏன், ஒரு துர்நாற்றத்தைக் கூட, நீங்கள் உணரலாம்! இது உங்கள் மனம் செய்யும் வேலை.

அப்படியில்லாவிட்டால், எதற்காக ஜீசஸை, மக்கள் கொலை செய்யவேண்டும்? ஜீசஸ் ஒரு சந்தனமரமாக இருந்தார். அந்த நாற்றத்தை மக்களால் சகிக்க முடியவில்லை! அதைப்போல சாக்ரட்டீஸ் இருந்தார். அவரை விஷம் கொடுத்து கொன்றார்கள். இந்த உலகத்தில் கோடிக்கணக்காக ஈக்கள் இருக்கின்றன!

ஒரு நாள், ஒரு நிகழ்ச்சியைப் படிக்க நேர்ந்தது.

ஏதென்ஸிலுள்ள மிகப் புகழ்பெற்ற ஒரு விபச்சாரி, சாக்ரட்டீஸைப் பார்க்க வந்தாள். அப்பொழுது அவர் அருகே ஒரு சிலரே அமர்ந்திருந்தனர். அவளுக்கு மிகவும் ஆச்சரியம். இவ்வளவு புகழ்பெற்ற தத்துவ வாதியான சாக்ரட்டீஸைச் சுற்றி, இவ்வளவு பேர்கள்தானா? அவள், ''நீங்கள் எவ்வளவு புகழ்பெற்றவர். உங்களைச் சுற்றி ஏதென்ஸ் நகரமே இருக்கும் எனக் கருதினேன். முக்கியமாக, மிகவும் மதிப்பும் அந்தஸ்தும் உடைய அரசியல்வாதிகள், பாதிரிமார்கள் மற்றும் சிறந்த அறிவாளிகள் எல்லோரும் இங்குக் கூடி இருப்பார்களென நினைத்தேன். ஆனால், அவர்களில் யாரையுமே காணவில்லையே? நீங்கள் என் வீட்டுக்கு வந்து பாருங்கள். அவர்களெல்லாம் அங்கே வரிசையில் நிற்பார்கள்!'' என்றாள்.

சாக்ரட்டீஸ், ''நீ சொல்வது சரிதான். உனக்கு இந்த உலகத்தில் எப்பொழுதும் கிராக்கி அதிகம்தான். என்னால் ஒரு சிலரைத்தான் கவர முடிகிறது. எல்லோரும் என் நறுமணத்தை உணர முடியாது. பலபேர்கள் அதைக் கண்டு பயந்து ஓடியே விடுகிறார்கள்.'' என்றார். அந்த விபச்சாரி மிகுந்த புத்திகூர்மையுள்ளவளாக இருக்க வேண்டும். உடனே அவரது கண்களை மிகவும் ஆழமாகப் பார்த்தாள். அவளிடம் ஏதோ மாற்றம் நிகழ்ந்திருக்கவேண்டும். உடனே, அவள் அவர் கால்களில் விழுந்து, ''சாக்ரட்டீஸ் அவர்களே, என்னை நீங்கள், உங்கள் நண்பனாக ஏற்றுக் கொள்ளுங்கள்'' என்று வேண்டினாள். அவளுடைய பிரக்ஞை நிலை, அப்பொழுது முழுமையாக வேலை செய்தது. அவரைப் பற்றி உண்மையாக அவளால் கணிக்க முடிந்தது.

ஆனால், ஏதென்ஸ், சாக்ரடீஸை ஏற்றுக்கொள்ளவில்லை. அந்த நாடு, அவரை ஒரு அபாயகரமானவர் என்று கருதியது. அவர்மேல் பல பழிகளைச் சுமத்தியது. அவைகளில் முக்கியமானது, அவர் மக்களின் பழைய பழக்க வழக்கங்களையும், நம்பிக்கைகளையும் அழித்தார், இளைஞர்களின் மனத்தைக் கெடுத்தார். மிகவும் முரணான கருத்தைக்

கொண்டவர். அவரை விட்டு வைத்தால், இந்த சமூகம் ஒருக்காலும் அமைதி யாக இருக்காது. என்று கருதியது. ஆகவே திட்டமிட்டு அவருக்கு விஷம் கொடுத்து கொலை செய்தது.

அவர் அப்படி என்னதான் செய்தார்? அவருடைய செய்கை முழுவதும் வித்தியாசமானது. அவர், மக்களிடம், மனமற்ற நிலையை (No-mind) உண்டு பண்ண முயற்சித்தார். ஆனால், மக்கள், "இவர் மக்களின் மூளையைக் கெடுக்கிறார்" என்று அபிப்ராயப்பட்டார்கள். அவர்கள் அந்த ஈக்களுக்கு சமம்தான். ஆகவேதான் அவர்கள் அப்படி நினைத்தார்கள். அவரால் இளைஞர்களைக் கவரமுடிந்தது. ஏனெனில், அவர்கள்தான் அபாயத்தை எதிர்கொள்ளக்கூடிய தைரியசாலிகள். அப்படி வயதானவர்கள் என்னிடமோ அல்லது சாக்ரட்டீஸிடமோ வந்தால், அவர்கள் மனத்தளவில் இளைமையானவர்களே! வயதான பழைய மனம் அழுகிய குப்பைக் குச் சமம். அவைகளால் ஒருக்காலும் என்னை அணுக முடியாது. ஆகவே, ஒரு வயதான ஆணோ அல்லது பெண்ணோ என்னிடம் வந்தால், அவர்கள் மனத்தளவில் இளமையாக, புதுமையைக் கற்றுக்கொள்ளும் ஆவலில், புரிந்து கொள்ளும் ஆவலில்தான் இங்கு வருகிறார்கள். அவர்களிடம் இன்னும் இளமை எங்கேயோ இருக்கிறது. பொதுவாக, பழைய அழுகிய மனத்திடம், எதையும் புதுமையாக கற்பிக்க முடியாது.

இதைப் போலத்தான், ஜீசஸ் ஆரம்பத்தில் போதனை செய்யும் பொழுது, இளைஞர்கள்தான் அவரைச் சுற்றி வந்தார்கள். போப் மற்றும் சங்கராச்சாரியாரிடம் யார் செல்வார்கள்? பழைய பழக்க வழக்கங்களில் ஊறிப் போன இறந்த மனம்தான், நீளமான முகத்துடன், இறுக்கமான நிலையில், மிகவும் பணிவான அகங்காரத்துடன் சுற்றிக்கொண்டிருக்கும்! அதைப்போல கோயில்களில் சென்று பாருங்கள். உயிரோடு உலவும் இறந்த மனங்களைத்தான் காண முடியும். எங்கெங்கே உண்மையான மதத் தன்மை விளங்குகிறதோ அங்கங்கே நிறைய இளைஞர்களைக் காணலாம். உண்மை யான மதத்தன்மை என்பது எப்பொழுதும் புதுமைப் பொலிவுடன் திகழ்வது. புதுமைக் கருத்துகளைக் கொண்டது. அதில் ஒரு அபாயகரமான கவர்ச்சியும் உண்டு. அதை எதிர் கொள்ள இளமையான மனத்தினால் மட்டுமே முடியும். எங்கெங்கே, கொள்கை, சம்பிரதாயம், சாஸ்திரம், சடங்குகள் என்று இருக்கிறதோ, அங்கே பழைய, வயதான மக்கள்தான் கவரப் படுவார்கள். அவர்களால் எந்தப் புதுமையையும் ஏற்றுக்கொள்ள முடியாது. அவர்கள் இறப்பைக் கண்டு பயந்தவாறு, கோவில், குளம் என்று சுற்றுப வர்கள். இவர்களால் எதை சாதிக்கமுடியும்?

பொய்யான மதம் பயத்தை அடிப்படையாகக் கொண்டது. உண்மையான மதம், அன்பை அடிப்படையாகக் கொண்டது. இதை தியான மாக்குங்கள். நீங்கள் கேட்டிருக்கலாம். ''அந்த மனிதனுக்கு கடவுளிடம் பயம் (God Fearing) உண்டு. ரொம்ப நல்ல மனிதன். எந்தத் தவறும் செய்ய மாட்டான்'' என்று. இந்த வார்த்தை மிகவும் அருவருப்பானது. இது எவனோ, வயதான, உயிரற்ற மனிதனால் உண்டாக்கப்பட்டது.

கடவுளைக் கண்டு எதற்காகப் பயப்படவேண்டும்? கடவுளிடம் அன்பையல்லவா செலுத்த வேண்டும்? நீங்கள் கடவுளிடம் பயந்தால், உங்களால் எப்படி அவரிடம் உண்மையாக அன்புசெலுத்த முடியும்? பயத் தினால், வெறுப்புதான் உண்டாகுமே தவிர, அன்பு அல்ல. இதை ஆழ்ந்து புரிந்து கொள்ளுங்கள். நீங்கள் உங்கள் தாயாரை அன்புடன் நேசித்தால், அவரிடம் உங்களுக்கு பயம் உண்டாகுமா? அதைப்போல, ஒரு பெண் ணின் மேல் அன்பு செலுத்தினால், உங்களுக்கு பயம் ஏற்படுமா? பயமும், அன்பும் ஒருக்காலும் ஒன்றாக இருக்க முடியாது. ஆகவே, கடவுளிடம் அன்பு செலுத்துங்கள். அந்த அன்பில் ஆனந்தப்படுங்கள். அந்த ஆனந்தம் பேரானந்தமாக மாறட்டும்.

இவைகள் அனைத்தும் ஒரு இளமையான மனத்தினால் மட்டுமே சாத்தியம். அந்த இளமையான மனம், ஒரு பழைய உடலில் இருக்கலாம் அல்லது இளம் உடலிலேயே இருக்கலாம். இங்கு உடல் முக்கியமல்ல. ஆகவே, இளைஞர்களைக் கவர்ந்ததற்காக, ஜீசஸ், சாக்ரட்டீஸ் மற்றும் புத்தர் ஆகியோர் தண்டிக்கப்பட்டார்கள். ஒன்றை நன்றாக ஞாபகம் வைத்துக் கொள்ளுங்கள். எங்கே புதுமையான கருத்துள்ள மதத்தன்மை உண்டாகிறதோ, அங்கே இளைஞர்கள் கவரப்படுவார்கள். அங்கு வயதானவர்களுக்கு இடம் இல்லை. அங்குதான் உண்மை உண்மையாக செயலாற்றுகிறது என்பதைப் புரிந்துகொள்ளுங்கள்.

இந்த முதல் சூத்திரத்தை மறுபடியும் படியுங்கள்.

''சம்சார சாகரத்தில் சதிராடும்

மனிதர்களோ

நிர்வாணா சாகரத்தை விரும்புவரோ''

உண்மை அறிய முடியாதது. அது ஒரு புரியாத புதிர். உங்களு டைய பழைய பழக்க வழக்கங்கள் மற்றும் கொள்கை கோட்பாடுடன் அதை

தந் - 11

அணுக முடியாது. நீங்கள் எல்லா இறந்தகால எண்ணங்கள் மற்றும் பழக்க வழக்கங்களையெல்லாம் விட்டு, நிர்வாண நிலையில்தான், அந்த நிர்வாணத்தை அடைய முடியும்! நீங்கள் எப்பொழுது ஞாபக சக்தியின் மூலமாகச் செயல்படாமல், பிரக்ஞைத் தன்மையில் செயல்படுகிறீர்களோ, அப்பொழுது உண்மை தன்மை வெளிக்காட்டும்.

நீங்கள் இரண்டு விதங்களில் செயல்படுகிறீர்கள். ஒன்று, பழைய ஞாபகங்களை வைத்துக்கொண்டு. அப்பொழுது, உங்களுக்கு நேரில் உள்ளதை அப்படியே பார்க்க முடிவதில்லை. அதில் உடனே உங்கள் பழைய ஞாபகங்களையும், அனுபவங்களையும் கலக்கிறீர்கள். அதாவது, இப்பொழுது நிகழும் நிகழ்ச்சியைக் கொண்டு, உங்களுடைய பழைய ஞாபகத்தைப் புதுப்பித்துக் கொள்கிறீர்கள். இந்த நிலையில், இந்த புதிய நிகழ்ச்சி மறைந்துவிடுகிறது. அதை, உங்கள் பழைய ஞாபகத்தால், விமர்சனம் செய்கிறீர்கள். நன்றாக ஞாபகம் வைத்துக் கொள்ளுங்கள். ஒரு நிகழ்கால நிகழ்ச்சியில், உங்கள் பழைய ஞாபகங்களைப் புகுத்தாதீர்கள். அதை ஓரங்கட்டி வைக்கவும். அதைத் தேவையான போது உபயோகித்துக் கொள்ளலாம். அது ஒன்றும் கெடுதல் இல்லை. ஆனால், உண்மையை, உங்கள் பழைய ஞாபகத்தோடு அணுக முடியாது. உண்மை ஒரு நிகழ்கால நிகழ்ச்சி. அதை நிகழ்காலத்தின் மூலமாகவே அணுக முடியும். இதை மீண்டும் சிந்தித்துப் புரிந்துகொள்ளுங்கள். உங்களுக்கு ஏற்கனவே உண்மையைப் பற்றித் தெரியாத பொழுது, அதை எந்த ஞாபகத்தைக் கொண்டு வரவேற்பீர்கள்?

ஆகவே, நீங்கள் உங்கள் மனத்திடம், ''சும்மா வெறுமனே இரு. உன்துணையில்லாமல், அதை நான் பார்த்துக்கொள்கிறேன். நான் அதை தெளிவான கண்களுடன் பார்க்கவே ஆசைப்படுகிறேன். அதில் எந்த பழைய ஞாபகங்கள் என்ற மேகங்களை படர விரும்பவில்லை. அந்த மேகக் கூட்டத்தோடு பார்த்தால், என்னால் அதைத் தெளிவாகப் பார்க்க முடியாது. அவைகள் என் கண்களை மறைக்கும். ஆகவே, எனக்கு உன் பழைய எண்ணங்கள், வேதங்கள், கொள்கைகள், தத்துவங்கள், மதக் கோட்பாடுகள் என்று எதுவும் தேவைஇல்லை. நான் அதை 'இப்பொழுது, இங்கே' வெறுமனே எதிர்கொள்ள இருக்கிறேன்'' என்று தைரியமாக அடித்துச் சொல்லுங்கள்.

இன்னொன்றையும் புரிந்துகொள்ளுங்கள். உண்மையை ஞாபகத் தால் அணுக முடியாது. அதுபோல், அந்த உண்மை ஒரு தடவை உங்களிடம்

நிகழ்ந்தால், அதை உங்களால் மீண்டும் ஞாபகப்படுத்திக்கொள்ள முடியாது! ஞாபகத்துக்கும், உண்மைக்கும் வெகு தூரம்! ஏனெனில், உண்மை மிகப் பரந்தது. அதை ஒருக்காலும் உங்கள் குறுகிய ஞாபகத்தில் வைக்க முடியாது. உங்கள் ஞாபகத்தில் வைக்க முடியாது. உங்கள் ஞாபகங்கள் அனைத்தும் எல்லை கட்டியது. எல்லை கட்டிய ஒரு கட்டிடத்தில், இந்தப் பரந்த ஆகாயத்தை எப்படி அடக்குவது? ஒரு தடவை அது உங்களிடம் நிகழ்ந்து, பிறகு மீண்டும் அது நிகழும்பொழுதுதான் அதை நீங்கள் உணர முடியும். அது எப்பொழுதும் புதுமைப் பொலிவுடன் திகழ்வது. அது எப்பொழுதும் இளமையானது. ஆகவேதான். அது இளைஞர்களைக் கவருகிறது!

சாரஹா, அந்த அரசனிடம், ''என்னிடம் நிகழ்ந்த அந்த உண்மையை நீங்கள் உண்மையிலேயே அறிந்துகொள்ள ஆசைப்பட்டால், நீங்கள் முதலில் உங்கள் மனத்தை அப்புறப்படுத்துங்கள். நீங்கள் இப்பொழுது ஒரு சாதாரண ஈயாக இருக்கிறீர்கள். நீங்கள் இதுவரை உங்கள் வாழ்க்கையை, உடலாலும், மனத்தாலும் நடத்தி வந்திருக்கிறீர்கள். அதற்கு மேல் உள்ளது எதுவும் உங்களுக்குத் தெரியாது. நான் இதோ இங்கு, அந்த இரண்டையும் கடந்து நிற்கிறேன். உங்கள் மனம் புரிந்துகொள்ளும் வகையில், இப்பொழுது நான் இருக்கும் நிலையை, என்னால் விளக்கிச் சொல்ல முடியாது. நீங்கள் அதை, என்னைப் போல் அனுபவப் பூர்வமாகத்தான் உணர முடியும். வேறு வழியில்லை'' என்றார்.

கடவுளை விளக்கமுடியாது, குறிப்பிட்டுச் சொல்ல முடியாது. இதை நன்றாக ஞாபகம் வைத்துக்கொள்ளுங்கள். கடவுளை உங்கள் எண்ணத்தில் அடக்க முடியாது. ஆனால், கடவுளை உங்களிடம் வாழச் செய்யலாம், அதனிடம் அன்பு செலுத்தலாம். ஏன், நீங்களே அதுவாக மாறலாம். ஆனால், அதை உங்கள் மனத்துக்குள் அடக்க முடியாது. பஸிபிக் மகா சமுத்திரத்தை, ஒரு கரண்டியில் அடக்க முடியுமா? அதில், அந்தக் கடலின் சில துளிகளை தேக்கலாம். சிறிது ருசித்துப்பார்க்கலாம். ஆனால், இயல்பாக கடலில் கிளம்பும் அலைகளை, அந்தக் கரண்டியில் உள்ள சில துளிகள் கொடுக்க முடியாது.

''நீங்கள் ஒரு ஈயின் மனநிலையில் இருக்கிறீர்கள். பழைய பழக்க வழக்கங்களில் ஊறிப் போயிருக்கிறீர்கள். முதலில் அதிலிருந்து விடுபட்டு, என்னை நேராகப் பாருங்கள். புரியும்'' என்கிறார்.

ஆகவே, மனத்தின் பாதை வேறு. உண்மையின் பாதை வேறு. ஒன்றுக் கொன்று சம்மந்தமே இல்லை. ஆகவேதான், உண்மையை அறிந்த ஞானிகள், ''நீங்கள் முதலில் மனமற்ற நிலையை அடைய வேண்டும்'' என்று திரும்பத்திரும்பக் கூறுகிறார்கள். இதற்குத் தியானத்தைத் தவிர, வேறு வழி இல்லை. அது உங்களை முழு பிரக்ஞை நிலைக்கு அழைத்துச் செல்லும். அப்பொழுது உங்களிடம் மனமற்ற நிலை ஏற்படும். எப்பொழுது உங்களிடம் ஒரு சிறிய எண்ணம்கூட இல்லையோ, அப்பொழுது அந்த பரந்த ஆகாயம் மிகத் தெளிவாகத் தெரியும். அந்த சூரியனின் பிரகாசம் தங்கு தடையின்றி, உங்களை வந்து அடையும்.

சாதாரணமாக, நாம், பலவித விஷய ஞானக் குப்பைகள், ஆசைகள், எதிர்ப்பார்ப்புகள், கனவுகள் போன்ற மேகங்களால் சூழப்பட்டிருக்கிறோம். இந்த மேகக் கூட்டங்கள், அந்த சூரியனின் ஒளிக்கு எப்பொழுதும் ஒரு தடையாகவே இருக்கும். உங்களால், அதன் பிரகாசத்தைத் தெளிவாகப் பார்க்க முடியாது. ஆகவே, மீண்டும் சொல்கிறேன். அவைகளை முதலில் அகற்றுங்கள்.

இந்த சூத்திரத்தில், 'சம்சாரா' என்ற வார்த்தை வருகிறது. இதன் அர்த்தம் என்னவென்றால், மனம், உடல் மற்றும் அகங்காரத்தைக் கொண்டு, ஒருவன் இந்த உலகத்தில் வாழ்வது. அவன், வெளி உலகத்தில் உள்ள பொருள்களோடு, மிகவும் சம்மந்தப்பட்டு வாழ்பவன். அது மூன்று வித விஷத்தன்மை உடையது. அதாவது, அதிகாரம், அந்தஸ்த்து, பிரிவினை என்பவைகள். அவைகள் பணம் மற்றும் பல உலகப் பொருள்களை ஆதாரமாகக் கொண்டது. இதுதான் உங்கள் உலகம்.

உங்களையே, நீங்கள் கொஞ்சம் கவனித்துப் பாருங்கள். நீங்கள் எப்பொழுதாவது ஒருவருடன் அல்லது ஒரு பொருளுடன் உண்மையாக வாழ்ந்திருக்கிறீர்களா? உங்கள் மனைவி அல்லது கணவன், ஒரு நபரா அல்லது ஒரு பொருளா? நீங்கள் எப்பொழுதாவது உங்கள் கணவனையோ அல்லது மனைவியையோ, ஒரு உயிருள்ள நபராக அன்புடன், எந்த எதிர்ப்பார்ப்பும் இல்லாமல் நடத்தியிருக்கிறீர்களா? அவரை மதிப்புமிக்கத் தன்மையில் உங்கள் உள்ளத்தில் உண்மையாக வைத்திருக்கிறீர்களா? தனக்குத் தேவையான நபர், தனக்கு உபயோகமுள்ள நபரா என்றுதான் பெரும்பாலோர் வியாபார நோக்கில் பார்க்கிறார்கள். தன் கணவன், தனக்கு உணவு உடை அளிக்கிறார், ஆகவே, நாம் அவருக்கு சமைத்துப் போட்டு அவரது தேவையைக் கவனிக்க வேண்டும் என்று ஒரு மனைவியும், தனக்கு இன்பம்

ஓஷோ

கொடுத்து, தன் தேவைகளைக் கவனித்து, தனக்குப் பிறந்த குழந்தைகளை கவனிக்கிறாள்,ஆகவே அவளைக் காப்பாற்ற வேண்டியது என் கடமை என்று ஒரு கணவன் நினைப்பதும் மிகவும் சகஜமாக நடக்கிறது! அதாவது, யாரும், யார் மேலும் பிரதி உபகாரம் கருதாமல் உண்மையான அன்பை செலுத்தவில்லை என்பது புரிகிறதா? கணவன், தன் மனைவியை ஒரு உபயோகமுள்ள இயந்திரமாகவும், மனைவி, தன் கணவனை, அதைப் போலத்தான் பரஸ்பரம் நினைக்கிறார்கள். அதாவது உபயோகமுள்ள ஒரு உயிருள்ள பொருள்!

ஒருவனை விலைகொடுத்து வாங்க முடியாது. ஆனால் ஒரு பொருளை விலை கொடுத்து வாங்கலாம். ஒரு மனிதனுக்கு ஏது விலை? அவனது தெய்வீகத் தன்மைக்கு, சுயமரியாதை மற்றும் அன்பு, கருணைக்கு ஏது விலை? அவர்களுடைய அன்பை நீங்கள் பரிமாறிக்கொண்டு இன்பம் காணலாம். ஆனால் ஒரு பொருளாக உபயோகிப்பது மிருகத்தனம். நீங்கள் ஒருவருக்கொருவர் நன்றிசெலுத்திக்கொள்ளலாம். அது மனிதத் தன்மை. நீங்கள் எப்பொழுதாவது, உங்கள் மனைவிக்கு நன்றி சொல்லி இருக்கிறீர்களா? நீங்கள் உங்கள் தந்தைக்கோ, தாய்க்கோ நன்றியுடையவர் களாக இருந்திருக்கிறீர்களா? அதைப் போல நண்பர்களுக்கு....? ஆனால், நீங்கள் ஒரு முன்பின் அறிமுகமில்லாதவனுக்கு, ஒரு சிறிய உதவிக்காக, நன்றி கூறுவீர்கள். ஆனால், உங்களோடு மிக நெருக்கமானவர்களுக்கு, நீங்கள் நன்றி சொல்வதே இல்லை! ஏனெனில், அதை நீங்கள் கடமையாக எடுத்துக்கொண்டு விடுகிறீர்கள். கடமை என்பது மிகவும் அருவருப்பான சொல். அதில் ஒரு பற்றுதல், மற்றும் வியபாரத்தனம் தொக்கி நிற்கிறது.

ஆகவே, இந்த உலகப் பொருள்களோடு பற்றுகொண்டு வாழ்வது 'சம்சாரா'.

இந்த மனிதர்களோடு, மனித நேயத்துடன் வாழ்வது 'நிர்வாணா'. நீங்கள் மனிதர்களுடன் பற்றற்ற அன்போடு பழகும்பொழுது, உலகப் பொருள்கள் மறைகின்றன. சாதாரணமாக, நாம், மனிதர்களையே, ஒரு பொருளாகத்தான் கருதி நடத்துகிறோம். நீங்கள் எப்பொழுது நிறைவான தியானத்தன்மையில் இயங்குகிறீர்களோ, அப்பொழுது பொருள்கள் கூட, மனிதர்களாகத் தெரியும். ஒரு மரம் கூட, ஏன் ஒரு பாறைகூட மனிதனாகத் தெரியும்! ஏனெனில், கடவுள்தன்மை எங்கும், எதிலும் கலந்தே இருக்கிறது.

சாரஹா மேலும் அந்த அரசனிடம், ''உங்களுக்கு சம்சார

வாழ்வுதான் தெரியும். நிர்வாண வாழ்வு பற்றி எதுவும் தெரியாது. மேலும், இப்பொழுது நான் அதைப் பற்றிச் சொன்னாலும், உங்களுக்கு விளங்காது. நீங்கள், உங்களது அனுபவத்தால்தான், அதை விளங்கிக்கொள்ள வேண்டும். அதை ருசிக்க வேண்டும். அதனுடன் வாழவேண்டும். வேறு வழியே இல்லை. இதோ நான் உங்கள் முன் நின்று கொண்டு இருக்கிறேன். ஆனால், நீங்கள் என்னை அதை விளக்கிச் சொல்லும்படி கேட்கிறீர்கள். நிர்வாணா, உங்கள் முன் நிற்கிறது! ஆனால் நீங்கள் அதனிடம், அதன் கொள்கையைப் பற்றிக் கேட்கிறீர்கள்! அதுமாத்திரமல்ல. உங்கள் கண்கள், என்முன் குருடாக இருக்கின்றன. என்னைப் பார்க்க சக்தியற்று இருக்கின்றன.

நீங்கள் என்னை சமாதானப்படுத்தி, உங்களுடைய சம்சாரா வாழ்வில் மீண்டும் என்னை நுழைக்க ஆசைப்படுகிறீர்கள. உங்களுக்கு, ஏதோ பைத்தியம் பிடித்திருக்க வேண்டும்! நான் அல்லவா, உங்களை சமாதானப்படுத்தி, என் உலகத்திற்கு, உங்களை அழைத்துக்கொள்ள வேண்டும்! எனக்கு, நீங்கள் வாழும் உலகத்தைப் பற்றி மிக நன்றாகத் தெரியும். ஏனெனில், ஒரு காலத்தில் நான் அதில் வாழ்ந்திருந்தேன். இப்பொழுது நான் வாழும் உலகமே தனி. அது மிகவும் தெய்வீகமானது. ஆகவே, எனக்கு இந்த இரண்டு உலகங்களைப் பற்றி நன்றாகத் தெரியும். ஆனால், உங்களுக்கு, இப்பொழுது நான் வாழும் இந்த உலகத்தைப் பற்றி எதுவும் தெரியாது. உங்களால் இந்த இரண்டையும் ஒப்பிடமுடியாது. ஆனால், அது என்னால் முடியும்'' என்கிறார்.

இந்த உலகம், ஒரு மாயை அல்லது ஒரு பொய்த் தோற்றம் என்று புத்தர் சொன்னால், அதை ஒரு தியானமாக்கி, அதன் கருத்தில் மிக ஆழமாகச் செல்லுங்கள். ஏனெனில், அவருக்கு இந்த இரண்டு மாறுபட்ட உலகத்தைப் பற்றி, மிக நன்றாகத் தெரியும்.

நன்றாக சிந்தனை செய்து பாருங்கள். யாரெல்லாம், தியானத்தில் மிக ஆழமாகச் சென்றார்களோ, அவர்களில் எவரும், அந்த உண்மையான உள் உலகத்தைப் பற்றி, எதுவும் மறுத்துச் சொன்னதில்லை. அது பொய் என்று யாரும் சொன்னதில்லை. இந்தப்பட்டியலில் புத்தர், ஜீசஸ் மற்றும் மஹாவீரர் வருகிறார்கள். இன்னும் எத்தனையோ ஞானிகள் வருகிறார்கள். அவர்களுக்கு, உங்களுடைய கீழான நிலையில் உள்ள உலகமும், அவர்களுடைய தெய்வீகமான, மேலான உலகமும் மிக நன்றாகத் தெரியும்.

இவர்களை நம்பாமல், நீங்கள் வேறு யாரை நம்பப் போகிறீர்கள்? அவர்கள் மேலான உலகத்தைப் பற்றி சொல்லும்பொழுது, கீழான உலகத்தைப் பற்றியும் சிலவற்றைச்சொல்லியிருக்கிறார்கள். அதையும் ஆழமாகப் புரிந்து கொள்ளுங்கள். அதை ஒதுக்கித் தள்ளிவிடாதீர்கள். அப்பொழுதுதான், அந்த மேலான உலகத்தைப் பற்றி, உங்களுக்குத் தெளிவாகத் தெரியும்.

உதாரணமாக, மார்க்ஸ் (Marx), ஏஞ்சல்ஸ் (Engels), லெனின் (Lenin), ஸ்டாலின் (Stalin), மற்றும் மாவே, (Mao) போன்றவர்கள் தியானம் எதுவும் செய்ததில்லை. ஆனால், அவர்களெல்லாம், கடவுள் இல்லை என்று அடித்துச் சொல்லியிருக்கிறார்கள். இது எப்படியென்றால், ஒருவன் எந்த விஞ்ஞான கூடத்திற்கும் (Laboratory) செல்லாமல், விஞ்ஞானத்தைப் பற்றி விமர்சித்தால் எப்படி இருக்குமோ, அப்படித்தான் உள்ளது! ஈன்ஸ்டன் (Einstein) உயிரோடு இருக்கும்பொழுது, அவர்கண்டு பிடித்த 'ஒப்புமை கொள்கை' (Theory of Relativity) யைப் பற்றி, சரியாகத் தெரிந்த விஞ்ஞானிகள், உலகத்தில் 12 பேர்கள்தான் இருந்திருக்கிறார்கள்! அதனால், அது தவறு என்று மற்ற விஞ்ஞானிகள் சொல்ல முடியுமா?

ஆகவே, கடவுள் இல்லை என்று சொல்லும் மார்க்ஸின் அறிக்கை, மிகவும் முட்டாள் தனமானது. அவர் தியானத்தில் ஆழ்ந்துசென்று, அதை நேரடியாகச் சந்தித்து, பிறகு அப்படி ஒன்றும் இல்லை என்று சொன்னால் ஓரளவு ஒத்துக்கொள்ளலாம். அவருக்குத் தியானம் என்றால் என்னவென்றே தெரியாது!

சாரஹா, ''நீங்களெல்லாம் நிர்வாணத்தை அலட்சியம் செய்து விட்டு, பொய்த்தோற்றத்தைத் தேடி ஓடுகிறீர்கள். நீங்களா என்னை வந்து சமாதானப் படுத்துவது? என்னை நன்றாகப் பாருங்கள். நான் எவ்வளவு பேரின்பத்தன்மையில் இருக்கிறேன்! நான், முன்பு உங்கள் அரண்மனையிலிருந்து வெளியேறிய, அதே சாரஹா இல்லை. நான் இப்பொழுது முற்றிலும் மாறுபட்ட மனிதன்'' என்கிறார்.

இப்படிப் பலவாறாக, சாரஹா, அந்த அரசனிடம் விளக்கி, அவனை தன் பிரக்ஞை நிலைக்குக்கொண்டு வருகிறார். அதில் வெற்றியும் அடைகிறார்! அவரிடம் அந்த ஆற்றல் நிரம்பி இருக்கிறது. அழுகிய மாமிசத்தில் மொய்க்கும் ஈயாக இருந்த அந்த அரசனை, அதிலிருந்து விடுதலை செய்கிறார். நறுமணம் நிறைந்த சந்தன உலகத்திற்கு அந்த அரசனை சாரஹா, கருணைகொண்டு அழைத்துச் செல்கிறார்.

இரண்டாவது சூத்திரம் :

''ஏருதின் காலடிப் பள்ளத்தில் நிறைந்து நிற்கும் நீர்

உலர்ந்து போகும் அதிவிரைவில்

உறுதியான மனத்தில் உறையும் முழுமையற்ற குணங்களும்

உலர்ந்துவிடும் காலத்தின் கதியில்''

சாரஹா, ''இதோ பாருங்கள். நிலத்தில் பதிந்த எருதுவின் காலடி பள்ளத்தில் நிரம்பிய மழை நீர், கூடிய விரைவில் உலர்ந்து விடும். ஆவியாகி மறைந்துவிடும். ஆனால், கடலிலிருந்து வந்த அந்த மழைநீர் வற்றி மறைந்தாலும், அந்தக் கடலின் அளவு ஒருக்காலும் கூடவோ, அல்லது குறையவோ செய்யாது. எவ்வளவோ ஆறுகள் அதில் சங்கமித்தாலும், அதன் அளவு அப்படியேதான் இருக்கும். ஆனால் உங்கள் எல்லை கட்டிய மனம், எருதுவின் காலடிப் பள்ளம் போல் மிகக்குறுகியது. நீங்கள் இந்த பிரபஞ்சத்தையே அதில் அடைக்கலாம் என்றால், அது ஒருக்காலும் நடக்காது. மேலும், அதில் அடைக்கப்பட்ட ஆசைகள், கனவுகள், எதிர்ப் பார்ப்புகள், கற்பனைகள், உணர்வுகள் அனைத்தும் விரைவில் மறையக் கூடியது. ஆனால், தோற்றத்தில், உண்மையைப் போல் உறுதியாகத் தெரியும். அவைகள் அனைத்தும் காலப் போக்கில் ஆவியாகி மறைந்து போகும். அவைகளில் ஏற்படும் மாறுதல்தான் மாறாதது. மற்றவை அனைத்தும் மாறக்கூடியது.

ஆகவே, பாத்திரத்தில் உள்ள பண்டத்துக்குக் கொடுக்கும். முக்கியத்துவத்தை, பாத்திரத்துக்குக் கொடுக்கவும். ஏனெனில் பண்டம் மாறக்கூடியது. ஆகாயத்தில் உள்ள மேகத்துக்கு முக்கியத்துவம் கொடுக்காதீர்கள். அது எப்பொழுதும் மாறக்கூடியது. அந்த முக்கியத்துவத்தை ஆகாயத்துக்குக் கொடுங்கள். அது சாசுவதமானது, உண்மையானது. ஆகவே, உங்கள் மனத்தைப் பார்க்காமல், உங்கள் பிரக்ஞை உணர்வை, உங்கள் உயிர்த்தன்மையைப் பாருங்கள். உங்கள் மனம் மாறக்கூடியது.

உங்கள் மனத்தில் உள்ள கோபம், ஆசை, காமம், பேராசை, அன்பு, பயம், பொறாமை இவற்றுக்குப் பின்னால் பரந்த, எல்லையில்லாத ஆகாயம் போல் உங்கள் பிரக்ஞைத் தன்மை (Consciousness) விளங்குவதை உணருங்கள். அதற்குமாறாக, யார் ஒருவன், இந்த மனத்தில்

உள்ளவைகளோடு பற்றுகொண்டு வாழ்கிறானோ, அவன் ஒரு இயந்திர வாழ்க்கையைத் தான் வாழ்கிறான் என்பதையும் அறியுங்கள்.

உணர்வுகளும், ஆசைகளும் உங்கள் மனத்தில் இருக்கின்றன. ஆனால், பிரக்ஞை நிலை, உங்கள் மனத்தில் இல்லை. அது மிகப் பரந்தது, எல்லையில்லாதது. உங்கள் தலை மண்ணோடு மண்ணானாலும், உங்கள் பிரக்ஞைத்தன்மை ஒருபோதும் மறைவதில்லை. நீங்கள் ஆசைகளையும், உணர்ச்சிகளையும் பிடித்துவைத்திருப்பது போல், உங்கள் பிரக்ஞை நிலையை பிடித்து வைத்திருக்க முடியாது. அதற்கு மாறாக, அதுதான் உங்களைப் பிடித்து வைத்திருக்கும்.

சிலபேர்கள், சிலசமயம் என்னிடம் வந்து, ''நம் உடம்பில் ஆன்மா **(Soul)** எங்கே இருக்கிறது? நம் இதயத்திலேயா? தொப்புளிலேயா? நம் தலையிலேயா?'' என்று கேட்கிறார்கள். தாங்கள் மிக முக்கியமான கேள்வியைக் கேட்பதாக, அவர்கள் நினைத்துக்கொண்டிருக்கிறார்கள். நான் சொல்கிறேன். அது உங்கள் உடம்பில் எங்கேயும் இல்லை! அதற்கு மாறாக, உங்கள் ஆன்மாவில்தான், உங்கள் உடல் இருக்கிறது! உங்கள் ஆன்மா கடல்போல் உங்களை சூழ்ந்துகொண்டு இருக்கிறது. அதில் நீங்கள் மீனைப் போல் வாழ்கிறீர்கள்!

உங்கள் ஆன்மாவும், என் ஆன்மாவும் வெவ்வேறு அல்ல. நாம் எல்லோரும் ஒரே உயிர்த்தன்மையில்தான் வாழ்கிறோம். அதுவேதான் ஆன்மாவாகவும் இருக்கிறது. அந்தக்கடல் நம்மைச் சுற்றியும், நமக்குள்ளும் இயங்குகிறது. எல்லாம் ஒரே சக்திதான். என்னுடைய சக்தி, அல்லது ஆன்மா அல்லது உயிர்த்தன்மை அல்லது பிரக்ஞை நிலை உங்களுடையதைவிட வேறு அல்ல. எல்லாம் ஒன்றுதான். நாம் உடலால் வேறுபட்டு இருக்கி றோம். அவ்வளவுதான். மின்சாரம், ரேடியோவை, டி.வியை, விசிறியை, பல்பை இப்படி ஆயிரக்கணக்கான பொருள்களை இயக்குகிறது. பொருள்கள்தான் வேறுவேறே தவிர, மின்சாரசக்தி என்பது ஒன்றுதான். நம்முடைய உடலும், நம் மனமும் வெவ்வேறாக இருக்கலாம். ஆனால், எல்லோருக்கும் ஆன்மா அல்லது உயிர்த்தன்மை என்பது ஒன்றுதான். அதற்கு அழிவே இல்லை. ஆனால், உங்கள் உடலுக்கும், மனதுக்கும் அழிவு் உண்டு. உண்மையான நீங்கள், வெறும் ஆன்மாவாக, வெறும் உயிர்த்தன்மையாக, வெறும் பிரக்ஞை நிலையாக இருக்கிறீர்கள். இதை மீண்டும் படித்து, தியானமாக்குங்கள்.

எல்லா பிரக்ஞை நிலையும், இந்த பிரபஞ்சத்தைச் சார்ந்தது. ஆனால், பிரக்ஞையற்ற நிலை என்பது தனி மனிதனுக்கு உரியது. அதில் ஒவ்வொருவரும் வேறு படுகிறோம். நீங்கள் எப்பொழுது உண்மையிலேயே, ஒரு மனிதனாகிறீர்களோ, அப்பொழுதே, நீங்கள் இந்த பிரபஞ்சத்தைச் சேர்ந்தவராகிறீர்கள். அதுவரையில், நீங்கள் இந்த உலகத்தைத்தான் சேர்ந்தவர் என்பதைத் தெளிவாக அறியவும். அந்த உண்மையான மனிதனை, நீங்கள் 'கிருஸ்து' என்று அழைக்கலாம் அல்லது 'புத்தர்' என்று அழைக்கலாம். அந்த மனிதன் தன் முழு பிரக்ஞை நிலையில் செயல்படுகிறான். அதாவது அவன் தன் மனத்தால் செயல்படவில்லை. தன் உயிர்த் தன்மையால் செயல்படுகிறான். அப்பொழுது அவனது மனம், அவனுடைய சிறந்த நண்பனாக, பணிவுள்ள வேலைக்காரனாக மாறுகிறது.

இந்த ஒருமை நிலையை அடைய, முழு பிரக்ஞை நிலையை அடைய, தியானத் தன்மையைவிட வேறு வழியில்லை. தியானத்தை ஆரம்பிக்கும்பொழுது, நாம் இருவராக இருக்கிறோம். ஆனால், அதன் முடிவில், ஒருவராகிவிடுகிறோம். நான் பேசுவதை, நீங்கள் எல்லோரும் கேட்டுக்கொண்டிருக்கிறீர்கள். ஆரம்பத்தில் நாம் எல்லோரும் தனித்தனியாகவே இருக்கிறோம். ஆனால், நேரம் செல்ல செல்ல, பேசுபவனும், கேட்பவனும் ஒன்றாகிவிடுகிறார்கள்! அதைப்போல, ஒரு அறையில், 20 பேர்கள் தியானம் செய்கிறார்கள் என்று வைத்துக்கொள்வோம். ஆரம்பத்தில், இந்த 20 பேர்களும், தனித்தனியாகவே இருக்கிறார்கள். முடிவில். எல்லோரும் ஒன்றாகி விடுகிறார்கள்.

ஒரு சிறிய கதை.

புத்தரை தரிசிக்க, சில பேர்கள் வந்தார்கள். அப்பொழுது, வாசலில் ஆனந்தா காவலாக உட்கார்ந்திருந்தார். ஆனால், புத்தரை தரிசித்தவர்கள் ரொம்ப நேரம் எடுத்துக்கொண்டார்கள். அவர்கள் எல்லோரும் தரிசித்துக்கொண்டே இருந்தார்கள். யாரும் வெளியே வருவதாகத் தெரியவில்லை. உள்ளே என்னதான் நடக்கிறது என்று பார்க்க, ஆனந்தா உள்ளே வந்தார். அங்கு யாருமே இல்லை! புத்தர் மட்டும் தனியே உட்கார்ந்திருந்தார். ஆச்சரியம் அடைந்த ஆனந்தா, புத்தரிடம், ''உள்ளே வந்தவர்கள் என்ன ஆனார்கள்? வேறு கதவு எதுவும் இந்த அறைக்குக் கிடையாதே'' என்றார். அதற்கு புத்தர்,''அவர்கள் அனைவரும் தியானத்தில் ஆழ்ந்து இருக்கிறார்கள்'' என்றார்.

இது என்ன அருமையான கதை! அவர்கள் எல்லோரும் தியானத்தன்மையில் மறைந்து விட்டார்கள். ஆனால், ஆனந்தா அந்தத் தன்மையில் அப்பொழுது இல்லை. அவர்கள் அனைவரும் உடலாகவும், மனமாகவும் இல்லை. ஒரே ஒரு சக்திமயமாகவே இருந்தார்கள். அவர் களுடைய அகங்காரம் அனைத்தும் கரைந்துசென்றுவிட்டன. அந்தப் புதுமையான நிலையை, ஆனந்தாவால் அறியமுடியவில்லை.

ஒரு புகழ்மிக்க அரசன், புத்தரைக் காண வந்தான். அவனுடைய பிரதம மந்திரியின் தூண்டுதலின் பேரில், அவரைக்காண வந்தான். ஆனால், மற்றைய அர்சியல் வாதிகள், அரசர்கள் போல், அவனும் இயல்பிலேயே சந்தேகம் மிகக்கொண்டு இருந்தான். மக்கள் எல்லாம் புத்தர் பக்கம் இருப்பதைக்கண்டு, தன்மேல், அவர்களுக்கு சந்தேகம் வரக்கூடாது என்று, தானும் புத்தரை நம்புவதாகக்காட்டிக் கொள்வதற்காகவே, அவன் வந்தான்! இது ஒரு அரசியல் சாணக்கியத்தனம் என்று சொல்வதைவிட, ஒரு வித பய உணர்வால்தான், அவன், புத்தரைக் காண வந்தான்.

புத்தர் இருக்கும் தோட்டத்தை அடைந்ததும், அங்கு வீற்றிருந்த புத்தரையும், அவரது 10,000 புத்த பிட்சுகளையும் பார்த்தபொழுது, அவனுக்கு உதறல் எடுக்க ஆரம்பித்துவிட்டது. உடனே தன் வாளை உருவிக்கொண்டு, பிரதம மந்திரியிடம், ''என்ன நடக்கிறது இங்கு?'' சுமார் 10,000 பேர் இங்கு ஏதும் பேசாமல் உட்கார்ந்திருக்கிறார்களே, என்ன காரணம்? சதி, ஏதும் நடக்கிறதா?'' என்று கோபத்துடனும், பயத்துடனும் கேட்டான். அதற்கு பிரதம மந்திரி சிரித்துக்கொண்டே, ''உங்களுக்கு புத்தரது சீடர்களைப் பற்றி எதுவும் தெரியாது. உங்கள் வாளை உள்ளே போடுங்கள். இங்கு எந்தச் சதியும் நடக்கவில்லை. அவர்கள் யாரையும் கொல்ல திட்டம் போடவில்லை'' என்றார். பிறகு மெல்ல அவர்கள் அருகில் சென்றதும், எல்லோரும் மரத்தடியில், மிக அமைதியாக உட்கார்ந்திருப்ப தைப் பார்த்ததும், அங்கு யாருமே இல்லாத உணர்வு, அவனிடம் ஏற்பட் டது. மிகவும் ஆச்சரியம் அடைந்த அரசன், புத்தரிடம், ''இது என்ன அற்புதம்! சுமார் 10பேர் சேர்ந்தாலே, ஒரே இரைச்சலாக இருக்கும். இங்குள்ள, இந்த 10,000 பேரும் என்ன செய்கிறார்கள்? அவர்களுக்கு என்னதான் நேர்ந்தது? அவர்கள் உயிரோடு தான் இருக்கிறார்களா? எல்லோரும் சிலையைப் போல் அமர்ந்திருக்கிறார்களே! என்ன காரணம்?'' என்று ஆவலுடன்கேட்டான்.

புத்தர், மிக அமைதியாக அவரிடம், ''ஆமாம். அவர்கள் ஏதோ

செய்துகொண்டுதான் இருக்கிறார்கள். ஆனால், அவர்களது செய்கை இந்த வெளி உலகம் சம்மந்தப்பட்டது அல்ல. அவர்கள் தங்கள் உள்ளே உள்ள உலகத்தில், ஏதோ செய்துகொண்டு இருக்கிறார்கள். இப்பொழுது அவர்கள், தங்கள் உடலோடு சம்மந்தப்பட்டு இருக்கவில்லை. இவர்கள் எல்லோரும் தன் உயிரோடு இணைந்து, அதன் மையத்தில் ஒருங்கிணைந்து இருக்கிறார்கள். இப்பொழுது அவர்கள் 10,000 பேர்களாக தனித்தனியாக இருக்கவில்லை. எல்லோரும் ஒரே விழிப்புணர்வில், ஒருவராகவே இருக்கிறார்கள்'' என்றார்.

மூன்றாவது சூத்திரம் :

"உப்பான கடல் நீரை
உவப்பான நன்னீராக
உருமாற்றும் மேகம் போலவே
உறுதியான மனத்தோடு
உற்றாருக்கு உதவும் போது
பொருட்களின் விஷமெல்லாம்
அருளின் அமுதமாகிவிடும்.''

தந்த்ராவின் அடிப்படைக் கருத்து என்னவென்றால், கீழான புலன் உணர்வுகளை, மேலான தன்மையில், பரிசுத்தமாக்க முடியும். உலகப் பொருள்களை, எப்படி உங்கள் மனமாக ஆக்க முடியுமோ, அதைப்போல, பிரக்ஞையற்ற இயந்திரத் தன்மையை முழு பிரக்ஞை நிலைக்கு மாற்ற முடியும்.

நவீன பௌதீகம் என்ன சொல்கிறது? பொருள்களை, சக்தியாக மாற்றலாம். அதைப் போல சக்தியை பொருளாக மாற்றலாம். உண்மையில், அவைகள் இரண்டு தன்மையில் இல்லை. தோற்றத்தில்தான் அப்படி இரண்டாக இருக்கிறது. தந்த்ரா, "கீழான காம உணர்வை, மேலான சமாதி நிலையாக மாற்றலாம்'' என்கிறது. இது மிக அடிப்படையான, ஆழமான கருத்து. கீழான நிலையை, மேலான நிலைக்கு மாற்றலாம். ஏனெனில், கீழான நிலையும், மேலான நிலையும் இணைக்கப்பட்டே இருக்கின்றன. இவைகள் தனித்தனியாக இல்லை. அவைகள் இரண்டிற்கும், ஒரு ஏணி இணைப்பாக இயங்குகிறது. இந்த ஏணியின் உதவியோடு, உங்களால் கீழான நிலையிலிருந்து, மேலான நிலைக்குச் செல்ல முடியும்.

சாதாரணமாக, மனிதன் கீழான நிலையிலேயே இருக்கிறான். அதுதான் உண்மை நிலை என்று எண்ணிக்கொண்டு இருக்கிறான். அவன் உறுதியாக நினைத்தால், மேலான நிலைக்குச் செல்ல முடியும். அவன், தன் மிருக குணத்திலிருந்து விடுபட்டு, புத்தர் தன்மைக்கு மாறலாம். அதற்கு விழிப்புணர்வு மிக்க தியானம் என்ற ஏணியை உபயோகித்து மேலே செல்ல வேண்டும். ஆகவே ஒரு மனிதனிடம் மிருகத்தன்மையும், புத்தாதன்மை யும் ஒருங்கிணைந்தே இருக்கின்றன. அதை வெளிப்படுத்துவது, அவனது முயற்சியில் இருக்கிறது.

தந்த்ரா எதையும் பிரித்துப் பார்க்காத ஒரே மதத்தன்மை என்று கூறலாம். அது எதையும் பிரித்துப் பார்ப்பதில்லை. இது ஒன்றுதான், நிதானத்தோடு, எதையும் சரிசமமாகப் பார்க்கும் தன்மையுள்ள மதம் என்று கூறலாம். பிரிக்கும்பொழுது என்ன நேரிடுகிறது? நீங்கள் பிளவு படுகிறீர்கள்.

இந்த உடல் அருவருப்பானது என்று உங்களிடம் கூறினால், அது உங்களுக்கு எதிரியாக மாறுகிறது. நீங்கள் அதை வெறுப்போடு நோக்கு கிறீர்கள். பிறகு அதைக் கண்டு பயப்பட ஆரம்பிக்கிறீர்கள். அதை சாத்தா னின் இருப்பிடம் என்று கருதுகிறீர்கள். இப்பொழுது உடல் இரண்டாக்கப் படுகிறது. அதைப்போல, மனத்திலும் ஏற்படுகிறது. எதையும், நல்லது, கெட்டது என்று இரண்டாகவே பார்க்கப் பழக்கப்பட்டிருக்கிறீர்கள்.

தந்த்ரா, ''நீங்கள் உங்களிடமே சண்டைபோட்டுக்கொள்ளாதீர் கள். நீங்கள் ஒருவராகவே இருக்கிறீர்கள். உங்களையே பிரித்துக்கொள்ளத் தேவை இல்லை. நீங்கள் எல்லாவற்றையும், சரிசமமாகப் பார்த்து சரிசமமாக அன்பு செலுத்துங்கள். உடல், ஆன்மாவுக்கு எதிரி இல்லை. வாளுக்கு எப்படி உறை ஒரு கவசமாக இருக்கிறதோ, அதைப் போல, உயிருக்கு, ஆன்மாவுக்கு, உடல் ஒரு கவசமாக இருக்கிறது. அது, அந்த ஆன்மா என்ற கடவுளுக்கு, ஒரு கோவிலாக இருக்கிறது.

தந்த்ரா, சகல திணிப்புகளையும், தாக்குதல்களையும் (Violence), எதிர்க்கிறது. அந்தத் தாக்குதல் பிறரோடு இருக்கலாம், அல்லது உங்களுக் குள்ளேயே இருக்கலாம். அது முழு அன்பையே ஆதரிக்கிறது. அதுதான் உண்மைநிலை என்கிறது. அன்பினால் எல்லாவற்றையும் சாதிக்கலாம் என்று கூறுகிறது. இந்த உலகத்தில் சண்டை போடுவதற்கு அவசியமே இல்லை என்று சொல்கிறது.

நீங்கள் கடல் நீரை குடித்தால், அதில் உள்ள மிகுந்த உப்பு, உங்கள் உடலையே கெடுத்துவிடும். ஏன், அது மரணத்தை விளைவித்தாலும் ஆச்சரிப்படுவதற்கில்லை. ஆனால், மேகம் அதை எடுத்துக்கொண்டு மேலே சென்று, நல்ல நீராக மாற்றிக்கொடுக்கிறது. சாரஹா என்ன சொல் கிறார், ''சமாதி என்பதும், தியானத்தன்மை என்பதும் மேகத்துக்குச் சமம். அது உங்களுடைய பால் உணர்வு சக்தியை, தெய்வீக சக்தியாக மாற்று கிறது. உப்புத்தண்ணீர், நல்ல நீராக மாற்றப்படுகிறது. அது நிர்வாணா என்ற அமிர்தத்துக்கு ஒப்பாகும். ஆனால், அதை நீங்கள்தான், நீங்கள் மட்டும் தான் மாற்றவேண்டும். அந்த மேகத்தை, புத்தர், ''தர்மமேக சமாதி' (Dharmamegha Samadhi) என்று அழைக்கிறார். இதுதான் அடிப்படை யான கருத்து'' என்கிறது.

இந்த மேகத்தை, நீங்கள்தான் உண்டு பண்ணிக்கொள்ள வேண்டும். அந்த மேகம்தான், தியானம். நீங்கள் உங்கள் ஆசைகளையும், எண்ணங்களையும் குறைத்துக்கொண்டே வந்து, தியானத்தில் தீவிரமாக, ஆழமாகச் சென்றால், உங்கள் விழிப்புணர்வு, மெல்ல மெல்ல நெருப்பைப் போல தகிக்க ஆரம்பிக்கும். இந்த நெருப்பைக் கொண்டு, நீங்கள் சாதாரண உலோகத்தை, தங்கமாக மாற்றலாம்! இங்கு, சாதாரண உலோகம் என்பது உங்களது பால் உணர்வு சக்தி. தங்கம் என்பது சமாதி மற்றும் தெய்வீக சக்தி. இது ஒரு ரசவாதம் (Alchemy)!

இங்கு, நீங்கள் இரண்டு விஷயங்களைக் கவனிக்க வேண்டும். ஒன்று, நீங்கள் உங்களிடம் தியானம் என்னும் மேகத்தை உண்டு பண்ணிக் கொள்ளவேண்டும். அடுத்தது, கருணையை ஏற்படுத்திக்கொள்ள வேண் டும். அந்த மேகம் என்ற தியானத்தால், நீங்கள் உயருகிறீர்கள். கருணை என்ற முழு அன்பு உணர்வால், பிறரை உயர்த்துகிறீர்கள். இரண்டும் தேவை. புத்தர் இந்த இரண்டையும், 'பிரக்யான்' (Pragyan) என்றும் 'கர்மா' (Karma) என்றும் முறையே அழைக்கிறார். சில சமயம், தியானத்தில் ஆழ்ந்து செல்லுபவர்கள், சுய நலமிக்கவர்களாக மாறிவிடுகிறார்கள். அவர் கள், பிறரின் நலனைப் பற்றிக் கவலைப்படுவது இல்லை. ஆகவே, தியானத் தில் ஆழ்ந்து செல்லுங்கள், பிறகு வெளியே வந்து, உங்கள் ஆனந்தத்தை பிறரோடு பகிர்ந்துகொள்ளுங்கள். அவர்களையும் அந்த ஆனந்தத்தில் மூழ்க உதவிசெய்யுங்கள். அதை, உங்களிடமே சேர்த்து வைக்காதீர்கள். அப்படி சேர்த்து வைத்தால், அதுவே உங்களிடம் ஒரு அகங்காரத்தை

உண்டு பண்ணிவிடும். ஆகவே, எப்பொழுது, அந்த ஆனந்தத்தை அடைகிறீர்களோ, அப்பொழுதே அதை பிறருக்கு வழங்குகள். அப்பொழுது ஊற்றுக்கண்ணில் நீர் சுரப்பதுபோல, உங்களிடம் மேலும் மேலும் அந்த ஆனந்தம் சுரக்க ஆரம்பிக்கும். எவ்வளவு அதிகமாக அதை பிறருக்குக் கொடுக்கிறீர்களோ, அவ்வளவு அதிகமாக மேலும் பெறுவீர்கள். பிறகு, எல்லாமே அமிர்தமாகத் தோன்றும். அமிர்தமாக மாறும். அந்த ரசவாதத்தைக் கற்றுக்கொள்ளுங்கள்!

கடைசி சூத்திரம் :

''பூர்ண திருப்தி அடைவதோ
சொல்லின் விளக்கொணாச் சுகந்தத்தில்
கற்பனைக் கெட்டாத நிலையிலேயே
கண்டு திளைக்கின்ற பரவசத்தில்
மேகம் மின்னலடிக்கும் பொழுது
தேகமே நடுங்கி ஒடுங்கினாலும்
மழையாய்த் தூவும் போது
விளையுமே ஆனந்தப் பயிர்''

அவர், ''என்னை நன்றாக உற்றுப்பாருங்கள். நான் எவ்வளவு திருப்தியாக இருக்கிறேன்! இதற்கு முன், நான் எவ்வளவு அமைதியற்று இருந்தேன் என்பது உங்களுக்குத் தெரியும். எதுவுமே என்னை திருப்திப் படுத்த வில்லை. ஆனால், எல்லாமே என் அருகில் இருந்தன. இப்பொழுது என்னைப் பாருங்கள். நான் ஒரு சுடுகாட்டில் நின்றுகொண்டிருக்கிறேன். இங்கு மேல் கூரைகூட கிடையாது! நான் மதிப்பு மிக்க ராஜ குடும்பத்தோடு வசிக்கவில்லை. மிகச் சாதாரண, அம்புசெய்யும் பெண்ணோடு இருக்கி றேன். இப்பொழுது என் கண்களை நன்றாகப்பாருங்கள். அது எவ்வளவு திருப்தியாக இருக்கிறது! எவ்வளவு அமைதியில் இருக்கிறது! ஏதோ ஒன்று தெளிவு பெறாத தன்மையில், புரியாத புதிராக என்னிடம் ஏற்பட்டிருப்பதை நீங்கள் உணரவில்லையா? என்னுடைய உயிர்த்துடிப்பை, நீங்கள் உணர வில்லையா? இதற்கு என்ன விளக்கத்தை, என்னிடமிருந்து எதிர்ப்பார்க்கி றீர்கள்? அந்த அளவுக்கு, உங்கள் புத்தி மழுங்கிவிட்டதா?'' என்கிறார்.

ஒரு மனிதன் எப்பொழுது உண்மையை, அந்த முழுமையை அடைந்து விட்டானோ, அப்பொழுதுதே அவனுடைய திருப்தியும் முழுமை அடைகிறது. அப்படி ஒரு தடவை முழுமை அடைந்தவனை நீங்கள் திரும்பவும் உங்களுடைய திருப்தியற்ற தன்மைக்குக் கொண்டுவர முடியாது. என்ன நேர்ந்தாலும், எந்த சூழ்நிலையிலும், அவன் அதைவிட்டு ஒருக்காலும் வெளியே வரமாட்டான்.

கற்பனைக்கு எட்டாத பேரானந்தம், அவனிடம் நிகழ்ந்திருக்கிறது. சாரஹா, ''என்னிடம் என்ன நிகழ்ந்திருக்கிறது என்பதை உங்களால் கற்பனைப் பண்ணிக் கூட பார்க்கமுடியாது. அதை, நீங்கள் இதுவரை அறிந்தது இல்லை. கற்பனை என்பது, ஏற்கனவே அறிந்த ஒன்றை மீண்டும் ஞாபகப்படுத்துவது. ஆகவே, இது சாத்தியம் இல்லை.

நீங்கள் மகிழ்ச்சியை, மீண்டும் ஞாபகப்படுத்திக்கொள்ளலாம். அதைப்போல துன்பத்தை, மீண்டும் கற்பனை பண்ணிப் பார்க்கலாம். ஆனால், அந்த பேரானந்த நிலையை (Bliss), நீங்கள் கற்பனை செய்து பார்க்க முடியாது. ஆனால், அந்த பேரானந்தம் என்பது உங்கள் முன்னால், இதோ நானாக நிற்கிறேன். அது இங்கே, இப்பொழுது உங்கள் முன்னால் நிகழ்ந்துகொண்டு இருக்கிறது. அதை நீங்கள் பார்க்கலாம். ஆனால், கற்பனை பண்ண முடியாது. அதன் ஒளிக்கீற்றை, நீங்கள் மனக் கண்ணில் பார்க்கலாம். ஆனால் கனவு காண முடியாது.'' என்கிறார்.

கிருஸ்து, அந்த உண்மையின் ஒளிக்கீற்றை, தன் மனக்கண்ணால், தெளிவாகப் பார்த்திருக்கிறார். ஆனால், மனநல வைத்தியர்கள், அது அவரது மனக்கோளாறின் வெளிப்பாடு என்று அலட்சியமாகக் கூறகிறார்கள். அது ஒரு அதீத கற்பனை என்று சொல்கிறார்கள். இந்த ஒளிக்கீற்று, கடவுளிடமிருந்து வந்தது. ஆனால், கற்பனை உங்கள் மனதிலிருந்து உதயமாவது. ஆகவே, மனநல வைத்தியர்களுக்கு, இதன் வித்தியாசம் கொஞ்சங்கூடத் தெரியாது. ஏனெனில், அந்த நிலையை அவர்கள் ஒருக்காலும் தொட்டதில்லை. ஆகவே, அது என்னவென்றே, அவர்களுக்குத் தெரியாது.

சாரஹா, அந்த அரசன் பயத்தினால், அவனது மனம் நடுங்குவதைப் பார்த்துவிட்டார். இதைப் போல, என்னிடம் வரும் சிலர், ''ஓஷோ, நாங்கள் உங்களை நெருங்கப் பயப்படுகிறோம்'' என்கிறார்கள். அது

எனக்கும் தெரியும்! அது உடல் அளவில் தெரியாவிட்டாலும், உள்மனம் நடுங்குவது அவர்களுக்குக் கண்டிப்பாகத் தெரியும். அந்த அரசன் மிகத்தைரியசாலிதான். எவ்வளவோ பேரைக் கண்டவன்தான். ஆனால், சாரஹா முன்னால், அவனது மனம் நடுங்கக் காரணம் என்ன?

சாதாரணமாக, சாரஹா மற்றும் புத்தர் போன்றவர்களின் அருகே, நீங்கள் சென்றால், உங்களையறியாமலே, இந்த மன நடுக்கம் ஏற்படும். சில நாட்களுக்கு முன், ஒரு வாலிபன் என்னிடம் வந்து, ''நான், ஏன் உங்கள் முன்னால் பயப்படுகிறேன். நீங்கள் எனக்கு எந்தக்கெடுதியும் செய்த தில்லை. நான் உங்களை மிகவும் நேசிக்கிறேன். அதே சமயம், ஏன் இப்படிப் பயப்படுகிறேன்?''என்று கேட்டான்.

இது இயற்கைதான். நீங்கள் ஒரு பள்ளத்தாக்கின் அருகில் சென்றால் இந்த பயம் உங்களிடம் இயல்பாக ஏற்படுவது இல்லையா? ஏனெனில், நீங்கள் அதில் தவறிவிழக்கூடிய சாத்யம் மிக அதிகம். அப்படி ஏதும் நேர்ந்தால், உங்களால் அதிலிருந்து மீள முடியாது. இறப்பது நிச்சயம். ஆகவேதான் அந்த பயம். அதைப் போல் என் அருகில் வருபவர்களுக்கும், அவர்களது மனம் இறக்கக் கூடிய சாத்தியம் அதிகம்!

சாரஹா மேலும், ''நான் மேகத்தைப் போல இருக்கிறேன். ஆனால், அதில் உண்டாகும் இடி, மின்னலைக்கண்டு, நீங்கள் பயப்படு கிறீர்கள். ஆனால், நீங்கள் தைரியமாக என்னை எதிர்கொண்டால், நீங்கள் குளிர்ந்த மழை நீரால் நிரப்பப்படுவீர்கள். உங்கள் உள்ளே உள்ள ஆன்மீக விதை முளைவிடக் கூடும் அப்பொழுது உங்களிடம் ஒரு புதிய மனிதன், பிறக்கிறான். இதுவரை மறைந்திருந்த அந்த மனிதன், இப்பொழுது மெல்ல வெளிப்படுகிறான். நீங்கள் இப்படி முதிர்ச்சியடைய, மலர்ச்சியடைய அந்த ஆன்மீகப் பாதையை நோக்கிச் செல்கிறீர்கள். ஆகவே, அந்தப் பயிரின் அறுவடைக்காக, உங்களை அன்புடன் அழைக்கிறேன். அந்த அறுவடை தான் உங்களது முழு விழிப்புத்தன்மை, முழு உணர்வுநிலை'' என்கிறார்.

6. ''நான் ஒரு அழிப்பவன்''
(I AM A DESTROYER)

முதல் கேள்வி:

''அன்புள்ள ஓஷோ, நான் மிகத் தாமதமாக, ஞானம் அடைதலைப் பற்றி பகல் கனவு காண முயலுகிறேன். அது எனக்கு அன்பு மற்றும் புகழை விட மிகவும் விருப்பமாக உள்ளது. இந்த பகல் கனவைப் பற்றி உங்கள் அபிப்ராயம் என்ன?''

இந்தக் கேள்வி, பிரேம் பங்கஜாவால் கேட்கப்பட்டது. அன்பு மற்றும் புகழ் பற்றி, பகல் கனவு கண்டால், அது தவறில்லை. அது, அந்தக் கனவு உலகத்தின் ஒரு பகுதி தான். அவைகளைப் பற்றி, நீங்கள் நிறையவே பகல்கனவு காணலாம். ஏனெனில், அன்பும் ஒரு கனவு தான், அதைப்போல புகழும் ஒரு கனவுதான். பார்க்கப் போனால், நீங்கள் கனவு காணாவிட்டால், அவைகள் மறைந்தே போய்விடும்.

ஆனால், ஞானத்தன்மையைப் பற்றி, நீங்கள் கனவு காண முடியாது. உண்மையில், உங்கள் கனவு காணும் தன்மை மறைந்தால்தான், அந்த உண்மை உங்களிடம் நிகழும். ஞானநிலை என்றால், உங்களுடைய பிரக்ஞைத்தன்மை, முழு விழிப்புணர்வில் இருக்கிறது என்று அர்த்தம். இந்த நிலையில், கனவு என்ற பேச்சுக்கே இடமில்லை. நீங்கள் ஞானத் தன்மை என்ற ஒளியாக இருக்கும்பொழுது, இருள் நிறைந்த கனவுக்கு அங்கே என்ன வேலை? உண்மையில், நீங்கள் எதற்காகக் கனவு காணுகிறீர்கள்? நீங்கள் உண்மையான ஆனந்த நிலையில் இல்லை. அதை ஈடுசெய்யவே, கனவு மயக்கத்தில் இருக்கிறீர்கள். அதாவது கனவில், அந்த ஆனந்தத்தைத் தேடுகிறீர்கள், அடைகிறீர்கள். உங்கள் சாதாரண வாழ்வில், இந்த உண்மையான மகிழ்ச்சி ஏற்பட, வழியே இல்லை. அவைகள் அனைத்தும் கணநேர மகிழ்ச்சி தான். அப்படி கனவு என்ற தன்மை உங்களிடம் ஏற்படாவிட்டால், இந்தத் துன்பம் நிறைந்த வாழ்வை, எப்படி உங்களால் தாங்கிக் கொள்ள முடியும்? இந்த அர்த்தமற்ற வாழ்வை, எப்படி உங்களால் சகித்துக் கொள்ள முடியும்?

உங்களுடைய கனவு காணும் தன்மைதான், இதை நிவர்த்தி செய்கிறது. உங்களை ஆறுதல் படுத்துகிறது. உங்களிடம் நம்பிக்கையை ஊட்டுகிறது. எல்லா மதங்களும் என்ன சொல்கின்றன. கனவு காணுங்கள் என்றுதான் சொல்கின்றன! அவைகள், ''இதோ பார், இன்று இல்லாவிட்டாலும், நாளை கடவுள் உனக்குக் உன் கனவை நினைவாக்குவார். நம்பிக்கையை விட்டுவிடாதே. அவர் மிகுந்த கருணையுள்ளவர். அவர் எப்பொழுதும் உன்னைத் தண்டித்துக் கொண்டே இருக்க மாட்டார். கவலைப் படாதே.....!'' இப்படி ஆயிரம் வார்த்தைகளில் உங்களைச் சமாதானப்படுத்துகின்றன. சமாதானம் என்று வரும்பொழுதே, அங்கு கனவும் தொக்கி நிற்கிறது! இப்படித்தான், உங்கள் மதங்கள், இன்னும் வாழ்ந்து கொண்டு இருக்கின்றன!

முகமதியர்கள் திரும்பத் திரும்ப, 'கடவுள்', 'ரஹீம்', 'ரஹ்மான்' (Rahim, Rahman) என்று சொல்லிக்கொண்டே இருக்கிறார்கள். இதன் அர்த்தம், கடவுள் அன்பானவர், கருணை உள்ளவர் என்பது. இப்படி ஏன், அவர்கள் திரும்பத் திரும்பச் சொல்ல வேண்டும்? அவர்கள் கனவு காணுவதற்கு, இந்த வார்த்தைகள் மிகவும் உதவியாக இருக்கின்றன!

வெளியே செல்லும் சக்தியைப் பொருத்த வரையில், இப்படிக் கனவு காணுதல் சரிதான். அன்பு, புகழ் எல்லாம் வெளியே செலுத்தும் சக்திதான். ஏனெனில், இந்த உலகத்தின் செயல் அனைத்தும் கனவுத் தன்மை கொண்டதுதான். எப்பொழுதும் மாறும் தன்மையுடையது. ஆகவேதான், நம் இந்துக்கள், இதை 'மாயா' என்றும் பொய்த் தோற்றம் என்றும் சொன்னார்கள். பகல் கனவு என்றால் என்ன? நீங்கள் விழித்துக் கொண்டிருக்கும் பொழுது, உங்கள் மனம் எங்கேயோ சென்று, எதையோ நினைத்து ஏங்கிக் கொண்டு இருக்கிறது, எதிர்பார்த்துக் கொண்டு இருக்கிறது. பெரும்பாலான மக்கள், இந்த நிலையில்தான் இருக்கிறார்கள்!

ஆனால், ஞானத்தன்மை என்பது இதற்கு முற்றிலும் மாறானது. அங்கு கனவுகளுக்கு வேலையே இல்லை.

சில நாட்களுக்கு முன், ஒரு சிறிய நிகழ்ச்சியைப் படித்தேன்.

ஒரு பாதிரியார், ஒரு கிளியை வளர்த்தார். அது பேசுவதற்கு எவ்வளவோ முயற்சி செய்தார். ஆனால் ஒன்றும் பலனளிக்கவில்லை. ஊமை மாதிரியே இருந்தது. அப்பொழுது இன்னொரு மடாலயத்தின்

தலைவி ஒரு நாள், அவரைப் பார்க்க வந்தாள். அவளிடம் இதைப் பற்றி, அந்த பாதிரியார் சொன்னார். அவள் மிகவும் ஆச்சரியம் அடைந்து, ''என்னிடமும் ஒரு கிளி இப்படித்தான் இருக்கிறது. ஒன்று செய்யலாம். இந்த இரண்டு கிளிகளையும் ஒன்றாக, ஒரே கூண்டில் அடைத்துப் பார்த்தால் என்ன?'' என்று கேட்டாள். சரி என்று அப்படியே செய்தார்கள். அப்பொழுது, அந்தக் கிளிகளின் பார்வையிலிருந்து, அவர்கள் இருவரும் மறைந்து கொண்டு, அவைகள் பேசுவதைக் கேட்டார்கள். அப்பொழுது ஒரு கிளி, ''அன்பே, காதல் செய்யும் இடத்தைப் பற்றி என்ன நினைக்கிறீர்கள்?'' அதற்கு அடுத்த கிளி, ''அதை அடைவதற்காகத் தான் இத்தனை நாளும், பிரார்த்தனை பண்ணிக் கொண்டிருந்தேன். இன்றுதான் என் கனவு நினைவாகிறது!'' என்றது. இந்தக் கிளிகளில் ஒன்று ஆண், மற்றொன்று பெண்!!

நீங்கள் உங்கள் காதலுக்காகவும், புகழுக்காகவும் பிரார்த்தனை செய்து வந்தால், ஒரு நாள், அது கண்டிப்பாக நிறைவேறும். அதற்கு ஒரே சிந்தனை மற்றும் மனஉறுதி தான் தேவை. இப்படி நீங்கள் பலவற்றை இந்த உலகத்தில் சாதித்துக் கொண்டே போகலாம். ஏனெனில், அவைகள் உங்கள் பல கனவுகளில் சில. நீங்கள் ஒரு ஆணோடு அல்லது பெண்ணோடு காதல் வயப்படும்பொழுது, உங்கள் மனநிலை எப்படி உள்ளது? நீங்கள் பல கனவுகளைக் காண முயலுகிறீர்கள். அப்பொழுது உங்கள் கனவுகளை, அந்தப் பெண்ணை, ஒரு திரைச்சீலையாக்கி (Screen) அதில் படர விடுகிறீர்கள். அதைப் போல, ஒரு பெண், தன் காதலனை, ஒரு திரைச்சீலை யாக்கி, அதில் தன் கனவுகளைப் படர விட்டுப் பார்க்கிறாள்.

அப்பொழுது, அந்த கனவுகள் நிறைவேறியது போன்ற ஒரு தோற்றத்தை உங்களுக்கு அளிக்கிறது.

ஞானமடைதல் என்பது, கனவு காணுதல் அல்ல. எல்லா கனவுகளையும், கற்பனைகளையும் முழுமையாக விட்டுவிடுவதுதான் ஞானத்தன்மை. அவைகள் அனைத்தும் ஞானத் தன்மைக்கு, முற்றிலும் எதிரிகள். இந்தக் கனவு காணுவதிலிருந்து,எப்படி நீங்கள் உங்களை விடுவித்துக் கொள்ள முடியும்? அது எப்படி எழுகிறது. அதன்பின்னால் எது இருக்கிறது. அது எப்படி உங்கள் மனதை ஆக்கிரமிக்கிறது. அது கொடுக்கும் உண்மையான பயன் என்ன, அது நிறைவேறினால், உண்மையிலேயே திருப்தி உண்டாகிறதா.... இப்படி அதை அணு, அணுவாக அலசி, அதனுள்

ஆழ்ந்து செல்லுங்கள். அப்பொழுது உங்களிடம் ஒரு தெளிவு உண்டாகும். அந்தத் தெளிவில், அந்தக் கனவுகள் அனைத்தும் மறைந்துவிடும்.

ஆகவே, ஞானமடைதல் என்பதை மறந்துவிடுங்கள். அதைப்பற்றி இப்பொழுது நீங்கள் நினைக்கக்கூட வேண்டாம். அது தேவையில்லை. ஏனெனில், இந்த ஆரம்ப நிலையில், நீங்கள் அதைப் பற்றித் தீவிரமாக நினைத்தால், நீங்கள் தவறான முடிவுக்கே வருவீர்கள். அதை அடைய வேண்டும் என்றும் ஆசைப்படாதீர்கள். அந்த ஆசையே அதை அடைவதற்கு ஒரு தடங்கலாகிவிடும்.

ஆகவே, ஆசை என்றால் என்ன, நம்பிக்கை என்றால் என்ன, கனவு காணுதல் என்றால் என்ன என்பதை முதலில் தெளிவாகப் புரிந்து கொள்ளுங்கள். உங்கள் மனம் எப்படியெல்லாம் வேலை செய்கிறது என்பதை முதலில் ஆழ்ந்து புரிந்து கொள்ளுங்கள். அது மிக துல்லியமாக, நுணுக்கமாக வேலை செய்வதை தியானத் தன்மையில் உணர்ந்து கொள்ளுங்கள். அப்பொழுது ஒரு கட்டத்தில், மனம் நின்றுவிடும்! உங்களுடைய ஆழ்ந்த நேரடியான பார்வைதான், அதை நிறுத்துவதற்கு ஒரே வழி! அந்த நிற்கும் நிலையில்தான், உங்களுக்கு ஞான நிலை தானாகவே கைகூடிவிடும். அப்பொழுது நீங்கள் இந்த பிரபஞ்ச உயிரினங்களைப் பார்க்கும் விதமே, வேறு விதமாக மாறிவிடும்.

ஆகவே, கனவு என்பது ஒரு நிலை. பிரக்ஞைநிலையில் இருத்தல் என்பது அதற்கு மாறான நிலை. பிரக்ஞை நிலை உண்மையாக இப்பொழுது இங்கே நிகழ்ந்து கொண்டு இருக்கிறது. ஆனால், கனவு என்பது ஒரு கற்பனையான நம்பிக்கை. இதைத் தெளிவாகப் புரிந்து கொள்ளுங்கள்.

இரண்டாவது கேள்வி:

"அன்புள்ள ஓஷோ, நீங்கள் பல பிரசங்கங்களில்,பிரச்சினை என்று எதுவுமே இல்லை என்று கூறி வருகிறீர்கள். நான், பல கட்டுப்பாடு மிகுந்த ஒரு கத்தோலிக்கக் குடும்பத்திலிருந்து வந்திருக்கிறேன். இப்பொழுது என் வயது 21. அதைப் போல,பல கட்டுப்பாடு விதிகளைக் கொண்ட சூழ்நிலையில் படித்தும் வந்திருக்கிறேன். நீங்கள் உங்களுடைய சகல பாதுகாப்புகளையும், கட்டுப்பாடுகளையும், அடக்கப்பட்டவைகளையும் இப்பொழுதே, உடனே விட்டு விடலாம் என்று கூறுகிறார்கள். இப்பொழுதா? உடனேயா? இதுவரையில்

182 தந்த்ரா அனுபவம்

இடைவிடாமல் என் மூளையிலும், தசைகளிலும் பதிக்கப்பட்ட அவைகளையெல்லாம் உடனே விட்டுவிடுவது சாத்தியமா, என்ன?

இது மிகவும் முக்கியத்துவம் வாய்ந்த கேள்வி. இந்த கேள்வி ஜயானந்தாவிடமிருந்து வந்திருக்கிறது. இது ஒரு மனிதனின் இரண்டு விதமான உள்தன்மையைப் பற்றிச் சுட்டிக் காட்டுகிறது. ஒரு பிரச்சினையைப் பற்றி ஆழ்ந்து சிந்தித்தாலும், அதன் காரணம் என்ன என்று அலசுவதும்,அந்தப் பிரச்சினையின் வரலாறு பற்றியும், ஆராய்ந்து உங்கள் மனத்தை அதிலிருந்து விடுவித்தோ அல்லது வேறு ஒரு புதிய கட்டுப்பாடுகளை விதித்தோ இப்படி செய்வது அனைத்தும் மேற்கத்திய முறைகள். மேற்கத்திய மனநல வைத்தியர்கள் இப்படிப் பின்னோக்கிச் சென்று, ஒருவனது சிறுவயது வாழ்க்கையைத் தொட்டு, அவனுடைய பழைய ஞாபகங்களைக் கிளறி, அந்தப் பிரச்சினையின் மூலம், எங்கே இருக்கிறது என்று ஆராய்ச்சி செய்கிறார்கள். அவர்களுடைய வைத்திய முறையே, பின்னோக்கிச் செல்வதுதான்.

அவர்கள், சுமார் 50 வருடம் கூட பின்னோக்கிச் செல்வார்கள். ஆனால், ஒரு மனிதனின் 50 வருடகாலத்தில், ஒரு பிரச்சினைதான் இருக்குமா என்ன? பல ஆயிரம் பிரச்சனைகள் அவனுக்கு ஏற்பட்டிருக்கலாம். அவைகளில் சில மேலெழுந்தவாறு தெரியலாம். அதை மேலே கொண்டு வந்து, சமாதானம் செய்து சீர்படுத்தலாம். ஆனால், அவனது மன ஆழத்தில் எவ்வளவு பிரச்சினைகள் ஆழ்ந்து பின்னிப் பிணைந்து கிடக்கின்றன? அவைகளையெல்லாம்,ஒரு மனநல வைத்தியர் தீர்க்க, பல ஆயிரம் வருடங்கள் ஆகலாம்! இது நடக்கக் கூடிய காரியமா என்ன? நீங்களும் பல பிறவிகள் எடுக்க வேண்டும்! அது மாத்திரமல்ல, அந்தந்தப் பிறவிகளில் சேரும் இன்னும் பல பிரச்சினைகளை, எப்படி அந்த வைத்தியர் தீர்க்கப் போகிறார்? இப்படி அலசுவது,எவ்வளவு பெரிய முட்டாள்தனம்?

இதைப் போலத்தான், இன்னொரு பிரிவினர், ''பயோ - இன்ஜினீரிங்'' (Bio Engineering) என்ற முறையில், உடலை அலசுகிறார்கள்! இந்த இரண்டு முறைகளின், அடிப்படை இறந்த காலத்தை அலசுவதுதான்.

மனித மனம், இரண்டு நடக்க முடியாத காரியங்களில் எப்பொழுதும் ஈடுபட்டுக் கொண்டே இருக்கிறது. ஒன்று, இறந்த காலத்தை சீர்

செய்வது. இது நடக்காத காரியம். நடந்த செயல், நடந்ததுதான். அதன் மையத்தை நோக்கி, உங்களால் ஒருக்காலும் செல்ல முடியாது. நீங்கள் ஹிப்னாட்டிச முறையில் ஒருவனது இறந்தகாலத்திற்குள் செல்வதாக நினைத்துக் கொள்ளலாம். உண்மையில் அப்பொழுது என்ன நடக்கிறது? அந்த மனநலம் பாதிக்கப்பட்டவன், தன்னுடைய பழைய ஞாபகத்தை வெளியிடுகிறான். ஆனால், அந்த ஞாபகத்தின் கரு, அதனடியில் அப்படியேதான் இருக்கிறது. அதை ஒருக்காலும் அழிக்க முடியாது. ஞாபகம் என்பது மிகவும் மேலோட்டமான செயல். அந்த பழைய நிகழ்ச்சி, முழுமையாக அங்கே இருக்கிறது. அதை மாற்றுவதற்கோ, நீக்குவதற்கோ, உங்களிடம் எந்த சக்தியும் கிடையாது.

அடுத்து, நடக்க முடியாத காரியத்தை, மனிதமனம் முயற்சி செய்தவாறு இருக்கிறது. அதாவது, வருங்கால செயலை திணிப்பது. வருங்காலம் என்பதே கற்பனை. கற்பனையை எப்படி உங்கள் மனத்தில் திணிப்பது? வேண்டுமானால், மேலோட்டமாகப் படர விடலாம். அதற்கு எந்த ஆழமும் கிடையாது. ஆனால், இறந்த காலத்தின்,செயல் முற்றுப் பெற்றுவிட்டது. அந்த செயலின் சக்தி முடிவடைந்து விட்டது. இந்த வித்தியாசத்தை மீண்டும் ஆழ்ந்து சிந்தித்துப் புரிந்து கொள்ளுங்கள்.

இந்த இரண்டுக்கும் இடையில், (அதாவது இறந்தகாலம், வருங்காலம்) மனிதன் நிகழ்காலமாக நிற்கிறான்! ஆனால், அவன் எண்ணம் இந்த இரண்டில் மாத்திரம்தான் இருக்கிறது. மிக அபூர்வமாக அது நிகழ்காலத்தில் இருக்கிறது. பெரும்பாலும் அது, இறந்த காலத்தைவிட, வருங்காலத்தில்தான் நிலைகொண்டு இருக்கிறது. அந்த வருங்காலத்தை, மிகவும் உறுதியாக்க, உண்மையாக்க நினைக்கிறது. அதற்காக எவ்வளவு சக்தியை வேண்டுமானாலும் செலவழிக்கத் தயாராக இருக்கிறது. ஆனால், அந்த வருங்காலம் என்பது முழுக்க, முழுக்க கற்பனை. அதில் ஒரு சில நடக்கலாம். ஆனால் பெரும்பாலும் கனவாகவே இருக்ககும்.

அதைப்போல, உங்கள் சக்தியை, இறந்த காலத்திலும் செலவிட வேண்டாம். அது நடந்து முடிந்து விட்டது. வேண்டுமானால், அதை எடுத்து வைத்துக் கொண்டு, இது சரி. அது சரியில்லை என்று விமர்சனம் செய்யலாம். இதைத்தான் உங்கள் மனநல வைத்தியர்கள் செய்கிறார்கள்.

உளநூல் (Psychoanalysis) என்பதும் ஜோசியம் (Astrology)

என்பதும், முறையே இறந்த காலத்தையும், எதிர்காலத்தையும் அலசுகிறது. ஜோசியம், வருங்காலத்தை உறுதிசெய்ய முயலுகிறது. உளநூல் இறந்த காலத்தில், ஏதாவது புதுமையை செய்ய முடியுமா என்று பார்க்கிறது. இரண்டுமே விஞ்ஞானத்தில் சேர்த்தி இல்லை! இரண்டுமே முழுமையாக நடக்கக்கூடிய சாத்தியம் இல்லை. ஆனால் இந்த இரண்டில்தான், பல லட்சம் மக்கள் இருக்கிறார்கள். ஏனெனில், மனிதன் எப்பொழுதும் வருங்காலத்தையும் பற்றி இறுக்கமாகவே இருக்கிறான். அதைத் தீர்மானமாகத் தெரிந்து கொள்ளவே ஆசைப்படுகிறான். இதை மிக நன்றாகத் தெரிந்து கொண்டு, எத்தனை ஆயிரம் பேர்கள், உங்களால் பிழைக்கிறார்கள்! எத்தனை படித்த அறிவாளிகள் வீதியோரம், வெட்கத்தை விட்டு கிளி ஜோசியம் பார்க்கிறார்கள்!

நீங்கள் எப்பொழுது இந்த இரண்டு முட்டாள்தனங்களை விடுகிறீர்களோ, அப்பொழுதே எல்லாவற்றிலிருந்தும் விடுதலையாகிறீர்கள்.

இறந்த காலம் முடிந்து விட்டது. வருங்காலம் எப்படியும் வரப் போகிறது. அதைத் தைரியமாக எதிர்கொள்ளாமல், கோழைபோல் ஏன் நடந்து கொள்கிறீர்கள்? அதை உங்களால் மாற்ற முடியுமா? உங்கள் அறிவைக் கொண்டு, சிலவற்றை மாற்றுவதுபோல் உங்களுக்குத் தெரியலாம். ஆனால், வருங்கால அடிப்படை நிகழ்ச்சியை, உங்களால் ஒருக்காலும் மாற்ற முடியாது. இதை நன்றாகப் புரிந்து கொள்ளுங்கள்.

இந்த இரண்டு தன்மைகளால், நீங்கள் இப்பொழுது இங்கே நிகழும் நிகழ்காலத்தை இழக்கிறீர்கள். ஆனால் இந்த உண்மையை உணர மறுக்கிறீர்கள். ஒரு நிகழ்ச்சி.

ஒரு புகழ்பெற்ற தத்துவவாதி, ஒரு விமானத்தில் ஏறி, தன் இருக்கையில் உட்கார்ந்து கொண்டு, ஏதோ சில புதிரான கணக்குகளுக்கு விடைகாண முயற்சி செய்தார். அப்பொழுது, அந்த விமான ஓட்டியிடமிருந்து ஒரு அறிவிப்பு கேட்டது. ''ஒரு வருத்தமான செய்தி. விமானத்தில் உள்ள 4 இன்ஜின்களில், ஒரு இன்ஜின் வேலை செய்யவில்லை. ஆகவே, விமானம் இறங்குவதற்கு, சிறிது காலதாமதம் ஆகலாம். நன்றி''. அடுத்து கொஞ்ச நேரத்தில், ''மன்னிக்கவும். இன்ஜின் 2ம், 3ம் வேலை செய்யவில்லை. ஆகவே விமானம் இறங்க இன்னும் சிறிது காலதாமதமாகும். சிரமத்துக்கு வருந்துகிறேன்''. இதைக் கேட்டதும், அந்த புகழ்பெற்ற

தத்துவவாதி, தன் பக்கத்தில் உள்ளவரிடம், ''ரொம்ப நல்லதாய் போய் விட்டது. இரவு முழுவதும் விமானத்திலேயே சுற்றிக் கொண்டு இருக்க லாம்!'' என்று சந்தோஷப்பட்டார்.

பொதுவாக, நீங்கள் ஒரு வழியைத் தேர்ந்து எடுத்து (அது முட்டாள் தனமாகவே இருந்தாலும்), அதைத் தீவிரமாக்கினால், அதில் சில நிகழ்ச்சிகள் உண்மையாகவே நேர வாய்ப்பிருக்கிறது. இப்படி, நீங்கள் மனிதனே, ஒரு பிரச்சனைதான், என்று கருதி செயல்பட்டால், அந்த ஆரம்பமே தவறாக இருந்தாலும், அந்த பிரச்சனை வளர்ந்து கொண்டே செல்லக்கூடிய சாத்தியம் அதிகம்தான். இப்படித் தான் பல யூகங்கள், பல கொள்கைகள், பல அனுமானங்கள் ஏற்பட்டு, மன நூலாகி விட்டது! இதை முதலில் திறந்து வைத்தவர் 'பிராய்டு' (FREUD) தான்! இது, உலகம் முழுவதும் பரவி இந்த நூற்றாண்டை நிறைத்து விட்டது!

இந்த விஷயத்தைப் பற்றி, கீழை நாட்டின் அபிப்பிராயத்தைப் பார்ப்போம். முதலில் அது, எந்த பிரச்சினையையும் பெரிய விஷயமில்லை என்கிறது! இந்த அணுகு முறையால், பிரச்சினை என்பது 100 க்கு 99 சதம் இறந்துவிட்டது என்றே சொல்லலாம்! அடுத்து அது என்ன சொல்கிறது? பிரச்சினை என்பது எப்பொழுது ஏற்படுகிறது? நீங்கள் அதோடு சம்மந்தப் பட்டால்தான். அதோடு உறவு வைத்துக் கொண்டால்தான். இல்லா விட்டால், அந்த பிரச்சினை தனித்து இயங்க முடியாது. நீங்கள்தான், அதற்கு உயிர் கொடுக்கிறீர்கள், சக்தியை அளிக்கிறீர்கள். அதை தீர்க்கக் கூடிய மருந்து, இங்குதான் இருக்கிறது.

உதாரணமாக, நீங்கள் ஒரு முன்கோபி என்று வைத்துக் கொள் வோம். நீங்கள் அதிலிருந்து விடுபடுவதற்காக, ஒரு மேற்கத்திய மனநல வைத்தியரிடம் சென்றால் அவர், ''நீங்கள் உங்கள் பழைய வாழ்க்கைக்குச் செல்லுங்கள். அந்த கோபம் எப்பொழுது, எங்கிருந்து ஆரம்பிக்கிறது என்று கண்டுகொள்ளுங்கள். பிறகு உங்கள் மூளையில் பதிந்த பதிவை கழுவி அகற்றலாம்'' என்பார். ஆனால், ஒரு கீழை நாட்டு ஞானியிடம் சென்றால் அவர், ''நீ கோபமாக இருக்கிறாய் என்று நீ நினைக்கிறாய். அந்த நினைப்பு எப்படி உன்னிடம் ஏற்படுகிறது. நீ அதனுடன் சம்மந்தப்பட்ட தால்தானே, அந்த நினைப்பு வருகிறது. அந்த இடத்தில்தான், நீ தவறு செய்கிறாய். அடுத்தத் தடவை, உன்னிடம் கோபம் ஏற்பட்டால், அதை வெறுமனே, உனக்கும் அதற்கும் சம்மந்தமில்லை என்று நினைத்து, அதை

ஒரு சாட்சியாக நின்றுபார். 'நான் கோபமாக இருக்கிறேன்' என்று மீண்டும் மீண்டும் சொல்லாதே. ஒரு டி.வி. (T.V.) திரையில் எப்படி ஒரு படம் ஓடுகிறதோ, அதைப் போல அந்தக் கோபம் உன்னிடம் நிகழ்கிறது என்று நினைத்து, அதை வெறுமனே பார். டி.வி, தன்னை அந்தப் படத்தோடு சம்மந்தப்படுத்திக் கொள்வது இல்லையே? ஆகவே, யாரையோ பார்ப்பது போல, அந்த கோபத்தைப் பார்'' என்பார்.

நீங்கள் வெறும் பிரக்ஞை உணர்வாக இருக்கிறீர்கள். அது, இந்த பரந்த ஆகாயத்துக்குச் சமம். அதில் கோபம் என்ற மேகம் உண்டாகும் பொழுது, அதை வெறுமனே, எச்சரிக்கை உணர்வோடு, கவனமாகப் பார்க்கவும். எச்சரிக்கை எதற்காகவென்றால், நீங்கள் அதனுடன் சம்மந்தப் படக் கூடாது என்பதற்காகத் தான். அங்கு தான் பல பேர்கள் தவறி விடுகி றார்கள். அதில் எப்படி சம்மந்தப்படாமல் இருப்பது என்பதை கற்றுக கொண்டால், நீங்கள் அந்த ரகசிய சாவியை அறிந்தவர்களாகிறீர்கள். இந்த சாவி, உங்களுடைய எல்லா உணர்வுகளுக்கும் பொருந்தும். உங்கள் மனத்தில் ஏற்படும், பால் உணர்வு, பேராசை, அகங்காரம், ... இப்படி சகல உணர்வுகளுக்கும், இந்த ஒரு சாவி போதும். ஆகவே, இந்த உணர்வு களோடு, எப்படி சம்மந்தப்படாமல் இருப்பது என்பதை கற்றுக் கொள்ளுங் கள். இதைத்தான் குருட்ஜீவ் (Gurdjieff), 'தன்னையே ஞாபகப்படுத்திக் கொள்ளல்' (Self Remembering) என்று அழைக்கிறார்.

நீங்கள் ஒரு 'சாட்சி' என்பதை எப்பொழுதும் ஞாபகத்தில் வைத்துக் கொள்ளுங்கள். இதையே தான், புத்தர், ''அந்த மேகத்தை வெறுமனே கவனியுங்கள். அந்த மேகம், உங்களது இறந்த காலத்திலிருந்து வரலாம். அதைப் பற்றிக் கவலைப்பட வேண்டாம். அது வருவதையும், செல்வதையும் வெறுமனே பார்த்துக் கொண்டிருங்கள். அது, ஏன் வருகிறது, எங்கிருந்து வருகிறது, எங்கே போகிறது என்ற ஆராய்ச்சி யெல்லாம் வேண்டாம்'' என்கிறார்.

உங்களுக்கும், அதற்கும் உள்ள பாலத்தை இப்பொழுது தகர்த்து எறியுங்கள். அது போதும். அந்தக் கோபம் உங்களை விட்டு அகலுவதை உணர்வீர்கள்.

இந்தக் கேள்வியைக் கேட்ட ஜயானந்தாவுக்கு, ஒன்று சொல்ல ஆசைப்படுகிறேன். நீங்கள் கட்டுப்பாடு மிகுந்த கத்தோலிக்கக் குடும்பத்தி

லிருந்து வந்ததாகக் கூறினீர்கள். முதலில், இப்பொழுதே 'நான் ஒரு கத்தோலிக்கன் இல்லை' என்று தைரியமாகச் சொல்லி, அதிலிருந்து விடுதலையடையுங்கள். திரும்பிப் பார்த்து, உங்கள் பெற்றோர்கள் சொன்ன தையும், பாதிரியார் போதித்ததையும், உங்கள் சமூகம் திணித்ததையும், ஆராய்ச்சி செய்ய வேண்டாம். இது வீண் வேலை. உங்கள் சக்திதான் வீணாகும். அந்த பழைய கால கொள்கை, கோட்பாடுகள், உங்களுடைய இந்த நிகழ்காலத்தில் புகுவதைத் தவிர்க்கவும். அவைகளை, பாம்பு தன் மேல் தோலை உரிப்பது போல, உரித்து வெளியே எறியுங்கள்.

ஏனெனில், இந்தத் திணிப்புகள் அனைத்தும் உங்கள் மனம் மற்றும் உடல் சம்மந்தப்பட்டது. உங்களுடைய பிரக்ஞை நிலையை (Consciousness), அவைகளால் ஒன்றும் செய்ய முடியாது. அது எப்பொழுதும் சுத்த ஆகாயமாகவே இருக்கும். அதனுடைய ஆதாரமே சுதந்திரம் தான். அது தான் உண்மையான 'நீங்கள்' இப்படி இந்தக் கேள்வியை, நீங்கள் கேட்ப தும், அந்த விடுதலைத் தன்மையிலிருந்துதான்!

"இப்படி சுமார் 20 வருட காலமாக, கத்தோலிக்கச் சூழ்நிலையில், பல கொள்கை, கோட்பாடுகள் என்மேல் திணிக்கப்பட்டன" என்று கூறுகிறீர்கள். சரி, இப்பொழுது அதைக் கூறுபவர், உங்களிடம் யார்? நீங்கள் உண்மையிலேயே, ஒரு கத்தோலிக்கனாக மாறி இருந்தால், உங்கள் மனமும், உடலும் அதனுடன் ஐக்கியப்பட்டு இருந்தால், இந்தக் கேள்விக்கே இடமில்லையே? ஆகவே, ஏதோ ஒன்று உங்கள் உள்ளே சாட்சியாக இருந்து கொண்டு, இந்த கொள்கைத் திணிப்புகள் சரியில்லை என்று கூறுகிறது. அது உங்களுடைய இன்னொரு மனத்தின் மூலமாக அறிவிக் கிறது. ஒன்றை நன்றாகப் புரிந்து கொள்ளுங்கள். ஒரு பைத்தியக்காரன், தன்னை ஒரு பைத்தியம் என்று ஒத்துக்கொள்ள மாட்டான். சுய சிந்தனை உள்ளவன் தான், தான் ஒரு சில விஷயங்களில், பழக்கத்தின் தொடர்ச்சி யாக, ஒரு பைத்தியமாக இருப்பதை ஒத்துக் கொள்வான்.

ஆகவே, அந்த பழைய கொள்கைத் திணிப்புகளை உங்களால் இனிமேல் அகற்ற முடியாது. அது உங்கள் மூளையில், உங்கள் உடல் திசுக் களில் அழுத்தமாகப் பதிவாகி விட்டது. ஆனால் நீங்கள் ஒரு சாட்சியாக இருந்து கொண்டு, விடுதலையடைந்து அதற்கும், உங்களுக்கும் எந்த சம்மந்தமும் இல்லை என்று நீங்கள் அவைகளைப் பார்க்கலாம். ஆனால், இது ஆரம்பத்தில் கஷ்டமாகத்தான் இருக்கும். ஏனெனில், நீங்கள் உங்கள்

உடலோடும், மனத்தோடும் மிக நெருக்கமாகவே இதுவரை இருந்து வந்திருக்கிறீர் கள். அதிலிருந்து விடுபட்டு, சம்மந்தமே இல்லாதது போல், ஒரு சாட்சியாக நின்று பார்ப்பது என்பது உடனே நடக்கக்கூடிய காரியம் இல்லை. அதற்கு உங்களுக்குத் தியானப் பயிற்சி அவசியம். நீங்கள் உங்கள் உள்ளே மிக ஆழமாகச் சென்று, உங்கள் மனத்தை நேரடியாகச் சந்திக்க வேண்டும். மனம் உங்கள் வசப்பட்டால், உடல் தானாகவே உங்கள் வசமாகி விடும்.

நீங்கள் வெள்ளை நிறத்தில் இருக்கிறீர்கள். இந்த வெள்ளை நிறத்தை மாற்ற வேண்டும் என்று நான் கூறவில்லை. அது நடக்காத காரியம். ஆனால், அதோடு சம்மந்தப் படாமல் இருக்க உங்களால் முடியும். கருப்பு தோல் உள்ளவர்களெல்லாம் மட்டம் என்று எண்ணுவதை உங்களால் விடமுடியும். கிழக்கத்திய மதத்தன்மையின் சாரத்தை, ஒரே வரியில் சொல்லிவிடலாம். அதுதான், 'சாட்சியாக இருந்து பார்த்தல்' **(Witnessing)** என்பது. அதைப் போல, மேற்கத்திய முறையை, 'பிரித்து ஆராய்தல்' **(Analysing)** என்று ஒரே வரியில் சொல்லிவிடலாம். சாட்சியாக இருந்து பார்த்தலில், நீங்கள் அந்த 'ஐக்கியம்' **(Identify)** என்ற வட்டத்திலிருந்து வெளியே வந்துவிடலாம். ஆனால், பிரித்து ஆராய்தல் என்பதில், நீங்கள் அந்த வட்டத்துக்குள்ளேயே சுற்றி, சுற்றி வருகிறீர்கள்.

நீங்கள் ஒன்றை பிரித்து ஆராயும்பொழுத, உங்களுக்குக் குழப்பம் தான் ஏற்படும். உதாரணமாக, நீங்கள் ஒருவனது இறந்த காலத்திற்குள் செல்கிறீர்கள். அதன் முடிவு எங்கே என்று காண முடியும்? அதைப்போல அவனுடைய பால் உணர்வு, எங்கே ஆரம்பிக்கிறது என்று சொல்ல முடியும்? அது சுமார் 14 வயதில் வெளியே தெரிய ஆரம்பிக்கும். ஆனால், அதன் ஆரம்பம் எந்த வயதில் ஏற்பட்டிருக்க வேண்டும்? நீங்கள் எப்பொழுது உண்டானீர்கள்? ஒரு தாயின் கர்ப்பப்பையில் என்று சொல்வீர்கள். அது சரியில்லை. அதற்குமுன், நீங்கள் உங்களது தாயாரின் பாதியாக, உங்கள் தகப்பனாரின் பாதியாக இருந்திருக்கிறீர்கள். இப்படி இன்னும் பின்னோக்கிச் செல்லுங்கள். எங்கே சென்று முடிவீர்கள்? ஒரு சமயம், ஆதாம், ஏவாளிடம் சென்று அடையலாம்! அதுவும் ஒரு முடிவு ஆகாது! அவர்களை உண்டாக்கிய கடவுள் அல்லது கடவுள் தன்மையிடம் போய்ச் சேருவீர்கள்! இது தேவைதானா?

ஆகவே, பிரித்து ஆராய்தலினால், நீங்கள் ஓரளவு உள்ளே செல்ல

ஓஷோ

லாம். ஆனால், ஒருக்காலும் முடிவை எட்ட முடியாது. அது எப்பொழுதும் பாதியாகவே இருக்கும். அது ஓரளவு, சூழ்நிலைக்கு ஏற்ப உங்களை சமாதானப்படுத்தும். அந்தப் பிரச்சினையை ஓரளவு புரிந்துகொள்ள அது உதவி செய்யலாம். அது உங்களை, இந்த சமூகத்தோடு ஒத்துப்போக உதவி செய்யலாம். ஆனால், நீங்கள் நீங்களாகத்தான் இருப்பீர்கள். அடிப்படையாக, உங்களிடம் எந்த மாற்றமும் ஏற்படாது. ஆனால், சாட்சியாக நின்று பார்க்கும்பொழுது, உங்கள் உள்ளே ஒரு புரட்சி ஏற்படுகிறது. அது, அந்த அடிப்படையைப் போய் தாக்குகிறது. ஒரு புதிய மனிதன் உங்களிடம் பிறக்கிறான். ஏனெனில், உங்களுடைய பிரக்ஞை உணர்வை, சமூகக் கட்டுப்பாட்டிலிருந்து வெளியே எடுக்கிறீர்கள். அப்பொழுது, அது உங்கள் உடலிலிருந்தும், மனத்திலிருந்தும் விடுதலையடைகிறது. இந்த சுத்த பிரக்ஞைத் தன்மை என்பது புதுமையானது, கலப்படமில்லாதது, வெகுளித்தனம் நிரம்பியது, பேரானந்தமயமானது.

இதைத்தான் சாரஹா, அந்த அரசனிடம் மீண்டும், மீண்டும் வலியுறுத்திச் சொல்கிறார். நம்முடைய நோக்கம், அந்த ஆகாயத்தைப் பற்றியது. ஆனால், மேற்கத்திய உளநூலின் நோக்கம், அதில் படரும் மேகத்தைப் பற்றியது. இந்த மேகத்திற்கு ஆரம்பம் என்று உண்டு. ஆனால் அதன் ஆரம்பமும், முடிவும் ஒரு வட்டத்தில் இயங்கிக் கொண்டே இருக்கிறது. அதன் ஆரம்பம் கடல்தான். பிறது சூரிய ஒளியால், ஆவியாகி மேகமாகிறது. பிறகு அது மழையாகி, கடலுக்கு வருகிறது. இப்படி ஒரு வட்டத்தில் மாறி மாறி நிகழுகிறது. அது ஒரு சக்கரம் தான். இதிலிருந்து எப்படி விடுபடுவது? ஒருக்காலும் நடக்காது.

ஆனால், இந்தப் பரந்த ஆகாயத்துக்கு ஆரம்பம் என்று ஒன்று இல்லை. அது யாராலேயும் உண்டாக்கப்பட்டது இல்லை. இது அழிவில்லாதது. உண்மையில் இந்த பிரபஞ்சம் அனைத்தும் அதிலிருந்துதான் உண்டாயின. கிருஸ்துவமத போதகர்களிடம் கேளுங்கள். அவர்கள், ''இந்த உலகம் கடவுளால் படைக்கப்பட்டது'' என்பார்கள். அவர்களிடம் மீண்டும் கேளுங்கள், ''இந்த உலகத்தைப் படைப்பதற்கு முன், இந்த பரந்த ஆகாயம் இருந்ததா, இல்லையா'' என்று. அப்படி ஒன்று இல்லையென்றால், வேறு எங்கே கடவுள் தங்கி இருக்க முடியும்? கடவுளுக்கு முன்பு, அவர் தங்கக்கூடிய இடம் ஒன்று இருந்திருக்க வேண்டும். அது எங்கே? விடை கிடையாது.

ஒரு புயலின் வெளித்தன்மையை அலசுவதாக, மேற்கத்திய உளநூல் இருக்கிறது. அப்படிச் செய்வதால், என்ன முடிவுக்கு வரமுடியும்? அந்த புயலின் அமைதியான மையத் தன்மையை அணுகவேண்டும் என்று கிழக்கத்திய ஆன்மீகவாதிகள் சொல்கிறார்கள். இதற்கு ஒரே வழி சாட்சியாக இருந்து பார்த்தல் தான். உங்களுடைய கட்டுப்பாட்டை, கொள்கை திணிப்புகளை, இந்த சாட்சித்தன்மை, எதுவும் செய்யாது. அது உங்களுக்கு ஒரு பற்றற்ற அனுபவத்தைக் கொடுக்கிறது. அந்த அனுபவத்தின் மூலம், நீங்கள் அந்தக் கட்டுப்பாடுகளிலிருந்து விடுதலை அடைந்து, மேலே செல்லலாம். அப்படிக் கடந்த பிறகு, அந்தக் கட்டுப்பாடுகள் தன் வலிமையை இழந்து விடுகின்றன. அதன் பிறகு, உங்களுக்கு எந்தப் பிரச்சினையும் இருக்காது.

இப்படித்தான் ஒரு புத்தரிடம் நிகழுகிறது. நீங்களும் ஞாபக சக்தியை உபயோகிக்கிறீர்கள். புத்தரும் ஞாபக சக்தியை உபயோகிக்கிறார். நீங்கள் அதனுடன் மிகவும் சம்மந்தப்படுத்திக் கொள்கிறீர்கள். ஆனால், அவர்கள் அப்படிச் செய்வது இல்லை. அவர்கள் தன் ஞாபக சக்தியை, ஒரு கருவியாகவே (Mechanism) பயன்படுத்துகிறார்கள். உதாரணமாக, என்னையே எடுத்துக் கொள்ளுங்கள்: நான் மொழியைப் பயன்படுத்துகிறேன். அப்பொழுது என் மனத்தில் முன்பு பதிவான பல செய்திகளை வெளியிடுகிறேன். ஆனால், உங்களைப் போல தொடர்ந்து, அந்த மனத்தோடு சம்மந்தப்பட்டு, ஐக்கியமாகி இருப்பதில்லை. நான் மனம் இல்லை என்ற பிரக்ஞை உணர்வு என்னிடம் எப்பொழுதும் இருக்கிறது. நான் ஒரு யஜமானனாக இருக்கிறேன். என் மனம் எனக்கு ஒரு வேலைக்காரனாக இருக்கிறது. தேவையான பொழுது, அந்த வேலைக்காரனைக் கூப்பிட்டுக் கொள்கிறேன். தேவையில்லாத பொழுது, அவனை ஒதுக்கி வைத்துக் கொள்கிறேன். ஆனால், அவனை, நான் ஒருக்காலும் என்னை அதிகாரம் செய்ய அனுமதிக்க மாட்டேன்.

ஆகவே, பிரச்சினை என்று நீங்கள் சொல்வது சரிதான். அது விதை வடிவில் உங்கள் மனம் உடல் அமைப்பில் இருக்கத்தான் செய்யும். நாற்பது வருட கத்தோலிக்கக் கட்டுப்பாட்டை, எப்படி ஒழிக்க முடியும்? ஆனால், அதிலிருந்து விழிப்புணர்வால், மெல்ல அகன்றுவிடலாம். அப்பொழுதுதான், நீங்கள் அதனுடன் எவ்வளவு ஐக்கியமாகி இருந்தீர்கள் என்பது புரியும். நீங்கள் தனியாக இருக்கும்பொழுது, அந்தப் பிரச்சனையை மேலே கொண்டு வர விரும்பினால், அவைகளைக் கொண்டு

ஓஷோ

வரலாம். துன்பமற்ற நிலையில், துன்பத்தை விரும்பினால், அவைகளை மேலே கொண்டு வரலாம்! இப்பொழுது அது உங்கள் விருப்பத்திலே இருக்கிறது. ஆனால், அது தேவையில்லாத வேலை.

ஆகவே, இந்தப் பிரச்சனைகளிலிருந்து மீள, வருங்கால மக்கள், மேற் சொல்லிய இரண்டு வழிகளில் எதை வேண்டுமானாலும் கையாள லாம். ஆனால், நான் இரண்டையுமே கையாளுகிறேன். மேற்கே இருந்து வருபவர்களிடம், மேற்கத்திய பிரித்துப் பார்க்கும் முறையை முதலில் கையாளுகிறேன். அவர்களை ஒரு குழுவாக்குகிறேன். அந்தக் குழுவில், அவர்கள் ஆரம்பத்தில் அந்த வேலையைத் தான் செய்கிறார்கள். அதை ஆரம்ப முறையாகக் கையாளுகிறேன். அது அவர்களுக்கு சுலபமாக இருக் கிறது. பிறகு கொஞ்சம் கொஞ்சமாக, என்னுடைய முறைக்கு மாற்றுகிறேன். அதாவது வெளியேற்றும் தியானத்தை (Cathartic Meditatioins) அறிமுகப்படுத்துகிறேன். பின்பு, ஞானத்தன்மையை நோக்கிச் செல்லும், மிக அமைதியான 'விபாசனா' (Vipasana) வை அறிமுகப்படுத்து கிறேன். விபாசானா தியானம், சாட்சித்தன்மையைத் தவிர வேறல்ல. அப்பொழுது, நீங்கள் மேற்கிலிருந்து முழுமையாக, கிழக்கிற்கு வந்துவிடுகிறீர்கள்.

மூன்றாவது கேள்வி:

"அன்புள்ள ஓஷோ, இந்த நல்லதும், கெட்டதும் கலந்தி ருக்கும் அதே விகிதத்தில் தான், உங்களுடைய செயல்களும், இந்த உலகத்தில் ஏற்படுத்துமா?"

என்னுடைய செயல்கள் என்று எதைக் குறிப்பிடுகிறீர்கள்? நான் வெறுமனே பேசுவதைத் தவிர, வேறு என்ன செயல் செய்துகொண்டு இருக்கிறேன்? அதிலும்கூட, என்னையே மறுத்துக் கூறும் வண்ணம், நான் மாறுபட்டு சொல்லிக் கொண்டு வருகிறேன்! நீங்கள், என் பேச்சைக் கொண்டு எந்த முடிவும் எடுக்கக்கூடாது என்பதில் நான் மிகவும் ஜாக்கிரதை யாகவே இருக்கிறேன். ஏனெனில், உங்கள் மனம், மிகவும் தந்திரசாலி. அது முடிவில், தன்னையே காலி செய்து கொள்ள வேண்டும் என்பதிலேயே நான் குறியாக இருக்கிறேன். நான், ஒன்றை கூட்டுங்கள் (Plus One) என்று சொன்ன பிறகு, அடுத்து ஒன்றை கழியுங்கள் (Minus One) என்றும் சொல்லிவிடுகிறேன். முடிவு, பூஜ்யம்தான்!

நான் செயல் எதுவும் செய்வதில்லை. நான் ஒரு செயலற்றவன்!

நான் செய்யும் ஒரே காரியம், இந்த பேசுதல்தான். அதையே நான் மறுத்துக் கொண்டிருப்பதால், அது நன்மையும் செய்யாது, கெடுதலும் செய்யாது. நீங்கள் என்னுடைய செயலற்ற தன்மையைச் சரியாகப் புரிந்து கொண்டால், நீங்கள் அந்த முழு பிரக்ஞை நிலையை அறிந்தவர் ஆவீர்கள். அந்த நிலை என்பது செயல் அல்ல, 'இருத்தல்', 'வாழுதல்' (Being) என்பதாகும். அப்படி அதில் செயல் என்று ஏதும் ஏற்பட்டால், அது மிகவும் வெகுளித்தன மான விளையாட்டாகவே இருக்கும்! ஏன், என்னுடைய பேச்சே, ஒரு விளையாட்டுதான். என்னைப்பற்றி, எந்தக் கொள்கையையும், நீங்கள் உருவாக்கிக் கொள்ளக்கூடாது என்பதில், நான் முழு முயற்சியாக இருக்கிறேன்.

ஒரு கிருஸ்துவ சங்கத்தினர், என்னைக் காண, ஒரு சமயம் வந்திருந்தனர். அப்பொழுது அவர்கள், ''நீங்கள் எவ்வளவோ விஷயங் களைப் பற்றிப் பேசுகிறீர்கள். ஆனால், இப்பொழுது எங்களுக்கு, உங்கள் முடிவான கொள்கையைப் பற்றி, பைபிள் மாதிரி ஒரு சிறிய புத்தகம் தேவை' என்றார்கள்.

அதற்கு நான், ''அது மிகவும் கஷ்டம். யாராவது என்னை சுருக்க முற்பட்டால், அவர்களுக்கு பைத்தியம் கூடப் பிடிக்கலாம்! ஏனெனில், அவனுக்கு என்னிடமிருந்து எதை விடுவது, எதை எடுப்பது என்று புரியாமல் குழம்பிப் போய்விடுவான்!

நான் இந்த உலகத்தை விட்டுச் சென்ற பிறகு, பல பேர்கள் என்னை வைத்து Ph.D பட்டம் வாங்க முயற்சி செய்வார்கள். அவர்களில் பல பேர்கள் பைத்தியமானால், ஆச்சரியப்படுவதற்கில்லை! ஏனெனில், நான் சொல்ல வேண்டிய அனைத்தையும் சொல்லி விட்டேன். மறுக்க வேண்டிய அனைத்தையும் மறுத்துவிட்டேன்! ஆகவே அவர்களால் எந்த முடிவுக்கு வரமுடியும்?

நான்காவது கேள்வி:

''அன்புள்ள ஓஷோ, ஒரு நம்பிக்கையற்ற கேள்வியை கேட்கப் போகிறேன். அகங்காரத்திற்கு (Ego) எதிராக, ஏன் இவ்வளவு பேசுகிறீர்கள்? கடவுளின் வெளிப்பாடுகளில் இதுவும் ஒன்று என்று ஏன் நினைக்கக்கூடாது? இதுவும், இந்த பிரபஞ்ச உயிர்த்தன்மையின் ஓர் விளையாட்டு என்று ஏன் எடுத்துக் கொள்ளக்கூடாது?''

நீங்கள் அதை அப்படிப் புரிந்துகொண்டால், அகங்காரத்தைப் பற்றி எந்தப் பிரச்சினையும் இருக்காது. நான் அகங்காரத்தன்மைக்கு எதிராகப் பேசுவதன் நோக்கமே, இதுதான். அது நிகழ்ந்தால், உங்களிடம் கடவுள் தன்மை தான் இருக்கும். அகங்காரம் ஒரு போதும் இருக்காது. அதுவும் கடவுளின் ஓர் விளையாட்டு, என்று ஆழ்ந்து புரிந்து கொண்டால், உங்களுக்கு எந்தப் பிரச்சினையும் இல்லை. அதன் பிறகு, நீங்கள் எதையும் விடவேண்டியது இல்லை. ஏனெனில், விடுவதற்கு உங்களிடம் ஏதும் இருக்காது. நீங்கள் அந்த அகங்காரத்தில் இப்பொழுது இல்லை. கடவுள் தன்மையின் அர்த்தமே இதுதான். அதாவது நல்லதும், கெட்டதும் அதைச் சார்ந்தது என்ற எண்ணமே.

ஆனால், மிகவும் ஜாக்கிரதையாக இருங்கள். ஏனெனில், உங்கள் மனம் உங்களையே ஏமாற்றும். அவ்வளவு தந்திரபுத்தி உள்ளது. கடவுளின் பெயரால், அது, தன் அகங்காரத்தை, தன்னிடமே வைத்துக்கொள்ள முடியும்.

அகங்காரம் என்பது எங்கே இருக்கிறது? அதன் அர்த்தம் என்ன? அதன் அடிப்படை அர்த்தம் என்னவென்றால், ''நான் ஒரு தனி ஆள். எனக்கும், இந்த பிரபஞ்ச மாறுதலுக்கும் சம்மந்தம் இல்லை. எனக்கு என்று தனியாக கொள்கை, கோட்பாடு உள்ளது. நான் இந்த ஆற்றோடு இயைந்து செல்ல மாட்டேன். எதிர்த்துத்தான் செல்வேன். இந்த பிரபஞ்ச உயிர்த் தன்மையைப் பற்றி எனக்கு அக்கறை இல்லை. என்னுடைய கொள்கையில் நான் உறுதியாக இருப்பேன். அதை எப்படியும் அடைந்தே தீருவேன்'' என்பதே. இதை விட முட்டாள்தனம், வேறு என்ன இருக்கிறது?

ஆகவேதான், எல்லா ஞானிகளும், ''முதலில் உங்கள் அகங் காரத்தை வெளியேற்றுங்கள்'' என்கிறார்கள். நீங்கள் தனிமையாக, ஒரு தனித் தீவாக, இந்த பிரபஞ்சக் கூட்டுத்தன்மையில், ஒருக்காலும் இருக்க முடியாது. ஆற்றை எதிர்த்து நீந்தாதீர்கள். உங்களால் ஒருக்காலும் ஜெயிக்க முடியாது. அப்படி அதனுடன் இயைந்து சென்றால், முடிவில், உங்களுக்கு அமைதியும், ஆனந்தமும் ஏற்படும்.

நீங்கள் கேட்கிறீர்கள், ''அகங்காரத்தையும், கடவுள்தன்மையின் வெளிப்பாடு என்று ஏன் எடுத்துக் கொள்ளக்கூடாது'' என்று. அந்த அளவுக்கு, நீங்கள் அதைப் புரிந்து கொண்டால், நீங்கள் அதை விட

வேண்டிய அவசியமே இல்லை. ஆனால், மீண்டும் சொல்கிறேன். உங்கள் மனத்திடம் ஜாக்கிரதையாகவே இருங்கள். அது மிகவும் தந்திரமானது.

ஒரு உவமானக் கதை.

ஒரு குரங்கும், ஒரு கழுதைப் புலியும், காட்டில் சென்று கொண்டு இருக்கும்பொழுது, கழுதைப்புலி, ''ஒவ்வொரு சமயமும், நான் அந்த புதருக்குப் பக்கத்தில் செல்லும்பொழுது, ஒரு சிங்கம் என்மேல் பாய்ந்து என்னைத் தாக்குகிறது. ஏன் என்று புரியவில்லை'' என்றது. அதற்கு குரங்கு, ''கவலைப்படாதே. நான் இந்தத் தடவை உன்னைக் காப்பாற்றுகிறேன்'' என்றது.

அப்படி இருவரும் அந்த புதருக்குப் பக்கத்தில் செல்லும்பொழுது, அந்த சிங்கம் அந்த கழுதைப் புலியைத் தாக்க ஆரம்பித்தது. இதைக் கண்டதும், குரங்கு மரத்தின் மேல் ஏறி உட்கார்ந்து கொண்டு அந்த காட்சியைப் பார்த்துக் கொண்டு இருந்தது. பிறகு, சிங்கம் சென்ற பிறகு, அந்தக் கழுதைப்புலி, பலத்த காயத்துடன் மெல்ல எழுந்து, அந்தக் குரங்கிடம், ''என்னை காப்பாற்றுவேன் என்று சொன்னாயே, ஒன்றும் உதவி செய்ய வில்லையே?'' என்றது. அதற்கு குரங்கு, ''நீ, அப்பொழுது மிக உரத்துச் சிரித்தாய். ஆகவே, நீ ஜெயித்துக் கொண்டு இருக்கிறாய் என்று நினைத்தேன்'' என்றது!

ஆகவே, உங்கள் அகங்காரத்திடம் மிக ஜாக்கிரதையாக இருங்கள். அது தன்னைப் பாதுகாத்துக் கொள்ள பல வழிகளைத் தேடும். அது பகுத்தறிவோடு வாதாடும். அதன் அடிப்படையே பகுத்தறிவு வாதம் தான்.

ஐந்தாவது கேள்வி:

''அன்புள்ள ஓஷோ, நான் அந்தப் பேரானந்த நிலையைப் பற்றிக் கவலைப்படுகிறேன். அந்தக் கவலையை நிறுத்துவதற்கு, நீங்கள் கீழ்க்கண்டவாறு சொன்னால், நான் நிம்மதி அடைவேன். அதாவது, ''அருப், எல்லாமே உன்னிடம் மிகச் சரியாகவே இருக்கிறது. ஒன்றும் கவலைப்படுவதற்கில்லை. உன் மனம் எதைச் சொன்னாலும், அது காலம் கடந்துவிட்டது என்று அதனிடம் சொல். நீ என் அரவணைப்பில், பாதுகாப்பாக இருக்கிறாய். இப்பொழுது முதல், நீ மேலும் மேலும் பேரானந்தமாக இருக்கப் போகிறாய்'' என்று.

நன்றி ஓஷோ, நான் நினைத்தபடியே, நீங்கள் சொல்லுவீர்கள் என்று எதிர்ப்பார்க்கிறேன். ஆனால், என் மனம் சிலசமயம் இன்னும் அலைபாய்ந்து கொண்டு தான் இருக்கிறது.''

''அரூப், எல்லாம் உன்னிடம் மிகச் சரியாகவே இருக்கிறது'' என்று நான் சொல்ல வேண்டும் என்று நீ எதிர்பார்க்கிறாய். இப்படி நான் சொல்வதால், எல்லாமே மிக அழகாக உன்னிடம் இருக்கிறது என்று நீ எதிர்பார்க்க முடியாது. அது உனக்கு ஒரு ஆறுதல் வேண்டுமானால் கொடுக் கலாம். ஆனால், நான் உங்களுக்கு ஆறுதல் சொல்வதற்காக, இங்கே உட்கார்ந்திருக்கவில்லை. ஒன்று, உங்களது உண்மை நிலையை நீங்கள் ஏற்றுக்கொள்ள வேண்டும். அல்லது அதைப்பற்றி கவலைப்படாமல் இருக்கவேண்டும். ஆறுதல் சொல்வதால், எந்தப் பயனும் இல்லை. சக்தி தான் வீண்.

''மிகவும் சரியாக இருக்கிறது'' என்ற வார்த்தை, இந்த உலகத் தைப் பொருத்தவரையில், சரியில்லை. ஆனால், சாட்சியாக இருத்தல் என்ற முழுமைதான் முழுமையாக, மிகச் சரியாக இருக்கிறது. அழகற்றது, அழகுள்ளது, மகிழ்ச்சி மற்றும் துன்பம், எதுவும் இந்த உலகத்தில் சரியாக, முழுமையாக இருக்கவில்லை. சாட்சியாக இருத்தல் ஒன்றைத்தவிர.

என்னுடைய முழு வேலையே, உங்களை எப்படி சாட்சியாக்கு வது என்பதுதான். நீங்கள் இந்த உலகத்தில், எல்லாமே அழகாக, சரியாக இருக்க வேண்டும் என்று எதிர்பார்க்கிறீர்கள். அப்படி சரியில்லாதபோது, ஆறுதலை எதிர்பார்க்கிறீர்கள். என்னிடம் வரும் பெரும்பான்மையான மக்கள், ஆறுதலைத் தேடித்தான் வருகிறார்கள்! ''எல்லாம் மிகவும் சரியாகவே இருக்கிறது'' என்று சொன்னால், அவர்களுக்கு அது ஒரு ஆறுதலாக இருக்கிறது. ஆனால், அந்த ஆறுதல் எத்தனை நாட்களுக்கு நீடிக்கும்? திரும்பவும் என்னிடம் வருகிறார்கள்! இப்படி நான் ஆறுதல் சொல்வதால், என்னுடைய நேரமும், வீண்: அவர்களுடைய நேரமும் வீண்.

உங்களுக்குத் தேவை, அடிப்படையான உள்ளம் மாறுதல் (Transformation). நான் ஆறுதல் சொல்வதால், நீங்கள் என்னை சார்ந்து இருக்கிறீர்கள். அதனால் எந்த பிரயோஜனமும் இல்லை. நீங்கள் உங்களுடைய சுதந்திரத்தில் இருக்க வேண்டும். நீங்கள் உங்கள் உயிர்த் தன்மையை மட்டும்தான் நம்பவேண்டும். உங்கள் மனத்தை அல்ல. நீங்கள் அதனுடன் எந்த நேரமும், திரும்பவும் சம்மந்தம் வைத்துக் கொள்ளலாம்.

அதனால் நீங்கள் அடையப் போவது என்ன? நீங்கள் கொஞ்சம் தடுமாறிக் கொண்டு இருக்கிறீர்கள்.

ஒரு நிகழ்ச்சி.

முல்லா நசுருதீன், கோர்ட்டில் இருக்கும்பொழுது, அவரது வக்கீல், ''நீதிபதி அவர்களே, இந்தக் குற்றத்திற்குப் பின்னால், வேறு யாரோ இருக்கிறார்கள். இவரை (முல்லாவை) ஒரு கருவியாகவே பயன்படுத்தி இருக்கிறார்கள்'' என்று வாதாடினார். அப்பொழுது முல்லா எழுந்து நின்று, ''எனக்கு புகழ்ச்சி பிடிக்காது. நான் அதை ஒத்துக்கொள்ள மாட்டேன்'' என்றார்.

இப்படி சொல்வது மூலம், அவர் அதை ஒத்துக்கொள்கிறார்! உங்கள் மனம், துன்பத்தை எதிர்நோக்க விரும்பவில்லை. ஆனால், அது நடக்காத காரியம். வாழ்வு என்பது இரண்டும் கலந்ததுதான். இந்த சந்நியாச நிலையில், நீங்கள் அதை இயல்பாக எடுத்துக் கொள்ள வேண்டும்.

என்னிடம் நீங்கள் ஆறுதல் வார்த்தைகளை எதிர்ப்பார்க்கிறீர் கள்.அதிலிருந்துஎன்ன தெரிகிறது? நீங்கள் திடமாக இல்லை என்பது புரிகிறது. என்னுடைய ஆறுதல் வார்த்தைகளால், உங்களால், கவலைப் படுவதை உண்மையாக எப்படி நிறுத்த முடியும்? அது அப்படி சுலபமான வேலையானால், இப்படி சொல்வதை என் முழு நேர வேலையாக்கிக் கொள்வேனே! நான் என்ன ஆறுதல் சொன்னாலும், உங்கள் மனம் அதிலும் புகுந்து, பல குற்றங் குறைகளைக் கண்டுபிடிக்கும். அது, அதன் போக்கில் தான் விமரிசனம் செய்யும். நீங்கள் என்னை முழுமையாக ஒத்துக்கொள்ள மாட்டீர்கள். ஆனால், இது இயல்புதான்.

நீங்கள் என்னோடு சிலசமயம் ஒத்துப் போகமாட்டீர்கள். சில சமயம் தடுமாறுவீர்கள். சிலசமயம், எல்லாவற்றையும் விட்டு விட்டு, உங்கள் பழைய வாழ்க்கைக்கே செல்ல முயலுவீர்கள். ஆனால், அதை யெல்லாம், நான் குற்றம் என்று சொல்ல மாட்டேன். அது இயற்கையானது தான். அப்படி நினைக்காவிட்டால் தான், உங்களிடம் ஏதோ கோளாறு இருக்கிறது என்று அர்த்தம்! ஆகவே, என்னுடைய ஆறுதல் வார்த்தை களுக்கு எந்தப் பயனும் முழுமையாக இருக்காது. அதை உங்கள் மனம் முழுமையாக நம்பாது. நம்பிக்கை என்பது உங்கள் உள்ளத்திலிருந்து, உங்கள் உயிர்த்தன்மையிலிருந்து வரவேண்டும்.

ஒஷோ

ஒரு சிறிய கதை.

ஒரு பாதிரியார், ஒரு ஊரில் பிரசங்கம் செய்துவிட்டு, தன் காரில் திரும்பிக் கொண்டிருந்தார். அப்பொழுது, மாலை கீதம் படிக்கவில்லையே என்ற ஞாபகம் வந்தது. உடனே காரை பக்கத்தில் நிறுத்தி, கார் விளக்கைப் போட்டுக் கொண்டு, தரையில் அமர்ந்து கொண்டு, பைபிளை எடுத்து வாசிக்க ஆரம்பித்தார். அப்பொழுது அந்த வழியாக ஒரு லாரி வந்தது. அந்த லாரி ஓட்டுநர், தன் லாரியை நிறுத்தி, அந்தப் பாதிரியாரிடம், "என்ன ஏதாவது கோளாறா? ஏதாவது உதவி வேண்டுமா?" என்று கேட்டான். அதற்கு அவர் "ஒன்றும் இல்லை. நன்றி" என்று சொன்னார். பிறகு அந்த லாரி ஓட்டுநர், தன் லாரியை நகர்த்திக் கொண்டே, "நீங்கள், இங்கு தனிமையாக ஏதோ ஒரு கெட்ட புத்தகம் படிக்கிறீர்கள் என்று நினைக்கிறேன்" என்று சொன்னான்!

அந்தச் சூழ்நிலையில், அந்த லாரி ஓட்டுநர் நினைத்தது சரியாக இருக்கலாம். அவனுடைய மன இயல்புபடி, அதை அவன் விமரிசனம் செய்தான். ஏனெனில், வீதியோரம், கார் வெளிச்சத்தில், பைபிளைப் படிக்க வேண்டிய அவசரம் என்ன?

ஆகவே, மனித மனம் எதையும் ஆராயவோ, விமர்சிக்கவோ தான் முயலும். நான் சொல்வதை, நீங்கள் ஒருக்காலும் முழுமையாகக் கேட்க மாட்டீர்கள். ஆனால் உங்களுடைய விமரிசனம் தான், உங்களுக்கு மிகவும் துல்லியமாக கேட்கும். ஆகவே, நடைமுறையில் எது உண்மையிலேயே சாத்தியம் என்பதை நினையுங்கள். நீங்கள் கவலைப்படுவதிலிருந்து விடுதலை அடைவதற்கு, நான் எதுவும் செய்ய முடியாது. என்னுடைய ஆறுதல் வார்த்தை எந்தப் பயனையும் விளைவிக்காது.

ஒரு சிறு நிகழ்ச்சி.

வேலை தேடி அலையும் மூன்று பேர்கள், ஓர் வீட்டின் கதவைத் தட்டினார்கள். அப்பொழுது அந்த வீட்டு சொந்தக்காரர் சமையல் செய்து கொண்டிருந்தார். அவர்களிடம், அவர் "இன்று இரவு நீங்கள் இங்கே தங்கிக் கொள்ளலாம். ஒன்றும் பிரச்சினை இல்லை. ஆனால், யார் இரவில் நல்ல கனவை காண்கிறார்களோ, அவர்களுக்கு மட்டும், காலையில் உணவு கொடுக்கப்படும்" என்றார்.

பிறகு மறுநாள் காலையில், ஒவ்வொருவரிடமும், அவர்களது கனவைப் பற்றிக் கேட்டார். முதல் ஆள், ''நான் ஒரு அரசனாக இருப்பது போல கனவு கண்டேன்'' என்றான். அடுத்த ஆள், ''அது ஒன்றும் பிரமாதம் இல்லை. நான் கடவுளாக இருப்பதாகவே கனவு கண்டேன்'' என்றான். மூன்றாவது ஆள், ''என்னுடைய கனவு மிகவும் சாதாரணமானதுதான். நான் இந்தப் பந்தயத்தில் ஜெயிப்பேன் என்று எனக்கு நம்பிக்கை இல்லை. நான் அந்த சூடான அரிசி சாதம், குளிர்ந்து போவது போல் கனவு கண் டேன். உடனே எழுந்திருந்து, கீழே சென்று அதை சாப்பிட்டு விட்டேன்!'' என்றான்.

நீங்கள் எதையும் நடைமுறை சாத்யமாக எண்ணுங்கள் என்று கூறுவதின் அர்த்தம் இதுதான். ஆகவே, அரூப், முதலில் என்னோடு சேர்ந்து கனவு காணுவதை நிறுத்தவும். அதனால் எந்தப் பிரயோஜனமும் இல்லை. அந்த அரிசி சாதம் குளிர்ந்து கொண்டு இருக்கிறது. உடனே சென்று, அதை சாப்பிட முயற்சி செய்யவும்!

அடுத்ததாக, ''நீ என் அரவணைப்பில் மிகவும் பாதுகாப்பாக இருக்கிறாய். இப்பொழுது முதல், நீ மேலும் மேலும் பேரானந்தமாக இருக்கப் போகிறாய்'' என்று நான் சொல்ல வேண்டும் என்று எதிர்பார்க் கிறாய். இது முக்கியமாக, உன்னுடைய ஆன்மீக வளர்ச்சியைத் தடைப் படுத்தும். நான் உங்களை, ஒரு அபாயகரமான ஒன்றும் புரியாத சூழ்நிலைக் குள் தள்ளுகிறேன். அதை ஒரு ஆன்மீகப் பள்ளம் என்று வைத்துக் கொள் ளுங்கள். அங்கு, எந்த பாதுகாப்பும் கிடையாது. நான் அந்தப் புரியாத உயிர்த்தன்மைக்குள் உங்களை செலுத்தவே ஆசைப்படுகிறேன். நான் உங்களைக் காப்பாற்ற இங்கே உட்கார்ந்திருக்கவில்லை. உங்கள் மனதை அழிக்கவே உட்கார்ந்திருக்கிறேன்! நீங்கள் என்னை உண்மையிலேயே புரிந்து கொண்டால், என்னுடைய அபாயகரமான தன்மையை நீங்கள் கண்டிப்பாக சந்திப்பீர்கள்! அப்படி இருக்கும் பொழுது, என்னிடம் என்ன பாதுகாப்பை எதிர்பார்க்கிறீர்கள்?

உங்களைத் திறந்தவெளியில் விட்டுவிடவே ஆசைப்படுகிறேன். அங்கு நீங்கள் சுதந்திர உணர்வையும், அதே சமயம், சில எதிர்பாராத நிகழ்ச்சிகளையும் சந்தித்தே ஆகவேண்டும். உயிர்த்தன்மை, தன் போக்கை எப்படி மாற்றிக் கொள்ளும் என்று யாராலேயும் தீர்மானிக்க முடியாது. அது உங்களுக்கு மரணத்தைக் கூடக் கொடுக்கலாம்! உண்மையாக வாழும்

ஒருவன், கணத்துக்கு கணம், இறப்பையும் எதிர்கொள்ளும் மனதைரியத்தையும் வளர்த்து கொள்ளவேண்டும்.

நீங்கள் ஞானத்தன்மையை அடைந்தால், நீங்கள் தைரியமாக இந்த உலகத்துக்குத் திரும்பி வரலாம். அதற்கு முன்பு திரும்பி வந்து, பாதுகாப்பு தேடினால், அது ஒருக்காலும் கிடைக்காது. அந்த ஞானத் தன்மையில், நீங்கள் இந்த உலகத்துக்குத் திரும்பி வரும்பொழுது, நீங்கள் எதையும் ஒதுக்கலாம், நீங்கள் துன்பத்தில் மீண்டும் பங்கு கொள்ளலாம். ஆனால், அவைகளால் நீங்கள் பாதிக்கப்பட மாட்டீர்கள்.

சந்நியாசம் என்றாலே, தைரியமாக ஒரு புதிய பாதையைத் தேர்ந்து எடுத்தல் என்பதாகும். அந்தப் புதிய பாதையில், நீங்கள் பல எதிர்பாராத அபாயகரமான நிகழ்ச்சிகளை சந்திக்கத்தான் வேண்டி வரும். ஆனால், அதன் முடிவு, பேரானந்த நிலைதான்!

''இப்பொழுது முதல், நீ மேலும் மேலும் பேரானந்தமாக இருக்கப் போகிறாய்'' என்று என்னைச் சொல்லச் சொல்கிறார்கள். நான் ஒன்றும் 'எமில் கோயி' (Emile Coue) இல்லை! இவரின் முறை என்ன தெரியுமா? 'உங்களையே நீங்கள் வசியப்படுத்திக் கொள்ளல்' (Self Hypnotize) என்பதாகும். அவர் தன் நோயாளிகளிடம், ''தூங்கப் போவதற்கு முன், தூங்கி காலையில் எழும்பொழுது, ஒவ்வொரு நாளும் தவறாமல், மிகவும் உறுதியாக, மிகவும் நம்பிக்கையாக, என் உடல்நலம் நன்றாகத் தேறிவிடும், நேற்றை விட, இன்று நன்றாக உள்ளது. நாளை, இதை விட மிக நன்றாக இருக்கும். இன்றை விட நாளை நான் மிகவும் சந்தோஷமாக இருப்பேன்''.... இப்படி சொல்லச் சொல்வார்.

ஆமாம். இப்படிச் சொன்னால், ஒரு சிறிது மாற்றம் உங்களிடம் ஏற்படலாம். அது சாத்தியமே. ஆனால், அது ஒரு தோற்றம் தான் (Illusion). உண்மை இல்லை. இதைப் போல, ஒரு தோற்றத்தை உங்களிடம், நான் ஏற்படுத்த வேண்டும் என்று விரும்புகிறீர்களா? என்னுடைய அணுகு முறையே, அப்படி உங்களை இந்த வசியப்படுத்துதலிலிருந்து மீட்பது என்பதுதான்! உங்களையே நீங்கள் வசியப்படுத்திக் கொண்டு, உங்களிடம் ஒரு மாயையை, ஒரு தோற்றத்தை உண்டு பண்ணிக் கொள்ள நான் அனுமதிக்க மாட்டேன். அந்த மாயையற்ற தன்மையில்தான், உண்மையான நிலையில்தான், ஞானத்தன்மை உங்களிடம் ஏற்படும்.

கடைசியில் அரூப், ''நன்றி ஓஷோ, நான் நினைத்தபடியே நீங்கள் சொல்வீர்கள் என்று எதிர்ப்பார்க்கிறேன். ஆனால், என் மனம் சிலசமயம் இன்னும் அலைபாய்ந்து கொண்டு இருக்கிறது'' என்கிறாய்.

''இந்தக் கேள்வி முடிவதற்குள், அவன் மனம் குறுக்கிடுவதைப் பாருங்கள்! ''நான் நம்புகிறேன், நான் எதிர்ப்பார்க்கிறேன்'' என்கிறான். இப்படித்தான் ஒவ்வொருவரும், தங்களையே ஏமாற்றிக் கொள்கிறார்கள்.''

''என் மனம், சிலசமயம் இன்னும் அலைபாய்ந்து கொண்டிருக்கிறது.'' இதை நான் தவறு என்று கூறவில்லை. இது இயல்புதான். இதை அப்படியே அனுமதியுங்கள். அதைத் தடுக்காதீர்கள். அப்படித் தடுத்தால், உங்கள் மனம், வேறு ஒரு முறையில், உங்களை ஏமாற்றும். அதை அப்படியே ஒரு சாட்சியாக இருந்து கவனியுங்கள். அந்த சாட்சித் தன்மை முழுமை அடைய அடைய, உங்களுடைய பேரானந்த நிலையும் மெல்ல மெல்ல முழுமை அடையும். இங்கு, உங்கள் மனம் அலைபாய்தல் என்பதை விட, நீங்கள் அதை சாட்சியாக நின்று பார்ப்பதுதான் முக்கியம். அப்பொழுது, அந்த அலைபாய்தல் கூட தானே நின்றுவிடும். அப்பொழுது நீங்கள் உங்கள் உயிர்மையத்தை நோக்கி வந்து விடுவீர்கள். அங்கு இறப்பு என்பது இல்லை. அங்கு வாழ்வு முழுமையாக இயங்கும். சாரஹா அருந்தும் அமிர்தத்தை. அங்கே, நீங்களும் பருகலாம்.

ஆறாவது கேள்வி:

''அன்புள்ள ஓஷோ, உண்மையைப் பார்ப்பதிலிருந்து, எது என் கண்களை மறைத்துக் கொண்டு இருக்கிறது? நான் எதைச் செய்யவேண்டும், எதைச் செய்யக்கூடாது என்பது பற்றி, எனக்கு சரியாகத் தெரியவில்லையே? நான் எப்பொழுது அந்த அமைதியின் ஓசையைக் கேட்பேன்?''

''உண்மையைப் பார்ப்பதிலிருந்து, எது என் கண்களை மறைத்துக் கொண்டிருக்கிறது என்று கேட்கிறீர்கள். அந்த உண்மையைப் பார்க்கும் ஆவல்தான், அதை மறைத்துக் கொண்டு இருக்கிறது! நீங்கள் ஆசைப்படுவதன் மூலம், அந்த உண்மையை விட்டு அகலுகிறீர்கள். உங்களுடைய தேடுதலே, உங்களுக்கும், உண்மைக்கும் ஒரு இடைவெளியை உண்டு பண்ணிவிடுகிறது. ஏனெனில், நீங்கள்தான் அதுவாக இருக்கிறீர்கள்! அதை எங்கே, எப்படித் தேடுவீர்கள்?

உண்மை தெய்வீகமாக உங்களுக்குள்ளே இருக்கிறது. ஆனால் இவ்வுலகப் பொருள்கள் வெளிப்பார்வைக்குரியதாக இருக்கின்றன. முக்கியமற்றவைகள் பரந்து கிடக்கின்றன. நீங்கள் உங்களுடைய சாதாரண தினசரி வாழ்க்கையில், ஒவ்வொரு கணமும் பல செயல்களின் மூலம் உண்மையைச் சந்தித்துக் கொண்டே தான் இருக்கிறீர்கள். அதைத் தவிர, இந்த உலகத்தில் வேறு எது இருக்கிறது? அதுதான், ஆயிரக்கணக்கான வடிவங்களில் எங்கும் காணுகின்றது. ஆனால், அதை எங்கேயோ தேடுகி நீர்கள். ஆகவே, அதை தவறவிட்டுக் கொண்டே இருக்கிறீர்கள்! இது உங்க ளுடைய மனஅகங்காரத்தின் வேலை!

உங்களுடைய அகங்கார மனம், எப்பொழுதுமே, உண்மையை, எளிமையை ஒருக்காலும் விரும்பாது. அது எப்பொழுதும் அருகில் உள்ளவற்றில் ஆர்வம் காட்டாது. தொலைவில் உள்ளதில் தான் அதற்கு நாட்டம் அதிகம். மனிதன், சந்திரனுக்குச் சென்று வந்து விட்டான். ஆனால் இன்னும் அவன் உள்ளத்துக்குள் செல்லவில்லை! அவன் வெளிதூரத்தைக் கடந்த அளவு, தன் உள் இதயத்தைக் கடக்கவில்லை! அவன் எவரெஸ்ட்டை எட்டிப் பிடித்தான். ஆனால், அவனது உயிர்த் தன்மையின் மையத்தைத் தொடக்கூட முடியவில்லை. இது ஏன்? இதைத்தான் நீங்கள் தெளிவாகப் புரிந்து கொள்ள வேண்டும்.

உங்கள் அகங்காரம், எப்பொழுதும் சவாலில்தான் உயிர் வாழ்கிறது. அப்பொழுதுதான், பிறர் அதைப் பெருமைப்படுத்துவார்கள். அத்துடன், நீங்கள் அதை நிரூபிக்கலாம். உண்மை என்று பறைசாற்றலாம். உங்களுக்கு இந்த சமூகத்தில் ஒரு அங்கீகாரம் கிடைக்கும்.

ஒரு சிறுகதை.

கடவுள் இந்த உலகத்தைப் படைத்துவிட்டு, இங்கேயே தங்கி விட்டார். அப்பொழுதுதான் அவர் செய்த தவறு அவருக்கே புரிந்தது! தினம் ஏதாவது புகார் கொடுக்க மனிதர்கள் வந்துகொண்டே இருந்தார்கள். இரவு, பகல் என்ற வித்தியாசம் இல்லை. சிலபேர்கள் வந்து, ''என் பயிர் காய்கிறது. இன்று எனக்கு மழை தேவை.'' அடுத்து சிலர் வந்து, ''இன்று மழை கூடாது, அது என் வேலையை பாதித்துவிடும். நான் களிமண் பானை செய்து சுடுகிறேன்'' இப்படி....!

கடவுள், கிட்டத்தட்ட பைத்திய நிலைக்கே சென்றுவிட்டார்.

அவருக்குச் சரியான தூக்கமும் இல்லை! எல்லோருடைய ஆசைகளையும், தேவைகளையும் அவரால் நிறைவேற்ற முடியவில்லை. ஒன்றுக்கு ஒன்று முரணாகவே இருந்தது. பிறகு ஒரு நாள், தன் மந்திரி சபையைக் கூட்டி, என்ன செய்யலாம் என்று ஆலோசனை கேட்டார். அதில் ஒருசிலர், ''இது ஒன்றும் பெரிய பிரச்சனை இல்லை. நீங்கள் இமயமலைக்குச் சென்றுவிடுங் கள். அங்கு வந்து யாரும் தொந்திரவு செய்யமாட்டார்கள்'' என்றார்கள்.

கடவுள் சிறிது யோசனை செய்து, ''அது சரிவராது. எட்மண்ட் ஹில்லாரியும், டென்சிங்கும் அங்கு வர இருக்கிறார்கள். பிறகு ஒவ்வொரு வராக அங்கேயும் வர ஆரம்பித்து விடுவார்கள். வேறு யோசனை சொல்ல வும்'' என்றார். அடுத்து ஒரு சிலர், ''சந்திரனுக்குச் செல்லலாமே?'' என்றார் கள். கடவுள், ''அதற்கும் அமெரிக்காவும், ரஷ்யாவும் ஆளைத் தயார் பண்ணிக் கொண்டிருக்கிறது!'' என்றார்.

''சரி, ஏதாவது தொலைதூர நட்சத்திரத்திற்குச் செல்லலாம்'' என்றார்கள் மற்றும் சிலர். கடவுள், ''இதெல்லாம், நிரந்தர தீர்வு ஆகாது. எனக்கு நிரந்தரமாக, இந்த மனிதத் தொல்லையிலிருந்து விடுபட வேண்டும்'' என்றார்.

பிறகு கடவுளுடைய பழைய வேலையாள் வந்து, மெல்ல அவர் காதுகளில், ஏதோ கிசுகிசுத்தார். உடனே கடவுள் முகம் மலர்ந்து, ''ரொம்ப சரி. அப்படித்தான் செய்யவேண்டும்'' என்று ஆமோதித்தார்.

அந்தக் கிழவன் சொன்னது என்னவென்றால், ''மனிதனால் அடைய முடியாத இடம் ஒன்று இருக்கிறது. அது வேறு எங்கேயும் இல்லை. அவனுக்குள்ளேயே இருக்கிறது. அதில் மறைந்து கொள்ளுங்கள்'' என்பதே. அதிலிருந்து கடவுள் அங்கேயேதான், மறைந்து கொண்டு இருக்கிறார். மனிதன் நினைக்காத இடம் அதுதான்!

ஆகவே, மிக அருகில் உள்ளதை, உங்கள் அகங்காரம் ஏறெடுத் தும் பார்க்காது! அதில் அதற்கு எந்த சுவாரசியமும் இல்லை. ஆகவேதான், நீங்கள் உண்மையை தவற விட்டுக்கொண்டே இருக்கிறீர்கள். அதற்கு, எப்பொழுதும் கஷ்டமானதை ஜெயிக்க வேண்டும், யாரும் செய்யாததை, தான் செய்ய வேண்டும், அப்பொழுதுதான் தனக்குப் புகழ் கிடைக்கும், மதிப்பு கிடைக்கும் என்று அது எண்ணிக் கொண்டு, உங்களை எப்பொழு

ஓஷோ

தும் விரட்டிக்கொண்டே இருக்கிறது. ஆகவேதான், உங்கள் பார்வை, எப்பொழுதும் தூரத்திலேயே இருக்கிறது.

எனவே, உண்மையைப் பார்க்கும் ஆவலை முதலில் விடுங்கள். அந்த ஆவல், உங்களை எங்கேயோ விரட்டிக் கொண்டேதான் இருக்கும். அப்பொழுது மிக அருகில் உள்ள கடவுள்தன்மையை, மிகச் சுலபமாக தவற விட்டுவிடுவீர்கள்.

''நான் எதைச் செய்வது, எதைச் செய்யக்கூடாது'' என்று புரிய வில்லை என்று கேட்கிறீர்கள். நீங்கள் எதையும் செய்யாமல், வெறுமனே உங்களிடமும், உங்களைச் சுற்றி நடப்பவைகளையும் பற்றற்று, எந்த விமரிசனமும் செய்யாமல், பார்த்துக் கொண்டிருந்தாலே போதும். செயல் செய்வதுகூட, உங்கள் அகங்காரத்தின் விளைவுதான். ஏதோ ஒன்றை நினைத்துதான், நீங்கள் செயல் செய்கிறீர்கள். அந்த நினைப்பே, உங்கள் அகங்கார மனத்தின் தூண்டுதலால் ஏற்பட்டதுதான். அது உங்கள் அகங்காரத்தை மேலும் வலுப்படுத்தவே உதவி செய்யும். நீங்கள் எதுவுமே செய்யாமல் இருந்தால், நீங்கள் அந்த அகங்காரத்திற்குக் கொடுக்கும் சக்தியை துண்டித்து விடுகிறீர்கள். பிறகு அது இறப்பதைத் தவிர வேறு வழியில்லை.

ஆகவே, கடவுளை அடைதல், கடவுளை தேடுதல் என்று எதையும் செய்யாதீர்கள். முதலில், 'தேடுதல்' என்ற வார்த்தையே, கடவுள் தன்மையைப் பொருத்தவரை தவறுதான். நீங்கள், நீங்களாக இருங்கள். அது போதும். அப்பொழுது, உங்களுடைய மிக ஓய்வான நிலையில், அவரே உங்களைத் தேடிக்கொண்டு வருவார். மனிதனால், அவரை ஒருக்காலும் பார்க்கமுடியாது. அவர்தான் உங்களை அடைந்து, தன்னைக் காட்டிக் கொள்ள வேண்டும். ஆகவே, மிக அமைதியாக, மிக ஓய்வாக, எந்தக் கனவையும் காணாமல், ஏன் கடவுளைப் பற்றி கூட நினைக்காமல், ஒரு அமைதியான இடத்தை, உங்களிடம் ஏற்படுத்திக் கொள்ளுங்கள். அவர் எப்பொழுதும் உங்களிடம் தான் இருக்கிறார். இப்பொழுது, நீங்கள் ஏற்படுத்திய அமைதியான இடத்தை நோக்கி வந்து, அதை மிக அன்பு கொண்டு ஆக்ரமித்துக் கொள்கிறார். அப்பொழுது தான் நீங்கள் அவரை உணரமுடியும். அவரை ருசிக்க முடியும். **அது ஒரு மிகப் பெரிய பேரானந்த அனுபவமாக இருக்கும்!**

அடுத்து, ''எப்பொழுது அந்த அமைதியின் ஓசையைக் கேட்கப் போகிறேன்'' என்று கேட்கிறீர்கள்.

எப்பொழுது? இந்த கேள்வியே தவறுதான். ஒன்று இப்பொழுது. இல்லை ஒருக்காலும் இல்லை. இதுதான் பதில்! இங்கே, இப்பொழுது, அந்த இசை எங்கும் இசைத்துக் கொண்டுதான் இருக்கிறது. நீங்கள் செய்ய வேண்டியதெல்லாம், நீங்கள் அமைதியாக இருக்கவேண்டும். அப்பொழுது, அந்த ஓசையை நீங்கள் கேட்க முடியும். ஆனால், 'எப்பொழுது' என்ற வார்த்தையை உபயோகிக்காதீர்கள். ஏனெனில், அது வருங்காலத்தை சுட்டிக்காட்டுகிறது. அதில் உங்கள் நம்பிக்கை மற்றும் கனவு தொக்கி நிற்கிறது. ஆகவே, அது இப்பொழுது, இங்கே நிகழ்ந்து கொண்டு இருக்கும்பொழுது, நீங்கள் 'எப்பொழுது' என்று கேட்கிறீர்கள்!

கடவுளின் காலம், எப்பொழுதும் 'இப்பொழுதுதான்'. அவர் இருக்கும் இடம் இதோ இங்குதான். இதைத் தியானமாக்குங்கள்.

கடைசி கேள்வி:

''அன்புள்ள ஓஷோ, நீங்கள் எப்பொழுதாவது, வார்த்தைகள் கிடைக்காமல் தடுமாறி இருக்கிறீர்களா? சொல்ல வேண்டியதை, சொல்ல முடியாமல் தவித்தது உண்டா?''

ஆமாம். பல சமயம் அப்படி நேர்ந்திருக்கிறது! நேர்ந்து கொண்டும் இருக்கிறது! நான், எதைச் சொல்லவேண்டும் என்று நினைக்கிறேனோ, அதைச் சரியாக என்னால் சொல்ல முடியவில்லை. நீங்கள் கேட்கலாம். பின் எதற்காக பேசிக்கொண்டே இருக்கிறீர்கள்?'' என்று.

ஆனால், முயற்சி செய்துகொண்டுதான் இருக்கிறேன்! ஒருக்கால், அது நாளை நடக்கலாம்! யார் கண்டது? நான் எப்படியோ மாற்றி மாற்றித் தான் பேசி வருகிறேன். எப்படியாவது அது உங்களிடம் செல்லவேண்டும் என்று ஆசைப்படுகிறேன். ஒரு சில முறைகளில், ஒரு சில பேர்கள் புரிந்து கொள்கிறார்கள். மற்றொரு வழியில், மற்றும் சிலர் புரிந்துகொள்கிறார்கள்.

ஆனால், நான் முழுமையாக, எல்லோரும் புரிந்துக்கொள்ளக் கூடிய வகையில், இதுவரையில் பேசவில்லை என்பதை ஒத்துக்கொள்ளத்

தான் வேண்டும். என்னிடம் வார்த்தைகள் போதவில்லை! ஏனெனில், நான் சொல்ல வந்த விஷயம் வார்த்தைகளற்றது (Wordless)!

நான் ஒரு மதப் பிரச்சாரகன் அல்ல. நான் ஒரு பாதிரியார் அல்ல. நான் எந்த மதக்கொள்கையையும், உங்களிடம் திணிக்கவில்லை. கடவுள் தன்மையைப் பற்றி, எனக்குத் தெரிந்ததை விளக்க முயற்சி செய்கிறேன். அவ்வளவுதான். ஏனெனில், என்னிடம் அந்தப் புரியாத புதிர் நிகழ்ந்திருக்கிறது. அதை உங்களோடு பகிர்ந்து கொள்ளவே ஆசைப்படுகிறேன். நான் உணர்ந்தது போல், நீங்களும் அதை உணரவேண்டும் என்று விரும்புகிறேன்.

ஆனால், அந்த பேரின்பத்தை விளக்க, நம் மொழிகளில் உள்ள வார்த்தைகள் மிக மிக அற்பமானது. அங்கு, வார்த்தைகள் செயலற்று விடுகின்றன. ஆகவே, பல தடவை என் முயற்சி தோல்வியைத்தான் தழுவுகிறது. இதயத்தோடு இதயமாக அதை உங்களுக்குத் தெரிவிக்கவே ஆசைப்படுகிறேன்.

நான் ஒரு சிறிய கதையைச் சொல்கிறேன். அதைத் தியான மாக்கி மீண்டும், மீண்டும் உங்கள் நினைவுக்குக் கொண்டு வாருங்கள்.

ஒரு மாதா கோவிலின் பாதிரியார், தன் மேலாளருடன் (Bishop) பேசிக் கொண்டிருக்கும்பொழுது, ''தலைவர் அவர்களே, நீங்கள் உங்கள் மதபோதனையை ஒரு தடவை தயாரித்தால், அதை நீங்கள் உங்களுக்குக் கீழ் உள்ள பல சர்ச்சுகளில் வெளியிடலாம். அது ஒன்றும் பெரிய காரியம் இல்லை. ஆனால், நானோ, என் சர்ச்சில், ஒவ்வொரு ஞாயிறும் இரண்டு வித மதபோதனையைத் தயாரித்து வெளியிடுகிறேன்'' என்றார்.

அதற்கு அந்த மேலாளர், ''நான் செய்வதுபோல், திடீரென்று ஒரு தலைப்பில் மதபோதனையைத் தயாரித்து பேசவேண்டும். அது மிகவும் கஷ்டம்'' என்றார். அதற்கு அந்த பாதிரியார், ''அப்படியா சரி, வரும் ஞாயிற்றுக்கிழமை என் சர்ச்சுக்கு வாருங்கள். நான் கொடுக்கும் திடீர் தலைப்பில், நீங்கள் பேசுங்கள், பார்க்கலாம்'' என்றார். அவரும் ஒத்துக் கொண்டு, அந்த ஞாயிற்றுக் கிழமை அவரது சர்ச்சுக்குப் போனார். அப்பொழுது, அந்த பாதிரியாரின் மேஜையின் மேல், ''மலச்சிக்கல்'' (Constipation) என்று எழுதியிருந்தது! அதுதான் அன்றைய தலைப்பு! உடனே அந்த மேலாளர், எந்தவித தயக்கமும் இன்றி, ''மோசஸ், இரண்டு

மாத்திரைகளை வாயில் போட்டுக்கொண்டு, அந்த மலையின் அந்தப் பக்கம்..... என்று ஆரம்பித்துவிட்டார்!

பாதிரியார்கள், பிரசங்கம் செய்வதற்கு கஷ்டப்படவே மாட்டார்கள்! வார்த்தைகள் வந்து கொட்டிக்கொண்டே இருக்கும். பல சமய நூல்களிலிருந்து, பல ஆதாரங்களை அள்ளி வீசிக்கொண்டே இருப்பார்கள்! அவர்களுடைய ஞாபக சக்தி மிக அதிகம். ஆனால், நான் ஒரு சிறந்த பேச்சாளன் இல்லை! மேலும் நான் எடுத்துக்கொண்ட விஷயம், ஒரு பொருள் பற்றியது அல்ல (Subject Matter). தானாக என்னிடம் உண்டாகும் உணர்வினைப் (Subjectivity) பற்றியது அது. நான் உங்களோடு என் இதயத்தால் பேச முயற்சிக்கிறேன், அறிவினால் அல்ல. ஆனால், துரதிர்ஷ்டம் என்ன வென்றால், என் அறிவைக் கொண்டுதான், என் மனதைக் கொண்டுதான், அதைச் சொல்லவேண்டி இருக்கிறது. வேறு வழியில்லை. ஆகவேதான் தெளிவில்லாமை ஏற்படுகிறது. அது உங்கள் பகுத்தறிவுக்கு அப்பாற்பட்டது. முடியாத காரியத்தில், நான் முயன்றுகொண்டு இருக்கிறேன். எனக்கு வேறு வழி தெரியவில்லை!

"வார்த்தைகள் கிடைக்காமல் தடுமாறி இருக்கிறீர்களா?" என்று கேட்கிறீர்கள். ஆமாம். அடிக்கடி தடுமாறி இருக்கிறேன். ஒவ்வொரு வார்த்தையைச் சொல்லும் பொழுதும், மிகவும் தடுமாறிக் கொண்டேதான் சொல்கிறேன். இது சரிதானா என்று தயங்கியவாறே வெளியிடுகிறேன். நான் அறிந்த உணர்வினை எப்படி சரியாக வெளிப்படுத்துவது? அமைதி மிகவும் சரியானது. அதை அமைதியில் வெளியிடுவதுதான் உண்மையானது. ஆகவேதான், உங்களைப் பார்க்கும் பொழுதெல்லாம், நான் தயங்குகிறேன். ஆனால், நான் அமைதியில் இருந்தால், உங்களால் என்னை நெருங்குவது மிகவும் கடினம். என் வார்த்தைகளின் அர்த்தத்தையே, நீங்கள் சரியாகப் புரிந்துகொள்ளவில்லை. அப்படி இருக்கும்பொழுது, என்னுடைய மௌன நிலையை, நீங்கள் எப்படிப் புரிந்துகொள்வீர்கள்? ஆனால், என் மௌனத்தை நீங்கள் சரியாகப் புரிந்துகொண்டால், அந்த மௌனத்தையும், என் வார்த்தைகளில் கேட்பீர்கள்.

நான், என் மௌனத்தில் ஆழ்ந்து இருந்தால், உங்களில் ஒரு ஐந்து சதம்தான், இங்கு என்னைச் சுற்றி இருப்பீர்கள்! அவர்களால் என் மௌனத்தையும் புரிந்து கொள்ள முடியும், என் வார்த்தைகளின் உண்மையான அர்த்தத்தையும் புரிந்து கொள்ள முடியும். மீதமுள்ள 95 சதம் பேர்கள்,

என்னுடைய வார்த்தைகளின் உண்மையான அர்த்தத்தையும் புரிந்து கொள்ள முடியாது. மற்றும் என் மௌனத்தையும் புரிந்துகொள்ள முடியாது. என்னால் அவர்களுக்கு வேறு எந்த உதவியும் செய்ய முடியாது. என்னுடைய வார்த்தைகளை வைத்துக் கொண்டு, அவரவர்களுக்கு ஏற்ப, அர்த்தம் பண்ணிக்கொண்டு சுழன்று, சுழன்று வரவேண்டியதுதான்.

அப்படி சுற்றிச் சுற்றி வரும்பொழுது, ஒரு சில மனமற்ற நேரங்களில், என்னை நெருங்கி வருவார்கள். இதை 'பாதுகாப்பு இல்லாத தருணம்' (Unguarded Moment) என்று குறிப்பிட விரும்புகிறேன் அப்பொழுது, அவர்கள், அவர்களையறியாமலேயே என்மேல் தடுக்கி விழுகிறார்கள்! அப்பொழுது, என்னால் அவர்களுடைய இதயத்துக்குள் சுலபமாக ஊடுறுவ முடிகிறது. என்னுடைய அந்த செயல்தான், உங்களுக்கு மிகவும் உபயோகமானது.

ஆகவே, நான் அந்த ஐந்து சதம் சீடர்களைப் பற்றிக் கவலைப்படவில்லை. ஏனெனில், அவர்களால் எப்படியும் மேல் நோக்கிச் செல்ல முடியும். என்னுடை கவலையெல்லாம், இந்த 95 சதம் பேரைப் பற்றித்தான். இந்த 5 சதம் பேர்களும், நான் ஆரம்பத்திலிருந்தே, அமைதியில் இருந்திருந்தால், இந்த நிலைக்கு வந்திருக்க மாட்டார்கள்! இப்பொழுது இந்த 5 சதம் பேர்கள், அந்த 95 பேர்களுக்கு வழிகாட்ட முடியும். அப்பொழுது 95 சதம் என்பது, 90 சதமாகக் குறைய வாய்ப்பு உண்டு. பிறகு மெல்ல 85, 80 என்று குறைய ஆரம்பிக்கலாம்.

எப்பொழுது 50 சதம் பேர்கள் மௌனத்தின் உண்மைத் தன்மையைப் புரிந்து கொள்கிறார்களோ, அப்பொழுதே, நான் வார்த்தைகள் உபயோகிப்பதை நிறுத்திக் கொள்வேன். நான் அதை உபயோகிக்கும்பொழுது, மகிழ்ச்சியாகவே இருப்பதில்லை. அதைப் போலத்தான் எனக்கு முன்பு இருந்தவர்களும், இருந்திருக்கவேண்டும். லாசூ (LaoTzu), சாரஹா மற்றும் புத்தர் எல்லோரும் அந்த நிலையில்தான் இருந்திருக்க வேண்டும். ஏனெனில், மௌனத்தால், ஒரு நிலைக்கு மேல்தான், சீடர்களோடு பகிர்ந்து கொள்ள முடியும். அதற்கு அந்த சீடர்கள் பக்குவப் பட்டிருக்க வேண்டும். ஆனால், ஆரம்ப நிலையில் உள்ள சீடர்களோடு, வார்த்தைகளை உபயோகிப்பதைத் தவிர வேறு வழியில்லை.

ஒரு நிகழ்ச்சி.

இந்தியாவில் தலைசிறந்த இரண்டு ஞானிகள், கபீரும், பரீத்தும் (Farid) ஒரு சமயம் சந்தித்துக் கொண்டார்கள். அப்பொழுது இருவரும் 2 நாட்களுக்கு பேசாமல் மௌனமாக அமர்ந்திருந்தார்கள். அவர்களது சீடர்கள் மிகவும் சோர்வடைந்து விட்டார்கள். அவர்கள் அனைவரும், அவர்களது பேச்சைக் கேட்பதற்காகவே, வெகு தூரத்திலிருந்து வந்திருந் தார்கள். பல மாதங்களாக இந்த இருவரின் சந்திப்பை மிக ஆவலுடன் எதிர்ப்பார்த்துக் கொண்டிருந்தார்கள். ஏனெனில், அவர்களது கருத்துப் பரிமாற்றத்தில், நல்ல பல விஷயங்களைத் தெரிந்து கொள்ளலாம். அது வாழ்க்கைக்கு மிகவும் பயனுள்ளதாக இருக்கும் என்று நம்பினார்கள்.

அவர்கள் இருவரும் இப்படித் தொடர்ந்து 2 நாட்களாக, மௌன மாக உட்கார்ந்து பார்த்ததே இல்லை. அது மாத்திரமல்ல, கபீரும், பரீத்தும் தன் சீடர்களுடன் இப்படித் தொடர்ந்து அமைதியாக இருந்ததே இல்லை. அவர்களது மௌனத்தைக் கலைப்பதற்கும் யாருக்கும் தைரிய மில்லை.

பிறகு இரண்டு நாட்கள் கழித்து, அவர்கள் இருவரும் விழித்துக் கொண்டு ஒருவரை ஒருவர் மௌனமாகவே கட்டித்தழுவி விடைபெற்றுக் கொண்டார்கள். அவர்களும், அவர்களது சீடர்களும் தனியாகப் பிரிந்து சென்றபொழுது, அவர்களுடைய சீடர்கள், தங்கள் தங்கள் மாஸ்டரிடம், ''உங்கள் இருவருக்கும் என்ன நேர்ந்தது? உங்கள் இருவரது சந்திப்புக்காக, நாங்கள் மாதக்கணக்கில் காத்திருந்தோம். ஆனால், நீங்கள் இருவரும் ஒரு வார்த்தை கூடப் பேசிக்கொள்ளவில்லையே? இந்த இரண்டு நாளும், எங்களுக்கு நரக வேதனையாக இருந்தது. ஏன் இப்படி மௌனமாகவே இருந்தீர்கள்?'' என்று மிக்க ஆவலுடன் கேட்டார்கள்.

அதற்கு கபீர் சிரித்துக் கொண்டே, ''நான் எதுவும் சொல்லுவதற் கில்லை. என்னுடைய அமைதியை, அவர் புரிந்து கொண்டார். நான் ஏதாவது சொல்லி இருந்தால், அவர் என்னை அறியாதவன் என்று நினைத் திருக்கக்கூடும். எங்கள் இருவரது மொழியும் மௌனம்தான்'' என்றார்.

அதைப் போல பரீத்தும், தன் சீடர்களிடம், ''உங்களுக்கு என்ன பைத்தியமா? கபீரோடு வார்த்தைகளால் பேசுவதாவது? நாங்கள் இருவரும் ஒரே ஆன்மீகத் தன்மையில் இருக்கிறோம். அப்பொழுது

வார்த்தைக்கு வேலை ஏது? எதை நாங்கள் தெரிவித்துக் கொள்வது? எப்பொழுது எங்கள் இருவரது கண்களும் சந்தித்துக் கொண்டனவோ, அப்பொழுதே நாங்கள் ஒருவரை ஒருவர் புரிந்து கொண்டோம். அந்த கணமே, எங்களுடைய உரையாடல் முடிந்துவிட்டது'' என்றார்.

''பிறகு இந்த இரண்டு நாட்களும், நீங்கள் இருவரும் என்னதான் செய்தீர்கள்?''

அதற்கு பரீத், ''நாங்கள் இருவரும் மௌனமாக ஒருவரை ஒருவர் ஆனந்தப்படுத்திக் கொண்டிருந்தோம். இந்த பரந்த பிரபஞ்சத்தில், நாங்கள் இருவரும் விருந்தாளி போல் இருந்தோம். நாங்கள் இருவரும் கட்டி அணைத்துக் கொண்டோம். என்னுடைய உயிர்த்தன்மையும், அவருடைய உயிர்த்தன்மையும் ஒன்றை ஒன்று தழுவிக் கொண்டன. அப்பொழுது நாங்கள் இருவரும் ஆனந்தக் கூத்தாடினோம், பாடினோம். ஆனால், எல்லாமே எங்களது அமைதி நிலையில் நடந்தது. நீங்கள் பேசிக் கொள்வதை விட, நாங்கள் இருவரும், எங்களுடைய அமைதியான நிலையில், மிக அதிக மாகவே, மிக ஆனந்தமாகவே பேசிக்கொண் டோம்!'' என்றார்.

ஆகவே, நான் என் வார்த்தைகளில், மிகவும் தடுமாறுகிறேன். அதில் என்னையே தொலைத்து விடுகிறேன். எனக்கு மிக நன்றாகவேத் தெரியும். என் வார்த்தைகள் முழு அர்த்தத்தை வெளிப்படுத்தாது என்று. உண்மை மிகமிகப் பரந்தது. அதை எப்படி இந்த சின்ன வார்த்தைகளில் அடைப்பது?

7. "உண்மை புனிதமானதும் அல்ல, புனிதம் அற்றதும் அல்ல."

(TRUTH IS NEITHER HOLY NOR UNHOLY)

"ஆதியிலும் அதுவே
இடையிலும் அதுவே
முடிவிலும் அதுவே
இருப்பினும் இறுதியும்
தொடக்கமும் எங்குமே இல்லாதது.

விளக்கம் கூறும் சிந்தனைகளில்
மறைந்து நிற்கும் அறியாமையில்
மனம் பிளவுபட்டு இரண்டாகிறது.
எனவே,
எல்லையற்ற கருணையும்
எதுவுமற்ற இருப்புநிலையும்
இரண்டென்றே வாதிக்கின்றனர்.

தேனீக்களுக்குத் தெரியும்
மலர்களில் மது உண்டென்று.
சம்சாராவும், நிர்வாணாவும்
இரண்டல்லவென்று

அறியாமையில் உள்ளோர்
புரிந்து கொள்வதெவ்வாறு?
ஆடியில் பார்க்கும் அறிவிலார்
பிரதிபிம்பத்தையே

அழகான முகமென்பர்.
மெய்யை மறுக்கும்
பொய்யான மனமே
மயங்கித் திரியும்

மெய்யான பொய்களில்
மலரின் நறுமணத்தைத்
தொட முடியாவிட்டாலும்
அது நீக்கமற நிறைந்துள்ளது
அகக் கண்ணால் பார்க்கக் கூடியது.
கவசமற்ற ஆன்மாக்களே
காண முடியும்
முழுமையின் மாய வளையங்களை.''

    உண்மை எப்பொழுதும் எளிமையாகவே இருக்கிறது. அது உயிர்த்தன்மையிலிருந்து வெளியே செல்வதும் இல்லை, உள்ளே வருவதும் இல்லை. அதில் அப்படியே நிரந்தரமாகவே இருக்கிறது. அதில் எந்த மாற்றமும் இல்லை. அது, அதில் இருந்தது, இருக்கிறது, இருக்கும். அது ஆரம்பத்தில் இருந்தது, நடுவிலும் இருக்கிறது, முடிவிலும் இருக்கும். உண்மையில், அதற்கு ஆரம்பமும் கிடையாது, முடிவும் கிடையாது. அது கோடிக்கணக்கான உருவத்தில், தன்னை வெளிப்படுத்திக் கொண்டு இருக்கிறது. உருவங்கள் அநேகம். ஆனால், உயிர்த்தன்மை என்பது ஒன்றேதான். உயிர்த்தன்மை என்பதை அமைதியான கடலுக்கு ஒப்பிட்டால், உருவங்களை அதன் அலைகளுக்கு ஒப்பிடலாம்.

    நன்றாக ஞாபகம் வைத்துக் கொள்ளுங்கள். தந்த்ரா கடவுளைப் பற்றிப் பேசவே இல்லை. பொதுவாக, நாம் கடவுளைப் பற்றிப் பேசும் பொழுது, அதில் சிறிது உருவக்கலப்பு ஏற்படுகிறது. மனிதன், கடவுளை தன் தன்மைக்கு ஏற்ப, கற்பனை செய்திருக்கிறான். இப்படிச் செய்ததால், அவனையறியாமலேயே, கடவுளுக்கு எல்லை கட்டிவிட்டான். கடவுள் மனித உருவில் மட்டுமல்ல. அவர் நாயாக, பாறையாக, மரமாக, நட்சத்திர மாக .... இப்படி பல விதத் தோற்றத்தில் இருக்கிறார். அந்த உருவங்களில்

மனிதனும் ஒன்று. ஆனால், மனிதன் மாத்திரம், கடவுளின் உருவமாக இருக்கவில்லை. இந்த வித்தியாசத்தை நன்றாகப் புரிந்து கொள்ளுங்கள். ஆனால், நாம் கடவுளை மனித உருவத்திலேயே கற்பனை பண்ணி வந்திருக்கிறோம். அவரை நாயாக, கழுதையாக நினைக்க நம் மனம் இடம் கொடுக்கவில்லை. அது மிகவும் அருவருப்பான செயலாக இருக்கிறது. இதுதான் மனிதனின் அகங்காரத்தன்மை. தான் கடவுளின் அவதாரமாக, உருவமாக இருக்கி றோம் என்பதில் அவன் ஒருவித பெருமிதம் அடைகிறான், அகங்காரம் கொள்கிறான்.

பைபிளில், "கடவுள், தன்னைப் போலவே, மனிதனைப் படைத்தார்" என்று சொல்லியிருக்கிறது. ஆனால், இப்படி எழுதியவனும் ஒரு மனிதன்தான்! உதாரணமாக, அந்த பைபிளை, ஒரு குதிரை எழுதி யிருப்பதாக வைத்துக் கொள்வோம். அப்பொழுது அது மனிதனைப் பற்றி என்ன எழுதியிருக்கும்? கடவுள், பிசாசை மனித உருவில் படைத்தார் என்றுதான் எழுதியிருக்கும்! ஏனெனில், அந்த அளவுக்கு மனிதன், குதிரையைக் கொடுமைப்படுத்துகிறான். அவனிடம் எந்தப் புனிதத்தன்மை யும் இருப்பதாக அதற்குத் தெரியவில்லை.

தந்த்ரா, இந்த உருவ அமைப்பை ஆதரிக்கவில்லை. அது மனிதனை, சரியான தன்மையில் வைத்துப் பார்க்கிறது. அது ஒரு மிகச் சிறந்த தொலைநோக்கி. அது மனிதனை மையமாக வைத்து இயங்க வில்லை. அது எதையும் ஏனோதானோ என்று பார்க்க விரும்பவில்லை. அது உண்மையை நேரடியாகப் பார்க்கவே விரும்புகிறது. அது ஒருக்காலும் கடவுளைப்பற்றிப் பேச விரும்பவில்லை. அதற்குமாறாக, அது உண்மையைப் பற்றியே பேசுகிறது.

உண்மை என்பது சக்திமயமானது. அதற்கு உருவம் கிடையாது. அது குணங்கள் நிரம்பியது. இந்த உலகத்தில் உள்ள கோடிக்கணக்கான உருவங்களின் குணங்கள் அத்தனையும் கொண்டது. அதற்கு எல்லையே இல்லை. பைபிள், "ஆரம்பத்தில், கடவுள் இந்த உலகத்தைப் படைத்தார்" என்று சொல்கிறது. ஆனால் தந்த்ரா, "எப்படி இந்த பிரபஞ்சத்துக்கு ஆரம்பம் என்றும், முடிவும் என்றும் இருக்க முடியும்? எப்பொழுது ஆரம் பம் என்று ஒன்று இல்லையோ, அதற்கு முடிவு என்று எதுவும் இல்லை. மேலும், நடுமையம் என்றும் இல்லை. அது காலத்தைக் கடந்து நிற்கிறது.

காலம் என்று வரும்பொழுதுதான், ஆரம்பம், முடிவு என்று ஏற்படும். இந்த பிரபஞ்சம் அப்படியே காலத்தைக் கடந்து இருக்கிறது'' என்று சொல்கிறது.

அதைப் போல உண்மையும் நிரந்தரமானது. உண்மை என்னும் அமைதியான கடலில் காலம் என்பது அலைகளாக இருக்கின்றன. அதைப்போல இடமும் (Space) அப்படியே அலைகளாக இருக்கின்றன. காலமும், இடமும், உண்மையின் இரு பரிமாணங்களாக விளங்குகின்றன. மனிதன் ஒரு உருவம், குதிரை ஒரு உருவம். அதைப் போல இடமும் ஒரு உருவம்தான். ஆனால் மிகப்பெரிய அளவில். அதைப்போல காலமும்.

உண்மை காலமற்றது, இடமற்றது. அது இந்த இரண்டையும் கடந்து நிற்கிறது. உண்மை தனக்குத்தானே நிரந்தரமாக இருக்கிறது. அதற்கு எந்த ஆதாரமும் கிடையாது. ஆனால், இந்த பிரபஞ்சத்தில் உள்ள அனைத்தும், அதையே ஆதாரமாக வைத்து இயங்குகின்றன. உண்மை ஒரு சுயம்பு, தன் விளக்கம் கொண்டது.

தந்த்ரா, எந்தச் சடங்கையோ, எந்த வழிபாட்டு முறையையோ, எந்தக் கோவிலையோ, எந்த பூசாரியின் கட்டுப்பாட்டையோ ஏற்படுத்த வில்லை. அது தேவையும் இல்லை. மனிதன் உண்மையை, நேருக்கு நேர் சந்திக்க முடியும். எந்த இடைத்தரகும் தேவையில்லை. எந்த பாதிரிமார் களும் தேவையில்லை. இந்தப் பாதிரியார்கள், கடவுளைப் பற்றியும், உண்மையைப் பற்றியும், சொர்க்கம், நரகம் என்று ஆயிரக் கணக்கான விஷயங்களைப் பற்றி மிக அழகான கற்பனை வளத்துடன் பேசுவார்கள். ஆனால், அவர்களிடம் அதைப் பற்றி, அணு அளவு அனுபவம் கூட இருக்காது. வெறும் வார்த்தைகளுக்கு அர்த்தம் ஏது?

ஒரு நிகழ்ச்சி.

ஒரு பாதிரியாருக்கு உடல்நலம் சரியில்லாமல் இருந்தது. டாக்டர் அவரை நன்றாகச் சோதித்துவிட்டு, ''உங்கள் நுரையீரல் சரியான அமைப்பில் இல்லை. அதற்குக் கொஞ்சம் ஓய்வு கொடுக்க வேண்டும். சில மாதங்கள், நீங்கள் சுவிட்ஜர்லாந்துக்குச் சென்று ஓய்வு எடுங்கள்'' என்றார். அதற்கு அந்த பாதிரியார், ''அந்த அளவு செலவு செய்ய, என்னிடம் வசதி யில்லையே'' என்றார். டாக்டர், ''சரி. நீங்களே தீர்மானம் செய்து கொள் ளுங்கள். சுவிட்ஜர்லாந்தா அல்லது சொர்க்கமா என்று!'' என்றார். பாதிரி யார் சிறிது யோசனை செய்து, ''சுவிட்ஜர்லாந்தே தேவலை!'' என்றார்.

பாதிரியார்களுக்கே, சொர்க்கத்தைப் பற்றி நம்பிக்கை இல்லை! அது இறப்பிற்கு அழகாகப் பூசப்பட்ட சாயம்! இதை சிந்தித்துப் புரிந்து கொள்ளுங்கள். உங்களையே முட்டாளாக்கிக் கொள்ளாதீர்கள்.

குருட்ஜீவ், ''நீங்கள் மதத்திலிருந்து வெளியேற விரும்பினால், ஒரு பாதிரியாரோடு, மிக நெருக்கமாக வசியுங்கள்!'' என்று சொல்லுவது வழக்கம். இது எவ்வளவு உண்மை என்பது வசித்தவர்களைக் கேட்டால் தெரியும்! அவர்களுடைய சொல்லுக்கும், செயலுக்கும் எவ்வளவு வேறுபாடு இருக்கிறது என்று அப்பொழுது புரியும். அவர்கள் எப்படி மக்களை ஏமாற்றிக் கொண்டிருக்கிறார்கள் என்பது அப்பொழுது விளங்கும்!

அடுத்த நிகழ்ச்சி.

ஒரு யூத இளைஞன், தன் மதத் தலைவரிடம் (Rabbi), ஓர் ஆலோசனை கேட்கச் சென்றான். அதாவது, ''நான் இரண்டு பெண்களை விரும்புகிறேன். அதில் ஒருத்தி மிகவும் அழகானவள். ஆனால் ஏழை. அடுத்தவளிடம் பணம் நிறைய இருக்கிறது. ஆனால் மிகச் சாதாரண அழகு. இந்த சந்தர்ப்பத்தில் நீங்கள் யாரை மணப்பீர்கள்? அதைச் சொல்லுங்கள். அப்படியே நானும் கடைப்பிடிக்கிறேன்'' என்றான். அதற்கு அவர், ''உண்மையிலேயே உனக்கு அந்த அழகியின் மேல் காதல் இருந்தால், அவளையே திருமணம் செய்துகொள்'' என்றார்.

''மிக்க நன்றி, ரபி அவர்களே, நானும் அதைத்தான் செய்யப் போகிறேன்'' என்று சொல்லிவிட்டு கிளம்ப முயன்றான்.

அப்பொழுது ரபி, ''கொஞ்சம் பொறு. அந்த பணக்காரப் பெண்ணின் விலாசத்தைக் கொடு!'' என்று ஆவலுடன் கேட்டார்.

இந்த பாதிரியார்கள், மடாதிபதிகள், ரபிகள் பேசுவது அனைத்தும் முட்டாள்தனம். அவர்கள் பிறருக்காகவே பேசுகிறார்கள். அதற்கும், அவர்களுக்கும் எந்த சம்மந்தமும் இல்லை.

தந்த்ரா, எந்த மதத்தலைமையையும் ஆதரித்தது இல்லை. மதத் தலைமை என்று எதுவும் இல்லாத மதம், இயல்பாக, சுத்தமாகவே இருக்கும். மதத்தலைமை என்று நுழையும்பொழுது, அதில் அவர்களுடைய சொந்தக் கருத்தையும், நீதிநெறிகளையும், மற்றும் சடங்குகள் என்று

நுழைத்து, அதை வியாபாரமாக்கி விடுகிறார்கள். இப்படி அதில் விஷத்தைக் கலந்து விடுகிறார்கள்.

அடுத்த நிகழ்ச்சி.

ஒரு மதுக்கடைக்கு, ஒரு புதிய ஆள் வந்து மது அருந்த ஆரம்பித்தான். அப்பொழுது ஒருவன், நன்றாகக் குடித்துவிட்டு, கடைக்கு வெளியே வந்து, காரில் ஏறி உட்கார்ந்து, ஸ்டார்ட் செய்து, கார் ஓட்டுவது போலவும் ஹாரனை அடிப்பதுபோலவும் பாவனை செய்து கொண்டு, சப்தம் எழுப்பியவாறு இருந்தான். இதைக் கவனித்த அந்த புதிய ஆள் அந்த கடைக்காரரிடம், ''நீங்கள் ஏன் அவனுக்குக் கொஞ்சம் விளக்கிச் சொல்லக்கூடாது?'' என்றான். அதற்கு அவன், ''நான் எதற்காக விளக்கவேண்டும்? அவன், ''அவன் அதிகமாகக் குடிக்கும் போதெல்லாம் இப்படிச் செய்கிறான். இரவு முழுவதும் அந்தப்பெரிய காரை நகரைச் சுற்றி சுற்றி ஓட்டிவருவதாக நினைக்கிறான். மேலும் அந்தக் காரை சுத்தம் செய்ய வாரம், ஒரு டாலர் எங்களுக்குக் கொடுக்கிறான்!'' என்றான்.

நீங்கள் பிறருடைய முட்டாள்தனத்தால், பயன் அடைகிறீர்கள் என்றால், நீங்கள் ஏன் அதைக் கெடுத்துக் கொள்ள வேண்டும்? மக்களின் முட்டாள்தனத்தாலும், மூட நம்பிக்கையாலும், அதாவது கடவுளைப் பற்றி, ஆன்மாவைப் பற்றி, சொர்க்கம், நரகம், பாபம், புண்ணியம் பற்றி இப்படி பலவகையில் தாங்கள் முட்டாளாகவே இருக்க ஆசைப்படும் பொழுது, பாதிரியார்களும், மத குருமார்களும் எதற்காகக் கவலைப் பட வேண்டும்? அது அவர்களது பிழைப்பை கெடுப்பதாகாதா? இந்த மாயையில்தான் அவர்கள் வாழவேண்டும்.

தந்த்ரா இந்த மாயையிலிருந்து உங்களை விடுதலை செய்கிறது. ''உங்களுக்கும், உண்மைக்கும் இடையில், யாரும் இருக்கத் தேவையில்லை. உங்கள் இதயக் கதவை, அதற்குத் திறந்து காண்பியுங்கள். போதும். இடையில், பாதிரி, இமாம் என்றும், ரபி என்றும் யாரும் தேவை இல்லை. நீங்கள் எந்த அளவுக்கு அதை விமரிசனம் செய்து அறிந்து கொள்ள ஆசைப்படுகிறீர்களோ, அதைப் பற்றிய விளக்கத்தை பிறர் மூலம் தெரிந்து கொள்ள ஆசைப்படுகிறீர்களோ, அதே அளவுக்கு அதை விட்டு விலகிச் செல்கிறீர்கள்'' என்கிறது.

சாரஹா அந்த அரசனிடம் சொல்லும் முதல் சூத்திரம்.

> "ஆதியிலும் அதுவே
> இடையிலும் அதுவே
> முடிவிலும் அதுவே
> இருப்பினும் இறுதியும்
> தொடக்கமும் எங்குமே இல்லாதது"

உண்மைக்கு ஆரம்பமும், முடிவும் எங்கேயோ இருப்பதாக எண்ணிக்கொள்ளாதீர்கள். அது 'இங்கே, இப்பொழுது' இதோ இருக்கிறது! இதுதான் உண்மையின் காலம்; இதுதான் உண்மையின் இருப்பிடம். அந்த மூன்று நிலைகளும், ஆரம்பம், மையம், முடிவு என்பவைகள் இங்கே ஒன்றாகக் குவிந்து இருக்கின்றன. அதற்கு இறந்த காலம் என்றும், எதிர் காலம் என்றும் எதுவும் இல்லை. ஒவ்வொரு கணமும், அது இங்கே பிறக்கிறது, இறக்கிறது, பிறகு மீண்டும் பிறக்கிறது!

நவீன பௌதீகம், இப்பொழுது தந்த்ராவின் அருகில் வருகிறது. தந்த்ரா சொல்வது உண்மைதான் என்று விஞ்ஞானம் விளக்க முற்படுகிறது. ஆனால், அதன் பிறப்புக்கும், இறப்புக்கும் உள்ள இடைவெளி மிகச் சிறியது. அதை சாதாரணமானவர்களால் அறிந்து கொள்வது கஷ்டம். ஆகவேதான் அது எப்பொழுதும் புதுமையாகவே இருக்கிறது. இந்த உயிர்த்தன்மை எப்பொழுதும் புதுமைப் பொலிவுடன் தோன்றுகிறது.

இந்த உலகத்தில், மனிதனைத் தவிர, எல்லாமே புத்தம் புதிதாகவே இருக்கின்றன. மனிதன் மட்டும் தான், தன் இறந்தகால ஞாபக மூட்டைகளைச் சுமந்து கொண்டு அலைகிறான். ஆகவேதான், அவன் எப்பொழுதும் இறுக்கமாகவே இருக்கிறான். அவன் மிகவும் அசுத்தமாக, எதையாவது சுமந்து கொண்டு திரிந்தவாறு இருக்கிறான். அவன், இந்த உயிர்த்தன்மையோடு, இயைந்து, இப்பொழுது இங்கே மட்டும் இருந்தால், அவன் எவ்வளவு பொலிவுடன் காணப்படுவான்! எவ்வளவு ஆனந்தத்தில் இருப்பான்! அவன் அந்த இறந்த கால, வருங்கால மூட்டைகளை சுமக்காமல், மிகச் சுதந்திரமாக ஒரு குழந்தையைப் போல் கள்ளம் கபடு இல்லாமல், வெறுமனே, அந்த பேரானந்தக் களிப்பில் மூழ்கி இருப்பான்! உங்கள் சக்தியை, இப்படி இறந்த காலத்திலும், வருங்காலத்திலும் படரவிட்டால், அதில் என்ன ஆழம் அல்லது அடர்த்தி இருக்கப் போகிறது?

தந்த்ரா என்ன சொல்கிறது, ''உண்மையை அறிந்துகொள்ள, உங்களுடைய சக்தியின் குவியல் மிகவும் தேவை'' என்கிறது. இதை அடைய வேண்டுமானால், நீங்கள் இறந்தகாலத்தையும், வருங்காலத்தையும் விடவேண்டும். அப்பொழுது உங்களுடைய சக்தி அனைத்தும், இதோ இங்கே குவிக்கப்படுகிறது. அப்பொழுது அது ஒரு உயிருள்ள நெருப்பாகிறது. அந்த நெருப்பு, மலைக்கு அப்பால் மோசஸ் பார்த்த அதே நெருப்புதான்! ஆனால், அந்த நெருப்பு எதையும் அழிக்கவில்லை. அதற்கு மாறாக, அதைச் சுற்றியுள்ள செடி கொடிகள் அனைத்தையும் மிகவும் புதுமையாக மிகவும் இளமையாக, மிகவும் உயிரோட்டமுள்ளதாக ஆக்கிவிட்டது! அந்த நெருப்பின் உயிர்த்தன்மை அவைகளுக்குள் ஊடுருவிவிட்டது!

உங்களுடைய வாழ்வே ஒரு நெருப்புக்குச் சமம்தான். ஆனால், அதை அறிந்துகொள்வதற்கு, உங்களுடைய சக்தியின் அடர்த்தியை அதிகரித்துக் கொள்ள வேண்டும். தந்த்ரா, ''மண்புழு போல் வாழாதீர்கள். அது வாழ்வே இல்லை. அது தற்கொலைக்குச் சமம் தான்'' என்கிறது. தந்த்ராவின் கடவுளின் கட்டளை (Commandment) இது ஒன்றுதான். நீங்கள் சாப்பிடுகிறீர்களா? அந்த செயலில் முழுமையாக ஈடுபட்டு, உங்கள் சக்தியை அதில் குவியுங்கள். இப்படி ஒவ்வொரு செயலிலும், அந்த செயலாகவே மாறிவிடுங்கள். இதுதான் சாதாரண மக்களுக்கும், ஒரு தந்த்ராவாதிக்கும் உள்ள மிகப்பெரிய வேற்றுமை. ஆனால், வெளியில் பார்ப்பதற்கு எந்த வித்தியாசமும் தெரியாது. எல்லாமே கேளிக்கையாக, சாதாரண செயலாகவே தெரியும். ஒரு தாந்த்ரீகன் அதில் ஆழ்ந்து செல்லுகிறான். அதை தியானமாக்குகிறான். ஆனால், சாதாரண மக்கள், அதை மிகவும் மேலோட்டமாக, வெரும் கேளிக்கையாக, எடுத்துக்கொண்டு, மிகவும் இயந்திரத்தனமாகச் செயல்படுகிறார்கள். இதை ஆழ்ந்து புரிந்துகொள்ளுங்கள்.

தந்த்ரா மேலும் விவரிக்கிறது. அதாவது, ''நீங்கள் சாப்பிடும்பொழுது, அதை மட்டும் செய்யுங்கள். அதில் உங்கள் சக்தியை குவியுங்கள். வேறு எங்கேயோ நினைத்துக் கொண்டு, சாப்பிடாதீர்கள். அப்பொழுது முழுமையாக நிகழ்காலத்தில் இருங்கள். அந்த ஆகாரத்தில் உங்கள் அன்பை, நன்றியை கலக்கவும். ஆகாரத்தை சிறிது வாயில் போட்டுக் கொண்டு, அதை மிக மென்மையாக அரைத்து, ருசித்து, அனுபவித்துச் சாப்பிடுங்கள். உங்கள் எண்ணம் அனைத்தும் அதிலேயே இருக்கட்டும். இறந்த காலத்துக்கோ அல்லது வருங்காலத்துக்கோ செல்லாதீர்கள்

அப்பொழுது, நீங்கள் அந்தக் கணம் நிகழும் உயிர்த் தன்மையோடு இரண்டறக் கலந்துவிடுகிறீர்கள். அந்த ஆகாரத்தின் ருசியை அனுபவிக்கும் பொழுது, நீங்கள் இந்த பிரபஞ்ச உயிர்த் தன்மையையும் ருசிக்கிறீர்கள். ஏனெனில் ஆகாரமும், அந்த உயிர்த்தன்மையின் வெளிப்பாடுதான். அது உங்களுக்கு சக்தியை அளிக்கிறது, பிராணனைக் கொடுக்கிறது. நீங்கள் இந்த உலகத்தில் உயிர் வாழ்வதற்கு ஆதாரமே, இந்த ஆகாரம்தான். அந்த ஆகாரத்தை ருசிக்கும்பொழுது, உங்கள் கவனம் அதன் உயிர்த்தன்மையில் ருசிப்பதாக இருக்கட்டும். அதைப்போல, தாகம் எடுத்தால், கொஞ்சம் பொறுங்கள். அது முழுமை அடையட்டும். தீவிரமா கட்டும். அதன் பிறகு, மெல்ல கொஞ்சம் கொஞ்சமாக அனுபவித்துக் குடியுங்கள். அது எவ்வளவு மகிழ்ச்சியைக் கொடுக்கும் தெரியுமா? அப்பொழுது நீங்கள் இறைவனையே ருசிக்கிறீர்கள். அந்த உண்மையை ருசிக்கிறீர்கள்.

தந்த்ரா என்பது சாதாரண இன்பங்களுக்கு, முக்கியமாக பெண் இன்பத்திற்கு இடம் கொடுப்பது இல்லை. அது ஒரு அசாதாரண இன்பத்தை நோக்கிச் செல்கிறது. அந்த அசாதாரண இன்பம் எனபது கடவுளை அடைவதுதான். ஆனால், அந்த பேரின்பத்தை அடைய, நீங்கள் சாதாரண செயல்களில் உங்களை முழுமையாக ஈடுபடுத்திக்கொண்டு, இந்த சிற்றின்பத்தை முழுமை செய்யவேண்டும் என்று தந்த்ரா சொல்கிறது. ஒவ்வொரு சிறு செயலையும் ருசித்து, அனுபவிக்க வேண்டும் என்று தந்த்ரா சொல்கிறது.

இந்த வாழ்க்கையில் சிறிய விஷயம் என்றும் பெரிய விஷயம் என்றும் எதுவும் இல்லை. நீங்கள் ஒரு சிறிய விஷயத்தில் முழுமையாக இயங்கினால், உங்கள் சக்தி அனைத்தையும் அதில் குவித்தால், அது பெரிய விஷயமாகிவிடுகிறது. அவ்வளவுதான். இதை மீண்டும் சிந்தித்துப் புரிந்துகொள்ளுங்கள். ஒரு ஆணையோ அல்லது பெண்ணையோ காதலித்தால் நீங்கள் அந்தக் காதலாகவே மாறிவிடுங்கள். மற்றவை அனைத்தையும் மறந்துவிடுங்கள். அது கள்ளம்கபடமற்று முழுமையாக இயங்கட்டும். கள்ளம்கபடமற்று என்று சொன்னால், உங்கள் மனம் அதில் நுழையாமல் இருக்கட்டும் என்று பொருள். முழு உணர்வில் இருங்கள். அதைப் பற்றிய எண்ணங்கள், கற்பனைகள் அனைத்தும் மறையட்டும். அப்பொழுது நீங்கள் முழு உணர்வாக அந்த அன்பில் கரைந்துவிடுகிறீர்கள். அந்த முழுமையான அன்பின் மூலம், நீங்கள் கடவுளைக் காண முடியும்.

தந்த்ரா, ''உணவின் மூலமாக, நீரை அருந்துவதன் மூலமாக, காதல் மூலமாக, இப்படி ஒவ்வொரு சிறுசெயல்களின் மூலமாக, எங்கும்

எதிலும் கடவுளைக் காணலாம்'' என்கிறது. அது ஒவ்வொரு கணமும், இங்கு, இப்பொழுது தன்னை வெளிப்படுத்திக் கொண்டே இருக்கிறது. அதைப் போல மறைந்து கொண்டும் இருக்கிறது. அதுவே உங்கள் வாழ்க்கையாக இருக்கட்டும். அதனால், நீங்கள் எந்த ஞாபகமூட்டையை யும், வருங்காலத்திட்டத்தையும் சுமக்க வேண்டாம். எப்பொழுதும் வெறுமனே, திறந்த மனத்துடன் இருங்கள். பாரத்தை சுமந்து இழுக்கும் மாடு போல, வாழ்க்கையை ஓட்டாதீர்கள்.

அந்த சூத்திரத்தின் அடுத்த அடி,

''விளக்கம் கூறும் சிந்தனைகளில்
மறைந்து நிற்கும் அறியாமையில்
மனம் பிளவுபட்டு இரண்டாகிறது
எனவே,
எல்லையற்ற கருணையும்
எதுவுமற்ற இருப்பு நிலையும்
இரண்டென்றே வாதிக்கின்றனர்''

உண்மையை அனுபவம் மூலமாக உணர, இரண்டு வழிகள் இருக்கின்றன. இது உயிர்தன்மை சம்மந்தப்பட்ட அனுபவம். வெளிப் பொருள் சம்மந்தப்பட்டது அல்ல.மேலும், வார்த்தைகளைக் கொண்டுதான் அதை விளக்க வேண்டும். அதைத் தவிர வேறு வழியில்லை. அந்த வார்த்தைகளோ, எப்பொழுதும் 'உண்டு', 'இல்லை' என்ற வகையில்தான் அமைந்திருக்கின்றன. புத்தரைப் போல, சாரஹாவும், 'இல்லை' என்ற வார்த்தையைக் கொண்டே, அதை விளக்க முயற்சி செய்கிறார். 'உண்டு' என்ற முறையில் அதை விளக்குபவர்கள் அநேகம் பேர்கள். ஆனால், புத்தர், ஏன் இந்த மாறுபட்ட முறையைத் தேர்ந்து எடுத்தார் என்பதற்கு, சில காரணங்கள் உண்டு. அதில் முக்கியமானது, எப்பொழுதுமே, 'உண்டு' என்ற சொல்லுக்கு, எல்லைகள் உண்டு. 'இல்லை' என்ற வார்த்தைக்கு எல்லைகள் கிடையாது. உதாரணமாக, நீங்கள், ''கடவுள் முழுமையாக இருக்கிறார், எல்லாமாக இருக்கிறார்'' என்று சொல்லும்பொழுது, அதில் ஒரு பரந்த எல்லை ஏற்பட்டுவிடுகிறது. எப்பொழுது ஒன்றை 'முழுமை' என்று சொல்கிறீர்களோ, அப்பொழுதே அங்கு எல்லைகளும் ஏற்பட்டு

விடுகின்றன. அதற்குமேல், அதைப் பற்றிப் பேச என்ன இருக்கிறது? அது மேற்கொண்டு எங்கேயும் தன்னை விஸ்தரித்துக்கொள்ள முடியாது. நீங்கள் அதை 'பிரம்மா' (Brahma) என்று அழைக்கிறீர்கள். நீங்கள் கடவுள் என்று ஒன்றை உருவகப்படுத்தும் பொழுது, அங்கு, அதற்கு எல்லைகளையும் கட்டிவிடுகிறீர்கள். இதை ஆழ்ந்து புரிந்து கொள்ளுங்கள்.

கடவுள் தன்மை என்பது எல்லையற்ற, புரிந்துகொள்ள முடியாத சக்தி மயம். அங்கு உங்களுடைய 'ஆமாம்' என்ற வார்த்தைக்கு வேலையே இல்லை. அங்கு, அந்த வார்த்தை தன் சக்தியை இழந்துவிடுகிறது. ஆகவே தான், புத்தர், அதை 'சூன்யம்' (Shunya) என்று அழைத்தார். 'சூன்யம்' என்றால் ஒன்றும் இல்லை (Nothingness) என்று அர்த்தம். இந்த வார்த்தையை நன்றாக ஆழமாக சிந்தியுங்கள். அதை ருசிக்கவும். அதை அப்படியும், இப்படியும் புரட்டிப்பாருங்கள். உங்களால் அதில் எந்த எல்லையையும் காண முடியாது! ஆனால், 'ஒன்றுமில்லை' என்று சொன்ன தால், புத்தர் 'எதுவுமில்லை' என்ற அர்த்தத்தில் சொல்லவில்லை. இதை மிக நன்றாக ஞாபகம் வைத்துக்கொள்ளுங்கள். அதில் எல்லாமே அடங்கி விட்டது. ஆனால், இந்த பிரபஞ்ச உயிர்த்தன்மை என்பது இவைகளை யெல்லாம் ஒப்பிடும்பொழுது, மிக மிகப் பெரியது. இதுதான் தந்த்ராவின் அடிப்படைக் கொள்கை.

நீங்கள் ஒரு ரோஜா மலரைப் பார்க்கிறீர்கள். நீங்கள் அதை எடுத்துக்கொண்டு, ஒரு ரசாயனம் படித்தவரிடம் சென்றால், அவர் அதை அணு அணுவாக ஆராய்ந்து, அதில் என்னென்ன பொருள்கள் இருக் கின்றன. என்று கூறிவிடுவார்.

ஆனால், நீங்கள் அவரிடமே, ''அதனுடைய அழகு எங்கே இருக்கிறது. காட்டுங்கள்?'' என்று கேட்டுப்பாருங்கள். அவர் வெறுமனே தோளைக்குலுக்கிக்கொண்டு, ''அப்படி ஒன்றும் தெளிவாக, இதுதான் என்று என்னால் காட்ட முடியாது. எல்லாம் சேர்ந்து இருப்பதுதான் அழகு. அது உங்கள் எண்ணத்தைப் பொருத்தது'' என்பார்.

ஆனால், தந்த்ரா, ''அழகு என்பது, எல்லாம் சேர்ந்து இருப்பதைக் காட்டிலும், தனித்தன்மையாக பரிணமிக்கிறது. எல்லாவற்றையும் சேர்த்து வைத்ததினால் மட்டும் அழகு ஏற்பட்டு விடாது. அது அதற்கு அப்பால்

இயங்குகிறது. ஆனால், அந்த பாகங்கள் சேர்ந்து இருப்பது, அது சுலபமாக இயங்குவதற்கு ஆதாரமாக இருக்கிறது'' என்கிறது.

ஒரு சிறிய குழந்தை, ஆனந்தமாக மழலை பேசிக்கொண்டு, குலுங்கிச் சிரித்தவாறு இருக்கும்பொழுது, அங்கு வாழ்வு மிகச் சீராக இயங்குகிறது. ஆனால், அதே குழந்தையை, வெட்டி, பாகம் பாகமாக ஒரு அறுவை சிகிச்சை செய்து, ஒரு பலகையின் மேல் அடுக்கி வையுங்கள். என்ன காண்பீர்கள்? உயிரற்ற சடலத்தின் பாகங்களில் என்ன சிரிப்பை, என்ன அழகைக் காண்பீர்கள்? எப்பொழுது அந்த குழந்தையின் மேல் கத்தி பட்டதோ, அப்பொழுதே அதன் அழகு மறைந்துவிட்டது.

ஆகவே, தந்த்ரா, '' முழுமை என்பது சகலமும் அல்ல. அந்த முழுமையில்தான் வாழ்வு இயங்குகிறது'' என்கிறது. அதைப் போல ஒன்று மில்லை (Nothing ness) என்பதில், எதுவுமே இல்லை (Emptiness) என்று அர்த்தம் இல்லை. அதில் சகலமும் அடங்கியே இருக்கின்றன. ஆனால், அதற்கு மேல், எல்லையற்ற பிரபஞ்ச உயிர்த்தன்மை என்பது அங்கு நிகழ்ந்துகொண்டு இருக்கிறது. அதனால்தான், இந்த பிரபஞ்சம் மகிழ்ச்சி யில், கொண்டாட்டத்தில் இயங்கிக்கொண்டு இருக்கிறது.

ஆகவே, இந்த 'ஆமாம்-இல்லை' (Positive and Negative) வார்த்தைகளின் அர்த்தத்தை நன்றாகப் புரிந்துகொள்ளுங்கள். இவற்றில், 'இல்லை' என்ற வார்த்தையைத்தான், தந்த்ராவும், மற்றும் புத்திஸ தந்த்ரா வும் கையாளுகின்றன. ஆனால், ஹிந்து தந்த்ரா 'ஆமாம்' என்ற (Positive) வார்த்தையையே எடுத்துக் கொண்டுள்ளது. புத்திஸ தந்த்ராவுக்கும், ஹிந்து தந்த்ராவுக்கும் உள்ள வேற்றுமை இது ஒன்றுதான்.

புத்தர் என்ன சொல்கிறார், ''ஒவ்வொன்றாக 'நேதி-நேதி' (இல்லை-இல்லை) என்று கழித்துக் கொண்டோ அல்லது ஒதுக்கிக் கொண்டோ வாருங்கள். கடைசியில், எதை ஒதுக்க முடியாமல் இருக் கிறதோ, அதுதான் உண்மை அல்லது முழுமை'' என்கிறார்.

ஆகவே, நன்றாக ஞாபகம் வைத்துக் கொள்ளுங்கள். ஒன்று மில்லை என்பது எதுவுமில்லை (Emptiness) என்பதைக் குறிப்பது அல்ல. அது 'முழுமை'யை முழுமையாகக் குறிப்பிடுகிறது. இந்த விவரிக்க முடியாதத் தன்மையைத் தான், ஒன்றுமில்லை என்ற அற்ப வார்த்தையால் குறிப்பிடுகிறோம்.

சாரஹா,

"விளக்கம் கூறும் சிந்தனைகளில்
மறைந்து நிற்கும் அறியாமையில்
மனம் பிளவுபட்டு இரண்டாகிறது" என்கிறார்.

இப்படிப்பட்டவர்களது பிரச்சினையே இதுதான். அதாவது இரண்டுபட்ட மனம், பிளவுபட்ட மனம். விஞ்ஞானிகள் கூட என்ன சொல்கிறார்கள்? மனம் இடது, வலது என்று இரண்டு வகையில் அமைந்து, ஒன்றுக்கு ஒன்று மாறுபட்ட வகையில் செயல்படுகின்றன. இடது பக்க மூளை எதையும் ஆராயும் தன்மை படைத்தது. வலது பக்க மூளை இனம் புரியாத காரணத்தைச் (Intutive) சொல்லுவது. அது எப்படி, எங்கிருந்து செயல்படுகிறது என்று யாராலேயும் தீர்மானிக்க முடியாது. பிரபல ஓவியர்கள், புலவர்கள், ஞானிகள், இந்த வகையைச் சேர்ந்தவர்கள். முதல் வகையில், தத்துவவாதிகள், விஞ்ஞானிகள், கணக்காளர்கள் போன்றவர்கள் அடக்கம். ஆனால், இந்த இரண்டு வகையினர்களுக்கும் உள்ள வித்தியாசம் மிக மென்மையானது. சிலசமயம், இந்த மெல்லிய திரை விலகி, இரண்டு வகையினரும், ஒன்றாகி விடுவார்கள். இரண்டாவது மகாயுத்த காலத்தில், இப்படிப்பட்ட அரிய சம்பவங்கள் நேர்ந்திருக்கின்றன. காலையில் ஒரு நிலையில் சிந்திக்கும் ஒரு மனிதன், மாலையில் முற்றிலும் மாறாக சிந்திப்பான். அந்த போரின் சூழ்நிலை, அப்படி அவனை மாற்றி விட்டது. காலையில், இடது பக்கம் வேலை செய்யும் மனம், மாலையில் வலது பக்கம் முழுமையாக வேலை செய்கிறது.

இதற்கு யோகா என்ன சொல்கிறது? அது நவீன விஞ்ஞானத்தை விட மனத்தின் மிக ஆழத்திற்குச் செல்கிறது. அது, "உங்கள் மூச்சு சுமார் ஒவ்வொரு 40 நிமிடத்திற்கும், மூக்கின் ஒரு துவாரத்திலிருந்து, அடுத்தத் துவாரத்திற்கு மாறுகிறது" என்கிறது. இதைப் பற்றி, நவீன விஞ்ஞானம் ஆழமாகச் சிந்திக்கவில்லை. யோகா மேலும், "உங்களுடைய இடது மூக்கின் துவாரத்தின் வழியாக மூச்சு நடைபெறும் பொழுது, உங்களது வலது பக்க மனம் வேலை செய்கிறது. இது சுமார் 40 நிமிடம் நடை பெறுகிறது. பிறகு ஓய்வு எடுத்துக் கொள்கிறது. மனிதன் அறிந்தோ, அறியாமலோ, தன் வேலையை, சுமார் 40 நிமிட நேரத்துக்கு ஒருதரம் மாற்றிக் கொள்கிறான். பள்ளி மற்றும் காலேஜில் ஒரு பாடத்தை சுமார் 40 நிமிடம்

நேரமே நடத்துகிறார்கள். பிறகு வேறு வகுப்புக்கு மாற்றியோ அல்லது அதே வகுப்பில், வேறு வாத்தியாரைக் கொண்டு, வேறு பாடத்தையோ போதிக்கிறார்கள். ஏனெனில், அந்த நேரமே, அதிக அளவாக செயல்படும் படியாக அமைக்கப்பட்டிருக்கிறது. அதன்பிறகு, அது ஓய்வு எடுக்க விரும்புகிறது.

உங்கள் வாழ்க்கையையே, நீங்கள் கூர்ந்து கவனித்தால், இந்த மாற்றத்தை உங்களால் எளிதில் புரிந்துகொள்ள முடியும். உதாரணமாக, ஒரு சில நிமிடங்களுக்கு முன், நீங்கள் உங்கள் மனைவி மேல் மிகவும் அன்பாக இருந்திருப்பீர்கள். திடீரென்று, உங்களிடம் ஏதோ ஒரு மாற்றம் ஏற்பட்டு, நீங்கள் அவளைப் பற்றிக் கவலைப்பட ஆரம்பிப்பீர்கள். உங்கள் அன்பு, காதல் எல்லாம் மறைந்து சென்றிருக்கும். உங்கள் அன்பு உணர்வில் உயிர் ஓட்டம் எதுவும் இருக்காது. நீங்கள் அவளது கையோடு உங்கள் கையைப் பிணைத்திருக்கலாம். ஆனால், உங்கள் மனம் மாறி இருக்கும். அவளை விட்டு எப்படித் தப்பிக்கலாம் என்று அது யோசனை பண்ணிக் கொண்டிருக்கும்! அதைப் போல நீங்கள் இந்த நிமிடம் ஒருவர் மேல் மிகக் கோபமாக இருப்பீர்கள். அவரைக் கொல்லக்கூடத் துடிப்பீர்கள். ஆனால், சிறிது நேரத்தில், உங்கள் மனம் மாறுவதை நீங்களே உணருவீர்கள். அந்த ஆள் மேல், கருணை பிறந்தாலும் ஆச்சரியப்படுவதற்கில்லை. ஆகவே, உங்கள் மனம் மாறுவதை உன்னிப்பாக, விளையாட்டாகக் கவனியுங்கள். அதுவே உங்களது விழிப்புணர்வுக்கு வழி செய்யும்.

தந்த்ரா, ''இந்த இரண்டு மாறுபட்ட மனங்கள் எப்பொழுதும் பிரிந்து கொண்டும், சேர்ந்து கொண்டும் இருக்கின்றன. அவைகள் இரண்டும் சேரும்பொழுது, ஒரு ஆணும், பெண்ணும் அன்பு மிகுதியால் சேருவதைப் போல எண்ணிக் கொள்ளுங்கள்'' என்கிறது. உண்மையில், வலதுபக்க மனம் ஆண் தன்மையுடையதாகவும், இடதுபக்க மனம், பெண் தன்மையுடையதாகவும் இருக்கின்றது. ஒரு ஆணும், பெண்ணும் கலவியின் உச்சத்தில் இருக்கும்பொழுது, அந்த உச்ச இன்பம், இந்த இரண்டு மனங்களும் சேருவதால் நிகழ்கிறது. இது வெளிநிகழ்ச்சி அல்ல; உள்நிகழ்ச்சி. நன்றாகக் கவனித்துப் பாருங்கள். புரியும்.

இந்தத் தாந்த்ரீகர்கள், அன்பின் ஆழத்தையும், அதன் செயல் பாட்டையும் மிகவும் கூர்ந்து கவனித்திருக்கிறார்கள். ஏனெனில், மனிதன், பெண்ணினால் அடையும் அந்த உச்சஇன்பத்திற்காக, இந்த உலகத்தையே

விலை பேசத் தயாராக இருக்கிறான்! ஆமாம், அது ஒரு அபூர்வ அனுபவம் தான். உண்மை என்று ஒன்று உண்மையில் இந்த உலகத்தில் இருக்குமானால், அது இந்த இன்பத்திற்கு மிக அருகாமையில் தான் இருக்க வேண்டும். இது ஒரு சாதாரண எல்லோரும் புரிந்துக் கொள்ளக்கூடிய தர்க்கரீதியான கருத்துதான். ஏனெனில், இந்த சாதாரண சிற்றின்பம் என்பது, அந்த பேரின்பத்தின் கதவைத் திறப்பதற்கு வழிவகை செய்யும். அது மெதுவாக இருக்கலாம், திறந்தும், திறவாமலும் இருக்கலாம். அதன் அருகில் சென்று நின்று விடலாம். ஆனால், சிறிது விழிப்புடன் முயன்றால், அந்தக் கதவைத் திறக்க, அது கண்டிப்பாக முனையும். ஏனெனில், அந்த உச்சக்கட்டத்தில், ஒரு ஆணும், பெண்ணும் தன் அகங்காரத்தை முழுமையாக மறந்து, உணர்வில் முழுமையாகிறார்கள்.

தந்த்ரா, இன்னும் பல விஷயங்களைப் பற்றிக் கூறுகிறது. அவைகளில் ஒன்று, நீங்கள் ஒரு பெண்ணிடம், அன்பு செலுத்தும்பொழுது, உங்களிடம் மகிழ்ச்சியும் ஒரு புத்துணர்ச்சியும் ஏற்படுகிறது. இந்த உணர்வு களுக்கும், அந்தப் பெண்ணுக்கும் எந்த சம்மந்தமும் கிடையாது. அவள் வெளியே ஒரு கருவியாக மட்டும் செயல்படுகிறாள். ஆனால், இந்த உணர்வுகள் உங்கள் உள்ளே நிகழுகிறது. நன்றாகச் சிந்தித்துப் பாருங்கள். இதனால், அவள் எந்த ஆனந்தத்தையும் அடைவது இல்லை. அவளும், உங்களைப் போல உங்கள் மீது அன்பு கொண்டிருந்தாலன்றி, அவளிடம் எந்த மாற்றமும் ஏற்பட வழியில்லை. ஆக, உணர்வுகள், ஆனந்தம் என்பவைகள் ஒருவரின் தனிப்பட்ட அனுபவமாகிறது. உங்களிடம் ஏற்படும் மாறுதலை, அவள் கவனிக்கலாம். அதைப்போல அவளிடம் ஏற்படும் மாறுதலை நீங்கள் கவனிக்கலாம். ஆனால், அவளால் அல்லது உங்களால் அந்த அனுபவத்தில் கலந்து கொள்ள முடியாது. அதைப்போல, நீங்கள் இருவருமே, ஒரே நேரத்தில் அந்த உச்ச இன்பத்தை அடைந்தாலும், அந்த அனுபவம் தனித்தனியானதே. நீங்கள் இருவரும் வெறும் பார்வையாளராகவே இருக்கலாம். பங்கு கொள்ளுபவராக அல்ல. இன்னும் கொஞ்சம் சுருக்கமாகச் சொன்னால், ஒவ்வொருவருடைய உச்சக்கட்ட இன்பம் என்பது 'சுய இன்பம்' (Masterbation) காண்பதையே ஒக்கும். இதற்கு, பெண்ணுக்கு ஆணும், ஆணுக்கு பெண்ணும் உதவி செய்பவர்களாக இருக்கிறார்கள், ஒரு தூண்டுதலாக இருக்கிறார்கள். அவ்வளவுதான்.

அடுத்ததாக, தந்த்ரா சொல்லிய முக்கிய கருத்துகளில் ஒன்று என்னவென்றால், ஒருவரது உச்ச இன்பத்திற்கும், அவரது பால் உணர்வு

அங்கத்திற்கும் சம்மந்தமே இல்லை. அது உங்கள் மூளையில் நடக்கும் நிகழ்ச்சி. பால் உணர்வு அங்கம் என்பது ஒரு ஆரம்பத் தூண்டுதல். உங்கள் மூளைதான் பிரதானம். பால் உணர்வு அங்கம் என்பது ஒரு கருவிதான் இதை நவீன விஞ்ஞானம் ஒத்துக்கொள்கிறது.

டெல்காடோ (**Delgado**) என்ற மனநல வல்லுனரைப் பற்றி, நீங்கள் கேள்விப்பட்டிருப்பீர்கள். அவர் ஒரு சிறிய மின்சார கருவியைச் செய்து, எட்டி நின்று இயங்கும்படி (**Remote Control**) அமைத்திருந்தார். அதில் ஒரு பட்டனை அமுக்கி, உங்களிடம் பால்உணர்வைத் தூண்ட முடியும். அதில் உச்ச இன்பத்தை நீங்கள் அடைய முடியும். அதற்கும், உங்கள் பால்உணர்வு அங்கத்திற்கும் எந்த சம்பந்தமும் கிடையாது. அது, நேராக உங்கள் மூளையில் வேலை செய்கிறது. அங்கு, அது உங்களுடைய பால்உணர்வு சக்தியைத் தூண்டி விடுகிறது. அதைப் போல, இன்னொரு பட்டனை அமுக்கினால், நீங்கள் மிகக் கோபம் அடைவீர்கள். அதைப் போல வேறு ஒரு பட்டனை அமுக்கினால், நீங்கள் சோர்வாக உட்கார்ந்து விடுவீர்கள். ஆக, உங்கள் உணர்வுகளை, இந்த பட்டன்கள், நிர்ணயிக்கின்றன! இதைப் போலத்தான் பெண்ணும், மற்ற மனிதர்களும், பட்டனாக இருக்கிறார்கள்! இதை மீண்டும் சிந்தித்துப் புரிந்துகொள்ளுங்கள்.

இந்தப் பரிசோதனையை, டெல்காடோ, எலிகளை வைத்து ஆராய்ச்சி செய்யும் பொழுது, மிகவும் ஆச்சரியம் அடைந்தார். ஆகவே, நவீன விஞ்ஞானம் சொல்வதற்கும், தந்த்ரா சொல்வதற்கும் எந்தவித வித்தியாசமும் இல்லை. இன்பம் மற்றும் மகிழ்ச்சி என்பது உங்கள் உள்ளே நிகழ்கிறது. முதலில், அதற்கும் ஆணுக்கும் அல்லது பெண்ணுக்கும் சம்மந்தம் இல்லை. அடுத்தது, அதற்கும் பால் உணர்வு சக்திக்கும் சம்மந்தம் இல்லை. ஒரு பெண், உங்களுடைய பால் உணர்வு சக்தியை தூண்டும் கருவியாக இருக்கிறாள். அந்தத் தூண்டப்பட்ட சக்தி, உங்கள் மூளையின் ஒரு பாகத்தில் உள்ள சக்தியை எழுப்புகிறது. அடுத்து, அந்த உச்சகட்ட இன்பமும் அந்த மூளையின் எழுப்பப்பட்டப் பகுதியில்தான் நிகழ்கிறது. உங்கள் ஆண்குறியிலோ அல்லது பெண்குறியிலோ அல்ல. ஆனால், அவைகள் மிகவும் சக்திவாய்ந்த தூண்டுகோலாக இருக்கின்றன.

ஆகவேதான், நிர்வாணப்படங்களும், ஆணும் பெண்ணும் கலவி இன்பம் காணும் சினிமாப் படங்களும் அவ்வளவு கவர்ச்சியுடையதாக இருக்கிறது. ஏனெனில், அதைப் பார்த்த மாத்திரத்திலேயே, அது உங்கள்

மூளையின் பால்உணர்வு பாகத்தைத் தூண்டுகிறது. ஒரு அழகான பெண்ணும், ஒரு அவலட்சணமான பெண்ணும், உங்களுக்கு அதே அளவு உச்ச இன்பத்தைக் கொடுக்க முடியும். ஏனெனில், பெண்ணின் அழகு, அவர்களது குறியைப் பொருத்தவரை ஏறக்குறைய ஒன்றுதான். ஆனால், அழகிய முகம் உடைய ஒரு பெண், ஓர் ஆணின் மூளையின் பால்உணர்வு மையத்தைத் தூண்டும் அளவுக்கு, ஒரு அவலட்சணமான பெண்ணால் தூண்ட முடியாது. இந்தத் தந்த்ராவின் அடிப்படைக் கருத்தைப் புரிந்து கொண்டவன், பெண் பித்தாக அலையமாட்டான். அந்த சிற்றின்பத்தை, எப்படி பேரின்பமாக மாற்றமுடியும் என்று ஆழமாகச் சிந்திப்பான். இப்பொழுது, இந்த உலக இன்பத்தைப் பொருத்தவரை, அவனது பார்வையின் கோணமே மாறுகிறது.

இந்த இன்ப உணர்வு, ஆணின் மற்றும் பெண்ணின் மூளையில் தான் நேரிடுகிறது என்று நவீன விஞ்ஞானம் சொல்கிறது. ஆனால், தந்த்ரா அதற்கு மேலும் சென்று, ஒரு பெண்ணின் வலதுபக்க மூளைப்பகுதியிலும், ஒரு ஆணின் இடதுபக்க மூளைப்பகுதியிலும் அது நேரிடுவதாகக் குறிப்பிடுகிறது. அத்துடன், மூளையின் வலதுபக்க பால் உணர்வு மையம், தன்னுடைய இடதுபக்க பாகத்துடன் இணைந்து முழுமை யாகும் பொழுது, முழுமையாக தன்னை மறந்த இன்பம் ஒரு பெண்ணுக்குக் கிடைக்கிறது. அதைப் போல ஒரு ஆணுக்கும் கிடைக்கிறது. மூளையின் மையங்களின் செயல்கள் வெவ்வேறாக இருந்தாலும், ஒரு உச்சகட்டத்தில், அவைகள் அனைத்தும் முழுமையாகி விடுகின்றன. ஆனால் ஒரு நிபந்தனை. உங்கள் மூளை, எதையும் தர்க்கரீதியாக அலசும் தன்மை யுடையதாக இருக்கக் கூடாது. இப்படிப்பட்ட மூளை அல்லது மனம் ஒருக்காலும் மகிழ்ச்சியாக இருக்காது.

இதனால்தான், நாகரிகம் அடையாத அக்கால மக்கள், படித்த, நாகரிகம் அடைந்த இக்கால மக்களைவிட மிகவும் சந்தோஷமாகவே இருந்திருக்கிறார்கள். உங்களைவிட, இந்த விலங்குகளும், பறவைகளும் நிச்சயம் மகிழ்ச்சியாகவே இருக்கின்றன! ஏனெனில், முக்கியமாக அவைகளிடம் எதையும் துருவிப் பார்க்கும் மனம் கிடையாது. எந்த அளவுக்கு, இந்த ஆராயும் மனம் மிகவும் தீவிரமாக இருக்கிறதோ, அந்த அளவுக்கு, சாதாரண, மகிழ்ச்சியான மனத்தின் இடைவெளி அதிகமாகவே இருக்கும். ஒருக்காலும், இந்த இரண்டு மனமும் ஒன்றாகச் சேராது. ஆகவே, உங்கள் எண்ணங்களைக் குறையுங்கள். தேவையற்ற ஆராய்ச்சிகள் வேண்டாம்.

நீங்கள் எந்த அளவுக்கு, கவிதை உள்ளம் படைத்தவர்களாக, காவியம், ஓவியம் மற்றும் இயற்கையை ரசிப்பவர்களாக இருக்கிறீர்களோ, அந்த அளவுக்கு, உங்கள் மனம் சுலபமாக முழுமையில் இயங்கும். அது உங்களை எளிதில், பேரானந்தத்திற்கு அழைத்துச் செல்லும். இப்படிப்பட்டவர்கள் எப்பொழுதும் ஆனந்தமாகவும், கொண்டாட்டமாகவும், ஆடலும், பாடலுமாகவே இருப்பார்கள்.

அடுத்து ஒரு முக்கியமான விஷயத்தைச் சொல்லப் போகிறேன். இந்த நவீன விஞ்ஞானம் இந்தக் கருத்தை ஒப்புக்கொள்ள, அநேகமாக சில நூற்றாண்டுகள் ஆகலாம். அதாவது, நீங்கள் அனுபவிக்கிறீர்களே, இந்த உச்சகட்ட இன்பம், மகிழ்ச்சி, ஆனந்தம் அனைத்தும் மூளையில் உள்ள ஒரு பகுதியின் தூண்டுதலால் ஏற்படுவதில்லை. அது உண்மையில், உங்கள் உயிர்த்தன்மை சாட்சியாக, அந்தப் பகுதிக்குப் பின்னால் இருந்துகொண்டு பார்ப்பதால் ஏற்படுவது. அது மூளையின் ஆண்பகுதியோடு மிகவும் சம்மந்தப்பட்டிருந்தால், அந்த மகிழ்ச்சி, ஆனந்தம் ஏற்பட்டிருக்காது. அதைப் போல, மூளையின் பெண் பகுதியோடு சம்மந்தப்பட்டிருந்தால், ஏதோ சிறிது இன்பம் அல்லது ஆனந்தம் கிடைத்திருக்கலாம். ஆனால் அது, இந்த இரண்டிலும் சம்மந்தப்படாமல் வெறுமனே சாட்சியாக, வெறும் பிரக்ஞையாக இருக்கும்பொழுதுதான், அந்த உச்ச இன்பம் முழுமை பெறும்.

நீங்கள் கவனித்திருக்கிறீர்களா? ஆணை விட பெண் பொதுவாக சந்தோஷமாகவே இருப்பாள். அதனால்தான் அவர்கள் அழகு மிகுந்தும், இளமைத் தோற்றத்துடனும், வெகுளித்தனமாகவும் இருக்கிறார்கள். வெகுளியாக இருப்பதே ஒரு தனி அழகுதான். சிறிய குழந்தைகளைப் பாருங்கள். புரியும். மேலும், அவர்கள் பொதுவாக ஆணைவிட அதிக காலம், அமைதியாக வாழ்கிறார்கள். அவர்கள் இருப்பதில் திருப்தியடைகிறார்கள். அவர்களுடைய தற்கொலை மிகவும் குறைவு. அதைப்போல பைத்தியமாதலும் குறைவு. ஆணை எடுத்துக்கொண்டால், எவ்வளவு பேர்கள் மாண்டிருக்கிறார்கள்? அனாவசிய எல்லைத் தகராறு, அதிகார வெறி, இவைகளால் அகங்காரத்தின் உச்சிக்கே சென்று, தற்கொலைக்குச் சமமாக போரிட்டு மடிந்திருக்கிறார்கள்.

ஆகவே, உங்கள் சாட்சித்தன்மை, வெறுமனே அந்த மகிழ்ச்சியை, தன்னோடு சம்மந்தப்படுத்திக் கொள்ளாமல், பார்த்துக்கொண்டிருந்தால், அது பேரானந்தமாக மாறுகிறது. அது முழுமை பெறுகிறது. இந்த சாட்சித்தன்மையாக மாற, உங்களுக்குள்ளே உள்ள ஆண் தன்மையும்,

பெண் தன்மையும் ஒன்றாக வேண்டும். அது, தன் சொந்த இயல்பை இழக்க வேண்டும். அப்பொழுது, அந்த பேரின்பம் என்பது கணத்துக்குக் கணம் நிகழ்கிறது. அந்த நிலையில், பால் உணர்வு முழுமையாக மறைந்து விடுகிறது. அதற்கு தேவையும் இல்லை. ஒரு மனிதன் இப்படி முழுமையாக உச்சகட்ட இன்பத்தை 24 மணிநேரமும் இடைவிடாமல் கணத்துக்கு கணம் அனுபவிக்கும் பொழுது, பால் உணர்வு இன்பத்திற்கு வேலை ஏது?

ஆகவே, உங்கள் முழுமையான சாட்சித்தன்மையே, முழுமையான இன்பமாக மாறுகிறது. அதுவே உங்கள் இயல்பாக ஆகிவிடுகிறது. அதுதான் பிறகு பேரின்பமாக மாறுகிறது. இதைத் தெளிவாகப் புரிந்து கொள்ளுங்கள்.

அடுத்து சாரஹா, ''உயிர்த்தன்மை என்பது ஒன்றுமில்லை'' என்று குறிப்பிடுகிறார். 'ஒன்றுமில்லை' என்பது 'எதுவுமே இல்லை' என்று ஆகாது. இதை முன்பே சொல்லியிருக்கிறேன். உண்மையில், அதன் ஆழமான அர்த்தம் என்னவென்றால், 'எல்லாம் அடங்கியது' (Fullness) என்று அர்த்தம். அது எல்லையில்லாது இருப்பதால், அதை 'ஒன்றுமில்லை' என்று எளிதாகச் சொல்லி விட்டோம். ஆனால், உண்மை அதற்கு மாறானது.

பௌத்தர்கள், '''ஒன்றுமே இல்லாதது' என்றால், 'கருணை' என்பது எங்கிருந்து வருகிறது'' என்று மீண்டும் மீண்டும் கேட்கிறார்கள். அதற்கு சாரஹா, ''ஒன்றும் அற்றதும், கருணையும் ஒரே சக்தியின் இரு பரிமாணங்கள், இரு வெளிப்பாடுகள். உயிர்த்தன்மையில், ஒன்றும் அற்றது என்பது அகங்காரமற்ற தன்மையைக் குறிப்பிடுவது. அதில் நீங்கள் ஒன்று கலக்கும் பொழுது, நீங்களும் ஒன்றுமற்றவர்களாகி விடுகிறீர்கள். அகங்காரத்தோடு, அதனுடன் இயைந்து ஒன்று கலக்க முடியாது.''

ஒரு மனிதனை அடையாளம் காட்டுவது, இந்த அகங்காரத் தன்மைதான். ''நான் படித்தவன், நான் பணக்காரன், நான் மந்திரி....'' இப்படி ஆயிரம் வகைகளில், மனிதன் தன்னை இந்த உலகத்துக்கு அறிமுகம் செய்துகொள்கிறான். ஆனால், இந்த ஒவ்வொரு அகங்காரத் திற்கும் ஒரு எல்லை உண்டு. எது எல்லையற்றதாக இருக்கிறதோ, அதைத் தான் புத்தர் 'அனாதா' (Anatta) என்று அழைத்தார். அந்த எல்லையற்ற நிலையில், அகங்காரமற்ற தன்மையில், எவன் ஒருவன் இருக்கிறனோ, அவனிடம் கருணை தானாகவே வெளிப்படுகிறது. கருணை என்பது அகங்காரமற்ற தன்மைதான். வேறில்லை. அகங்காரம், ஆசையையும்,

ஒஷோ

பற்றையும் வளர்க்கும்பொழுது, அகங்காரமற்ற தன்மை கருணையை மிளிரச் செய்கிறது. அகங்காரம் தன் முனைப்பையும், வெறிச் செயலையும், கோபத்தையும் உண்டுபண்ணுகிறது. ஆனால், அகங்காரமற்ற தன்மை, அன்பையும், பகிர்ந்து அளித்தலையும், பிரியத்தையும் ஏற்படுத்துகிறது. கருணையை, யாரும் வெளியிலிருந்து திணிக்க முடியாது. நீங்கள் அகங்காரமற்ற, ஒன்றும்அற்றத் தன்மையில் வெறும் பிரக்ஞையாக இருந்தாலே, அது தானாகவே வெளியே வரும்.

ஒரு நிகழ்ச்சி.

ஒருவன் வியாபாரத்திற்காக, ஒரு பேங்கில் கடன் வாங்குவதற்காக, அந்த மேனேஜரை அணுகுகிறான். அவர், "நான் நினைத்தால், இந்தக் கடனை என்னால் மறுக்க முடியும். சரி, இப்பொழுது ஒரு சிறிய பந்தயம் நமக்குள் வைத்துக் கொள்வோம். என்னுடைய இரண்டு கண்களில், ஒன்று வெறும் கண்ணாடிதான். மற்றொரு கண் உண்மையானது. இதில், எது கண்ணாடிக் கண் என்று சொல்லுங்கள் பார்க்கலாம். அப்படி உங்கள் விடை சரியாக இருந்தால், நான் உங்களுக்குக் கடன் கொடுப்பேன்" என்றார். அதற்கு அந்த வியாபாரி, "சார், உங்களுடைய வலது கண்தான் கண்ணாடியால் ஆனது" என்றான். அந்த அதிகாரி ஆச்சரியம் அடைந்து, "ரொம்ப சரி. ஆனால் அதை எப்படிக் கண்டுபிடித்தாய்?" என்றார். அதற்கு அவன், "அந்தக் கண், உங்களுடைய உண்மையான கண்ணைவிட, மிகவும் கருணையுடையதாக எனக்குத் தெரிகிறது!" என்றான்.

ஆகவே, அகங்காரமுள்ள மனம், எதையும் கணக்குப் பார்க்கும் தன்மையுடையது; அது ஒருக்காலும் கருணையுடையதாக இருக்க முடியாது. அகங்காரத்திலேயே தாக்குதல், கொடுமை எல்லாம் நிறைந்திருக்கிறதே. ஆகவே, முதலில், இந்த 'நான்' என்ற தன்மையை விட்டு ஒழியுங்கள். இதுதான் உங்களுடைய சகல துன்பங்களுக்கும் அடிப்படை ஆதாரம். இந்த உணர்வை, நீங்களாக உண்டாக்கிக் கொள்ள முடியாது. அது, உங்களுடைய ஒன்றும்அற்ற தன்மையிலிருந்து, தானாகவே வெளியே வரவேண்டும். நீங்கள் கருணைமயமாக இருப்பதிலிருந்து, இந்த 'நான்' என்ற அகங்காரம்தான், தடுத்துக் கொண்டே இருக்கிறது.

ஆகவேதான் சாரஹா, "ஒன்றும்அற்ற தன்மையும், கருணையும் இரண்டு வெவ்வேறு தன்மைகள் அல்ல. நீங்கள் ஒன்றானால்; அடுத்தது

தானாகவே வெளிவருகிறது. இதை அனுபவத்தில் நீங்கள் உணரமுடியும்'' என்கிறார். இந்த ஒன்றும்அற்ற தன்மையைப் பற்றி முதன்முதலில் எடுத்துச் சொன்ன புத்தர், இந்த உலகத்துக்கு மாபெரும் சேவை செய்திருக்கிறார். இதனால், அவர் சரியான பாதையைக் காண்பித்திருக்கிறார். அகங்காரத்தை ஒழிப்பதற்கு, இதைவிட சரியான, எளிமையான வழியில்லை. மற்ற மதங்களெல்லாம், நல்ல குணம், நல்ல நடத்தை (ஙீகுூஓூஶீழீஓ) என்ற பெயரில், வெளியிலிருந்து உபதேசம் செய்து, ஒரு ஆழமான அகங்காரத்தையே ஏற்படுத்தியிருக்கின்றன. ஒரு வெளிவேஷம் போடும் நல்ல நடத்தையுள்ள மனிதன், ''நான் நல்லவன். என்னுடைய குணங்கள், மிகவும் சாத்வீக மானது. நான் மற்றவர்களைவிட, ஒழுங்கானவன், ஒழுக்கமுள்ளவன்'' என்ற நன்னடத்தை அகங்காரத்தை தன் உள்ளே ஏற்படுத்திக் கொள்கிறான். ஒரு மதக்கொள்கைகளைப் பின்பற்றுபவன், தான் மற்றவனை விட, மிகவும் மதத்தன்மை வாய்ந்தவன் என்று கர்வம் கொள்கிறான். இதனால் என்ன பிரயோஜனம்? இதுவும் அகங்காரம்தான். புத்தர் என்ன சொல்கிறார், ''எதையும் உங்கள் மேல் திணித்துக் கொள்ளாதீர்கள். விழிப்புடன் எல்லா வற்றையும் புரிந்து செய்யுங்கள். நீங்கள் எதுவும் இல்லை என்ற உணர்வு உங்களிடம் எப்பொழுதும் இருக்கட்டும்'' என்கிறார்.

நீங்கள் எப்பொழுதாவது உங்கள் உள்ளே சென்றிருக்கிறீர்களா? அங்கு யாரையாவது சந்தித்து இருக்கிறீர்களா? அமைதியைத் தவிர, வேறு எதையும் சந்தித்து இருக்க மாட்டீர்கள். இதை நன்றாகச் சிந்தித்துப் பாருங்கள்.

சாக்ரட்டீஸ், ''உங்களை நீங்கள் அறிந்து கொள்ளுங்கள்'' என்கிறார். புத்தர் என்ன சொல்கிறார், ''நீங்கள் உங்களை அறிந்துகொள்ள விரும்பினால், நீங்கள் எதையும் அறிந்துகொள்ள மாட்டீர்கள். ஏனெனில், நீங்கள் அறிந்துகொள்ளுவதற்கு உங்கள் உள்ளே யாருமே இல்லை. வெறும் அமைதியைத் தவிர. அந்த அமைதி என்பது ஒன்றும்அற்ற தன்மைதான். அந்த ஒன்றும்அற்ற தன்மையிலிருந்துதான், எல்லாமே உண்டாகி இருக்கிறது'' என்கிறார்.

அடுத்து சாரஹா,

''தேனீக்களுக்குத் தெரியும்

மலர்களில் மது உண்டென்று

சம்சாராவும், நிர்வாணாவும்

இரண்டல்ல வென்று!''

இதை எப்படி அகங்காரம் பிடித்த முட்டாள் மனிதர்கள் அறிந்து கொள்வார்கள்.

நீங்கள் கவனித்திருக்கிறீர்களா? ஒரு சிறிய ஏரியில், பல அழகான பூக்கள் பூத்திருக்கும். அந்தப் பூக்களுக்கு அடியில், தவளைகள் தங்கி இருக்கும். ஆனால், அந்தப் பூக்களில் தேன் இருப்பது, அவைகளுக்குத் தெரியாது. ஆனால், அது வண்டுக்குத் தெரியும். சாரஹா என்ன சொல்லு கிறார், ''தாந்த்ரீகர்கள் வண்டைப் போல இருக்கிறார்கள். அறியாதவர்கள் தவளையைப் போல இருக்கிறார்கள்'' என்கிறார். இவர்கள், அந்தப் பூக்க ளின் பக்கத்தில்தான் இருக்கிறார்கள். ஆனால், அதைப்பற்றி அறியாதது மட்டுமல்ல, அதில் தேன் என்று ஒன்று இருப்பதையும் மறுக்கிறார்கள். அவர்கள், ''இந்த தேனீக்கள் உலக இன்பங்களைத் தேடி அலைகின்றன. இதைவிட முட்டாள்தனம் வேறில்லை இப்படி இவைகள் தங்களையே அழித்துக் கொள்கின்றன'' என்று நினைக்கிறார்கள்.

சாரஹா இப்படி மறுப்பவர்களை தவளைக்கும், தாந்த்ரீகர்களை வண்டுக்கும் ஒப்பிடுகிறார். மேலும் அவர், பால் உணர்வு இன்பத்துக்கு அடியில், ஒரு மேலான நிலை மறைந்து இருக்கிறது என்கிறார். பால் உணர்வு சக்தியில், அந்த பேரானந்தக் கதவைத் திறக்கும் சாவியும் மறைந்து இருக்கிறது. ஆனால், அது தவளைக்குத் தெரிய வாய்ப்பில்லை. பால் உணர்வு சக்திதான், பிறப்புக்கு வழி செய்கிறது என்பது எல்லோருக்கும் தெரியும். அதாவது, வாழ்வின் அடித்தளம், பால் உணர்வு சக்தியால் ஏற்பட்டிருக்கிறது. எல்லா சக்திகளிலும், பால் உணர்வு சக்திதான் மிகவும் புதுமையைப் படைக்கும் ஆற்றல் உள்ளது. அதை நீங்கள் ஆழமாகப் புரிந்து கொண்டால், அதன் அற்புதத்தன்மையைக் கண்டு ஆச்சரியப்படுவீர்கள்!

சாதாரணமாக அந்த சக்தி, மிகவும் கீழ்நிலையில் உள்ளதாகவே தெரியும். ஆனால், நீங்கள் அதனுள் ஆழமாக, மிகவும் விழிப்புடன், பிரக்ஞை உணர்வோடு இயைந்து சென்றால், அதில் மறைந்திருக்கும் சமாதி

நிலையை, நீங்கள் அடையக்கூடும். பால் உணர்வு என்ற சேற்றில் சமாதி நிலை என்பது மறைந்திருக்கிறது. அது சேற்றில் பதிந்த வைரத்திற்கு சமம் என்று எடுத்துக் கொள்ளலாம். அந்த வைரத்தை சேற்றிலிருந்து எடுத்து சுத்தம் செய்யுங்கள். அப்பொழுது அதன் ஜொலிப்பு மிகப் பிரமாதமாக இருக்கும்.

ஆக, பால் உணர்வில், அந்த வைரம் மறைந்திருக்கிறது. அதைப் போல அன்பில் கடவுள் மறைந்திருக்கிறார். 'அன்பே கடவுள்' என்று சொன்ன ஜீசஸ், இந்தக் கருத்தை, தந்த்ராவிலிருந்துதான் எடுத்துச் சொல்லி யிருக்க வேண்டும். ஏனெனில், யூதக் கடவுள்களுக்கும், அன்புக்கும் எந்த சம்மந்தமும் கிடையாது! யூதக் கடவுள்கள் அனைத்தும் பழி வாங்கும் கடவுள்கள், கோபம் கொண்ட கடவுள்கள்! நம்ப முடிகிறதா?

ஜீசஸுக்கு சுமார் 300 வருடங்களுக்கு முன், சாரஹா இங்கு வாழ்ந் திருக்கிறார். ஆகவே, சாரஹாவின் எண்ணத்தையே, ஜீசஸ் கையாள சாத்தியக்கூறுகள் உண்டு. ஜீசஸ் இஸ்ரேலுக்குப் போவதற்கு முன், கண்டிப் பாக இந்தியா வந்திருக்க வேண்டும்.

இங்கு ஒன்றை நிச்சயமாகச் சொல்ல முடியும். அதாவது அன்பின் சக்தியின் மூலமாக, கடவுளை அணுகுவது என்பது தந்த்ராவில் மட்டும் தான் இருக்க முடியும். கிருஸ்துவர்கள் இதை இழந்து நிற்கிறார்கள். ஜீசஸ் சொன்ன 'அன்பே கடவுள்' என்பதைக் கூட அவர்கள் சரியாகப் புரிந்து கொள்ளவில்லை. அவர்கள் அதை 'கடவுள் அன்பு செலுத்துகிறார்' என்று எடுத்துக் கொண்டார்கள். ஜீசஸ் சொன்னது, 'அன்பும் கடவுளும் ஒன்று' என்பதுதான். இரண்டும் சமம்தான். இதை நீங்கள், உங்களுக்குள்ளே ஆழமாகச் சென்றால், புரிந்துகொள்ளலாம்.

"அறியாமையில் உள்ளோர்
புரிந்து கொள்ளுவதெவ்வாறு"

என்று சாரஹா யாரைக் குறிப்பிடுகிறார்? நீங்கள் கருதிக் கொண்டி ருக்கும் மகாத்மாக்களை! இவர்கள் எப்பொழுதும் இந்த உலகத்தை மறுப்ப வர்கள். அவர்கள், 'கடவுள் இந்த உலகத்துக்கு எதிரானவர்' என்றே பிரச்சாரம் செய்பவர்கள். இது எவ்வளவு பெரிய முட்டாள்தனம்! கடவுள் இந்த உலகத்துக்கு எதிரானவர் என்றால், ஏன் இந்த உலகத்தைப் படைத்து,

அதில் மேலும் பல உயிரினங்களைப் படைக்கவேண்டும்? அதை, இந்தக் கணமே நிறுத்திவிடலாமே?

தந்த்ரா என்ன சொல்கிறது? ''கடவுள் இந்த உலகத்துக்கு எதிரி இல்லை. சம்சாராவும், நிர்வாணாவும் தனித்தனி அல்ல. இரண்டும் ஒன்று தான். அந்த பழைய மதவாதிகள், எப்பொழுதும் பால் உணர்வு சக்தியோடு சண்டை போட்டவாறே இருக்கிறார்கள். இதனால், இவர்கள் கடவுள் தன்மையிலிருந்து, விலகிச் செல்கிறார்கள். அத்துடன் வாழ்க்கையிலிருந் தும் விலகிச் செல்கிறார்கள். ஏன், வாழ்க்கையையே இழந்து நிற்கிறார் கள். அதைப் பற்றித் தவறான கருத்துக்களைக் கொண்டிருக்கிறார்கள். அது மாத்திரமல்ல. இவர்கள் மேலெழுந்தவாரியாக, பால் உணர்வோடு சண்டை போட்டுக் கொள்வது போலவும், அதை வெறுத்து ஒதுக்குவது போலவும், இந்த வாழ்வே பொய் என்று சொல்லிக் கொள்வது போல் நடித்துக் கொண்டு, அவைகளில் ரகசியமாக கனவு காண்கிறார்கள்! அதை, அவர்கள் எவ்வளவுக்கெவ்வளவு அடக்குகிறார்களோ, அவ்வளவுக்கவ் வளவு அதில் ஆர்வம் உடையவர்களாக இருக்கிறார்கள்!

ஆனால், இவர்கள், தாந்த்ரீகர்களை பால் உணர்வை அடக்குபவர் கள் என்று சொல்கிறார்கள். ஆனால், தாந்த்ரீகர்கள்தான் உண்மை யிலேயே அதன் உள்ளே ஆழமாகச் சென்று, தைரியமாகப் பார்ப்பவர்கள். அவர்கள் இயற்கையோடு மிகவும் ஒத்துக் போகக்கூடியவர்கள். இந்த பழமைவாதி கள், தாந்த்ரீகர்களைப் பார்த்து, ''இவர்கள் ஏன் எப்பொழுதும் ஆண் பெண் உறவு பற்றியே பேசிக் கொண்டிருக்க வேண்டும்?'' என்று கேட்கிறார்கள். ஆனால், இந்த அடக்கப்பட்ட உணர்வு, அந்த பழமைவாதிகளிடமே மிகத் தீவிரமாக மனஆழத்தில் வேலை செய்து கொண்டிருக்கிறது. ஆனால், அவர்கள், அதைப்பற்றி வெறுப்பது போல பேசி நடிக்கிறார்கள்! அவர்கள் தான் எப்பொழுதும் அதைப்பற்றியே நினைத்துக் கொண்டிருக்கிறார்கள்! இதை நன்றாகப் புரிந்துகொள்ளுங்கள்.

நீங்கள் கடவுள்தன்மைக்கு எதிராக, ஒருக்காலும் செயல்பட முடியாது. அப்படி செயல்பட்டால், தோல்வி நிச்சயம்.

ஒரு நிகழ்ச்சி.

ஒரு யூதன், தன் நண்பனிடம் பேசிக் கொண்டிருக்கும்பொழுது, அவன், ''நான் தனியாகப் படுத்துத் தூங்கவே ஆசைப்படுவேன். எனக்கு

பிரம்மச்சரியத்தில் அதிக நம்பிக்கை. உண்மையில், எனக்கு திருமண மானது முதல், எனக்கும், என் மனைவிக்கும் தனித்தனி அறைகள்தான்'' என்றான். இதைக் கேட்ட அந்த நண்பன் மிகவும் ஆச்சரியம் அடைந்து, ''உனக்கு எப்பொழுதாவது இரவில், உன் மனைவியோடு காதல் செய்யவேண்டும் என்று தோன்றினால், நீ என்ன செய்வாய்?

''நான் அப்பொழுது ஒரு விசில் சப்தம் கொடுப்பேன்''

''சரி, உன் மனைவிக்கு அந்த உணர்வு ஏற்பட்டால், என்ன செய்வாள்?''

''என் அறையின் கதவைத் தட்டி, நீ விசில் சப்தம் செய்தாயா என்று கேட்பாள்?''

நீங்கள் கணவன், மனைவியாக ஒரே அறையில் படுத்தால் என்ன? வேறு வேறு அறையில் படுத்தால் என்ன? உங்கள் மனம் ஏதாவது ஒரு வழியைக் கண்டுபிடிக்கும். உங்கள் மனம் அவ்வளவு தந்திரமானது. ஆனால், வாழ்வின் உண்மைத் தன்மையிலிருந்து, நீங்கள் ஒருக்காலும் தப்பிக்க முடியாது. அப்படி மீண்டும் மீண்டும் முயற்சி செய்தால், உங்கள் மனம் அவ்வளவுக்கவ்வளவு தந்திரமாகவே வேலை செய்யும். நீங்கள் கண்டிப்பாக மனதின் வலையில் வீழ்ந்துவிடுவீர்கள். இதனால்தான், உங்கள் பழைய மதவாதிகளுக்கு உண்மையை உணர சந்தர்ப்பமே இல்லை. ஏனெனில், அடிப்படையில், அவர்கள் உண்மை மற்றும் வாழ்க்கையை அங்கீகரிப்பது இல்லை.

உண்மை, வாழ்வோடு இயைந்து செயல்படவேண்டும். ஆகவே தான், நான் என் சந்நியாசிகளிடம், வாழ்வை மறுக்காதீர்கள் என்று சொல் கிறேன். அதை ஒதுக்கி வாழாதீர்கள் என்கிறேன். அதில் முழுமையாக வாழுங்கள். அப்பொழுது அந்தச் சந்தையில் எங்கேயோ ஓரிடத்தில், அந்த பேரின்பக் கதவு இருக்கத்தான் செய்யும். அதைக் கண்டுபிடிக்க முயற்சி செய்யுங்கள்.

சம்சாராவும், நிர்வாணாவும் ஒன்றுதான் என்று அறிய, நீங்கள் ஒரு வண்டாக மாறவேண்டும், தவளையாக அல்ல! வாழ்க்கை என்ற மலரில் கடவுள் என்ற தேன் மறைந்திருக்கிறது. அதை சேகரியுங்கள்!

அந்த சூத்திரத்தின் அடுத்ததாக,

> "ஆடியில் பார்க்கும் அறிவிலார்
> பிரதிபிம்பத்தையே அழகான முகமென்பர்
> மெய்யை மறுக்கும் பொய்யான மனமே
> மயங்கித் திரியும்"

மனம் ஒரு கண்ணாடி போன்றது. அது எதையும் பிரதிபலிக்கக் கூடியது. அந்த பிரதிபலிப்பு, ஒரு நிழலுக்கு நிகர்தான். உண்மை அல்ல. நீங்கள் ஒரு ஏரியின் நீரில், ஆகாயத்தில் உள்ள நிலாவின் பிம்பத்தைக் காணுகிறீர்கள். ஆனால் அந்த பிம்பம் உண்மை அல்ல. நீங்கள் அந்த பிம்பம் தான் உண்மையானது என்று கருதினால், உங்களால் உண்மையான நிலா வைக் காண முடியாது. அதைப்போல, முட்டாள், கண்ணாடியில் தெரியும் தன் முகத்தை தன் உண்மையான முகம் என்றே கருதிக் கொள்வான்.

அதைப் போல மனம், ஒரு கண்ணாடி! அது இந்த உலகத்து உண்மையை பிரதிபலிக்கிறது. அந்த பிரதிபலிப்பை, நீங்கள் உண்மை என்று நம்பினால், நீங்கள் பொய்யை நம்புகிறீர்கள் என்று அர்த்தம்! பிரதிபலிப்பு என்பது உண்மையின் பொய்யான நிலை. இதைத் தெளிவாகப் புரிந்துகொள்ளுங்கள். இந்த பொய்யான நம்பிக்கையே, நீங்கள் உண் மையை அடையத் தடையாக இருக்கின்றன. ஆகவே, சாரஹா, "நீங்கள் உண்மையை உணர்ந்துகொள்ள வேண்டுமானால், உங்கள் மனத்தை அப்புறப்படுத்துங்கள். ஒதுக்கி வையுங்கள். இல்லாவிட்டால், நீங்கள் எப்பொழுதும் உண்மையின் பிரதிபிம்பத்தைத் தான் காணவேண்டி வரும்" என்கிறார்.

உதாரணமாக, நீங்கள் ஒரு ஏரியின் நீரில், சந்திரனின் பிம்பத்தைக் காணுகிறீர்கள். நீங்கள் அதை எங்கே சென்று அடைய முடியும்? அந்த ஏரியில் குதித்தா? அது ஒருக்காலும் முடியாது. நீங்கள் அதை உண்மை யிலேயே, நேரடியாகக் காண விரும்பினால், அந்த பிரதிபிம்பத்துக்கு, நேர் எதிராகச் செல்லவேண்டும். உங்கள் மனம் வழியே செல்லாதீர்கள். உங்கள் மனதுக்கு எதிர் திசையில் செல்லுங்கள். மனம் எதையும் பிரித்து ஆராயும் தன்மை கொண்டது. அதைப் போல சேர்த்துப் பார்க்கும் தன்மையும் உண்டு. அது தர்க்கத்தை மிகவும் நம்புகிறது. அது மிகவும் தந்திரமானது. பலனை

எதிர்ப்பார்க்காமல் எதிலும் இறங்காது. அதற்குமாறாக, உண்மையை அறிய, நீங்கள் ஒன்றும் அறியாத, கள்ளம் கபடமற்ற குழந்தையைப் போல் செல்லுங்கள். மனம் எதற்கும் காரணம் கேட்கும், நிரூபணம் கேட்கும். ஆனால், நீங்கள் எதையும் காதில் வாங்கிக் கொள்ளாமல், நம்பிக்கை ஒன்றையே ஆதாரமாக வைத்துக்கொண்டு செல்லுங்கள். மனம் எதையும் சந்தேகிக்கும். உண்மையை அறிய உங்களிடம் எந்த சந்தேகமும் இருக்கக் கூடாது. வாழ்வை முழுமையாக நம்பிக்கையோடு வாழுங்கள். அதனுடன் கைகோர்த்துக் கொண்டு, முழு நம்பிக்கையோடு செல்லுங்கள். நீங்கள் உண்மையை கண்டிப்பாக அறிவீர்கள்.

ஆகவே, உண்மையை அறிவதற்கு, நீங்கள் மனதுக்கு எதிர்த்திசை யில் நம்பிக்கையோடு செல்லவேண்டும். அப்படி செல்வதற்கு, நீங்கள் முதலில் உங்கள் மனத்தை ஒதுக்கவேண்டும். அதை ஒதுக்கவே, நீங்கள் தியானம் செய்யவேண்டும். தியானத்தின் குறிக்கோளே, எப்படி மனத்தை ஒதுக்கி, கடந்து செல்லுவது என்பதுதான். எண்ணங்களை எப்படி ஒதுக்கு வது, எண்ண அலைகளை எப்படி அமைதிப்படுத்துவது என்பதுதான்.

நீங்கள் எண்ணங்களற்று, உண்மையை நேருக்கு நேர் பார்க்கும் பொழுது உண்மை ''இதோ இங்கே'' இருக்கிறது என்றும், அப்பொழுது, நீங்களே உண்மையாக இருப்பதும், உங்களைச் சுற்றியுள்ள அனைத்தும் உண்மையாக இருப்பதும் புரியும். மனம் ஒரு அருமையான கண்ணாடி, அது மாத்திரம் அல்ல. அது மிகவும் கற்பனை மிகுந்தது. ஆகவே, அதனிடம் எப்பொழுதும் எச்சரிக்கையாகவே இருங்கள்.

கடைசி சூத்திரம்:

''மெய்யான பொய்களில்

மலரின் நறுமணத்தைத் தொடமுடியாவிட்டாலும்

அது நீக்கமற நிறைந்துள்ளது.

அகக் கண்ணால் பார்க்கக் கூடியது.

கவசமற்று ஆன்மாக்களே காணமுடியும்

முழுமையின் மாய வளையங்களை''

இது மிகவும் அருமையான சூத்திரம். நீங்கள் ஒரு மலரின்

நறுமணத்தைப் பார்க்க முடியாவிட்டாலும், தொடமுடியா விட்டாலும், அதை உங்கள் மூக்கின் உணர்வால், நிச்சயமாக உணர்ந்து கொள்ள முடியும். அது உங்களைச் சுற்றி இருப்பதை அறிந்து கொள்ள முடியும். உண்மையை நீங்கள் நினைக்க முடியாது. அப்படி நீங்கள் நினைக்க முயன்றால், அதை மிகச் சுலபமாகத் தவறவிட்டு விடுவீர்கள். அது, ஒரு மலரின் வாசனையைப் போன்றது.

உண்மையை அறிந்துகொள்ள முடியாது. ஆனால், அனுபவத்தில் உணரலாம். உண்மையை புரிந்துகொள்ளலாம். ஆனால், முடிவு எதுவும் எடுக்கமுடியாது. உண்மையை அறிய நம்பிக்கை முக்கியம். ஆனால், நீங்கள் அதைப்பற்றி, காலங்காலமாக சந்தேகப்பட்டே வந்திருக்கிறீர்கள். ''அதற்கு ஆதாரம் என்ன, அதை என் கண்ணால் பார்க்கமுடியாவிட்டால், நம்பமாட்டேன்'' என்று பிடிவாதமாகவே வந்திருக்கிறீர்கள். எப்பொழுது ஒன்றை நம்ப மறுக்கிறீர்களோ, அப்பொழுதே அது மெல்ல, மெல்ல உங்களை விட்டு அகலும். இதை நன்றாகப் புரிந்துகொள்ளுங்கள்.

நீங்கள் எப்பொழுது முழுமையை முழுமையாக நம்புகிறீர்களோ, அப்பொழுது அது உங்களோடு இருப்பதை அறிவீர்கள். நம்பிக்கை என்றால் என்ன? உங்களுடைய சகல பகுத்தறிவு வாதங்களும், எண்ணங்களும் அற்ற நிலையில், நீங்கள் வெறுமனே இருப்பதுதான், அந்த நம்பிக்கை! திறந்த உள்ளத்துடன், எண்ணங்களற்று இருங்கள். உங்களிடம் எந்த தர்க்க எண்ணமோ, சந்தேகமோ கொள்கை கோட்பாடுகளோ எதுவுமே இருக்கக் கூடாது. உங்களுடைய எல்லாக் கதவுகளும் திறந்திருக்க வேண்டும். நீங்கள் மிகவும் அன்போடும், நட்போடும் இருக்கவேண்டும். அந்த ஒன்றும் அற்ற நிலையில், உங்கள் உண்மைத்தன்மையை அறிந்து கொள்வீர்கள்.

அந்த அமைதியான நிலையில், இரண்டு வட்டங்கள் எழுவதை உணருவீர்கள். ஒன்று நிர்வாணா, அடுத்தது சம்சாரா. அந்த அமைதியான கடலில், இந்த இரண்டு பேரலைகள் எழும்புகின்றன. ஒன்று உருவமாகிறது. அடுத்தது மனமாகிறது. ஆனால், நீங்கள் இந்த இரண்டு அலைகளுக்கு அப்பால் இருக்கிறீர்கள். அதுதான் உங்கள் உண்மைநிலை. அது மனமாகவும் இல்லை, உருவமாகவும் இல்லை. அது சம்சாராவும் இல்லை, நிர்வாணாவும் இல்லை. அது புனிதம் உடையதும் இல்லை, புனிதம் அற்றதும் அல்ல. அங்கு எல்லா பிரிவினைகளும் மறைந்து விடுகின்றன.

ஒரு நிகழ்ச்சி. இதை தியானமாக்குங்கள்.

சொர்க்கத்தில் உள்ள முத்துக்கள் பதித்த கதவை ஒருவன் அடைந்தான். அப்பொழுது அந்த வாயில் காப்போன், பெயரென்ன என்று கேட்க, அவன் ''சார்லஸ் கிராபெல்'' என்றான்.

''உனக்கு இங்கு வரும்படி எந்த உத்திரவும் இல்லையே. உலகத்தில் நீ என்ன வேலை செய்து கொண்டிருந்தாய்''

''பழைய இரும்பு வியாபாரம் செய்து கொண்டிருந்தேன்''

''அப்படியா, நான் உள்ளே சென்று சரியாக விசாரித்துவிட்டு வருகிறேன்'' என்று சொல்லி, அவன் உள்ளே சென்றான். பிறகு, சிறிது நேரம் சென்று, திரும்பி வந்து பார்த்தால், அந்த முத்து பதித்தக் கதவையும் காணோம், அந்த பழைய இரும்பு வியாபாரியையும் காணோம்!!

என் அன்புள்ள பழைய இரும்பு வியாபாரியே, உன் புத்தியை, சொர்க்கம் வ'ரை எடுத்துச் சென்று விட்டாயே! உன் மூளை எவ்வளவு தந்திரமானது, எவ்வளவு கணக்குப் பார்க்கும் தன்மை படைத்தது!

மனிதனால் வளம்பெற்ற இந்த உலகத்தைப் பொறுத்தவரை, உங்கள் மூளையினால் பயன் இருக்கலாம். ஆனால், அதை உங்கள் உள்மைய உணர்வு வரை எடுத்துச் செல்வது, மிகவும் ஆபத்தானது. அது பல தொல்லைகளைக் கொடுக்கும். விஞ்ஞானம் நிறைந்த இந்த உலகத்துக்கு வேண்டுமானால், நீங்கள் சந்தேகப்படுவது உபயோகமாக இருக்கலாம். உண்மையில், சந்தேகமில்லாமல், விஞ்ஞானமே கிடையாது. ஆனால், நீங்கள் உங்கள் மன ஆழத்திற்குச் செல்லும்பொழுதும், இதையே எடுத்துக் கொண்டு சென்றால், அது சரியில்லை. அப்பொழுது அது ஒரு தடங்கலாகவே இருக்கும். அப்பொழுது, நீங்கள் நம்பிக்கையைத்தான் எடுத்துச் செல்லவேண்டும். சந்தேகத்தை அல்ல. சந்தேகம் அறவே ஒழிந்த நிலையில், நீங்கள் உங்களது உள்மையத்தில் இருப்பீர்கள்.

ஆனால், வெளி உலகத்தைப் பொறுத்தவரை, நீங்கள் மிகவும் நம்பிக்கையோடு சென்றால், நீங்கள் சுலபமாக ஏமாற்றப்படுவீர்கள்! கீழை நாட்டில், முற்காலத்தில் இப்படி ஏற்பட்டிருக்கிறது. உள்மைய உண்மைத்

தன்மையை நம்பிக்கையோடு அணுகியதுபோல, அந்த காலத்தவர்கள் விஞ்ஞானத்தையும் அப்படி அணுகலாம் என்று தப்புக்கணக்குப் போட்டு விட்டார்கள். இதனால், நம்மால் விஞ்ஞானத்தை உண்டாக்க முடிய வில்லை. எந்த பெரிய சாதனையும், கீழை நாட்டில் விஞ்ஞானத்தில் ஏற்பட வில்லை. ஒன்றும் சொல்லிக் கொள்ளும்படியாக எதுவும் இல்லை. ஏனெனில், நாம் நம்பிக்கையை ஆதாரமாக வைத்து உள்ளே சென்றோம். அதுவே, வெளி உலகத்துக்கும் சரியாக வரும் என்று தவறாக நினைத்து விட்டோம். இந்த வகையில், மேற்கு நல்ல முன்னேற்றம் கண்டுவிட்டது. அதனுடைய அணுகுமுறை சந்தேகப்படுதல்தான். ஆனால், அவர்கள் அதையே, ஆன்மீகத்திலும் கையாள நினைக்கிறார்கள். இது சரிவராது. கீழை நாட்டில் விஞ்ஞானத்துக்கு நேர்ந்த கதிதான், மேலைநாட்டில், ஆன்மீகத்தில் ஏற்பட்டுவிட்டது. அவர்களுடைய மதங்களின் அடிப்படைக் கொள்கைகள் அனைத்தும் குழந்தைத்தனமானது.

ஆகவே, சந்தேகம் என்பது இந்த உலகப் பொருளகளைப் பொருத்தவரையில் சரிதான். ஆனால், உங்களைப் பொருத்தவரை, அது சரியில்லை. நம்பிக்கையும் சந்தேகமும் இரண்டு இறக்கைகள் போல. நம்பிக்கையின் உதவி கொண்டு வெளிஉலகத்திலிருந்து உள் உலகத்திற்குச் செல்லலாம். சந்தேகத்தின் உதவியைக் கொண்டு உள் உலகத்திலிருந்து வெளி உலகத்திற்குச் செல்லலாம். வருங்கால மனித இனம், இந்த இரண்டு இறக்கைகளையும் உபயோகப்படுத்தவேண்டும். அப்பொழுது ஏற்படும் ஒரு புதிய பரிமாணம் அல்லது மாற்றம் (Synthesis) விஞ்ஞானமும், மதமும் கலந்ததில் ஏற்பட்டதாக இருக்கும். அவனால், இந்த உலகத்தில் உள்ளும், புறமும் திறமையாகச் செல்லமுடியும். ஒருகட்டத்தில் அதைக் கடந்தும் செல்ல முடியும். அப்பொழுது அவன், அந்த இரண்டுமாக இல்லை என்பதை சுலபமாக உணருவான். அந்த நிலையில், அவன் மிகப் பரந்த சுதந்திர உணர்வை அடைவான். அதுதான் 'நிர்வாணா'. ஆகவே, இந்த சூத்திரத்தை மீண்டும், மீண்டும் தியானமாக்கிக் கொள்ளுங்கள்.

சாரஹா, பெரிய விஷயத்தை, மிகவும் சிறிய வார்த்தைகளைக் கொண்டு, அந்த அரசனுக்கு விளக்குகிறார். அதனுடைய உள் அர்த்தத்தை, நீங்களும் புரிந்துகொள்ளுங்கள். நீங்களும், சாரஹாவுடன் கைகோர்த்துச் செல்லுங்கள்.

இதுதான் ஒரே, சரியான வழி என்பதை எப்பொழுதும் ஞாபகம் வைத்துக் கொள்ளுங்கள். முதலில், உங்களது உண்மைத்தன்மையைப் புரிந்துகொள்ளுங்கள். அது அந்த பேரியக்க பெருஞ்சக்தியிடம், உங்களை அழைத்துச் செல்லும். ஏனெனில், நீங்கள் அதில்தான் இருக்கிறீர்கள்! எது இருக்கிறதோ, அதிலிருந்து ஆரம்பியுங்கள். பால் உணர்வு மிகவும் உண்மையானது, சக்தி படைத்தது. அதன் மூலம், சமாதிநிலையை அடைய முயற்சி செய்யுங்கள். உங்கள் உடம்பை, நீங்கள் சுலபமாக அறிந்துகொள்ள முடியும். அதன்மூலம், உடம்பற்ற நிலையை அடைய முயற்சி செய்யுங்கள். வெளித்தன்மை என்பது நீங்கள் சுலபமாக அறியக்கூடியது. அதை வைத்துக் கொண்டு, உங்களால் சுலபமாக அறிந்துகொள்ள முடியாத உள்மையத்தை நோக்கிச் செல்லுங்கள். உங்களுடைய குறிக்கோள், உங்களுடைய உள்மையத்தன்மையை, பிரக்ஞை நிலையை, முழுமையான விழிப்பு நிலையை அடைவதுதான். உங்களுடைய பார்வையின் கோணத்தை உங்கள் உள்ளே திருப்பவும்.

ஓஷோ

8. "அன்பில் உண்மையாக இருங்கள்"
(Be True To Love)

முதல் கேள்வி:-

"அன்புள்ள ஓஷோ, நான் ஒரு தவளை. இது எனக்கே தெரிகிறது. ஏனெனில், நான் இந்த பழைய குட்டையின் பாசியிலும், சேற்றிலும் குதித்துப் புரளவே ஆசைப்படுகிறேன். ஆனால், அந்தத் தேன் எங்கேயிருக்கிறது? ஒரு தவளை, ஒரே முறையைப் பின்பற்றா மல், அப்போதைக்கப்போது வாழ்ந்தால், அதனால் ஒரு தேனீயாக முடியுமா?

நிச்சயமாக! ஒரே முறையைத் திரும்பத்திரும்பப் பின்பற்றாமல், கணத்துக்கணம், உயிர்த்துடிப்போடு வாழ்ந்தால், யாராலேயும் ஒரு தேனீ யாக முடியும். நீங்கள் பழைய நினைவுகளில் வாழாமல், நிகழ்காலத்தில் மட்டும் வாழ்ந்தால், உங்களால் கண்டிப்பாக ஒரு தேனீயாக மாற முடியும். அப்பொழுது உங்களைச் சுற்றி, எங்கும் தேன் இருப்பதை அறிவீர்கள். ஆனால், இந்தத் தேனைப்பற்றி, ஒரு தவளையிடம் விளக்குவது கடினம். ஏனெனில், அதற்கு அதைப் பற்றி ஒன்றும் தெரியாது. அது எப்பொழும் பூக்களின் அடியில் உள்ள தண்டில்தான் உறங்கிக்கொண்டிருக்கிறது. அதைவிட்டு, அது மேலே கிளம்பிப் பார்க்காது. பார்க்கவும் விரும்பாது.

தவளை என்று சாரஹா குறிப்பிடுவது, யாரை என்றால், யார் ஒருவன் எப்பொழுதும் தன்னுடைய பழைய கால எண்ணங்களை ஞாபகப் படுத்திக்கொண்டு வாழ்கிறானோ அவனைத்தான். அப்பொழுது ஒருவன் வாழ்வதுபோல் தோற்றம் அளிப்பான். ஆனால், உண்மையில் அவன் வாழ வில்லை. அது ஒரு இயந்திரமயமான செயலாகிவிடுகிறது. திரும்பத் திரும்ப, பழைய ஞாபகத்தை வரவழைத்துக் கொண்டு வாழ்வதில், என்ன இன்பம் இருக்கப் போகிறது? வாழ்வின் மகிழ்ச்சிதான், தேனை ஒப்பிடு கிறது. அது இங்கே இப்பொழுது இருக்கிறது. இந்தப் பிரபஞ்சமே பல மலர்களால் அலங்கரிக்கப்பட்டிருக்கிறது. அவைகளில் எவ்வளவு தேன் இருக்கின்றது! உங்களைச் சுற்றி, ஒரு தரம் நன்றாகப் பாருங்கள். புரியும்.

உங்களுக்கு அந்தத் தேனை சேகரிக்கத் தெரிந்தால், அதாவது எப்படி மகிழ்ச்சியாக இருப்பது என்பது தெரிந்தால், நீங்கள் ஒரு அரசனுக்குச் சமம்தான். அது தெரியாவிட்டால், நீங்கள் ஒரு பிச்சைக்காரனுக்குச் சமம்தான். இந்தப் பறவைகளின் கீதங்களைக் கேளுங்கள். அப்பொழுது அது அந்த தேனை சொறிவதை உணருவீர்கள். அதை நீங்கள் தேனீயாக இருந்தால், அதைச் சுலபமாகச் சேகரிக்கலாம். ஆனால், நீங்கள் ஒரு தவளை யாக இருந்தால்....? அதோ தெரியும் சூரியன், அந்தப் பரந்த ஆகாயம் உங்களைச் சுற்றியுள்ள மக்கள் அனைவரும் அந்தத் தேனை உண்டாக்கும் எல்லையற்ற சக்தியை சுமந்துகொண்டிருக்கிறார்கள். அது எவ்வளவு அன்பும், இனிமையும் நிறைந்தது தெரியுமா? உங்களுக்கு அதை சேகரிக்கத் தெரிந்திருக்கவேண்டும், மற்றும் ருசிக்கத் தெரிந்திருக்க வேண்டும். அந்தத் தேன், கடவுள் தன்மையைத் தவிர வேறல்ல. இதைத்தான் சாரஹா குறிப்பிடுகிறார்.

தேனீயைப் பற்றி சில ரகசியங்களை, நீங்கள் புரிந்துகொள்ள வேண்டும். அது, எந்தப் பூக்களுக்கும் முக்கியதுவம் கொடுக்காது. அதற்கு எல்லாம் ஒன்றுதான். அதற்கு கணவன், மனைவி, குடும்பம் என்ற பந்தம் கிடையாது. எந்தப் பூ, புதுமையாக மலர்ந்து, தன்னை அழைக்கிறதோ, அதனிடம் மிகச்சுதந்திரமாகச் செல்லும்.

மனிதன்தான், தன்னை ஒரு குடும்பத்தோடு இணைத்துக்கொள் கிறான். குடும்பப்பிணைப்புக்கு, தந்த்ரா எப்பொழுதும் சாதகமாகவே இருந்ததில்லை. ஏனெனில், அதனுடைய உள்நோக்கம் மிகப் பெரியது. குடும்பம் என்ற பிணைப்பினாலேயே, உண்மையான அன்பும், வாழ்வின் இனிமையும் கெடுக்கப்படுகின்றன என்று அது கருதுகிறது. மக்கள் அன்பில் கட்டுப்படவில்லை. ஒருவரை ஒருவர் எப்படி, எந்த முறையில் ஆதிக்கம் செலுத்தலாம் என்பதிலேயே குறியாக இருக்கிறார்கள். ஒரு கணவன், தன் மனைவி, தன்னுடைய சொத்து என்று நினைப்பதில் ஆனந்தம் அடை கிறான். அதைப் போல ஒரு மனைவி, தன் கணவனை ஆதிக்கம் செலுத்த விரும்பு கிறாள். அதில் மகிழ்ச்சியடைகிறாள். இதனால் ஏற்படும் மாற்றத் தைக் கவனித்திருக்கிறீர்களா? அதாவது, நீங்கள் மகிழ்ச்சியாக இருப்பதை விட், ஒருவரை ஒருவர் எப்படிசொந்தம் கொண்டாடுவது, உரிமை பாராட்டுவது என்பதிலேயே குறியாக இருக்கிறீர்கள். அதில் அரசியல் தனம், வியாபாரத்தனம், பொருளாதாரம் மற்றும் பேராசை எல்லாம் சேர்ந்து கொள்கின்றன. அன்பைத் தவிர!

அன்புக்கு சொந்தம் கொண்டாடத் தெரியாது. நான் இப்படிச் சொல்வதால், நீங்கள் ஒரு பெண்ணோடு, நீண்ட நாட்கள் சேர்ந்து வாழக் கூடாது என்று சொல்லவில்லை. ஆனால், அதில் 'குடும்பம்' என்ற பிணைப்பு இருக்கக் கூடாது. அங்கே அன்பைவிட, சட்டம் ஆதிக்கம் செலுத்த ஆரம்பிக்கிறது. அதில் அன்பைவிட, உரிமை மேலோங்கி நிற்கிறது. ஒரு கணவன், தன் மனைவியிடம், ''நீ என்மேல் அன்பு செலுத்தக் கடமைப்பட்டிருக்கிறாய்' என்று கட்டளையிடுகிறான். இதற்குப் பெயர் அன்பா, காதலா? எப்பொழுது அன்பை, அதிகாரம் செய்து பெற முயலு கிறீர்களோ, அப்பொழுதே அந்த அன்பு இறந்துவிடுகிறது. ஏதோ கடமைக் காக, ஒவ்வொருவரும் நடிக்கத் துவங்கி விடுகிறார்கள்! இதுதான் வாழ்க்கையா?

ஆகவே, ஒரு குடும்பம் என்பதில் அன்பைவிட, ஆதிக்கம், கடமை என்பது வெளிப்படையாகத் தெரிகிறது. ஒரு குடும்பத்தின் எல்லை என்பது ஒரு சிறையின் எல்லைக்குச் சமம். ஆனால், இதை நீங்கள் உணருவது இல்லை. ஏனெனில், அது ஆரம்பகால முதல், உங்களுக்குப் பழக்கமாகி விட்டது.

நீங்கள் உங்கள் நாட்டின் எல்லையைத் தாண்டும்பொழுது, எவ்வளவு வேதனைப் படுகிறீர்கள்? உங்கள் சொந்த வீட்டிலிருந்து, வேறு ஒரு ஜெயிலுக்கு போவதாக உணருவீர்கள். வேறு ஒரு நாட்டின் விமானக் கூடத்தில், சுங்க அதிகாரி முன், நீங்கள் நிற்கும்பொழுது, உங்கள் சுதந்திரம் பறிபோனதை கண்டிப்பாக உணருவீர்கள்! அப்பொழுதுதான், சுதந்திரம் என்பது எவ்வளவு போலியானது என்பது விளங்கும். ஆக, நீங்கள் உங்கள் நாட்டில் இருக்கும் வரை, இதை உணர மாட்டீர்கள். அதைப் போல, நீங்கள் உங்கள் குடும்பத்தில் இருக்கும் வரை, அந்த சுதந்திரத்தை உணரமாட்டீர் கள். அந்த எல்லையைக் கடக்கும்பொழுதுதான், அது சுதந்திரம் அல்ல, ஒரு சிறை என்பதை உணருவீர்கள். அது கண்ணியம், கடமை, கட்டுப்பாடு உள்ள சிறை என்பது அப்பொழுதுதான் புரியும்.

நீங்கள் பக்கத்து வீட்டுக்காரரோடு அன்புகொண்டால், உங்கள் குடும்பம் உங்களை சந்தேகக் கண்கொண்டு பார்க்கும். அதைப்போல, வேறு பெண்ணோடு அன்போடு பேசினால், உங்கள் மனைவியே உங்க ளுக்கு எதிரியாகிவிடுவாள். ஆகவே, உங்கள் குடும்ப எல்லையை சிறிது மீறிப்பாருங்கள். அப்பொழுது, நீங்கள் இதுவரை சிறையில் இருப்பது

புரியும். ஆகவே, அந்த எல்லையைக் கடக்காமல், திறந்த மனத்துடன் கள்ளம்கபடமற்ற தன்மையோடு உங்களால் வாழ முடியும். அதற்கு தேவை விழிப்புணர்வும் அன்பும், கருணையும். இதைக் கற்றுக்கொள்ளுங்கள். போதும். பல பேர்கள் என்னிடம் வந்து, ''வாழ்க்கையே அலுப்புதரக் கூடிய தாக இருக்கிறது. இதற்கு வேறு வழியே இல்லையா?'' என்று கேட்கிறார் கள். அவர்கள் செய்வது அனைத்தும் அலுப்புதரக்கூடியதுதான். ஆனால், அந்த அலுப்பு எங்கிருந்தோ வருவதாக எண்ணிக்கொள் கிறார்கள்! என்ன அறியாமை! உதாரணமாக, நீங்கள் ஒரு பெண்ணோடு, மனைவி என்ற கடமைக்காக வாழுகிறீர்கள். உங்கள் இருவருக்குமிடையே உள்ள அன்பு எப்பொழுதோ இறந்து விட்டது. ஆனால், அவளை கல்யாணம் செய்து கொள்ளும்பொழுது, வேத சாஸ்திரப்படி, அவளை எக்காரணம் கொண்டும் கைவிடமாட்டேன் என்று உறுதி அளிக்கிறீர்கள். அதனால் என்ன நேரிடு கிறது? உங்களுக்குப் பிடிக்காவிட்டாலும், கடமைக்காக, இயந்திரத்தன மாக, சமூகத்துக்குப் பயந்து வாழுகிறீர்கள். இது அலுப்பைக் கொடுக்காமல், வேறு எதைக் கொடுக்கும்?

இப்படி மனிதன் அலுப்பைத் தேடிக்கொள்ளும்பொழுது, அதைப் போக்குவதற்காக, ஆயிரம் வழிகளைக்கண்டுபிடிக்கிறான். இப்படித்தான், டி.வி., ரேடியோ, சினிமா, செய்தித்தாள், அரட்டை, கிளப்பில் பொழுது போக்குவது... மணிக்கனக்கில், டி.விக்கு முன்னால் உட்கார்ந்திருப்பவர் களை நீங்கள் எல்லா வீடுகளிலும் பார்க்கலாம்!

ஆகவே, ஒன்றை நன்றாகப் புரிந்துகொள்ளுங்கள். தேனீயைப் போல சுதந்திரமாக இருங்கள். தந்த்ரா என்ன சொல்கிறது. நீங்கள் ஒரு பெண்ணோடு இருக்க விரும்பினால், அன்பை ஆதாரமாக வைத்து இருங்கள். வெரும் பெண்மைக்காக அல்லது ஆண்மைக்காக சேர்ந்து வாழா தீர்கள். அது விரைவில் அலுப்பைக் கொடுத்துவிடும் இந்த அலுப்பில்லா மல், மகிழ்ச்சியாக இருப்பதற்கு, இதைவிட வேறு வழிகிடையாது. அன்பு மறைந்துவிட்டால், நீங்கள் இருவரும் நட்புடன் பிரிந்துவிடுங்கள். அதில் துன்பம் அடைவதற்கு என்ன இருக்கிறது?

இது ஆண்-பெண் உறவுக்கு மாத்திரம் அல்ல. உங்களுடைய சகல செயல்களுக்கும் பொருந்தும். நீங்கள் டாக்டர் தொழில் செய்கிறீர்கள். ஒரு கட்டத்தில், அது உங்களுக்கு அலுப்பைக் கொடுக்கிறது. தைரியமாக விட்டு விடுங்கள். எது உங்களுக்கு உற்சாகம் கொடுக்கிறதோ, அதில் ஈடுபடுங்

கள். அப்படி தைரியமாக மாற்றிக்கொள்ளாவிட்டால், நீங்களே தற்கொலை செய்துகொள்வதற்கு சமம்தான் அது. அப்படி அந்த அலுப்புடன், மாற்றிக்கொள்ளாமல், தொடர்ந்து இயந்திரத்தனமாக வேலைசெய்தால், உங்களுக்கு மனரீதியாக மட்டுமல்ல, ஆன்மீக ரீதியாகவும் இழப்பு ஏற்படும். ஆனால், உங்கள் கணக்கு, பேங்கில் உயரும்!

ஆகவே, எந்த நிமிடம், ஒன்று உங்களுக்கு அலுப்பை ஏற்படுத்துகிறதோ, உற்சாகமோ அல்லது மகிழ்ச்சியையோ கொடுக்கவில்லையோ, அந்த நிமிடமே அதைத்தூக்கி எறியத்தயங்காதீர்கள். ''நான் மிகவும் வருந்துகிறேன்'' என்று அன்புடன் சொல்லி, இதுவரை நடந்தவற்றிற்கு நன்றி சொல்லிவிட்டு, அன்புடன் விடைபெற்றுக்கொள்ளுங்கள். எதிர் காலத்தை, தைரியத்துடனும் உற்சாகத்துடனும் எதிர்கொள்ளுங்கள். நீங்கள் தேனீயாக இருக்க வேண்டியதின் குறிக்கோள் இதுதான். அது ஒன்றையே நினைத்துக் கொண்டு, அதன் மேல் பற்றுகொண்டு இருப்பதில்லை. சாரஹா, ''ஒவ்வொரு மலரிலும் நிறையத் தேன் இருப்பது, தேனீக்களுக்கு மட்டும்தான் தெரியும்'' என்று சொல்லுகிறார்.

ஆனால், மனிதர்கள் எப்பொழுதும் ஒரு முனையின் எல்லைக்கே தான் செல்ல ஆசைப்படுகிறார்கள். இவர்களை முட்டாள்கள் என்றே அழைக்கவேண்டும். சிலநாட்களுக்கு முன், ஜெர்மனியில் உள்ள ஒரு சங்கத்தைப் பற்றிப் படித்தேன். அந்த சங்கத்தின் முக்கிய விதி என்னவென்றால், ஒரு ஆண், இரண்டு இரவுகள் ஒரே பெண்ணுடன் அந்த சங்கத்தில், இரவில் படுக்கக்கூடாது. அதாவது ஒவ்வொரு இரவும், ஒரு ஆண், வெவ்வேறு பெண்களுடன் உறவுகொள்ள வேண்டும்! இதைவிட முட்டாள்தனமான செய்கை, வேறு எதுவும் இருக்க முடியுமா? இது ஒரு மனோ வியாதி!

அடுத்தது ஒன்று. இதுதான் இந்த சமூகத்தால் அங்கீகரிக்கப்பட்டிருக்கிறது. இதுவும் ஒரு முனையின் மறுகோடி எல்லைதான். அதாவது, ஒரே பெண்ணும், ஒரே ஆணும், எவ்வளவு மனவேற்றுமைகள் இருந்தாலும், வெளியே காட்டிக்கொள்ளாமல், இயந்திரத்தனமாக பல வருடம் வாழ வேண்டும். இதைத்தான் உங்கள் சமூகம், உங்கள் அரசியல் வாதிகள், உங்கள் மதத்தலைவர்கள் அங்கீகரிக்கிறார்கள். ஏனெனில், அப்பொழுது தான் சமூகதத்தில் ஒரு உறுதி நிலை ஏற்படும் என்று கருதுகிறார்கள். சமூகத்தின் ஸ்திரத்தன்மை குடும்பத்தை அஸ்திவாரமாகக் கொண்டது. இது மேம்போக்காகச் சரிதான். ஆனால், தனிப்பட்ட மனிதர்களைப் பொறுத்த

வரை, இதுகிட்டடத்தட்ட பைத்தியக்காரத்தனம்தான். ஒரு உணர்ச்சியற்ற இயந்திரத்திற்கும் இவர்களுக்கும் எந்த வித்தியாசமும் கிடையாது. இந்த இயந்திரத்தனமான குடும்பத்தை அஸ்திவாரமாகக் கொண்ட இந்த சமூகமும், இயந்திரத்தனமாகத்தானே இருக்கும்? ஆகவேதான் இந்த உலகத்தைப் பைத்தியக்கார உலகம் என்று அழைக்கிறோம்!

இந்தப் பிரக்ஞையற்ற, உணர்வற்ற குடும்பத்திலிருந்துதான், முட்டாள்தனமான அரசியல் வாதிகளும், மதத்தலைவர்களும் உண்டாகி இருக்கிறார்கள். அவர்கள் உங்களை ஒருக்காலும் சுதந்திரமாகச் செயல்பட அனுமதிக்கமாட்டார்கள். அவர்களுக்கு மனிதர்களின் தனிப்பட்ட உணர்வு, அன்பு பற்றி எந்தக் கவலையும் இல்லை. அவர்களுக்கு தனிமனிதர்களை விட, சமூகம்தான் முக்கியம். இந்த இரண்டு நிலைகளுமே சரியில்லை.

தந்த்ரா, ''எப்பொழுதும், எதிலும் நடுமையநிலையை கடைப்பிடியுங்கள்'' என்கிறது. உங்களால் ஒரு பெண் மூலமாக, வாழ்வு முழுவதும் பூர்ண இன்பம் அனுபவிக்க முடிந்தால், அது மிகவும் அற்புதமானது, அழகானது. நீங்கள் அதிர்ஷ்டம் செய்தவர். அப்பொழுது உங்களது நெருக்கம் மிகவும் சக்திவாய்ந்ததாக ஆகிறது. உங்கள் அன்பின் வேர் மிகவும் ஆழமானதாக இருக்கும். அது உங்கள் இருவருக்கிடையே பின்னிப் பிணைந்து இருக்கும். உங்களுடைய உயிர்த்தன்மைகளும் அப்படியே ஒரு நிலையில் கலந்திருக்கும். நீங்கள் இருவரும் ஒரே உடல் போலவும், ஒரே ஆன்மா போலவும் ஆகிவிடுவீர்கள். அப்பொழுது தந்த்ராவின் மிக உயர்ந்த அனுபவத்தை அடைய முடியும். ஆனால் இங்கு குடும்ப சட்ட திட்டங்கள் என்று எதுவும் இல்லை. முழுக்க முழுக்க அன்பு மயம்தான். ஆன்மாகலப்புதான். அப்பொழுது இருவரும் அன்பின் ஆழத்திற்கே சென்று விடுகிறீர்கள். இந்த முறையில் தான் மனிதன் நடுமைய நிலையைக் கடைப்பிடிக்க முடியும்.

அடுத்து சாரஹா, ''நீங்கள் இறந்துபோன பழக்கத்தின் மூலமாக இப்பொழுது வாழ முற்பட்டால், நீங்கள் வாழ்வின் ஆனந்தத்தை ருசிக்க மாட்டீர்கள். ஒரே பழக்கமான காரியத்தில் திரும்பத்திரும்ப, நீங்கள் என்ன இன்பத்தைக் காண முடியும்?'' என்கிறார்.

உங்கள் மனம் பழைய பழக்கத்தையே சுற்றிவருகிறது. புதியதைக் கடைப்பிடிக்க அஞ்சுகிறது, சந்தேகப்படுகிறது, சஞ்சலப்படு கிறது. இப்படி இருந்தால், வாழ்வு அலுப்பு கொடுக்காமல், வேறு என்ன செய்யும்? நீங்கள்

உங்களுடைய ஆணையோ அல்லது பெண்ணையோ மாற்றிக்கொள்ள லாம். அதனால் என்ன பிரயோஜனம்? உங்கள் மனம் அப்படியே தானே இருக்கிறது?

ஆகவே தந்த்ரா, ''தனிமனிதர்களிடம் பற்றுவைக்காதீர்கள். ஒருவரது தனிப்பட்ட குணத்திற்கு முக்கியத்துவம் கொடுக்காதீர்கள். அது எப்பொழுதும் மாறும் தன்மையுடையது. அடுத்து, எப்பொழுதும் இறந்த கால அனுபவத்திலேயே வாழ்ந்து கொண்டிருக்காதீர்கள். இப்படி இருந் தால், நீங்கள் 100 சதம் ஒரு தேனீயைப் போல் சுதந்திரமாக இருக்கமுடியும்'' என்கிறது.

ஆகவேதான் சாரஹா, ''முறைப்படுத்தப்படாத, ஒழுங்கற்ற நிலையில் கணத்துக்கணம் விழிப்பாக வாழுங்கள்'' என்கிறார். பழைய பழக்கம் அனைத்தும் முறைப்படுத்தப்பட்டது. திரும்பத்திரும்ப அதையே தான் செய்து வருவீர்கள். ஆகவே, இதைத்தவிர்த்து, எதிலும் புதுமையைக் காண ஆர்வமாக செயல்படுங்கள். ஒரு வீரனைப் போல வாழ்க்கையை எதிர்கொள்ளுங்கள். அதில் வரும் அபாயங்களை ஆனந்தமாக, சவாலாக ஏற்றுக்கொள்ளுங்கள். ஒரு சிறிய காரியத்தில்கூட, நீங்கள் புதுமையைக் காண முடியும். வாழ்வு என்றாலே உற்சாகம்தான், புதுமைதான், மகிழ்ச்சி தான், சவால்தான்!! இதை ஆழமாகப் புரிந்துகொள்ளுங்கள். அப்பொழுது உங்கள் வாழ்வு மிகவும் அர்த்தம் உடையதாகிறது. அதில் உற்சாகசெழிப்பு ஏற்படுகிறது. நீங்கள் மகிழ்ச்சியாக, ஆனந்தமாக, கொண்டாட்டமாக இருப்பதற்கு, இந்த உலகத்தில் எல்லையில்லா சந்தர்ப்பங்கள், உங்களுக் காகக் காத்துக்கிடக்கின்றன! தேவை உங்களுடைய உற்சாகமான மனம் தான். இறந்தகாலத்தைச் சுற்றும் மனம் அல்ல! அப்பொழுது, அந்த இன்பத் தேன் எங்கும் பரவி இருப்பதைக் காணுவீர்கள்!

ஆகவே, தவளை போல ஒரு நிலையான, முறையான இறந்த கால வாழ்க்கையை வாழ ஆசைப்படாதீர்கள். ஒரு தவளையால் அதிகப் பட்சம் என்ன செய்ய முடியும்? ஏதோ, இங்கே அங்கே சிறிது தாவலாம். அதனால், ஒரு தேனீயைப் போல சுதந்திரமாகப் பறக்க முடியாது. புதுமை களைக்காண முடியாது. இங்கு சாரஹா, தேன் என்று கடவுளையும், கடவுள் தன்மையை யும் அழைக்கிறார். இந்தக் கடவுள்தன்மை தேன்போல இந்த பிரபஞ்சத்தில் எங்கும் பரவி இருக்கிறது. அதைத் தெரிந்துகொள்ள, புரிந்துகொள்ள உங்களிடம் ஆர்வம் இருக்கவேண்டும்.

மக்கள் என்னிடம் வந்து, ''கடவுளைப் பற்றி அறிய விரும்பு கிறேன். அவர் எங்கே இருக்கிறார்?'' என்று கேட்கிறார்கள். இந்தக் கேள்வியே முட்டாள்தனமானது. முதலில், அவர் எங்கே இல்லை என்று சொல்லுங்கள்? நீங்கள் கேட்கிறீர்கள், அவர் எங்கே இருக்கிறார் என்று. இப்படிக் கேட்பதால், உங்கள் கண்கள் குருடாகி இருப்பதை, நீங்கள் உணர வில்லையா? இந்த உலகத்தில், அவர் மாத்திரம்தான் இருக்கிறார் என்பதைப் புரிந்துகொள்ள முடியவில்லையா? இதோ இந்த மரத்தில், இந்த பறவைகளில், அந்த விலங்குகளில், அந்த ஆறு, மலை, ஆண், பெண், அனைத்திலும் அவர் இருப்பது உங்களுக்கு புரியவில்லையா? உங்களைச் சுற்றி மகிழ்ச்சியோடு ஆட, அவர் எத்தனை உருவங்களை எடுத்திருக்கி றார்? அவர் உங்களைச் சுற்றி நின்று கொண்டு, உங்களை ''ஹலோ'' என்று கூப்பிடுவது உங்கள் காதில் விழவில்லையா? ஆனால், நீங்கள் அதை காது கொடுத்துக் கேட்பதில்லை. அவர் எல்லா திசைகளிலிருந்தும், உங்களை அழைக்கிறார். உங்களை வர வேற்கக் காத்துக்கொண்டிருக்கிறார்! ஆனால், நீங்கள் கண்களை மூடிக்கொண்டு, ஏதோ பழைய கால நிகழ்ச்சிகளில் ஆழ்ந்து இருக்கிறீர்கள். இப்பொழுது உங்கள் கண்களை நன்றாகத்திறந்து, உங்களைச் சுற்றிப் பார்க்க விரும்பவில்லை. ஏதோ கொஞ்சம் கண்களை சிமிட்டிப் பார்க்கிறீர்கள். அவ்வளவுதான்!

உங்களுடைய பார்வை எப்பொழுதும் குறுகியதாகவே இருக் கிறது. அது மாத்திரமல்ல, ஒன்றை நோக்கினால், அதையே பார்த்துக் கொண்டு இருக்கிறீர்கள். நீங்கள் பணத்தில் குறிவைத்தால், அதை மட்டும் தான் பார்க்கிறீர்கள். வேறு எதையும் பார்க்க மறுக்கிறீர்கள். அதைப் போல அந்தஸ்து, பதவி, பெண்இன்பம் இப்படிச் சொல்லிக்கொண்டே போகலாம். ஒன்றை நன்றாக ஞாபகம் வைத்துக் கொள்ளுங்கள். பணம் கடவுள் அல்ல. அது மனிதனால் உண்டாக்கப்பட்டது. நான் கடவுள் எங்கும் இருக்கிறார் என்று சொல்லும்பொழுது அதில், நீங்கள் உண்டாக்கியவைகள் அடக்கம் அல்ல. இதைத் தெளிவாகப் புரிந்துகொள்ளுங்கள். கடவுள், மனிதனால் உண்டாக்கப்படும் ஒரு பொருள் அல்ல. அடுத்து, தான்மட்டும் அதிகாரத் தில் இருந்து கொண்டு, எல்லோரையும் அடக்கி ஆளவேண்டும் என்ற ஆணவப்போக்குப் போன்ற பைத்தியக்காரத்தனம் வேறு இல்லை. இது உங்களுக்கே அழிவைக் கொடுத்துவிடும். ஆகவே, கடவுள் பதவியில் இருக்கிறார் என்றும், பணத்தில் இருக்கிறார் என்றும் தப்புக்கணக்குப் போடாதீர்கள். இவைகளெல்லாம் மனிதனுடைய மனத்தின் தந்திரமான

செயல்கள்.

மனிதனின் கைபடாத இடத்தில், கடவுள் முழுமையாக விளங்குகிறார். ஆனால், இந்த நவீன காலத்தில், இது சாத்தியம் இல்லைதான். ஆனால், இயற்கையை மனிதன் பூர்ணமாக அழிக்கவில்லை. அழிக்கவும் முடியாது. நீங்கள் ஒரு மரத்தின் கீழ் அமைதியாக உட்கார்ந்திருக்கும் பொழுது, அந்தக் கடவுளிடம் நெருக்கமாக இருப்பதை உணருவீர்கள். அதே சமயம், ஒரு சிமெண்ட் வீதியில் செல்லும் பொழுது, நீங்கள் அந்த மனிதனால் உண்டாக்கப்பட்ட சாலையைத் தான் பார்க்க முடியும். நீங்கள் பலமாடிக்கட்டிடங்கள் சூழ்ந்த ஒரு பகுதியில் நின்றால், நீங்கள் கடவுளைத் தவிர, மற்றவை அனைத்தையும்தான் பார்ப்பீர்கள்!

ஒன்றை கவனித்திருக்கிறீர்களா? மனிதனால் செய்யப்பட்ட ஒரு பிளாஸ்டிக் பூச்செடி ஒருக்காலும் வளராது. ஆனால், இயற்கையான பூச்செடி மாறி வளரும. மனிதனால் உயிரைக் கொடுக்க முடியாது. அந்த பிளாஸ்டிக் பூச்செடி, ஒரு இறந்த உடலுக்குச் சமம்தான். இயற்கை உண்டாக்கிய மலைகூட வளருகிறது! இமயமலை இன்னும் வளர்ந்துகொண்டுதான் இருக்கிறது! ஒரு மரம் வளருகிறது, ஒரு குழந்தை வளருகிறது. ஆனால், மனிதனால் உண்டாக்கப்பட்ட எதுவும் வளருவதில்லை. அது எவ்வளவு போற்றத் தகுந்ததாக இருந்தாலும். ஏன், பிக்கஸோவின் (Picasso) ஓவியம் கூட வளராது! பீதோவனின் (Beethoven) சங்கீதம் கூட வளராது!

நன்றாகக் கவனியுங்கள். எங்கே வளர்ச்சியைக் காணுகிறீர்களோ, அங்கே கடவுள் இருப்பதை அறியலாம். கடவுள் தன்மை மட்டும்தான் வளர முடியும். மாற முடியும். ஒரு மரத்திலிருந்து, ஒரு புதிய இலை வருகிறது என்றால், கடவுள் ஒரு புதிய இலை வடிவத்தில், அந்த மரத்திலிருந்து வெளிப்படுகிறார் என்று அர்த்தம். நீங்கள் ஒரு சிறிய குழந்தை சிரிப்பதைக் கண்டால், கடவுள், அந்த குழந்தை உருவத்தில் சிரிக்கிறார் என்று அர்த்தம். அதைப்போல, ஒரு ஆணோ அல்லது பெண்ணோ, கதறி கண்ணீர் விட்டால், கடவுளே அழுகிறார் என்று அர்த்தம். ஆகவே, எங்கெங்கே உயிர்த்தன்மை செயல்படுகிறதோ, அங்கே, உங்கள் கவனத்தைத் திருப்புங்கள். அதை உற்று கவனியுங்கள். அதை காதுகொடுத்து கேளுங்கள். அதனிடம் நெருங்கிச் செல்லுங்கள். நன்றாக ஞாபகம் வைத்துக்கொள்ளுங்கள். நீங்கள் ஒரு புனிதமான பூமியில் வசிக்கிறீர்கள்.

ஒழுங்குபடுத்தப்படாத வாழ்க்கை முறை (Unpatterned life style) என்று சாரஹா குறிப்பிடுவது உங்கள் கண்களை சிமிட்டிக்கொண்டு பார்ப்பதைத் தவிர்ப்பது. உங்கள் கண்களை நன்றாக விரிவாக்கி, உங்களைச் சுற்றி நன்றாகப் பாருங்கள். முழுமையாகப் பாருங்கள். அப்பொழுது, உங்களால் எல்லா திசைகளிலும் நன்றாகப் பார்க்கமுடியும்.

இந்தச் சமூகம், உங்களுக்கு எதிராக சதிசெய்திருக்கிறது. அது தேர்ந்து எடுத்தவற்றை மட்டும்தான் நீங்கள் பார்க்கவேண்டும் என்று உங்களை வற்புறுத்துகிறது. இது உங்கள். குழந்தைப் பருவத்திலிருந்தே ஆரம்பித்து விடுகிறது. ஏன், அது பிறக்கும்பொழுதே, அதன் இயற்கைத் தன்மையைக் கெடுக்க ஆரம்பித்து விடுகிறார்கள். அவன் ஓரளவு வளர்ந்து, பிரக்ஞைநிலை, சுயசிந்தனை ஆரம்பமாகும்பொழுது அவன் முடக்கப் பட்டிருப்பான்! அவன் ஆயிரம் வழிகளில் அடிமைப்படுத்தப்பட்டிருப் பான். இந்த நிலையில், அவன் தன் பெற்றோர்களையும், இந்த இயந்திர மயமான சமூகத்தையும், அரசாங்கம், மதபோதகர்கள், போலீஸ் என்று அவன் பல வகைகளில் சார்புடையவனாகி விடுகிறான். அவனுடைய சுயசிந்தனை ஆரம்பத்திலேயே முடக்கப்பட்டு விடுகிறது. அவனுக்கும், ஒரு சாதாரண அடிமைக்கும் எந்த வித்தியாசமும் இல்லை. இப்படியாக, இந்த சமூகம் அந்த குழந்தையை, அது அறியாமலேயே முடக்கிவிடுகிறது.

தந்த்ரா, ''நீங்கள் உங்கள் சுதந்திரத்தை மீண்டும் பெறுங்கள். அந்த ஆரோக்கியமான சுயசிந்தனையை மீண்டும் பெறுங்கள். கொஞ்சம் கொஞ்சமாக, விழிப்புணர்வோடு, தைரியமாக, எவைகளையெல்லாம் இந்த சமூகம் முட்டாள்தனமாக உங்கள் மேல் திணித்ததோ, அவைகளையெல் லாம் மெல்ல மெல்ல அகற்றுங்கள். அதிலிருந்து விடுதலை பெறுங்கள். உங்கள் வாழ்வை, உங்கள் விழிப்புணர்வுப்படி வாழுங்கள். இதில் அடுத்த வர்கள் தலையிட உரிமையில்லை. இந்த வாழ்க்கை, கடவுளால் உங்களுக்கு ஒரு பரிசாகக் கொடுக்கப்பட்டுள்ளது. அதை மகிழ்ச்சியாகக் கொண்டாடுங் கள். இந்த வாழ்வை, உங்கள் விருப்பப்படி வாழ, கடுமையாக உழைக்க வேண்டியிருந்தால், அதற்காகத் தயங்க வேண்டாம்'' என்று சொல்கிறது.

தந்த்ரா எப்பொழுதுமே புரட்சிகரமானதுதான். அது முற்றிலும் புதிய சமூகத்தையே, உங்களிடமிருந்து எதிர்ப்பார்க்கிறது. அந்த சமூகத்தில் 'என்னுடையது' என்று எதுவும் இருக்காது. அதில் பணமோ, பதவியோ

முக்கியமல்ல. அந்த சமூகத்தில் எல்லோரும் இருப்பதைப் பகிர்ந்து கொள் வார்கள். அதேசமயம் கடுமையாக உழைக்கவும் செய்வார்கள். உழைப்பு ஒருபக்கம், தியானம் மறுபக்கம். இந்த இரண்டும், இந்த சமூகத்தில் சேர்ந்தே இருக்கும்.

ஒன்றை நன்றாகப் புரிந்து கொள்ளுங்கள். எல்லா மகிழ்ச்சிகளும், பால் உணர்வை அடிப்படையாகக் கொண்டது தான். ஆகவேதான், இந்த சமூகம் மகிழ்ச்சியைக் கண்டு இப்படிப் பயப்படுகிறது. குழந்தைகள் மகிழ்ச்சியாக இருப்பதை பெற்றோர்கள் விரும்பாததற்கு அடிப்படைக் காரணம் இதுதான். குழந்தைகள் தங்கள் உடலில் உள்ள பால் உணர்வு அங்கத்தைத் தொடக்கூட, பெற்றோர்கள் அனுமதிப்பதில்லை. இந்த பயம் வாழையடி வாழையாக வந்துகொண்டே இருக்கிறது. இப்படித் தடுக்கப் படுவதால், அவர்களிடம் ஒரு குற்ற உணர்வு தானாகவே ஏற்பட்டுவிடு கிறது. அந்த இன்ப உணர்வு வரும்பொழுது, அந்தக் குற்ற உணர்வும் சேர்ந்தே வருகிறது. அப்பொழுது அவன், தன்னை ஒரு பாபியாக, சமூகத்திலிருந்து ஒதுக்கப்பட்டவனாகக் கருதிக் கொள்கிறான்.

உங்கள் சந்நியாசிகளில் பெரும்பாலோர் இந்த வகையைச் சார்ந்தவர்கள் தான்! அவர்கள் தங்கள் உணர்ச்சிகளைக் கட்டுப்படுத்தி வைத்திருப்பார்கள். அவர்கள் உண்மையில், ஒரு எரிமலையைப் போல் உட்கார்ந்திருப்பார்கள்!

ஆக, இந்தச் சமூகத்தில் துக்கம், துன்பம், துயரம் அனைத்தும் அனுமதிக்கப்பட்டிருக்கின்றன. ஆனால், மகிழ்ச்சி, இன்பம், கொண்டாட் டம் இவைகள் அனுமதிக்கப்படவில்லை. என்ன விசித்திரம்!

தாயும், தந்தையும் அன்பு கொள்ளலாம், காதல் புரியலாம். ஆனால், குழந்தைகளுக்கு அது என்னவென்றே தெரியக்கூடாது என்ற கட்டுப்பாடு இருக்கிறது. சாதாரணமாக, தாயும், தந்தையும் காதல் புரியும் பொழுது, குழந்தைகளை அனுமதிக்க வேண்டும். அப்பொழுது தான், அவர்களுக்கு அன்பு என்றால் என்ன என்று உண்மையாகப் புரியும். அப்பொழுது அவர்களும் மகிழ்ச்சியாக இருக்கிறார்கள். அதனால், வாழ்வே மகிழ்ச்சி தான், ஆனந்தம் தான் என்று நினைக்க ஆரம்பிக்கிறார் கள். இப்படிப்பட்ட குழந்தைகளின் சமூகம்தான் இந்த உலகத்துக்குத் தேவை. அதை அவர்கள் ஒரு புனிதமான காரியமாக எண்ண வேண்டும்.

அந்த அளவுக்கு அவர்களுக்குக் கற்பிக்க வேண்டும். அது, வாழ்க்கையில் ஒரு முக்கியமான, தேவையான நிகழ்ச்சி என்று கருதவேண்டும். அதை அவர்கள் தியானத்தன்மையில் அணுகக் கற்றுக்கொடுக்க வேண்டும். அப்பொழுது அவர்களால் எந்தவித குற்ற உணர்வும் இல்லாமல், மிக மகிழ்ச்சியாக ஈடுபட முடியும். அந்த மகிழ்ச்சியே, அவர்களை பேரின்ப நிலைக்கு அழைத்துச் செல்லும். இந்த உலகத்தில் இப்படிப் பூர்ண மகிழ்ச்சியுடைய மனிதனைப் பார்ப்பது, மிகவும் அரிது. அந்த அளவுக்கு இந்த சமூகம், பால் உணர்வு சம்மந்தமாக ஒரு பைத்தியமான நிலையில் இருக்கிறது. அதை ஒரு பாபமான காரியமாக நினைக்கிறது.

ஆகவே, தந்த்ரா, ''நீங்கள் தேனீயைப் போலச் சுதந்திரமாக இருங்கள். தவளையைப் போல அடிமையாக இருக்காதீர்கள். ஆனால், உங்கள் சுதந்திரத்தில் மிகவும் விழிப்பாக இருங்கள். எந்தப் பிணைப்பிலும், பற்றுதலிலும் மாட்டிக் கொள்ளாதீர்கள். ஒவ்வொரு செயலையும் பிரக்ஞை உணர்வோடு செய்யுங்கள். அப்பொழுது உங்களுடைய அனைத்து செயல்களும் புனிதமானவைகளாகி விடும்.

இரண்டாவது கேள்வி:-

''அன்புள்ள ஓஷோ, நீங்கள் வெறுக்கக்கூடிய, பாதிரியார், அரசியல்வாதி மற்றும் விஷய ஞானம் உடைய மூன்று கலவையான ஒரு உத்தியோகத்தைச் செய்துவருகிறேன் - அதாவது வாத்தியார் வேலை!

எனக்கு ஆன்மீகமாக விமோசனம் உண்டா? என் வயது இப்பொழுது 56. என்னுடைய எஞ்சிய காலத்தை நான் மிகவும் அமைதியாகக் கழிக்க முடியுமா? அடுத்த ஜென்மத்திலேயாவது, என்னை நான் அறிந்து கொள்வேனா?''

பாதிரியார்கள், அரசியல்வாதிகள் மற்றும் விஷயஞானம் உடைய வர்களுக்கு, அடுத்த ஜென்மத்திலும் விமோசனம் கிடையாது! ஆனால், நீங்கள் நினைத்தால் இந்த மூன்று தன்மைகளையும் இப்பொழுதே விட்டு, விடுதலை அடைந்து விடலாம். அப்படி செய்தால், உங்களைப் பொறுத்த வரை நம்பிக்கை உண்டு. ஆனால், அந்த மூன்று பேர்களைப் பற்றி நான் தீர்மானமாகச் சொல்லமுடியும். அவர்களுக்கு விமோசனமே கிடையாது.

அடுத்த பிறவியில் மாத்திரம் அல்ல. இன்னும் பல பிறவிகளைச் சந்தித்தாலும், அவர்களால் ஆன்மீகமாக முன்னேற முடியாது. நான் அறிந்தவரையில், எந்த பாதிரியாரும், நிர்வாணாவை அடைந்ததாகவோ, எந்த அரசியல்வாதியும் கடவுள்தன்மையைச் சந்தித்ததாகவோ, எந்த தத்துவவாதியும் உண்மையை அறிந்ததாகவோ வரலாறு இல்லை. அது ஒருக்காலும் சாத்தியம் இல்லை.

ஒரு படித்தவன் அல்லது தத்துவவாதி, முழுக்க முழுக்க விஷய ஞானத்தையே நம்புகிறான். உண்மையை அறிதலை அல்ல. விஷய ஞானம் என்பது வெளியிலிருந்து உங்களை நோக்கி வருவது. அறிதல் என்பது உங்கள் உள்ளேயிருந்து, மேலே வருவது. ஒரு படித்தவன், விஷய ஞானத்தை சேகரிப்பதிலேயே குறியாக இருக்கிறான். பிறகு ஒரு விஷய ஞானம், அதுவே பல விஷய ஞானங்களைச் சேர்த்துக் கொள்கிறது. கடைசியில், அவன் ஒரு பெரிய மூட்டையை தலையில் சுமந்த வண்ணமாகத் திரிகிறான்! இதனால், உள்ளே வளரும் தன்மைக்கு, கொஞ்சம்கூட இடம் கிடைப்பதில்லை. அது அப்படியே கரு நிலையிலேயே இருக்கிறது. அதற்கு விமோசனமே கிடையாது.

அரசியல்வாதிகளைப் பொருத்தவரையில், பதவி, அந்தஸ்து என்பதிலேயே குறியாக இருக்கிறார்கள். அது முழுமையான அகங்காரத்தின் வெளிப்பாடு. உண்மையை நெருங்க, அவர்களது அகங்காரம் எப்பொழுதும் ஒரு தடையாகவே இருக்கும். உங்களுக்கும், கடவுளுக்கும் இடையில் அது ஒரு பெரிய பாறாங்கல் போல்தான் இருக்கிறது. அதைத் தாண்டிச் செல்லுவது மிகவும் சிரமம்.

அடுத்து பாதிரிமார்கள்! இவர்களைப் போன்ற தந்திரசாலிகள் வேறு யாரும் இருக்க முடியாது. இவர்கள் உங்களுக்கும், கடவுளுக்கும் எப்பொழுதும் ஒரு தரகராகவே இருக்கிறார்கள். ஆனால், இவர்களுக்குக் கடவுளைப் பற்றி ஒன்றும் தெரியாது! உலகத்திலேயே மிகவும் மோசமான ஏமாற்றுக்காரர்கள், இவர்களைத் தவிர வேறு யாரும் கிடையாது! ஒரு மனிதன் செய்யக்கூடிய அதிகபட்ச குற்றத்தை, இவர்கள் மட்டுமே செய்கிறார்கள். இவர்கள், தாங்கள் கடவுளை அறிந்ததாகக் காட்டிக் கொள்ளுவதோடு, அந்தக் கடவுளையே, உங்களிடம் சேர்ப்பிக்கும் வேலையையும் செய்பவர்கள்! நீங்கள் வேறு ஒன்றுமே செய்யவேண்டாம். அவர்களை

வெறுமனே பின்பற்றிச் சென்றால் போதும்; உங்களை கடவுளிடம் சுலபமாகச் சேர்த்துவிடுவதாகக் கூறுவார்கள்! இவர்களுக்கு சடங்கு சம்பிரதாயங்கள், கொள்கை பிரார்த்தனை மற்றும் விதிகளை தெரிந்த அளவுக்கு, அந்த உண்மையைப் பற்றி கொஞ்சம் கூடத் தெரியாது. அவர்கள் குருடர்கள்! ஒரு குருடன், மற்றொரு குருடனுக்கு வழிகாட்டினால், என்ன ஆகும்!

ஆகவே, இந்த மூன்று பேர்களுக்குமே, ஆன்மீகமாக விமோசனமே இல்லை. ஆனால், இந்த கேள்வியைக் கேட்ட ஆனந்த் தேஜஸ், உங்களுக்கு விமோசனம் உண்டு.

வயதைப் பற்றிக் கவலைப்படாதீர்கள். அது ஒரு பொருட்டல்ல. வயதுக்கும், காலத்திற்கும் நெருங்கிய சம்மந்தம் உண்டு. ஆனால், நாம் பேசுவது காலங்கடந்த உண்மை நிலையைப் பற்றியது. அந்த பேரின்பப் பெருங்கடலை இதோ, இங்கேயே, இப்பொழுதே அடையலாம்! இந்த விஷயத்தில், 16 வயதுக்கும், 56 வயதுக்கும் எந்த வித்தியாசமும் இல்லை. இந்த இரண்டு பேருக்கும் ஒரே விஷயத்தில் மாத்திரம் வித்தியாசம் உண்டு. ஒரு 16 வயது வாலிபனின் விஷயஞானத்தின் கனம், 56 வயதுடைய உங்களுடைய விஷயஞானத்தை விடக் குறைவாகவே இருக்கும்! ஆக, அளவில் வேறுபாடு தெரியலாம்! ஆனால் குணத்தில் அல்ல! தன்மையில் அல்ல! ஒரு 16 வயது சிறுவனுக்கு, 16 வயது இறந்தகால விஷய ஞானம் தான் உண்டு. ஆனால், 56 வயதுடைய உங்களுக்கு 56 வருட விஷய ஞான மூட்டையின் கனம் அதிகமாகவே இருக்கும்! நீங்கள் அதிலிருந்து விடுபடுவதற்கு, கொஞ்சம் கஷ்டப்பட்டுத் தான் ஆகவேண்டும். எவ்வளவோ பற்றுதலை நீங்கள் விடவேண்டும். எவ்வளவோ உலக அனுபவங்களை விடவேண்டிய நிலையில், நீங்கள் இருக்கிறீர்கள். ஆனால், அந்த 16 வயது சிறுவனுக்கு, அவ்வளவு சிரமம் இருக்காது. இந்த வகையில், அவன், உங்களைவிட, அதை அடைவதற்கு நல்ல சூழ்நிலை யில் இருக்கிறான் என்றுதான் சொல்லவேண்டும்.

ஆனால், இதில் இன்னொரு விஷயமும் இருக்கிறது. வயதான வர்களுக்கு பெரிய வருங்கால ஆசைகள் என்று எதுவும் இருக்காது. 56 வயதுடைய நீங்கள், இன்னும் 14 வருடம் அல்லது 20 வருடம் வாழலாம். அவ்வளவுதான். அந்த வயோதிக வயதில், உங்களிடம் என்ன பெரிய கற்பனை, எதிர்ப்பார்ப்பு இருக்கமுடியும்? நீங்கள் இறப்பை நோக்கிச் செல்

லுவதை, நீங்களே உணருவீர்கள்! ஆனால், ஒரு 16 வயது சிறுவனுக்கு, ஏகப்பட்ட கற்பனைகள், எதிர்ப்பார்ப்புகள், ஆசைகள் நிறையவே உண்டு. ஆகவே, ஒரு இளைஞனுக்கு, இறந்தகாலம் சிறிதாக இருக்கும். ஆனால் வருங்காலம் பெரிதாக இருக்கும். ஒரு வயதான மனிதனுக்கு இறந்தகாலம் பெரிதாக இருக்கும், எதிர்காலம் சிறிதாக இருக்கும். ஆக மொத்தத்தில், கணக்கு ஒன்றுதான்! இரண்டு பேர்களுடைய வயது 70 என்று வைத்துக் கொண்டால், இந்த இரண்டு பேருமே, இந்த 70 வயது அனுபவத்தை, விஷய ஞானத்தை விட்டுவிடத்தான் வேண்டும். எப்படியென்றால், 16 வயது சிறுவன், எஞ்சிய 54 வருட வருங்கால ஆசைகள், எதிர்ப்பார்ப்புகள், விஷயஞானங்களை இப்பொழுதே விட்டுவிட வேண்டும். 56 வயதான நீங்கள், மீதியுள்ள 14 வருட வருங்கால அனுபவத்தையும், இதுவரை சேர்த்து வைத்து 56 வருட அனுபவம், விஷய ஞானம் அனைத்தையும் விடவேண்டி வரும். ஆக இறந்தகாலத்தை எப்படி ஒருவன் விட வேண்டுமோ, அதைப்போல வருங்காலத்தையும் விடவேண்டியிருக்கிறது.

ஆகவே, ஆனந்த் தேஜஸ், நீங்கள் ஆன்மீகத்தை அடைய நிறையவே வாய்ப்புகள் இருக்கின்றன. இந்தக் கேள்வியைக் கேட்க ஆரம்பிக்கும் பொழுதே, அது உங்களிடம் தொடங்கிவிட்டது! நீங்கள் உங்களுடைய பாதிரியார்கள், அரசியல்வாதிகள், மற்றும் படித்தவர்களைப் பற்றிய உண்மையைத் தெரிந்துகொண்டு விட்டீர்கள். அது, நீங்கள் சரியான பாதையில் அடிஎடுத்து வைப்பதற்குச் சமம்தான். ஒரு வியாதியைப் பற்றிச் சரியாக அறிந்துகொள்ளுதல் என்பது, பாதி சிகிச்சைக்கு சமம்தான்!

நீங்கள் சந்நியாசம் இங்கு பெற்றுவிட்டதன் அர்த்தம் என்னவென்றால், நீங்கள் அந்த புரியாத புதிரை நோக்கிக் காலடி எடுத்து வைத்து விட்டீர்கள் என்பதுதான். நீங்கள் என்னுடன் சிறிதுகாலம் இருந்தால், அப்பொழுது, நீங்கள் நிரந்தரமாக உங்கள் பாதிரிமார்கள், அரசியல்வாதிகள் மற்றும் தத்துவவாதிகள் எல்லோரிடமிருந்தும் விடைபெற்றுக் கொண்டு விடுவீர்கள். எனக்கு இதில் நம்பிக்கை இருக்கிறது. அப்படி இல்லாவிட்டால், இந்தக் கேள்வியை என்னிடம் நீங்கள் கேட்டிருக்க மாட்டீர்கள். அவர்களது அர்த்தமற்ற பிதற்றல்களை, பொய்களை நீங்கள் புரிந்துகொண்டு விட்டீர்கள். அது உங்களைப் பொறுத்தவரை, மிகவும் தாமதித்துதான் வந்தது. அது உங்களுடைய புதிய வாழ்க்கைக்கு உதவிசெய்யும்.

"நீங்கள் காத்திருங்கள். அநேகமாக உங்களுக்கு அடுத்த பிறவியில் கிட்டலாம்" என்று நான் சொல்லமாட்டேன். எப்பொழுதுமே, எதையும் தள்ளிப் போடும் பழக்கம் என்னிடம் இருந்ததில்லை. ஏனெனில், தள்ளிப் போடுதல் என்பது உங்கள் மனம் செய்யும் தந்திரம். நீங்கள், அந்த இடைவெளியில், பெரும்பாலும் மாறக்கூடிய சாத்தியம் உண்டு.

நான் சொல்லுகிறேன். நீங்கள் உறுதியாக இருந்தால், அது உங்கள் மரணப்படுக்கையில் கூட நேரும். அந்த கடைசி நிமிடத்தில் கூட, ஒருவன் கண்களை அகல விரித்து, இந்த பிரபஞ்சத்தை உற்றுப்பார்த்தால், அது நிகழலாம். அந்த கடைசி நேரத்தில், அவன் சகல பழைய நிகழ்ச்சி களிலிருந்தும் விடுதலை அடையலாம். அப்பொழுது, அவன் ஆழ்ந்த தியானத்தில் இறப்பான். அப்படி இறப்பது என்றால், அவன் முழுமையான பிரக்ஞையோடு, விழிப்புணர்வோடு இறக்கிறான் என்று அர்த்தம். அது உண்மையான இறப்பு இல்லை. அது ஒரு பிரபஞ்ச சங்கமம்!

ஆகவே, தயவுசெய்து எதையும் தள்ளிப் போடாதீர்கள். முக்கியமாக, இந்த ஆன்மீக விஷயத்தில் அது கூடவே கூடாது? "எஞ்சிய என் வாழ்க்கையை அமைதியில் கழிப்பேனா?" என்று சந்தேகமாகக் கேட்கிறீர்கள். இந்த எண்ணத்தை உடனே அகற்றுங்கள். இது தேவையில்லாத குழப்பம். எதற்காக நீங்கள் காத்திருக்கவேண்டும்? அந்த அமைதியை இதோ, இங்கேயே, இப்பொழுதே பெறலாமே? யார் உங்களைத் தடுப்பது? அடுத்த பிறவி வரை, ஏன் அதை அனுமதிக்க வேண்டும்? காத்திருக்க வேண்டும்?

ஒன்றை நன்றாகப் புரிந்துகொள்ளுங்கள். அடுத்த பிறவி என்பது, இந்தப் பிறவியின் தொடர்ச்சிதான். இது எங்கே முடிகிறதோ, அடுத்தது அங்கேயிருந்துதான் ஆரம்பமாகிறது. நீங்கள் உங்களுடைய பாதிரிமார்களையும், அரசியல்வாதிகளையும், மற்றும் தத்துவவாதிகளையும் நம்பினால், அடுத்த பிறவி மாத்திரமல்ல, இன்னும் பல பிறவிகளுக்குக் காத்திருக்க வேண்டும். ஏனெனில், உங்களுடைய பிறப்பு-இறப்பு சக்கரத்தில் எந்த மாற்றமும் ஏற்பட வழியில்லை. அந்த மாற்றத்தை, இப்பொழுதே, இங்கேயே கொண்டு வாருங்கள். ஆழ்ந்த தியானத் தன்மையில் இறப்பது என்பது, சாதாரண இறப்பிற்கு சமம் அல்ல. அது இறவா இறப்பிற்குச் சமம்.

இப்பொழுது, இங்கே, நான் உங்கள் முன்னால் இருக்கிறேன். அடுத்தத் தடவை, நான் இருப்பேன் என்று யாரால் உறுதியாகச் சொல்ல முடியும்? இப்பொழுது, ஏதோ இருட்டில் தடவியவாறு, என்மேல் விழுந்துவிட்டீர்கள்! இப்பொழுது, என் மேல் விழுவதற்கு, உங்களுக்கு 56 வருடம் ஆகிவிட்டது! அடுத்த தடவை வரும்பொழுது, உங்களுடைய விஷய ஞான மூட்டை நிச்சயம் அதிகமாகவே இருக்கும். அதை எப்படி இறக்கி வைப்பீர்கள்! இதோ, இப்பொழுதே என் காலடியில் அந்தக் குப்பையைக் கொட்டவும். ஆகவேதான், நான் தள்ளிப் போடவேண்டாம் என்று மீண்டும் வற்புறுத்துகிறேன். அத்துடன், இந்த அரசியல்வாதிகள், பாதிரிமார்கள் மற்றும் படித்தவர்கள் அனைவருக்கும், ஆன்மீகத்தில் எந்த வருங்காலமும் கிடையாது! அவர்களால், அவர்களுடைய விஷய ஞான வட்டத்தை விட்டு சுலபமாக வெளியே வரமுடியாது.

ஆகவே, உங்களை, நீங்களே ஒரு தவளைக்கு ஒப்பிட்டுக் கொள்ள வேண்டாம். தேனீக்கு ஒப்பிட்டுக் கொள்ளவும். அதுதான் சரியானது.

மூன்றாவது கேள்வி:-

"அன்புள்ள ஓஷோ, பிறருக்கு தர்மம் செய்வது என்பது சந்நியாச வாழ்க்கைக்கு எந்தவிதத்தில் உதவும்?"

இந்த கேள்வி என் சந்நியாசியிடமிருந்து வரவில்லை. இதைக் கேட்டவர் பெயர் பிலிப் மார்ட்டின் (Philip Martin). பிலிப் மார்ட்டின் அவர்களே! முதலில் நீங்கள் என் சந்நியாசிகளில் ஒருவராக மாறுங்கள். நீங்கள் பிறரைப் பற்றிக் கேள்வி கேட்காதீர்கள். உங்களைப் பற்றிக் கேளுங்கள். அதுதான் உங்களுக்கு மிகவும் உபயோகமாக இருக்கும். நீங்கள் சந்நியாசி யாகாமல், இந்த கேள்வி கேட்பது அர்த்தமற்றது. பரவாயில்லை. கேள்வி அர்த்தமுடையதுதான். ஆகவே, அதற்கு பதில் சொல்ல ஆசைப்படுகிறேன். இந்தக் கேள்வியைக் கேட்ட திரு. பிலிப் மார்ட்டின், விரைவில் என் சந்நியாசியாகி விடுவார் என்றே நம்புகிறேன். அது அவரது கேள்வி யிலேயே தெரிகிறது!

முதலில் நீங்கள் தெரிந்துகொள்ள வேண்டியது என்னவென்றால், உலகத்தில் உள்ள எல்லா மதங்களும், தர்மம் செய்வதை ஆதரிக்கவே

தந் - 17

செய்கின்றன. அதற்கு முக்யத்துவம் கொடுக்கின்றன. சமஸ்கிருதத்தில், அதற்குத் 'தான்' (Dhan) என்று அர்த்தம். பொதுவாக மனிதன், பணம் சேர்க்கும்பொழுது, கூடவே ஒரு குற்ற உணர்வையும் சேர்த்துக் கொள் கிறான். இதுதான் தர்மம் செய்தலுக்கு அடிப்படைக் காரணம். அப்பொழுது, தன்னிடம் உள்ளதில் சிறிது பிறருக்குக் கொடுப்பதில், சிறிது ஆறுதல் அடைகிறான். அவனுடைய குற்ற உணர்வு குறைகிறது!

நான் இப்பொழுது சொல்லப் போவது, உங்களுக்கு ஆச்சரியத் தைக் கொடுக்கலாம். பழைய ஆங்கில அகராதிப்படி, 'கில்ட்' (Gilt) என்ற வார்த்தைக்கு பணம் என்று அர்த்தம். 'கில்ட்' என்றால் பளபளப்பான, பொன் முலாம் பூசிய உலோகம் என்று அர்த்தம். ஆகவே, 'கோல்டு' (Gold) தங்கம் என்ற வார்த்தைக்கும், இவைகளுக்கும் நெருங்கிய சம்மந்தம் உண்டு. ஆகவே, பணம் என்ற வார்த்தைக்கு அடியில் சட்டத்தை மீறும் குற்றம் (Guilty) என்ற அர்த்தம் அடங்கி இருக்கிறது!

உங்களிடம் ஓரளவு பணம் இருந்தாலே, ஒரு குற்ற உணர்வு உங்க ளிடம் ஏற்படுவதைத் தவிர்க்க முடியாது. இது இயற்கைதான். ஏனெனில், உங்களைச் சுற்றி, ஏழைகள் நிறைந்திருக்கும்பொழுது, இந்த உணர்வு உங்களிடம் ஏற்படுவது சகஜம்தான். நீங்கள் இன்னும் கொஞ்சம் ஆழமாகச் சிந்தித்தால், நீங்கள் பணக்காரன் ஆவதற்கு, எத்தனை பேர்கள் ஏழைகளாக இருக்கவேண்டும்? நீங்கள் பணக்காரன் ஆக ஆக, எத்தனையோ ஏழைகள் எங்கேயோ பட்டினியாக இருக்கவேண்டும். எத்தனையோ ஏழைகள் மருந்தில்லாமல் இறக்க நேரிடும். இவைகளை யெல்லாம், நீங்கள் எப்படித் தடுப்பீர்கள்? ஆகவே, உங்களிடம் எவ்வளவுக்கெவ்வளவு பணம் இருக் கிறதோ, அவ்வளவுக்கவ்வளவு, இந்தக் குற்ற உணர்வு உங்களிடம் அதிக மாகவே இருக்கும். உங்கள் மனச்சாட்சி உறுத்திக் கொண்டே இருக்கும்.

ஆகவே, அதைக் குறைப்பதற்காக, நீங்கள் என்ன சொல்லுகிறீர் கள்? ''நான் இந்தத் தர்ம காரியங்களைச் செய்கிறேன். நான் ஆஸ்பத்திரியை உண்டாக்கி இருக்கிறேன். கல்லூரிக்கு ஏற்பாடு செய்கிறேன். நான் அதற்கு நன்கொடை கொடுத்திருக்கிறேன்....'' என்று சொல்லலாம். இது, நீங்கள் ஓரளவு மகிழ்ச்சியாக இருக்க உதவி செய்கிறது.

இந்த உலகம், அந்தக் காலம் முதல், வறுமையில்தான் வாடி வதங்கி வந்திருக்கிறது. இந்த உலகத்தில் சுமார் 99 சத மக்கள் வறுமையின்

பிடியில்தான் இருந்திருக்கிறார்கள். அவர்களுடைய பட்டினி சாவு கணக்கில் அடங்காதது. மீதமுள்ள அந்த 1 சதம் மக்கள், மிகவும் பணச் செல்வாக்கோடு வாழ்ந்திருக்கிறார்கள், வாழுகிறார்கள். அவர்களுடைய குற்ற உணர்வைக் குறைக்கவே, இந்த மதங்கள் 'தர்மம்' என்பதைப் புகுத்தியது.

ஆகவே, முதலில் நான் சொல்ல விரும்புவது என்னவென்றால், தர்மம் என்பது ஒரு புண்ணிய காரியம் அல்ல. உங்கள் மனம், ஒரு சமநிலையில் இருக்க அது தற்காலிகமாக உதவி செய்கிறது. இல்லாவிட்டால், மனம் பேதலித்து விடலாம். இந்தத் தர்மம் செய்வதன் மூலம், நீங்கள் பணம் சேர்த்ததால் ஏற்பட்ட பல கெட்ட நடவடிக்கைகளுக்கு வடிகால் தேடுகிறீர்கள். அதை சமன் செய்ய முயலுகிறீர்கள். உங்கள் அகங்காரம் சிறிது ஆறுதல் அடைகிறது. நீங்கள், உங்கள் கடவுளிடம், ''நான் அவர்களை ஏமாற்றியது என்னமோ உண்மைதான். ஆனால், அவர்களுக்கு பலவகையில் உதவியும் செய்திருக்கிறேன்'' என்று வாதிடலாம்!

நான் கேட்கிறேன். இது எந்த வகையில், உதவி என்று ஆகும்? ஒரு கையால், நீங்கள் அவர்களிடமிருந்து 100 ரூபாயை பலவந்தமாகப் பிடுங்குகிறீர்கள். அடுத்த கையால், அவர்களுக்கு, 10 ரூபாயைக் கொடுக்கிறீர்கள்! அது, அந்த 100 ரூபாய்க்கு வட்டி கூட ஆகாது!!

இந்தத் தந்திரத்தை, உங்களுடைய மதத் தலைவர்கள், அந்த ஒரு சதம் பணக்காரர்களை காபந்து செய்வதற்காக ஏற்படுத்தினார்கள்! இதை நான் மீண்டும் வலியுறுத்திக் கூறுவேன். அது ஏழைகளுக்கு உதவியாக இருந்தால், அதனுடைய பலனே வேறுவிதமாக இருந்திருக்கும். ஆனால், உங்கள் மதத்தலைவர்களது குறிக்கோள் அதுவல்ல.

ஆகவே, நான் என் சந்நியாசிகளுக்குச் சொல்ல விரும்புவது என்னவென்றால், தர்மத்தைப் பற்றி அல்ல. உங்களிடம் இருப்பதைப் பகிர்ந்து எல்லோருக்கும் கொடுங்கள் என்பதே. தர்மம் என்ற வார்த்தையே மிகவும் அருவருப்பானது. தர்மத்திற்கும், பகிர்ந்த அளித்தலுக்கும் தன்மையில் நிறைய வேறுபாடு உண்டு. உங்களிடம் இருப்பதை பிறருக்கு பகிர்ந்து அளிக்கும்பொழுது, நீங்கள் வளருகிறீர்கள். நீங்கள் எவ்வளவுக்கெவ்வளவு அதிகமாக பகிர்ந்து அளிக்கிறீர்களோ, அவ்வளவுக்கவ்வளவு, நீங்கள் அதிகமாக வளருகிறீர்கள்.

நான் பகிர்ந்து அளியுங்கள் என்று சொல்லும்பொழுது, பணத்தை

மாத்திரம் வைத்துக்கொண்டு சொல்லவில்லை. உங்களிடம் விஷய ஞானம் இருந்தால், தியானத்தன்மை இருந்தால், அன்பு, உணவு இப்படி எது உங்களிடம் இருக்கிறதோ, அதை எல்லோருக்கும் பகிர்ந்து அளியுங்கள். ஒரு மலரின் மணம் எப்படி எந்த வித்தியாசமும் இல்லாமல் பரவுகிறதோ, அதைப் போல, உங்கள் பகிர்ந்து அளித்தலும், பொதுவாகப் பரவட்டும். உலகத்தில் எத்தனையோ தன்மைகளில், மக்கள் ஏழ்மையில் இருக்கிறார்கள்.

ஒரு பணக்காரன், அன்பைப் பொறுத்தவரையில், மிகவும் ஏழ்மை நிலையில் இருப்பான். அவனுக்கு, உங்கள் அன்பைப் பகிர்ந்து அளியுங்கள். ஓர் ஏழைக்கு அன்பு என்றால் என்னவென்று தெரியும். ஆனால் நல்ல சாப்பாடு இருக்காது. அவனுக்கு உங்களிடம் உள்ள சாப்பாட்டை பகிர்ந்து அளியுங்கள். இப்படி உலகத்தில், ஆயிரக்கணக்கான வகையில், ஏழைகள் நிறைந்து இருக்கிறார்கள். ஏழை என்றால், வெறும் பணத்தை வைத்து மாத்திரம் தீர்மானிக்க வேண்டாம். எத்தனை படித்த அறிவாளிகள், மதத்தன்மையைப் பொறுத்தவரையில், குழந்தையாகவே இருக்கிறார்கள், தெரியுமா?

ஒன்றை நன்றாக ஞாபகம் வைத்துக் கொள்ளுங்கள். இப்படி நீங்கள் பகிர்ந்து அளிப்பதால், உங்களுக்கு சொர்க்கத்தில் ஒரு இடம் கண்டிப்பாக உண்டு என்று நம்பிக்கை வைத்து செய்யாதீர்கள்! நீங்கள் இறந்தபிறகு, உங்களுக்கு பெரிய மனிதனுக்கான (VIP) மரியாதை அங்கு கிடைக்கும் என்று எதிர்பார்க்காதீர்கள்! அப்படி என்று ஒன்று எதுவும் இல்லை. இதுவும் உங்கள் மதத்தலைவர்கள் செய்த தந்திரம்தான்! சிறுபிள்ளைகளுக்கு, மிட்டாய் கொடுத்து, வேலை வாங்குவதுபோல!

நீங்கள் உங்களிடம் இருப்பதை, இங்கேயே பகிர்ந்து அளிப்பதன் மூலம், நீங்கள் இங்கே மகிழ்ச்சியாக இருக்கிறீர்கள். உங்கள் உள்ளம் திருப்தி அடைகிறது. ஆனால், சேமித்து வைப்பவன், மறைத்து வைப்பவன், ஒருக்காலும், அந்தத் திருப்தியை, ஆனந்தத்தை அடைய முடியாது. அவன், மலச்சிக்கல் பிடித்தவன்! அவனுக்குத் தெரிந்தது ஒன்றே ஒன்றுதான். அதுதான் சேர்த்து வைத்தல். அதைக் கொண்டு எப்படி மகிழ்ச்சியாக இருப்பது, ஆனந்தமாக இருப்பது என்பதை அவன் அறியமாட்டான். ஏனெனில், உண்மையான மகிழ்ச்சி பிறரோடு அந்த மகிழ்ச்சியை பகிர்ந்து கொள்ளும் பொழுதுதான் உண்டாகும்!

ஓஷோ

நீங்கள் உங்கள் உணவை ருசித்து உண்ணவேண்டும் என்றால், மகிழ்ச்சியோடு உண்ணவேண்டும் என்றால், உங்கள் நண்பர்களோடு கலந்து உண்ணுங்கள். அல்லது உங்கள் விருந்தாளிகளுடன் சேர்ந்து உண்ணுங்கள். மகிழ்ச்சி என்பது ஒருவகை பகிர்ந்து அளித்தல்தான். நீங்கள் மட்டும் தனியாக எப்படி மகிழ்ச்சியோடு இருக்க முடியும்? நன்றாக யோசித்துப் பாருங்கள்.

உண்மையில், தியானம் செய்வதற்காக, தனிமையை நாடி மலைப்பக்கம் செல்லும் யோகிகள் கூட, அங்குள்ள உயிரினங்களோடு, தன்னை பகிர்ந்து கொள்ளுகிறார்கள். அவர்கள் அந்த மலைகளோடும், நட்சத்திரங்களோடும் மரம், மற்றும் பறவைகளோடும் தன் உள்ளத்தைப் பகிர்ந்து கொள்ளுகிறார்கள்.

மகாவீரர், 12 வருட காலம், காட்டில் நின்றுகொண்டே தனியாக தியானம் செய்தார். ஆனால், அவர் தனியாக இல்லை. இதை என்னால் அடித்துச் சொல்ல முடியும்! அவர் மேல் பறவைகள் வந்து உட்கார்ந்து விளையாடும். பல விலங்குகள் அவரைச் சுற்றி வந்து மகிழ்ச்சியடைந்திருக்கும். மரங்கள், தன் பூக்களை அவர் மேல் சொரிந்து ஆனந்தம் அடைந்திருக்கும். பருவகாலங்கள் மாறி மாறி, அவரை அரவணைத்துச் சென்றிருக்கும். இவைகளெல்லாம் மகிழ்ச்சி இல்லாமல் வேறென்ன? அவர், மனிதக் கூட்டத்தில் இல்லை என்பதைத் தவிர, மற்றபடி அவர் தனிமையில் இல்லை. ஏன், அவர் மனிதக் கூட்டத்தை ஒதுக்கினார் என்றால், அது, அவருக்கு பல தொல்லைகளைக் கொடுத்திருந்தது. அந்தக் காயங்கள் ஆற, அவர்களை விட்டுச் சென்றார். ஆனால், அது தற்காலிகமானதுதான். அந்த இடைவெளி, அவர், தன்னையறியத் தேவையாக இருந்தது. ஆகவேதான், பெரும்பாலான யோகிகள், ஞானத்தைத் தேடுபவர்கள், முதலில் தனிமையைத் தேர்ந்து எடுக்கிறார்கள். இங்கு தனிமை என்பது, இந்த மனிதக் கூட்டத்தை விட்டு என்று அர்த்தம். ஏனெனில், அந்தக் கூட்டம் பலவகையில் அவர்களுக்கு ஏற்கனவே பல கெடுதல்களை ஏற்படுத்தியிருக்கின்றன. முக்கியமாக, அவர் தனியே செல்ல, அந்தக் கூட்டம் விரும்புவதே இல்லை.

ஆகவே, மகாவீரர் தனியாக இருக்கும்பொழுது, இந்த பிரபஞ்ச உயிர்த்தன்மையே, அவரைச் சூழ்ந்து இருந்தது என்று சொல்லலாம்.

இனிமேல், இந்த மக்கள் கூட்டம், தன்னைக் காயப்படுத்த முடியாது என்ற நிலையில், எல்லா காயங்களும் ஆறிய நிலையில், எல்லாவற்றையும் கடந்த நிலையில், ஒரு புதிய பிறவியை எடுத்து, மீண்டும் மக்களோடு உறவாட வந்தார். அப்பொழுது, தன் மகிழ்ச்சியை, ஆனந்தத்தை பிறரோடு பகிர்ந்து கொண்டார்.

ஆனால், அவர் இவ்வுலகத்தைத் துறந்து சென்றார் என்று மட்டுமே, ஜைன மதங்கள் கூறுகின்றன. அவர் மீண்டும் மக்களோடு சந்திக்க வந்ததைப் பற்றி ஒன்றும் கூறவில்லை. ஆகவே, அவை பாதி உண்மையைத் தான் கூறி இருக்கின்றன.

புத்தர் காட்டுக்குச் சென்றார். பிறகு ஞானம் அடைந்து, மக்களை சந்தித்து, தன் அன்பை, கருணையை பகிர்ந்துகொள்ள வந்தார். அந்த ஞானத்தை, அந்தக் கருணையை, அவர் மக்களிடம் வந்துதான் பகிர்ந்து கொள்ள வேண்டும். காட்டில் உள்ள மரங்களோடு, மலைகளோடு அந்த மாபெரும் கருணையை, பேரின்பத்தை பகிர்ந்து கொள்ள முடியாது. ஏனெனில், அதை வாங்கிக் கொள்ளும் சக்தி அவைகளுக்குக் கிடையாது.

ஆகவே, தர்மம் என்ற வார்த்தையே சரியல்ல. நான் பகிர்ந்து அளிப்பதையே ஊக்குவிக்கிறேன். இந்தத் தர்மம் என்ற வார்த்தையில், கொடுக்கக்கூடிய நீங்கள் உயர்வாகவும், வாங்கக்கூடிய ஏழைகள் தாழ்வாகவும் வேற்றுமை காணும் தன்மை இருக்கிறது. இது மிகவும் அருவருப்பானது. மனிதத்தன்மைக்கு புறம்பானது. ஆனால், பகிர்ந்து அளித்தலில் நட்புரிமையும், சமத்துவமும் இணைந்து செயல்படுகிறது. இதில் நீங்கள் எந்த நன்றியையும் எதிர்ப்பார்க்க மாட்டீர்கள். ஆனால், தர்மம் செய்தலில் நீங்கள் பிறரிடமிருந்து நன்றியை எதிர்ப்பார்ப்பீர்கள். இதுவும் மனிதத் தன்மையற்றது தான். உண்மையில், பங்கிடும்பொழுது, நீங்கள்தான் பிறருக்கு நன்றி சொல்வீர்கள். ஏனெனில் உங்களுடைய பேரின்பம், கருணை போன்ற பெருஞ்சுமையை, அவர்கள் குறைக்க உங்களுக்கு உதவி செய்கிறார்கள்.

பங்கிடுதல் என்பது உங்களுடைய அபரிமிதமான சக்தியின் விளைவால் ஏற்படுவது. தர்மம் என்பது உங்களுடைய அபரிமிதமான பணக்காரத் தனத்தினால் ஏற்படுவது. இதற்கு அடுத்தவர்களுடைய ஏழ்மை

ஓஷோ

உதவி செய்கிறது. இந்த வித்தியாசத்தை நன்றாகப் புரிந்து கொள்ளுங்கள். நீங்கள் பகிர்ந்து அளிக்கும் பொழுது, அது மேலும் மேலும் உங்களிடம் வளரும். குறையாது. இதையும் நன்றாகப் புரிந்து கொள்ளுங்கள்.

நான்காவது கேள்வி:-

"அன்புள்ள ஓஷோ, நான் தியானம் செய்யும்பொழுது, என்மனம், மணிக்கு சுமார் 500 மைல் வேகத்தில் செல்கிறது. நான் இதுவரை அமைதியை அனுபவித்ததே இல்லை. எப்பொழுதாவது, சாட்சித்தன்மை ஏற்பட்டால், அது மின்னல் போல் ஏற்பட்டு மறைந்து விடுகிறது. நான் என் நேரத்தை வீணடிக்கிறேனா?"

உங்களுடைய மனம், மிகவும் மெதுவாகவே வேலை செய்வ தாகக் கருதுகிறேன்! மணிக்கு 500 மைல் என்பது ஒரு வேகமே இல்லை! ஏனெனில், அதனால் ஒளியின் வேகமாகிய செகண்டுக்கு 1,86,000 மைலுக்கு மேல் அதிவேகமாகச் செல்ல முடியும்! ஆனால், அதற்காகக் கவலைப்படாதீர்கள். ஏனெனில், மனதின் அழகே அதுதான். அதன் இயல்பே அதுதான். ஆகவே, அதை எதிர்த்துப் போராடுவதை விட்டு விட்டு, அதனுடன் இயைந்து நட்புரிமையோடு அணுகுங்கள்.

நீங்கள், "என் மனம், மணிக்கு 500 மைல் வேகத்தில் செல்லு கிறது" என்று கூறுகிறீர்கள். அதற்கு மேலும் சென்றாலும், கவலைப்படா மல், அதை வெறுமனே சாட்சியாக இருந்து பாருங்கள். உங்கள் மனதின் இந்த விளையாட்டை அனுபவியுங்கள்! சமஸ்கிருதத்தில், இதற்கு ஒரு சரியான வார்த்தை இருக்கிறது. அதன் பெயர் "சித் விலாஸ்" (Chid Vilas) என்பது. அதாவது "பிரக்ஞைத்தன்மையின் விளையாட்டு" என்று பொருள். ஆகவே, உங்கள் மனதின் வேகத்தை, ஒரு விளையாட்டு போல கவனிக்கவும். அதை அப்படியே ஏற்றுக்கொள்ளுங்கள்.

ஆனால், நீங்கள் உங்கள் மனதின் வேகத்தைக் கட்டுப்படுத்த முயலுவதாக எண்ணுகிறேன். அது நடக்காத காரியம். மனதின் ஓட்டத்தை யாராலேயும் கட்டுப்படுத்த முடியாது. ஆனால், மனம் ஒருநாள் தானாகவே, அதுவாகவே நிற்க வேண்டும். நீங்கள் அதை நிறுத்த முடியாது. அது உங்கள் முயற்சியால் நடக்கக்கூடிய காரியம் இல்லை. ஆனால், அதை

நீங்கள் புரிந்துகொண்டால், அது ஒருநாள் தானாகவே நிற்கும். இதைத் தியானமாக்குங்கள்.

இந்த மனம், இப்படி ஏன் ஓடுகிறது, எங்கே ஓடுகிறது, எதற்காக ஓடுகிறது என்று புரிந்துகொள்ள முயலுங்கள். அது பணத்தை நோக்கி ஓடினால், அந்தப் பணத்தின் தன்மையைப் புரிந்துகொள்ளுங்கள். பதவியை நோக்கி ஓடினால், அந்த பதவியின், பொய்மையை அறிந்து கொள்ளுங்கள். இப்படி உங்கள் மனம் எதை நோக்கி ஓடுகிறதோ, அதன் தன்மையை நன்றாக, தீர்க்கமாகப் புரிந்து கொள்ளுங்கள். அப்பொழுது உங்கள் மனதின் ஓட்டம் மெல்ல தடைப்படும், குறையும். ஒரு கட்டத்தில் நின்றுவிடும். நீங்கள் எவ்வளவு ஆழமாக புரிந்து கொள்ளுகிறீர்களோ, அவ்வளவு சீக்கிரமாக அது நிற்கும். இதைத் தவிர வேறு வழியில்லை. இதை மீண்டும் படித்துப் புரிந்துகொள்ளுங்கள். நீங்கள் உங்கள் மனத்தை புரிந்து கொள்வதை விட்டுவிட்டு, அதன் இலக்கை புரிந்துகொள்ளுங்கள். உங்கள் மனம் அந்த வருங்கால விதையை, இலக்காக வைத்து கனவு காண விரும்புகிறது. அதற்காக, தன் சக்தியை செலவிடத் தயாராகுகிறது. ஆகவே, அந்த விதையை நன்றாகப் புரிந்துகொண்டு, அதை அகற்றுங்கள். அப்பொழுது உங்கள் ம்னம் தானாகவே நிற்கும்.

இந்த விதை பலபேர்களுக்கு பலவிதமாக, மிக ஆழமாகவோ அல்லது மேலாகவோ இருக்கலாம். உங்களுக்குள்ளே இருக்கும் இந்த விதையின் உத்திரவுப்படிதான், உங்கள் மனம் ஓடிக்கொண்டிருக்கிறது. ஒருவன் எப்பொழுதும் காம உணர்வு உடையவனாக இருக்கிறான். காரணம் என்ன? அவனுடைய மனஆழத்தில் அடக்கப்பட்ட் காம உணர்வு விதை வடிவத்தில் இருந்துகொண்டு, அவன் மனத்தை விரட்டிக் கொண்டே யிருக்கிறது. அவனுக்கு, ஆணுக்கும், பெண்ணும் வித்தியாசமே தெரிவ தில்லை! ஓரினச்சேர்க்கையின் விளைவுக்கு அடிப்படைக் காரணம் இதுதான்! ஆகவே, முதலில், உங்கள் மனம் எங்கே, எதை நோக்கி ஓடுகிறது என்பதை கவனியுங்கள். உங்கள் மன ஆழத்துக்குச் சென்று அந்த விதை எங்கே இருக்கிறது என்று கண்டுபிடியுங்கள். அப்படி அந்த விதையை, நீங்கள் ஆழமாக நோக்க நோக்க, அது மெல்ல மெல்ல இறப்பதை உணருவீர்கள்.

ஒரு நிகழ்ச்சி:

ஒரு கிருஸ்துவ மதபோதகர், மிகவும் கவலையோடு, தன் பணியாளிடம், ''என்னுடைய சைக்கிளை யாரோ திருடிச் சென்று விட்டார்கள்'' என்றார்.

''எங்கே அதை விட்டிருந்தீர்கள்''

''மாதா கோவில் சுவற்றில் சாய்த்து வைத்திருந்தேன்''

''சரி. ஒன்று செய்யுங்கள். வரும் ஞாயிற்றுக்கிழமை பிரசங்கத்தின் போது, 10 கட்டளைகளைப் பற்றிப் பேசுங்கள். அப்பொழுது, 'பிறர் பொருளைத் திருடக்கூடாது' என்று சொல்வீர்கள். அந்த சமயம், நான் உட்கார்ந்திருப்பவர்களின் முகபாவத்தைக் கூர்ந்து கவனிப்பேன். திருடினவனின் முகபாவம் நிச்சயம் மாறும். அதிலிருந்து அவனை சுலபமாக அடையாளம் கண்டுபிடித்து விடலாம்'' என்று அபிப்பிராயம் சொன்னான். அதற்கு அந்த மதபோதகரும் ஒப்புக்கொண்டு, தன் ஞாயிற்றுக் கிழமை பிரசங்கத்தில், 10 கட்டளைகளைப் பற்றி பிரமாதமாக பேச ஆரம்பித்து, மெல்ல மெல்ல, முன்னேறிச் செல்லும்பொழுது, சொல்ல வேண்டியதை சொல்ல மறந்து வேறு எங்கேயோ போய்விட்டார்.

பிறகு, அந்த பணியாள் அவரிடம், ''நீங்கள் அதைச் சொல்வீர்கள் என்று எதிர்பார்த்து காத்திருந்தேன். ஆனால் நீங்கள்.....''

''எனக்குப் புரிகிறது, கில்ஸ். ஆனால், பார், அந்தக் கட்டம் வந்ததும், என் சைக்கிள்தான் நினைவுக்கு வந்தது. அதைத் திருடியது என் நினைவுக்கு வரவில்லை!'' என்றாரே பார்க்கலாம்!!

ஆகவே, உங்கள் மனம் எதையோ நினைத்துதான், எப்பொழுதும் ஓடிக்கொண்டிருக்கிறது. அத்துடன் அது மிக தந்திரசாலியும்கூட. ஆகவே, அதை மிகவும் விழிப்பாகப் புரிந்துகொள்ள முயலுங்கள். அதன் ஓட்டத்தைத் தடுக்க முயலாதீர்கள். அதன் பின்னாடியே நீங்களும் ஓடுங்கள். அது ஒரு விளையாட்டுதான்! ஓடி பிடிக்கும் விளையாட்டு! அப்பொழுது அது எங்கேயோ ஓரிடத்தை அடைந்தே தீரவேண்டும். அந்த இடத்தை ஆழமாக, விழிப்பாகப் புரிந்துகொள்ளுங்கள். நீங்கள், உங்கள் முயற்சியாக அதை நிறுத்த முயன்றால், பல வருடங்கள் மிகக் கடுமையாக உழைக்க வேண்டும். உங்கள் சக்தியை மிகவும் செலவு பண்ணவேண்டும். முடிவில், நீங்கள் அதில் வெற்றிபெறலாம். ஆனால், அப்பொழுது மிகவும் சோர்ந்து

விடுவீர்கள். பிறகு எந்தவித ஆன்மீகப் பூரிப்பும் (Satori) ஏற்படுவதற்கு வழியில்லை. அதற்கு ஏது சக்தி உங்களிடம்?

ஆகவே, இவைகளை நன்றாகப் புரிந்துகொள்ளுங்கள். அதாவது, முதலில் அந்த ஓட்டத்தை நிறுத்துவதில் வெற்றி காண முடியாது. இது நல்லதற்குத்தான். அப்படி வெற்றியடைந்து விட்டால், நீங்கள் ஒரு துர்பாக்கியசாலிதான்! ஏனெனில், நீங்கள் உங்கள் சக்தியெல்லாம் இழந்து, சோர்வடைந்து விடுவீர்கள். உங்கள் புத்திகூர்மை மழுங்கிவிடும். நான் இங்கு யாரையும் முட்டாளாக்க உட்கார்ந்திருக்கவில்லை. ஒன்று நீங்கள் மன மற்று இருக்கவேண்டும் அல்லது மனக்கூர்மையோடு இருக்கவேண்டும். உங்களுக்கு இந்த இரண்டு வித்தைகளும் தெரிந்திருக்க வேண்டும். இந்த இரண்டு நிலையிலும் நீங்கள் மனத்தை நிறுத்த முயலக்கூடாது. அது எதிர்விளைவை உண்டு பண்ணிவிடும். இதை நன்றாகப் புரிந்துகொள்ளுங்கள். அந்த மனஓட்டத்தில் தான் உங்கள் புத்திகூர்மை அடையும். அடுத்து, அதைத் தாண்டியும் செல்லமுடியும்.

மதத்தின் பெயரால், மக்களில் பெரும்பாலோர் முட்டாள்களாக்கப் பட்டிருக்கிறார்கள். பல கோடி பேர்கள் ஆட்டுமந்தைகளாகி விட்டார்கள். அதற்கு முக்கியக் காரணம், அவர்களது மனதின் ஓட்டத்தை நிறுத்த முயற்சித்ததுதான். ஏன் நிறுத்தவேண்டும், எதற்காக நிறுத்தவேண்டும் என்று புரிந்துகொள்ளாமலே இந்தக் காரியத்தில் இறங்கி விட்டார்கள். அது எப்பொழுதும் உங்கள் பிரக்ஞையற்ற மனத்தை (Unconsious) நோக்கியே செல்லும். அங்கு சென்று அதை நிற்க வைக்கலாம். ஆனால், அதற்கு நீங்கள் நிறைய விலை கொடுக்க வேண்டிவரும். அதுதான் உங்கள் சக்தி இழப்பு மற்றும் புத்தி இழப்பு.

நீங்கள் ஒருமுறை இந்தியாவைச் சுற்றி வந்தால் நீங்கள் பல சந்நியாசிகளையும், பல மகாத்மாக்களையும் சந்திக்கலாம். அவர்களது கண் களை நன்றாகக் கூர்ந்து கவனியுங்கள். அதில் ஒரு முட்டாள்தனம் தெரியும். ஆனால் அவர்கள் பிறருக்கு கெடுதல் எதுவும் செய்யமாட்டார்கள். அந்தக் கண்களில் புத்தியின் ஜொலிப்பே இருக்காது. அவர்களிடம் எந்தப் புதுமை யும் இருக்காது. அவர்களால் எதையும் புதுமையாக உண்டாக்க முடியாது. அவர்கள் வெறுமனே உட்கார்ந்திருப்பார்கள். அவர்களுக்கும், இந்தத் தாவரங்களுக்கும் எந்த வித்தியாசமும் கிடையாது. அவர்களிடம் எந்த உயிரோட்டமும் இருக்காது. அவர்களால், இந்த உலகத்துக்கு எந்தப்

பயனும் கிடையாது. ஒரு சாதாரண ஓவியத்தையோ அல்லது ஒரு பாடலையோ கூட அவர்களால் இயற்ற முடியாது. அவர்களுடைய புத்திகூர்மை அந்த அளவுக்கு மழுங்கிவிட்டது.

ஆகவே, மனத்தைப் புரிந்துகொள்ள முயலுங்கள். அப்பொழுது உங்களிடம் ஒரு அற்புதம் அல்லது மாற்றம் ஏற்பட வழியுண்டு. அதாவது, அந்த மன ஓட்டத்தின் காரணத்தை ஆழமாக அறிய அறிய, அந்தக் காரணம் மறைய ஆரம்பிக்கிறது. காரணம் மறைந்ததும், மனதிற்கு என்ன வேலை? அது தானே நின்றுவிடும். நீங்கள் அதன்மேல் எந்த சக்தியையும் திணிக்கவில்லை. அது வீண் வேலை.

நீங்கள் அந்தக் காரணத்தை அகற்றாமல், மனத்தை உங்கள் இஷ்டப்படி நிறுத்த முயன்றால், நீங்கள் என்ன செய்கிறீர்கள்? ஒரு உதாரணம். நீங்கள் காரை ஓட்டும்பொழுது, ஒரு காலால் வேகத்தை அதிகப்படுத்திக் கொண்டு, மறுகாலால் வேகத்தைத் தடுப்பதில் (Brake) முனைந்தால், அந்தக் காரின் இயந்திரம் என்ன ஆகும்? இந்த இரண்டு மாறுபட்ட செயல்களினால், உங்கள் காருக்கு மட்டும் சேதமில்லை. உங்களுக்கும் சேதம் நேரிடலாம்! ஜாக்கிரதை!

நீங்கள் ஒருபக்கம் பேராசை கொண்டு வருங்காலத்தில் ஓடுகிறீர்கள். அதே சமயம், அப்படி ஓடும் மனத்தை நிறுத்த முயலுகிறீர்கள். உங்கள் பேராசை அதிகரிக்க, அதிகரிக்க, உங்கள் மனதின் வேகமும் அதிகமாகும். அப்பொழுது இடையில் அதற்கு தடங்கல் கொடுத்தால், அந்த நுண்ணிய மனதின் செயல்பாட்டை குலைக்கிறீர்கள். மனதின் செயல்பாடு மிக மிக நுண்மையானது, அற்புதமானது, ஈடு இணையற்றது. இந்த உலகத்தின் உயிரினங்களிலேயே, மனிதனின் மனம் மிகவும் திறமையானது. ஆகவே, அதை நிறுத்தும் முட்டாள்தனமான காரியத்தைச் செய்யாதீர்கள்.

நீங்கள், ''நான் ஒருபோதும் அமைதி அனுபவத்தைப் பெற்றதில்லை. எப்பொழுதாவது என்னிடம் சாட்சித்தன்மை ஏற்பட்டால், அது உடனே மின்னல் போல மறைந்து விடுகிறது'' என்று சொல்கிறீர்கள்.

சந்தோஷப்படுங்கள்! அந்த மின்னல் வேகத்தன்மை மிகவும் போற்றுதற்குரியது! அந்த ஒளிக்கீற்று சாதாரணமானது அல்ல. மிகவும் மதிப்புடையது. இந்த சிறிய ஒளிக்கீற்றைக் கூட அறியாத பலகோடி பேர்கள் இந்த உலகத்தில் இருக்கிறார்கள். அவர்கள் ஏதோ வாழ்ந்து, மடிந்து செல்

கிறார்கள். அவர்களுக்கு சாட்சித்தன்மையின் சிறிதளவுகூட தெரிந்திருக்க வாய்ப்பில்லை. அந்த வகையில், நீங்கள் அதிர்ஷ்டம் செய்தவர்தான்.

ஆனால், அதற்காக, நீங்கள் நன்றியுடையவராகத் தெரியவில்லை. நீங்கள் இப்படியே இருந்தால், அது உங்களிடமிருந்து நிரந்தரமாக மறைந்துவிடும். ஆன்மீக வளர்ச்சிக்கு, உங்களுடைய நன்றி உணர்ச்சி மிகவும் தேவை. நீங்கள் எவ்வளவுக்கெவ்வளவு நன்றியுணர்வோடு இருக்கிறீர்களோ, அந்த அளவுக்கு அது வளரும். நீங்கள் ஆசீர்வதிக்கபட்டதாக நினைத்து மகிழ்ச்சிடையுங்கள். அது ஒருசில வினாடி நேரம் இருந்தாலும், அதை உங்களால் ருசிக்க முடிகிறது, அனுபவிக்க முடிகிறது. அந்த ருசியை நீங்கள் மீண்டும் மீண்டும் அனுபவிக்க, அது மீண்டும் மீண்டும் நிகழும். தேவை, இதயப்பூர்வமான நன்றிப்பெருக்கு.

''நான் நேரத்தை வீணடிக்கிறேனா?'' என்று கேட்கிறீர்கள். நீங்கள் நேரத்திற்கு சொந்தம் கொண்டாடினால், அதை வீணடித்தேன் என்று சொல்ல உரிமை இருக்கிறது. நேரம், காலம் எல்லாம் உங்களுடையதா, என்ன? நீங்கள் தியானம் செய்தாலும், அல்லது வேறு வேலைசெய்தாலும், காலம் தன்னை அழித்துக் கொண்டே சென்று கொண்டுதான் இருக்கும். அது யாருக்காகவும், எதற்காகவும் நிற்காது. ஆகவே, இதைப் பற்றிக்கவலைப் படுவதை விட்டுவிடுங்கள்.

அடுத்து, உங்களுடைய உண்மையான பயன் உள்ள நேரம் என்று எதைக் கருதலாம் என்றால், இந்த சாட்சிதன்மை என்னும் ஒளிக்கீற்றுகள் உங்களிடம் நிகழும் காலத்தைத்தான். மற்ற நேரங்கள் அனைத்தும் வீண்தான். நீங்கள் பணத்திற்காக, அந்தஸ்திற்காக, மதிப்புக்காக செலவிட்ட நேரம் மற்றும் சக்தி அனைத்தும் வீண்தான். நீங்கள் இந்த உலகத்தைவிட்டுச் செல்லும்பொழுது, அந்த சாட்சித்தன்மை என்ற பயனுள்ள அனுபவம்தான் உங்களோடு வரும். அந்த நேரம்தான் அந்த எல்லையற்ற பிரபஞ்சத்துக்கு உரியது. அது இந்த உலகத்தின் காலத்தைச் சேர்ந்தது அல்ல.

ஆகவே, அந்த மின்னலான சாட்சித்தன்மை உங்களிடம் நிகழ்ந்ததற்கு, மீண்டும், மீண்டும் நன்றிகூறுங்கள். அதற்காக சந்தோஷப்படுங்கள். அந்த ஒவ்வொரு துளியும், பிறகு ஒன்றாகச் சேர்ந்து ஒரு கடலாகிவிடும். பலதுளிகள் அடங்கியதுதான் ஒரு கடல். இதைப் புரிந்துகொள்ளுங்கள்.

அடுத்து, உங்கள் மனத்தின் ஓட்டத்தை நிறுத்த முயற்சிக்காதீர்கள்.

ஓஷோ

அதைத் தெளிவாகக் கவனிக்கவும். பிரக்ஞைத் தன்மையோடு கவனிக்கவும். இது போதும்.

ஐந்தாவது கேள்வி:-

"அன்புள்ள ஓஷோ, பால் உணர்வு சக்தியை, எப்படி சமாதி நிலைக்கு மாற்றுவது?"

மனிதனுடைய உள் உணர்வுதன்மைக்கு, தந்த்ராவும், யோகாவும் ஒரு வழி காட்டுதலாக இருக்கின்றன. அந்த வழிகாட்டுதலை அல்லது வரைபடத்தை (map), நீங்கள் முதலில் புரிந்துகொள்ள வேண்டும்.

நுண்ணிய தன்மையில் இயங்கும் மனத்தின் இயக்கத்தை, தந்த்ராவும், யோகாவும், ஏழு மையங்களாகப் பிரித்திருக்கின்றன. இந்த ஏழு மையங்களுக்கும், உங்கள் உடலுக்கும் எந்த சம்மந்தமும் கிடையாது. இந்த ஏழு மையங்கள் ஒரு வித ஏழு நிலைகளைக் குறிக்கிறது. மனிதனின் உள் உணர்வு இயக்கத்தைப் புரிந்துகொள்ள இந்தக் கற்பனையான ஏழு நிலைகள் மிகவும் உதவியாக இருக்கும். இதை ஏழு சக்கரங்கள் என்றும் கூறுவர்.

முதலில், இந்த ஏழு நிலைகளுக்கு, அடிப்படையாக உள்ள நிலைக்கு மூலாதார் (Muladhar) என்று பெயர். மூலாதார் என்றாலே அடிப்படையானது என்றுதான் அர்த்தம். இந்த மூலாதார சக்கரத்தில்தான், உங்களுடைய பால் உணர்வு சக்தி மையம் கொண்டிருக்கிறது. ஆனால், இந்த சமூகம், அந்த சக்கரத்தை கிட்டத்தட்ட பூர்ணமாக அழித்து விட்டது என்றே கூறலாம்.

இந்த மூலாதார சக்கரம் முக்கோணவடிவத்தில் அமைந்திருக்கிறது. ஒன்று வாய், அடுத்தது மலக்குழி அல்லது குதம் (Anal), மூன்றாவது பாலியல் உறுப்பு (Genital). இந்த முக்கோணம்தான் மூலாதார். ஒரு குழந்தை, தன் வாழ்க்கையை வாய்வழியாக ஆரம்பிக்கிறது. ஆனால், தவறான வளர்ப்பு முறையினால், பெரும்பாலான மக்கள், இந்த இடத்திலேயே நின்றுவிடுகிறார்கள். அதற்கு மேல் வளருவது இல்லை. ஆகவேதான், பெரும்பாலோர் புகைப்பிடித்தல், மெல்லும்பசை (Chewing Gum), தொடர்ந்து சாப்பிட்டுக்கொண்டே இருத்தல் போன்ற பழக்கத்தில் ஈடுபட்டு இருக்கிறார்கள். அதுவே அவர்களது இயல்பான பழக்கமாகி விட்டது.

முத்தம் கொடுத்துக் கொள்ளாத, எத்தனையோ பழங்குடி மக்கள் இருக்கிறார்கள். மனிதன், முத்தம் கொடுப்பதால் அவன் வளர்ச்சி வாயிலேயே நின்று விடுகிறது. இல்லாவிட்டால், உதட்டுக்கும், பால்உணர்வுக்கும் என்ன சம்மந்தம்? இதனால், எத்தனை வியாதிகள் பரவுகின்றன? நாகரிகமடைந்த சமூகத்தில், இந்த நாகரிகமற்ற பழக்கம் ஏன் தொடர்ந்து இருக்கிறது? இந்த நாகரிகமடைந்த மனிதன், தன் வாய்க்கு மேல் வளர விரும்புவதில்லை. இதைக்கண்டு, நாகரிகமடையாத பழங்குடி மக்கள் எள்ளி நகையாடுகிறார்கள்! அவர்களுக்கு அது விநோதமாகப்படுகிறது. அசிங்கமாகத் தெரிகிறது.

மேற்சொல்லிய பழக்க வழக்கமுடையவர்கள் அனைவரும், தன் தாயிடம் சரியானமுறையில், முழுமையாக தன் உதட்டைவைத்து பாலை உறிஞ்சு குடித்திருக்கமாட்டார்கள். அந்தக் குழந்தைகளின் உதடுகள் திருப்தியற்ற நிலையிலேயே இருந்து இருக்கும். அது, பின்பு வளர்ந்து, வாலிபனான பிறகு, முத்தம் கொடுத்தல், சிகரெட்புகைத்தல், இனிப்பு மிட்டாயை சுவைத்தல்....., இப்படிப்பல வகையில், தன் உதட்டை எப்படியோ திருப்தி செய்ய எண்ணுகிறான். ஆனால் ஒரு தாய், தன் குழந்தை திருப்தி அடையும் வகையில், பாலைக் கொடுத்திருந்தால், அவனுடைய மூலாதார் கெடுவதற்கு வழியில்லை.

ஒரு பரிசோதனை பண்ணிப்பாருங்கள். நீங்கள் ஒரு புகை பிடிப்பவராக இருந்தால், காம்பு உள்ள ஒரு பிளாஸ்டிக் பால் புட்டியை உங்கள் கழுத்தில் தொங்கவிட்டுக்கொள்ளுங்கள். எப்பொழுதெல்லாம், உங்களுக்கு புகைபிடிக்க வேண்டும் என்ற உணர்வு ஏற்படுகிறதோ, அப்பொழுதெல்லாம், அந்தப் பால்புட்டியின் காம்பை எடுத்து வாயில் வைத்துக் கொண்டு உறிஞ்சவும். அதை அனுபவித்து உறிஞ்சவும். இப்படி ஒரு மூன்று வாரம் செய்தால், உங்களுடைய புகைபிடிக்கும் ஆர்வம் மிகவும் குறைந்திருப்பதைக்கண்டு ஆச்சரியப்படுவீர்கள். ஒரு கட்டத்தில், அது தானாகவே மறைந்துவிடும்.

மனிதனுக்கு, பெண்ணின் மார்பகத்தின் மேல் ஏதோ ஒருவகையில் கவர்ச்சி ஏற்படுகிறது. இதற்கு என்ன காரணம்? மனிதன் வரைந்த ஓவியங்கள், சிலைகள், சினிமா மற்றும் பல புகைப்படங்களைப் பாருங்கள். அதில், பெண்ணின் மார்புக்கு தனி கவர்ச்சி கொடுத்திருப்பார்கள்.

பெண்கள் ஒரு வகையில், தன் மார்பகத்தை மறைப்பதுபோல் காட்டிக் கொண்டாலும், மறு வகையில், அதை வெளியே கவர்ச்சியாகக் காண்பிப்பதில் தனிக்கவனம் செலுத்துகிறார்கள்! இல்லாவிட்டால், இந்த மார்பு கச்சுக்கு (Bra) என்ன வேலை? இது ஒரு புத்திசாலிதனமான எதிரும்-புதிரான தந்திரம்! அமெரிக்காவில், பெண்கள் தன் மார்பகங்களை பெரிதாக்கிக்காட்ட சிலிகோன் (Silicone) போன்ற மருந்துகளை தன் மார்பகங்களில் செலுத்திக்கொள்கிறார்கள். இது எவ்வளவு முட்டாள்தனமான, கீழ்த்தர மான வேலை!

இந்தத் தன்மையில் இருப்பவர்கள், அனைவரும், தங்கள் மூலாதாரத்தின் அடிநிலையில் இருக்கிறார்கள்.

அடுத்து மற்றும் சிலர், வாயிலிருந்து குதத்தில் அல்லது மலக் குழியில் (Anal) தங்கி விடுகின்றனர். தவறான பழக்க முறையினால், அடுத்த சீர்கேடு இந்த இடத்தில் ஏற்படுகிறது. ஒரு குறிப்பிட்ட நேரத்துக்குத் தான், குழந்தைகள் கழிவறைக்குச் செல்ல வேண்டும் என்று கட்டாயப் படுத்துகின்றனர். அவர்களுடைய இயல்பாக அடிவயிற்றின் தசைநார் களின் இயக்கத்தை இப்படி ஓர் ஒழுங்கு முறைக்குக்கொண்டுவர, அவர்க ளுக்குக் வருடக் கணக்காக ஆகின்றது. இதனால் என்ன நேரிடுகிறது? அவர்கள் தங்களுக்குத் தாங்களே, ஒரு கட்டுப்பாட்டைத் திணித்துக் கொள் ளுகிறார்கள். இதனால், அவர்கள் எண்ணம், குதத்தில் நிலை கொண்டு விடுகிறது. ஆகவேதான், உலகத்தில் பெரும்பாலோர், மலச்சிக்கலால் அவதிப்படுகின்றனர்.

மலச்சிக்கலால், மனிதன் ஒருவன்தான் கஷ்டப்படுகிறான். எந்த மிருகமும் கஷ்டப்படுவது இல்லை. அது உடல் சம்மந்தத்தைவிட, மன சம்மந்தம் அதிக முடையது. இந்த மலச்சிக்கலாலும், மூலாதாரம் கெடுக்கப் படுகிறது. அது மாத்திரமல்ல, இதனால், அவனுடைய குணநலன்கள் மிகவும் பாதிக்கப்படுகின்றன. பல மாற்றங்கள் அவனிடம் உண்டாகின்றன. இவனிடத்தில், 'தான், தன்னுடையது' என்ற குணம் மேலோங்கி இருக்கும். எதையும் எலிபோல் சேர்க்கும் குணம் உடையவனாக இருப்பான். பணம், விஷய ஞானம், நீங்கள் பாராட்டும் நல்ல குணம், கஞ்சத்தனம்.... இப்படி எவைகளெல்லாம் அவன் எல்லைக்கு வருகிறதோ, அவைகளையெல்லாம் உடனே பிடித்துத் தன்னுடையதாக்கிக் கொள்வான். ஆனால், இவை களினால், அவனுடைய மூலாதாரம் எவ்வளவு தூரம் கெடுகிறது என்று அவனுக்குத் தெரிய வாய்ப்பில்லை.

ஆணோ அல்லது பெண்ணோ பால் உறுப்புக்கு, தன் உணர்வைக் கொண்டுச் செல்ல வேண்டும். இப்படி வாய் மற்றும் குதத்தில் நிலைபெற்று விடுவதால், மூலாதாரத்தில் எந்த மாற்றமும் நிகழ வாய்ப்பில்லாமல் போய் விடுகிறது. நீங்கள் பால் உணர்வில் பூர்ணத்வம் அடையக்கூடாது என்பதற்காகவே, உங்கள் சமூகம் செய்த பல தந்திரங்களில், இதுவும் ஒன்று. அது மாத்திரமல்ல. இது மிகவும் முக்கியமானதும் கூட.

எப்பொழுது ஒருவன், குதத்தில், தன் எண்ணத்தின் மையத்தை வைக்கிறானோ, அவன் பெரும்பாலும் ஓரினச் சேர்க்கையில் (Homo sexuality) ஆர்வம் உடையவனாக இருப்பான். அதைப் போல் வாய் மூலமாக பால் உணர்வை திருப்தி படுபவர்களும் அநேகம். இப்படி இந்த இரண்டிலிருந்தும், தப்பித்து இயல்பாக செயல்படும்பொழுது, அவன் தன் பால் உறுப்புக்கு வரவேண்டும். ஆனால், உங்கள் சமூகம், ஆண்-பெண் உறவை, பாபத்தில் மிகப் பெரிய பாபமாகக் கருதச் செய்துவிட்டது! ஆண்-பெண் உறவுக்கு மறுபெயர் பாபம்! இதில் முதல் இடம் வகிக்கும் மதம், நம் கிருஸ்துவமதம்தான். இதற்கு சப்பைக்கட்டுக்கட்ட, கிருஸ்து வைப் பற்றி ஒரு பொய்யைத் திரித்துக் கூறிக்கொண்டிருக்கிறார்கள்.

கிருஸ்து ஒரு அவதாரம் என்றும், அற்புதமாகத் தோன்றினார் என்றும், அவருடைய தாய் ஒரு கன்னிப்பெண்தான் (மேரி) என்றும் கூறிக் கொண்டிருக்கிறார்கள். பால் உணர்வு என்பது பாபமான காரியமாக இருக்கும்பொழுது, ஆண்-பெண் உறவினால், கிருஸ்து உண்டானார் என்று எப்படி போதிப்பது? அந்த பாபகரமான செயலில், கிருஸ்துபோன்ற சுத்தமான மனிதர்கள் எப்படி அவதரிக்கக்கூடும்? என்ன அருமையான தர்க்கம்!

ஒரு நிகழ்ச்சி.

தன் மகளுக்கு, உடல்நிலை சரியில்லாததால், அவளுடைய தாய் அவளை ஒரு டாக்டரிடம் அழைத்துச் சென்றார். மகளுக்குப்பதிலாக, தாயே, இப்படி அப்படி என்று விவரித்தாள். எல்லாம் கேட்டுக் கொண்ட டாக்டர், அவளை பரிசோதித்துவிட்டு, கடைசியில், ''உங்கள் மகள் கர்ப்பமாக இருக்கிறாள்'' என்றார்.

இதைக் கேட்டு அதிர்ச்சி அடைந்த தாய், ''இது நடந்திருக்கவே முடியாது. என் மகள் ஒரு ஆணின் கையைக்கூட முத்தமிட்டதில்லை. இல்லையா டார்லிங்?'' என்று தன் மகளைப் பார்த்துக் கேட்டாள். அதற்கு அவளும், ஆமாம் என்று ஆமோதித்தாள்.

ஓஷோ

டாக்டர் உடனே தன் நாற்காலியிலிருந்து எழுந்து ஜன்னலுக்கு அருகில் சென்று, ஆகாயத்தில் வெறிக்கப் பார்த்துக்கொண்டு நின்றிருந்தார். சிறிது நேரம் கழித்து, அந்த பெண்ணின் தாயார் எழுந்து, அவர் அருகில் வந்து, '' என்ன விஷயம், டாக்டர்?'' என்று கேட்டாள்.

அதற்கு அவர், ''எப்பொழுதோ ஒரு சமயம் கிழக்கில் ஒரு அற்புத மான நட்சத்திரம் உதயமானதாகக் கேள்விப்பட்டிருக்கிறேன். அது இப்பொழுது மறுபடியும் தோன்றலாம் என்று ஆகாயத்தைப் பார்த்துக் கொண்டிருக்கிறேன்!!'' என்றார்.

பால் உணர்வை, அந்த அளவுக்கு கிருஸ்துவ மதம் வெறுக்கிறது. ஆகவே, அந்த இன்பம் ஏற்படும் பொழுதே, குற்றஉணர்வும் தானே ஏற்படுகிறது. பின்பு, ஆணோ, பெண்ணோ அதில் எப்படி முழுமை யைக்காண முடியும்? ஆகவேதான், அந்த சக்தி வாய் மற்றும் குதத்தில் தங்கிவிடுகிறது. அது பால் உணர்வு குறியின் வழியாக, தன் உணர்வின் முழுமையை அடைந்து, மேலே செல்லுவதற்கு வழியே இல்லை.

தந்த்ரா, ''மனிதன் இந்தக் கட்டுப்பாட்டிலிருந்தும், தவறான அணுகு முறையிலிருந்தும் முதலில் விடுதலையடையவேண்டும்'' என்கிறது. இதுவரைக்கும், அவன் மூலாதாரத்தை அழித்தது போதும். அதை இப்பொழுது முதலில் காப்பாற்ற வேண்டும்.

வாயிலிருந்து விடுதலையடைய, ஒருவன் கத்தவேண்டும், கதறவேண்டும், சிரிக்க வேண்டும், அழவேண்டும், செருமவேண்டும். இது பைத்தியக்காரத்தனமான செயல் போல்தான் தெரியும். ஆனால், உங்களு டைய பைத்தியக்காரத்தனமான அடக்குமுறையை அகற்றுவதற்கு இதைவிட வேறு சரியான வழியில்லை. முள்ளை முள்ளால் தான் எடுக்க வேண்டும். எப்பொழுதுமே என்வழி, தைரியமாக எதிர் கொள்ளல், அடுத்து அடிப்படையாக உள்ள தன்மையில் மாற்றம் ஏற்படுத்து தல். ஒரு மரத்தின் இலை, மற்றும் பூவுக்கு கொடுக்கும் முக்கியத்துவத்தைவிட, அதன் ஆணிவேருக்குத் தான் முக்கியத்துவம் கொடுப்பேன். ஏதும் மாற்றம் நிகழவேண்டுமானால், அங்கு தான் நிகழவேண்டும்.

இந்தக் கத்துதல், செருமுதல் மற்றும் அழுதல் எல்லாம் ஒரு குழுவாகச் செய்யவேண்டும். தனிப்பட்ட முறையில் செய்தால், அவ்வளவு பலன்கிடைக்காது.

தந் - 18

அதைப்போல, குதத்தில் மையங்கொண்டிருந்ததிலிருந்து, விடுதலை அடைய, பிராணாயாமம், பஸ்திரிக்கா (Bastrika), கண்டபடி முறையற்று வேகமாக மூச்சை வெளியே விடுதல் என்பவைகளைச் செய்யலாம். ஏனெனில், இது நேரடியாக குதத்தைத்தாக்குகிறது. இதனால், அதன் இறுக்கம் குறைந்து, இயல்பான நிலைக்கு வருகிறது. ஆகவேதான், இந்த 'டைனமிக்' தியானத்தை, நான் மிகவும் சிபாரிசு செய்கிறேன்.

அடுத்ததாக பால் உணர்வுமையம். அதனிடம் நாம் ஏற்படுத்திக் கொண்டே குற்ற உணர்வை, வெறுப்பை அகற்றிக்கொண்டாலே போதும். நீங்கள் அதைப் பற்றி, புதிய முறையில், புதிய கோணத்தில் தெரிந்து கொள்ள வேண்டும். அப்பொழுதுதான், அந்த மையம் மிகவும் ஆரோக்கியமாக, இயற்கையாக செயல்படமுடியும். எந்த விதகுற்ற உணர்வும் இல்லாமல், அது கொடுக்கும் இன்பத்தை முழுமையாக, நிறைவாக அனுபவிக்க வேண்டும். அதிலிருந்து விடுதலை அடைவதற்கு, இதைவிட வேறு வழியில்லை.

இந்த பால் உணர்வு மையம் அல்லது இன்பத்தைப்பற்றி, பல மதங்கள் பலவாறாக குற்ற உணர்வை ஏற்படுத்தியிருக்கின்றன. ஹிந்துக்கள், இந்த விந்து சக்தி என்பது மிகப் பெரிய சக்தி என்றும், அதில் ஒரு துளியை வீணடித்தாலும், நீங்கள் மிகப்பெரிய இழப்புக்கு ஆளாவீர்கள் என்றும் போதிக்கிறது. இது மிகவும் முட்டாள்தனமான கருத்து. சேமிப்பு மனப்பான்மையின் ஒரு பகுதி. இதுவும் உங்களிடம் மலச்சிக்கலை உண்டு பண்ணிவிடும்! நீங்கள் உங்கள் விந்தை இழப்பதால், எந்த சக்தியையும் இழப்பதில்லை. அது தன் இயல்பாக உங்கள் உடலில் சுரந்து கொண்டிருக்கிறது. அது எப்படியும் வெளியே வந்துதான் தீரவேண்டும். அப்படி இருக்கும்பொழுது, சக்தி இழப்பு என்பது முட்டாள்தனமில்லையா? உங்கள் உடல் சக்தி மிகவும் செயல்பாடுமிக்கது. உங்கள் உடல் எதை இழக்கிறதோ, அதை அந்த சக்தி விரைவில் ஈடுசெய்ய முனைகிறது. இதை நன்றாகப் புரிந்துகொள்ளுங்கள். இந்த விந்துவை, ஹிந்துக்கள் 'வீரியம்' (virya) என்று கூறுவர்.

ஹிந்துக்கள், காதல் செய்யும் பொழுது, தன்னுடைய வீரியத்தை இழந்து விடுமோமே என்று பயந்து, பயந்து, ஒரு வித குற்ற உணர்வோடு அணுகுகிறார்கள். இதனால் அவர்கள் மனம் பூர்ணதிருப்தி அடைவதில்லை. தன்னைத்தானே ஏமாற்றிக்கொள்கிறோம் என்று அவர்கள்

நினைக்கிறார்கள். ஆகவே, இந்த இயற்கை உணர்வை, ஒரு தேவையற்ற தேவையாக நினைத்து வேதனைப்படுகிறார்கள். இந்த குற்ற உணர்வு மனப்பான்மையிலிருந்து முதலில் விடுதலையடையுங்கள். ஒன்றை நன்றாகத் தெரிந்துகொள்ளுங்கள். அதாவது, எந்த அளவு உங்கள் சக்தியை செலவழிக்கிறீர்களோ, அந்த அளவுக்கு உங்கள் உடலிலிருந்து சக்தி வெளிப்படுகிறது. அது ஒரு மோட்டார் இயந்திரக்கு (Dynamo)ச் சமம். நீங்கள் உங்கள் உடலுக்கு எந்த அளவுக்கு வேலை கொடுக்கிறீர்களோ, அந்த அளவுக்கு அதனிடம் சக்தி பெருக்கம் உண்டாகிறது. அப்பொழுது உங்கள் உடல் மிகவும் ஆரோக்கியமாக இருக்கிறது. உடல் பயிற்சியின் ரகசியம் இதுதான். ஆகவே, கடவுள் கொடுத்த அனைத்தையும் திறம்பட உபயோகியுங்கள். அப்பொழுது அது தானே வளர்ந்து, ஆரோக்கியமாக இருக்கும்.

இதுவரை ஹிந்துக்களின் மலச்சிக்கல் மனநிலையை ஆராய்ந்தோம். இப்பொழுது அமெரிக்கர்களின் பைத்திய மனநிலையைப்பற்றி சற்று தெரிந்துகொள்ளுவோம்! ஹிந்துக்கள் மலச்சிக்கலால் அவதிப்படுகிறார்கள் என்றால், அமெரிக்கர்கள் பேதியினால் (Diarrhoea) அவதிப்படுகிறார்கள்! அதாவது அர்த்தமுள்ளதோ, அர்த்தமற்றதோ எல்லாவற்றையும் எப்பொழுதும் வெளியே தள்ளிக்கொண்டே இருக்கிறார்கள். ஒரு 80 வயது அமெரிக்கன், ஒரு குழந்தையைப்போல இருக்கிறான். அதாவது அந்த வயதிலும், தன் பால் உணர்வு சக்தியை வெளியே தள்ளவேண்டும் என்று ஆசைப்படுகிறான்!

பால் உணர்வு என்பது மிகவும் அழகானது, ஆரோக்கியமானது, அவசியமானது. ஆனால், அதை நன்றாகப் புரிந்துகொண்டு செயல்பட வேண்டும். அது ஒரு மனிதனின் முடிவான ஆசையில்லை. அது ஆசையின் ஆரம்பம்தான், முடிவு அல்ல. ஒரு மனிதன் அதன் பூர்ணத்துவத்தை அறிந்து, மேலே கடந்து செல்ல வேண்டும். அதைக் கடந்துசெல்ல, அவன் அதன் வழியேதான் செல்ல வேண்டும். இது எப்படி குற்றமாகும், பாபமாகும்!

பால் உணர்வைப்பற்றி, ஆரோக்கியமான அபிப்பிராயத்தை தந்த்ராதான் எடுத்துச் சொல்கிறது. பால் உணர்வை வெறும் உற்பத்தி செயலுக்கு (Reproduction) மாத்திரம் உபயோகிக்காமல், அதை இயற்கை யாக, இயல்பாக ஏற்றுக்கொண்டு, அதை ஆரோக்கியமான மனநிலை

யோடு அணுகுங்கள்: அப்பொழுது, அது உங்களை சமாதி நிலைக்கு அழைத்துச் செல்லும். அதனுடன் வெறுமனே ஐக்கியமாகிச் செல்லுங்கள். அதைப்பற்றி எந்த அபிப்பிராயமும் கூறாமல், அந்த உணர்வோடு இயைந்து செல்லுங்கள். அதன் முடிவு, சமாதி (samadhi) நிலையில்தான் முடியும். இதைத் தந்த்ராதான், மிகத் தைரியமாக எடுத்துச் சொல்கிறது. அந்த பேரின்பத்தை அடைய, இந்த சிற்றின்பத்தை கையாளுங்கள் என்று அது சொல்கிறது. ஆனால், இதற்கு முக்கியத்தேவை, உங்களது துணைவி அல்லது துணைவனின் முழு ஒத்துழைப்பும், முழுமையான விழிப்புணர்வும் அவசியம். இல்லாவிட்டால், இது உங்களை அடிமையாக்கிவிடும் ஜாக்கிரதை!

ஆகவே, உங்கள் மூலாதார் சக்கரம், தன் இறுக்கத்திலிருந்து விடுதலையடையவேண்டும. அதனுடைய மலச்சிக்கலும், பேதிநிலையும் மறைய வேண்டும். அது தன் இயல்பாக 100 சதம் வேலை செய்ய வேண்டும். அப்பொழுதுதான், பால் உணர்வு சக்தி பூர்ணமாக வெளிப்பட்டு, மேலே செல்ல ஆரம்பிக்கும்.

அடுத்த இரண்டாவது சக்கரம் 'சுவாதிஸ்தான்' (Svadhishtan) என்பது. இதை 'ஹரா' (Hara) அல்லது இறப்புமையம் என்று அழைப்பர். இதுவும், மேற்கூறிய மூலாதார் கேந்திரமும், மிகவும் கெடுக்கப்பட்டிருக்கின்றன. ஏனெனில், மனிதன் பால் உணர்வைக் கண்டும் பயப்படுகிறான், இறப்பைக்கண்டும் பயப்படுகிறான்!! இறப்பை நினைக்கவே பயப்படுகிறான். அதை மறக்கவே ஆசைப்படுகிறான். அப்படி ஒன்று இல்லை என்று நினைக்கவே விரும்புகிறான். என்ன பைத்தியக்காரத்தனம்!

தந்த்ரா, ''பால்உணர்வையும் தவிர்க்காதீர்கள். இறப்பையும் தவிர்க்காதீர்கள்'' என்று அழுத்தமாகக் கூறுகிறது. ஆகவேதான், சாரஹா, தன் தியானத்தைத் தொடர, சுடுகாட்டைத் தேர்ந்து எடுத்தார். ஏனெனில், அவர் இறப்பைத் தவிர்க்க விரும்பவில்லை. அத்துடன், ஒரு சாதாரண அம்புசெய்யும் பெண்ணோடு, அங்கு முழுமையாகவும், ஆரோக்கியமான பால் உணர்வோடும் வாழ்ந்தார். ஒரு சுடுகாட்டில், ஒரு பக்கம் பால் உணர்வோடும், மறுபக்கம் இறப்போடும் அவர் சேர்ந்து வாழ்ந்தபொழுது, இந்த பால் உணர்வு மற்றும் இறப்பு மையம் இறுக்க நிலையிலிருந்து விடுதலையடைந்து, இயல்பான நிலைக்கு வந்து விடுகிறது. எப்பொழுது ஒருவன், இறப்பை முழுமையாக ஏற்றுக்கொள்கிறானோ, அப்பொழுதே

அவன் இறப்பின் பயத்திலிருந்து விடுதலையடைகிறான். அதைப் போல, எப்பொழுது ஒருவன் பால் உணர்வை முழுமையாக ஏற்றுக்கொள்கிறானோ, அப்பொழுதே அவன் அந்த பயத்திலிருந்து விடுதலையடைகிறான். அப்பொழுது இந்த இரண்டு மையங்களும், தன் இயல்பான நிலையை அடைகின்றன.

முதலில் இந்த இரண்டு மையங்களும், தன் இயல்பு நிலைக்கு வந்து விட்டால், அடுத்த 5 நிலைகளைப் பற்றிக் கவலைப்படத் தேவையில்லை. ஏனெனில், உங்கள் சமூகம், இந்த இரண்டு நிலைகளைக் கெடுத்த அளவுக்கு, மற்ற 5 நிலைகளைக் கெடுக்கவில்லை. அதற்கு அவசியம் இல்லை என்று அது கருதிவிட்டது! ஏனெனில், மக்கள், அந்த 5 நிலைகளில் பெரும்பாலும் இருப்பதில்லை.

பிறப்பு உண்டாகிறது. அதற்கு மூலாதார் அவசியம். இறப்பு நேரிடுகிறது. அதற்கு சுவாதிஸ்தன் நிலை அவசியம். ஒவ்வொரு மனிதனும், இந்த இரண்டு நிலைகளையும் கண்டிப்பாகச் சந்தித்தே ஆகவேண்டும். ஆகவே, உங்கள் சமூகம் இந்த இரண்டை மட்டும் கவனித்து, இவைகளை எவ்வளவு கெடுக்க முடியுமோ, அவ்வளவு கெடுத்து, அதன் இஷ்டத்துக்கு மாற்றி அமைத்துக்கொண்டுவிட்டது. அவைகளை ஆதிக்கம் செலுத்திக்கொண்டிருக்கிறது.

தந்த்ரா, ''நீங்கள் காதல் செய்யும் பொழுதும், தியானத்தன்மையோடு ஈடுபடுங்கள். யாராவது இறந்துகொண்டிருந்தால், நீங்கள் தியானத்தில் மூழ்குங்கள். அந்த இறப்பை உங்கள் தியானமாக்குங்கள். அவருடைய இறப்பில், நீங்களும் பங்குகொள்ளுங்கள். அப்பொழுது அந்த இறப்பின் உணர்வை, நீங்கள் அடைவீர்கள். ஆகவே, இறப்பைத் தைரியமாக எதிர்கொள்ளுங்கள். ஒரு இறக்கும் மனிதன், தன் சக்தியை, சுவாதிஸ்தன்மையத்திலிருந்து வெளியேற்றுகிறான். அப்படி அது வெளியேறினால் தான், அவன் சுவாசம் அடங்கும். ஆகவே, யாராவது இறந்துகொண்டிருந்தால், அந்த சந்தர்ப்பத்தை நழுவவிடாதீர்கள். அவர்கள் பக்கத்தில் அமைதியாக உட்கார்ந்து ஆழ்ந்த தியானத்தில் மூழ்குங்கள். அவன் உயிர் முழுவதும் உடலை விட்டு நீங்கும்பொழுது, அவனுடைய சக்தி அனைத்தும் திடீரென்று வெளியே பாயும். அப்பொழுது உங்களால், அந்த இறப்பின் தன்மையை முழுமையாக உணரமுடியும்.

அது உங்களிடம் மிகுந்த ஓய்வுத்தன்மையை ஏற்படுத்தும்.

ஆமாம். இறப்பு நிகழ்ந்திருக்கிறது. ஆனால், யாரும் இறக்க வில்லை! உண்மையில், இறப்பு என்று ஒன்று கிடையாது. இது தவறான வார்த்தை.

அதைப்போல, நீங்கள் கலவியில் ஈடுபடும்பொழுது, தியானத் தன்மையில் இருங்கள். அந்த இன்ப உணர்வில் மூழ்குங்கள். அப்பொழுது சமாதிநிலையின் தன்மையை உணருவீர்கள். சமாதித்தன்மை, அந்த பால் உணர்வில் ஊடுருவுவதை உணருவீர்கள். அதைப் போல, ஒருவர் இறக்கும் பொழுது அவர்பக்கத்தில் இருந்து தியானத்தன்மையில் நீங்கள் உங்கள் உள்ளே செல்லும்பொழுது, அந்த இறப்பில், இறப்பற்ற தன்மையை உணருவீர்கள். இந்த இரண்டு அனுபவங்களை, உங்களால் அடைய முடிந்தால், இந்த இரண்டையும் தாண்டி உங்களால் சுலபமாக மேலே செல்ல முடியும். மற்றைய 5 நிலைகளைப் பற்றிக் கவலைப்படவேண்டாம். இந்த இரண்டு நிலைகளையும் அல்லது சக்கரத்தைச் சரிசெய்துவிட்டால், உங்கள் சக்தி, எளிதில் அந்த 5 நிலைகளை அல்லது சக்கரங்களைக் கடந்து செல்லும். ஏனெனில், அவைகள் கிட்டத்தட்ட சரியாகவே உள்ளன.

ஆகவே, உங்களது தியானத்தின் இரண்டு நிலைகள், பால் உணர்வும் இறப்புமாக இருக்கட்டும்.

கடைசி கேள்வி:-

"அன்புள்ள ஓஷோ, இந்த ஓஷோ என்ற பெயர், உலகம் பூரா கொக்கோ கோலா (coca-cola) விளம்பரம் போல் பரவுமா?"

ஏன் நடக்காது! நடக்கும்!

9. "மனம், அதன் உண்மைத்தன்மையில் சுத்தமானதே"

(Mind Immaculate in its very being)

பனிக்காலத்தில்
அசையா நீரின் மீது காற்றடித்தாலும்
பனிக்கட்டியாகவும் பாறையாகவுமே
உறைந்து கிடக்கும்.

அறிவிலார் துன்பப்படுவர்
தெளிவிலாது விளக்கம் சொல்லும்
எண்ணங்களால்
இன்னும், மன இறுக்கம்
இல்லாதோரே
உறுதியாயும் உடையாமலும்
உருமாற்றம் அடைவர்.

அதனின் இருப்பு நிலையிலேயே
மனம் விசுவரூபம் எடுப்பதால்
சம்சாரா நிர்வாணா சடங்குகளில்
சிதையாமல் நின்றிருக்கும்.

ஒளிரும் வைரம்
சகதியின் ஆழத்தில்
இருக்குமானால்
சுடர்விட்டு
பிரகாசிக்குமோ

இருட்டிலே அறிவு பிரகாசிக்காது
இருளிலே ஒளி விளங்குமானால்
துன்பம் தொலையும் ஒரே நொடியில்
விதையிலிருந்தே கிளைகள்
கிளையிலிருந்தே இலைகள்
மனம், ஒன்றும் பலவாகவும்
பிரிந்து சிந்தித்தால்
ஒளியை ஒதுக்கிவிடும்
உலகினுள் நுழைந்து விடும்

குழியில் வளரும்
கொடு நெருப்பில் - அவன்
விழியிருந்தும் குருடனாய்
விழுந்து விடுவான்
இவனைவிடத் தகுதி
யாருக்கு உண்டு
கருணை மிகு அருளுக்கு.

ஆஹா, இந்த பிரபஞ்ச உயிர்தன்மை எவ்வளவு அழகானது! எவ்வளவு ஆனந்தமயமானது! அதனுடைய ஆடல், பாடல், கொண்டாட்டம் அனைத்தும் எவ்வளவு அற்புதமானது! ஆனால், என்ன பரிதாபம்! நாம் இங்கே இருப்பதே இல்லை. நாம் உடல் அளவில் இருக்கிறோமே தவிர, மனத்தளவில், கிட்டத்தட்ட உயிரற்ற நிலையில்தான் இருக்கிறோம். நாம் அந்த உயிர்த்தன்மையோடு கொண்ட உறவு எப்பொழுதோ அறுந்து விட்டது. நம்முடைய ஆணிவேர் எப்பொழுதோ முறிந்துவிட்டது. நாம் வேரறுந்த மரம்போல் இருக்கிறோம்.

நாம் இறந்த நிலையில்தான் இருக்கிறோம். ஏனெனில், நாம் இன்னும் பிறக்கவே இல்லை. உடலளவில் இந்த பூமியில் பிறந்திருப்பது உண்மைதான். ஆனால், அது உண்மையான பிறப்பு ஆகாது. நாம் கருநிலையில் அடங்கியே இருக்கிறோம். நம்முடைய முழுப்பரிமாணம் இன்னும் வெளியே வரவில்லை. இதுதான் இப்பொழுது துன்பமயமாக உள்ளது.

முழுப்பரிமாணநிலையில் தான், அந்த பேரானந்தம் நிகழுகிறது. கருநிலையில் அடங்கி இருப்பது துன்பத்தையே கொடுக்கிறது. இது ஏன், இப்படி இருக்க வேண்டும்?

ஏனெனில், கருநிலையில் அல்லது அடங்கிய நிலையில், அது உண்மையில் அமைதியாக இருப்பதில்லை. அது தொடர்ந்து அமைதியற்ற நிலையில்தான் இருக்கிறது. அது அப்படித்தான் இருக்கும். அதனிடம் ஏதாவது மாற்றம் நிகழவேண்டும்? விதை நிலையில் இருக்கும் அது, எப்படி ஓய்வாக, அமைதியாக இருக்கமுடியும்? ஒரு மரத்தின் பூக்கள்தான் ஆனந்தமாகவும், அதே சமயம் ஓய்வாகவும், அமைதியாகவும் இருக்க முடியும். ஒரு விதை எப்பொழுதும் இறுக்க நிலையில்தான் இருக்க முடியும். அதுவளர்ச்சி பெறத்துடிக்கிறது. சரியான மண்ணை, சரியான நீரை, காற்றை நினைத்து ஏங்கிக்கொண்டு இருக்கிறது. அவைகள் கிடைத்தாலும் கிடைக்கலாம், கிடைக்காமல் போனாலும் போகலாம். அப்படி அந்த சூழ்நிலை கிடைக்காமல் போனால், அது கண்டிப்பாக இறக்கத்தான் வேண்டும். வேறு வழியில்லை.

ஆகவே, கருநிலையில், அது எப்பொழுதும் தன் எதிர்காலத்தை நினைத்துக்கொண்டே இருக்கிறது. உங்கள் வாழ்க்கையை எடுத்துக்கொள்ளுங்கள். நீங்கள் எப்பொழுதும் தொடர்ந்து எதையாவது நினைத்துகொண்டு, அது நிகழவேண்டும் என்று ஆசைப்பட்டுக் கொண்டே இருக்கிறீர்கள். உங்கள் நம்பிக்கைகள், ஆசைகள், கனவுகள் அனைத்தும் உங்களைத் துறத்திக்கொண்டே தான் இருக்கின்றன. ஆனால், அவைகளில் பெரும்பாலானவை, நிகழுவதே இல்லை. உங்களுடைய வாழ்க்கை, அதன் போக்கில்தான் போய்க்கொண்டு இருக்கிறது. அது தன் இஷ்டம் போல் மலருகிறது. அதைப் போல, அது தானாகவே, தன் இறப்பை நோக்கிச் சென்று கொண்டே இருக்கிறது. ஆனால் நீங்கள் உங்களுடைய உண்மைத் தன்மையை உணரவில்லை. நீங்கள் உங்களையே அறிந்துகொள்ளுதல் முந்துகிறதா அல்லது உங்கள் இறப்பு முந்துகிறதா? யாருக்குத் தெரியும்? ஆகவேதான், உங்கள் வாழ்க்கை பதட்டம் நிறைந்ததாக, அமைதியற்று இருக்கிறது.

சோரன் கெர்க்கிகார்டு (Soren kierkegaard), ''மனிதன் எப்பொழுதும் நடுங்கியவாறே இருக்கிறான்.'' என்கிறார். ஆமாம் அவன் அப்படித்தான் இருக்கிறான். ஏனெனில், அவன் இன்னும் விதை வடிவத்தில்

தான் இருக்கிறான். நீட்சே (Nietzsche), " மனிதன் ஒரு பாலம் போல் இருக்கிறான்" என்கிறார். முற்றிலும் உண்மை! மனிதன் ஒரு இடத்தில் தங்கி ஒய்வு எடுக்கமுடியாது. அவன், தன்னை ஒருபாலமாகக் கொண்டு, தன்னையே கடந்துசெல்ல வேண்டும். அவன், தன்னை ஒரு கதவாக்கிக் கொண்டு, அதன் வழியாகச் செல்ல வேண்டும். மனிதன் என்பவன் அமைதியாக உட்காரும் இடம் இல்லை. அவன் ஒரு பாய்ந்துசெல்லும் அம்பைப் போல் இருக்கிறான். இரண்டு முனைகளில் கட்டப்பட்ட கயிறு போல இருக்கிறான். எப்பொழுதும் அவன் ஒரு இறுக்க நிலையில், துடிப்பு நிலையில் இருக்கிறான். இந்த உலகத்தில் இருக்கும் மிருகங்களில், மனிதன் ஒருவன் தான் எப்பொழுதும், எதையாவது நினைத்து ஏங்கிக்கொண்டு, எப்பொழுதும் ஒரு இறுக்க நிலையில் இருக்கிறான். இதற்கு என்ன காரணம்?

ஏனெனில், ஏற்கனவே சொன்னதுபோல், அவன் கருநிலையில் இருக்கிறான். இன்னும் முழுமையாக பரிணமிக்கவில்லை அதே சமயம் ஒரு நாயிடம் எந்தக் கரு நிலையும் கிடையாது. அது பிறந்ததுமுதல், உண்மை நிலையில் இயல்பாக இருக்கிறது. அதற்கு மேல் அதனிடம் எதுவும் நிகழ வாய்ப்பில்லை. அதைப்போல ஒரு எருமை. அதற்கு என்ன நிகழ வேண்டுமோ, அது நிகழ்ந்துவிட்டது. அவ்வளவுதான். நீங்கள் ஒரு எருமையிடம் சென்று, "நீ இன்னும் உண்மையான எருமையாகவில்லை" என்று சொல்ல முடியாது. அது முட்டாள்தனம். ஆனால், ஒரு மனிதனிடம், "நீ இன்னும் உன் உண்மைத் தன்மையை உணரவில்லை" என்று கூறலாம்.

ஆகவே, மனிதனுக்கு, தன்னை அறிந்துகொள்ள ஒரு எதிர்காலம் இருக்கிறது. ஆகவேதான், அவன் எப்பொழுதும், அது எங்கே, எப்பொழுது, எப்படி நேரப்போகிறது என்ற ஆவலில், துடிப்பில் இருக்கி றான். "அதை எத்தனையோ தடவை இழந்திருக்கிறோம்; இன்னும் எத்தனைத் தடவை இழக்கப் போகிறேமோ" என்று கவலையில் இருக்கி றான். ஆகவேதான், மனிதன் மகிழ்ச்சியாக இருப்பதில்லை.

இந்த பிரபஞ்ச உயிர்த்தன்மை எவ்வளவு ஆனந்தத்தில் இருக்கிறது, எவ்வளவு கொண்டாட்டத்தில் இருக்கிறது. எவ்வளவு மகிழ்ச்சியில் ஆட்டமும், பாட்டுமாக இயங்கிக்கொண்டே இருக்கிறது. அது ஒருவொரு கணமும், தன் இன்ப உச்சக்கட்டத்திலேயே (Orgasm) இருக்கிறது! ஆனால், எப்படியோ மனிதன், தன் தொடர்பை அதனிடமிருந்து விலக்கிக்கொண்டுவிட்டான்.

மனிதன், தன் இயல்பான கள்ளம் கபடமற்றதன்மையை மறந்து விட்டான். எப்படி இந்த பிரபஞ்ச உயிர்த்தன்மையோடு, உறவாடுவது என்பதையும் மறந்துவிட்டான். ஏன், தன்னிடமே எப்படி உறவாடுவது என்பதையும் மறந்து விட்டான்! இதுதான் பரிதாபம். ஒருவன் தன்னிடமே உறவாடுவது என்பது, தியானம்தான். வேறில்லை. ஒருவன், இந்த பிரபஞ்ச உயிர்த்தன்மையோடு உறவாடுவது என்பது பிரார்த்தனைத்தான். இவைகளை அவன் மறந்து எவ்வளவோ காலமாகிறது. ஆகவேதான், நாம் நம்மையே ஒரு அந்நியனாகப் பார்க்கிறோம்.

நாம், உண்மையிலேயே யார் என்று நமக்கு விளங்கவில்லை. நாம் எதற்காக இங்கு இருக்கிறோம் என்பதும் புரியவில்லை. எதற்காக இந்த வாழ்க்கை என்பதையும் அறிந்துகொள்ளமுடியவில்லை. ஏதோ, ஒரு முடிவில்லாத முடிவுக்குக் காத்துக்கொண்டிருப்பதுபோல் இருக்கிறோம். ஒரு சமயம், கடவுளுக்காகக் காத்திருக்கிறோமா?

ஆனால், கடவுள் உங்களை வந்து அடைவார் என்று யாரால் சொல்ல முடியும்? முதலில், இந்தக் கடவுள் என்பவர் யார்? இதுவரை யாருமே அறிந்ததில்லை! ஆனால், மனிதன் ஏதோ சில கருத்துக்களை உண்டாக்கிக் கொண்டு, அதற்காகக் காத்திருக்கிறான். அதுதான் கடவுள் நரகம், சொர்க்கம் என்பவைகள்! எப்பொழுது இப்படிப்பட்ட கருத்துக்களை ஏற்படுத்திக்கொண்டுவிட்டானோ, அதை எப்படியாவது அடைய வேண்டும் என்றுதான் அவன் ஆவல் கொள்வான். அதற்காக அவன் காத்திருக்கவும் தயாராக இருக்கிறான். அந்த வெற்றிடத்தை எப்படியும் நிரப்பித்தானே ஆகவேண்டும்? இல்லாவிட்டால், அவனுக்கு அமைதி ஏது?

காத்திருத்தல் என்பது இப்பொழுது அவனுடைய குறிக்கோளாகி விடுகிறது. அதில் ஒரு இலக்கு இருக்கிறது. 'ஏதோ ஒரு அற்புத நிகழ்ச்சிக்காகக் காத்துக்கொண்டிருந்கிறோம் என்ற உணர்வு, அவனுக்கு ஆறுதல் கொடுக்கிறது. அப்படி என்னதான் நிகழப் போகிறது?

இப்பொழுது ஒன்றைப் புரிந்துகொள்ளுங்கள். நாம் கேட்ட இந்த கேள்வியே சரியில்லை! அப்படி இருக்கும்பொழுது அதற்கான பதில் மட்டும் எப்படி சரியாக இருக்கும்? நன்றாக ஞாபகம் வைத்துக் கொள்ளுங்கள். நீங்கள் சரியான கேள்வியைக் கேட்டால், அதற்கான விடை அதன் அருகிலேயே இருக்கும். உண்மையில், அந்த விடை, கேள்வியிலேயே மறைந்திருக்கிறது!

ஆகவே, இன்றைக்கு நாம் உங்களுக்கு வலியுறுத்திச் சொல்ல விரும்புவது என்ன வென்றால், நாம் தொடர்ந்து அதை தவறவிட்டுக் கொண்டே இருக்கிறோம். அதற்குக் காரணம் என்னவென்றால், இந்த பிரபஞ்ச உயிர்த்தன்மையோடு, நம் மனத்தின் மூலமாகத் தொடர்பு கொள்ள விரும்புகிறோம். இதுதான் முக்கியக் காரணம். இதைத் தீர்மானமாகப் புரிந்துகொள்ளுங்கள். அதாவது, உங்களையும், இந்தப் பிரபஞ்ச உயிர்த் தன்மையையும் தொடர்பு இல்லாமல் செய்வது உங்கள் மனம்தான். உங்கள் எண்ணங்கள்தான் அதற்கு மிகப்பெரிய தடை. அது சைனாசுவர்போல் உங்களுக்கும், அதற்கும் இடையில் நிற்கிறது. நீங்கள் இந்த எண்ணங் களிலேயே உழலும்பொழுது, எப்படி உங்களால் உண்மையைத் தொட முடியும்? அப்பொழுது உண்மை வெகு தொலைவில்தான் இருக்கும். ஆனால், உண்மையில், 'உண்மை' உங்களுக்கு மிக அருகில் இருக்கிறது. ஆனால், நீங்கள் அதைப்பற்றி நினைத்துக்கொண்டிருந்தாலோ, ஆராய்ச்சி செய்து கொண்டிருந்தாலோ அல்லது தத்துவமாக்கிக்கொண்டிருந்தாலோ, நீங்கள் அதைவிட்டு மெல்லமெல்ல விலகிச் செல்லுகிறீர்கள் என்பதைத் தெளிவாகப் புரிந்துகொள்ளுங்கள். உங்கள் எண்ணங்கள், அடர்ந்த பனி போல் உங்களை மூடி இருக்கும்பொழுது, நீங்கள் எப்படி உங்கள் அருகில் உள்ள பொருளைத் தெளிவாகப் பார்க்க முடியும்? உங்கள் எண்ணங்களே, உங்களை குருடாக்குவதை உங்களால் புரிந்துகொள்ள முடியவில்லையா?

தந்த்ராவின் அடிப்படைக் கருத்துகளில் ஒன்று : 'எண்ணும் மனம், இழக்கும் மனம்' என்பது. எண்ணுவது என்பது உண்மையோடு உறவு கொள்ளும் மொழி இல்லை. பின்பு, உண்மையோடு உறவுகொள்ள எந்த மொழியை உபயோகப்படுத்துவது? 'எண்ண மற்ற மொழியைத்தான். உண்மையைப் பொறுத்த வரை வார்த்தைகள் அர்த்த மற்றவை. அமைதி தான் அர்த்தமுள்ள மொழியாகும். இந்த அமைதி மொழியை ஒருவன் கற்றுக்கொள்ளவேண்டும்.

உதாரணமாக, நீங்கள் உங்கள் தாயின் கர்ப்பத்தில், சுமார் 9 மாதம் வரை இருக்கிறீர்கள். அந்த 9 மாதத்தில், நீங்கள் ஒரு நாளாவது ஒரு வார்த்தைகூட பேசவில்லை. ஆனால், உங்கள் தாயோடு மிக ஆழ்ந்த அமைதியில் இருக்கிறீர்கள். நீங்களும், உங்கள் தாயும் பிரிக்கமுடியாத அளவுக்கு ஒன்றாக இருந்தீர்கள். உங்கள் இருவருக்கும் இடையே எந்தத் தடங்கலும் கிடையாது. அது ஒரு ஒருமை நிலை என்று கூடச் சொல்லலாம். அதைப்போல, நீங்கள் எப்பொழுது அந்த அமைதி நிலையை அடைகி

றீர்களோ, அன்றே நீங்கள் உங்கள் தாயின் கர்ப்பப்பையில் மீண்டும் நுழைகிறீர்கள். அப்பொழுது நீங்கள் உண்மையோடு மிகவும் நெருக்கமாக உறவு கொண்டாடுகிறீர்கள். ஆனால், இந்தப் புதிய உறவு உண்மையில் புதியது அல்ல. நீங்கள் இடையில் மறந்ததை, மீண்டும் ஞாபகப்படுத்திக் கொள்கிறீர்கள். அவ்வளவுதான். இதை மிகவும் ஆழமாகப் புரிந்துகொள்ளுங்கள். நீங்கள் உங்கள் தாயின் கர்ப்பத்தில் இருக்கும்பொழுது, என்ன உணர்வு அவளுக்கு ஏற்படுகிறதோ, அதே உணர்வு உங்களுக்கும் ஏற்படுகிறது. ஆனால், அவள் அறிவுபூர்வமாக சிந்திப்பது உங்களை வந்து அடைவது இல்லை. அப்படி ஏற்பட்டால், நீங்கள் ஒன்றை தவறாகப் புரிந்து கொள்ள வழி ஏற்பட்டுவிடும். அறிவில் தாயும், குழந்தையும் இரண்டுபட்டு விடுகின்றது. ஆகவே, எண்ணங்கள் ஏற்பட்டவுடன், தவறான புரிந்துகொள்ளுதலும் ஏற்பட்டுவிடுகின்றது. இதையும் நன்றாகப் புரிந்துகொள்ளுங்கள்.

எண்ணங்கள் இல்லாமல், எப்படி ஒன்றைத் தவறாகப் புரிந்து கொள்ள முடியும்? என்னைப் பற்றி எண்ணாமல், எப்படி உங்களால் என்னைப்பற்றித் தவறான அபிப்ராயம் கொள்ள முடியும்? புரிகிறதா? எப்பொழுது உங்களிடம் எண்ணங்கள் ஆரம்பிக்கிறதோ, அப்பொழுதே அதைப்பற்றி உங்கள் கருத்தை எழுப்ப ஆரம்பித்துவிடுகிறீர்கள். அப்பொழுது என்னைப் பார்ப்பதைத் தவிர்க்கிறீர்கள். உங்கள் தனிப்பட்ட கருத்தைத்தான் கவனிக்கிறீர்கள். அதன் பின்னால் ஒளிந்துகொள்ள முயலுகிறீர்கள். உங்கள் எண்ணங்களின் ஆணிவேர் இறந்தகாலத்தில் இருக்கிறது. ஆனால், நான் இதோ, இங்கே உங்கள் முன்னால் நிகழ்காலத்தில் உட்கார்ந்திருக்கிறேன். ஆனால், நீங்கள் இறந்த காலத்தை, உங்கள் எண்ணங்கள் மூலமாகக் கொண்டு வருகிறீர்கள். நாம் இருவரும் இப்படி முரண்பாட்டில் இங்கு வீற்றிருக்கிறோம்!

நீங்கள் 'ஆக்டோபஸ்' (Octopus) என்ற கடல்வாழ் பிராணியைப் பற்றி அறிந்துகொள்ளவேண்டும். அது எதிரியிடமிருந்து, தன்னைப் பாதுகாத்துக்கொள்ள, தன்னைச் சுற்றி கருப்புமையை கக்கும். அந்த சூழ்நிலையில், பகையாளி அதைக் கண்டுகொள்ளமுடியாது. அதைப்போல, உங்களைச் சுற்றி எண்ணங்கள் என்ற மேகத்தை படர விடடுக்கொள்ளும்பொழுது, நீங்கள் அதில்மறைந்து விடுகிறீர்கள். பிறகு நீங்கள் பிறரோடு அல்லது பிறர் உங்களோடு தொடர்பு கொள்ள முடியாது. அதாவது பிறர் மனங்களோடு உறவுகொள்ள முடியாது. ஆனால் உங்கள் பிரக்ஞை தன்மையோடு (Consciousness) உறவு கொள்ளலாம். ஆனால் இறந்தகால எண்ண

மூட்டைகளோடு அதுவும் நடக்காது. இப்பொழுது நீங்கள் உங்கள் எண்ணக் கருத்துகளுடன், ஒரு தனித்தீவுபோல் இருக்கிறீர்கள்.

தந்த்ரா மேலும், ''நீங்கள் உங்கள் இன்பக்களிப்பின் உச்சக் கட்டத்தின் (Orgasm) இயல்பான மொழியை பூர்ணமாகத் தெரிந்திருக்க வேண்டும்'' என்கிறது.

நீங்கள் உங்கள் காதலனோடு அல்லது காதலியுடன் கலவி இன்பம் அனுபவிக்கும்பொழுது, ஒரு கட்டத்தில், சில விநாடிகள், மிகவும் அபூர்வ மாக உங்கள் மனதிலிருந்து ஒரு அதிர்ச்சி போல் வெளியே வருகிறீர்கள். இந்த அபூர்வமான அனுபவமும், மனிதன் எவ்வளவுக்கெவ்வளவு நாகரிகம் அடைந்தவனாக இருக்கிறானோ, அவ்வளவுக்கவ்வளவு அது மிகவும் அபூர்வமாக நிகழுகிறது. அப்படி அந்த சில விநாடிநேரம் மனதி லிருந்து வெளியே வரும் பொழுது, நீங்கள் இந்த பிரபஞ்ச உயிர்த்தன்மை யோடு ஐக்கியமாகிறீர்கள். மறுபடியும், நீங்கள் உங்கள் தாயாரின் கர்ப்பப் பைக்குள் நுழைகிறீர்கள். அதாவது, ஒரு பெண், ஆணின் கர்ப்பப்பைக்குள் நுழைகிறாள். அதைப் போல, ஒரு ஆண், ஒரு பெண்ணின் கர்ப்பப்பைக்குள் நுழைகிறான். அப்பொழுது நீங்கள் தனித்தனியாக இருப்பதில்லை. உடலா லும், மனதாலும், உணர்வாலும் ஒன்றாகிவிடுகிறீர்கள். அங்கு எந்த வேற்றுமையும் கிடையாது.

நீங்கள் ஒரு பெண்ணோடு காதல் செய்யும் பொழுது, அந்த ஒருமை நிலை உங்கள் இருவரிடமும் ஆரம்பிக்கிறது. ஆனால் அந்த உச்சக் கட்ட இன்பத்தில் ஒருமையாகவே (Union) ஆகிவிடுகிறார்கள். ஒருமை நிலைக்கும் (Unity) ஒருமைக்கும் (Union) மிகுந்த வித்தியாசம் உண்டு. ஒருமையில் பரிபூர்ணகலப்பு ஏற்பட்டு, எந்த வித்தியாசத்தையும் காண முடியாது. அந்த உச்சகட்டத்தில் உங்கள் இருவரிடமும் என்னதான் நிகழு கிறது? அதுதான் பிரபஞ்ச உயிர்த்தன்மையின் கலப்பு என்று தந்த்ரா மீண்டும் மீண்டும் சொல்கிறது. அந்த மொழியைக் கற்றுக்கொள்ளுங்கள். அந்த மொழி வேறு எதுவும் இல்லை. அமைதிதான். நீங்கள் அமைதியாக, எண்ணமற்று, விழிப்புநிலையோடு உங்கள் காதலனையோ அல்லது காதலி யையோ அணுகினால், அந்த உச்சக்கட்ட ஐக்கிய நிலையை பரிபூர்ணமாக உணரலாம். இதுதான் தந்த்ராவின் ரகசியம். அந்த மனமற்ற நிலையில், நீங்கள் பேரானந்த நிலையில் இருக்கிறீர்கள். அப்பொழுது சமாதி நிலையின் ஒளிக்கீற்றை உணரலாம். அது கடவுளின் ஒளிக்கீற்றுதான்,

ஒளிக்கதிர்தான். அதற்கு ஆதாரம் அன்புதான். மொழி அமைதிதான். இதை மீண்டும் படித்துப் புரிந்துகொள்ளுங்கள்.

இரண்டு காதலர்கள் உண்மையாக காதல் வயப்பட்டிருக்கும் பொழுது, அங்கு அமைதிதான் மொழியாகிறது. அது கொடுக்கும் அர்த்தம் அநேகம். ஏனெனில், இருவரும் ஒத்த மனநிலையில் (Synchronicity) இருக்கும் பொழுது, அவர்களது எண்ண அலைவரிசையும் (Wavelength) ஒரே தன்மையில் வெளிப்படுகிறது. அப்பொழுது அமைதிதான் மொழியாகிறது. உண்மையான காதலர்கள் மொழியால் பேசுவது இல்லை! ஆனால், கணவனும், மனைவியும்தான் எப்பொழுதும் மொழியை உபயோகிப்பவர்கள்! அவர்களால் அமைதியாக இருக்க முடியாது. ஏனெனில், மொழியின் மூலமாக, ஒருவரை ஒருவர் தவிர்க்கவே விரும்புகின்றனர். ஏற்கனவே 'ஆக்டோபஸ்' என்ற கடல் வாழ் பிராணி, கருப்பு மையை கக்கிக்கொண்டு, தன்னைப் பாதுகாத்து கொள்ளும் என்று குறிப்பிட்டிருந்தேன். அதைப் போல, கணவனும், மனைவியும் எண்ணங்களை, வார்த்தை என்னும் கருப்புமையால் தன்னைச் சுற்றி கக்கிக் கொண்டு, தன்னை அடுத்தவரிடமிருந்து பாதுகாத்துகொள்கிறார்கள்! பெரும்பாலான கணவன்-மனைவியர்களிடையே உண்மையான அன்பு இறந்து வெகு நாளாகிறது!

உண்மையாகச் சொன்னால், மொழி என்பது ஒருவரை ஒருவர் தவிர்க்கவே உபயோகமாக இருக்கிறது. உறவாடுவதற்கு அல்ல. உண்மையான அன்பு நிறைந்த காதலர்கள், ஒருவரை ஒருவர் தன்கைகளைப் பிடித்துக் கொண்டு மென்மையாக நடந்துசெல்லும்பொழுது, அங்கு மொழியற்ற அமைதிநிலையில் பல எண்ண பரிவர்த்தனை ஏற்படுகின்றன.

தந்த்ரா, ''ஒருவன், உண்மையான காதலின்மொழி, அமைதியின் மொழி, ஒருவரோடு ஒருவர் உறவாடும் மொழி, இதயமொழி, தைரியமிக்க மனதின் மொழி என்று பல மொழிகளைக் கற்க வேண்டும்'' என்கிறது.

நம்முடைய மொழிகள் அனைத்தும் செயற்கையானதே. நம்முடைய அன்றாட உபயோகத்திற்காக, சூழ்நிலைக்கு ஏற்ப உண்டாக்கப் பட்டது. அது சமூக பிரக்ஞையின் உச்சத்தன்மையைத் தொடுவதற்கு, இந்த மொழிகள் அனைத்தும் ஒரு தடங்கலாகவே இருக்கும்.

நேற்றைக்கு 'சக்கரா'வைப் பற்றி பேசிக்கொண்டிருந்தேன் (சென்ற அத்தியாயம்). அதில் முக்கிய மூலாதார் மற்றும் சுவாதிஸ்த்தான்

பற்றிக்குறிப்பிட்டேன். மூலாதார் என்பது ஆதாரம். அதைநீங்கள் பால் உணர்வு மையம், வாழ்வு மையம், பிறப்பு மையம் என்று அழைக்கலாம். நீங்கள் பிறப்பதற்கு இந்த மூலாதாரச் சக்கரம்தான் ஆதாரம்: சுவாதிஸ்தான் என்பது இறப்பு சக்கரம். இதை உங்கள் ஆன்மாவின் இடம் **(Abode of the self)** என்று குறிப்பிடுகிறார்கள். அதாவது உங்கள் ஆன்மா இங்குதான் மையம் கொண்டிருக்கிறது! அதாவது இறக்கும் இடத்தில், உங்கள் ஆன்மா வசிக்கிறது! உண்மை!!

நீங்கள் இறக்கும்பொழுது, உங்கள் சுத்தமான உயிர்த்தன்மைக்கு, அல்லது ஆன்மநிலைக்கு வந்துவிடுகிறீர்கள். நீங்கள் எதுவாக இல்லையோ (உங்கள் உடம்பு) அதுதான் உண்மையில் இறக்கிறது. எது உண்மையோ, அது ஒருக்காலும் இறப்பதில்லை. உங்கள் உடலை, உங்களது தாய்-தகப்பனாரின் மூலாதார் கொடுக்கிறது. ஆனால், அந்த உடலை, உங்களுடைய சுவாதிஸ்த்தான் அழிக்கிறது. ஆனால், நீங்கள்? நீங்கள் உங்களுடைய உடல் உண்டாவதற்கு முன்னால் இருந்தீர்கள். பின்பும் இருக்கப் போகிறீர்கள்!

சிலபேர் ஜீசஸிடம், ஆபிரஹாமைப் பற்றிக் கேட்டார்கள் அப்பொழுது அவர், ''ஆபிரஹாம்! அவருக்கு முன்பே, நான் இருந்திருந்தேன்'' என்றார். உடல்ளவில், ஆபிரஹாம், ஜீசஸுக்கு முன்பு சுமார் 2000, 3000 வருடங்களுக்கு முன் இந்த உலகத்தில் இருந்தார். ஆனால் ஜீசஸ், அவருக்கு முன்பே நான் இருந்தேன் என்றார்! அதுமாத்திரமல்ல, தான் முகமதுவுக்கு முன்பே இருந்தேன் என்று வேறு சொல்லியிருக்கிறார். இது என்ன பேத்தல்? ஆமாம், உடலோடு, உங்களை சம்மந்தப்படுத்திக் கொண்டால், இது பேத்தல்தான். ஆனால் ஜீசஸ் தன் ஆத்மா நிலையைப் பற்றிச் சொல்கிறார். அந்த சுத்த உயிர்த்தன்மை. சாசுவதமானது, அழிவில்லாதது.

இந்த சுவாதிஸ்த்தான் மையத்தை அல்லது சக்கரத்தை, ஜப்பானியர்கள் 'ஹரா' **(hara)** என்கிறார்கள். ஆகவேதான், ஜப்பானியர்கள் தற்கொலையை ஹராகிரி **(Harakiri)** என்று கூறுகிறார்கள். அவர்கள் இந்த ஹரா மையத்தை வலிமையாக தன் உடலில் கத்தியை சொருகி, உடனே உயிரை வெளியேற்றி விடுகிறார்கள். ஆனால், அந்த பிரக்ஞை நிலைக்கு அழிவில்லை. அது இந்த பிரபஞ்ச உயிர்த்தன்மையோடு கலந்துவிடுகிறது.

இந்த பிரக்ஞை தன்மையைப் பற்றி, ஹிந்துக்கள் மிக ஆழமாக சிந்தித்திருக்கிறார்கள். அவர்கள் தான் இந்த 'சுவாதிஸ்த்தான்' என்ற

வார்த்தையை உபயோகித்திருக்கிறார்கள். ஏனெனில், நீங்கள் இறக்கும் பொழுதுதான், நீங்கள் உண்மையிலேயே யார் என்பது புரியும். நீங்கள் அன்பில் இறந்தாலோ, தியானத்தன்மையில் இறந்தாலோ, இறந்த கால எண்ண மூட்டைகளோடு இறந்தாலோ, நீங்கள் உங்களை அந்த நேரத்தில் தான் உண்மையாக அறிந்துகொள்வீர்கள். உங்களையே நீங்கள் அறிந்து கொள்வதற்கு, இறப்பும் ஒரு வழிதான்.

அந்தக் காலத்தில், இந்தியாவில் ஒரு மாஸ்டரை, இறப்புக்குத்தான் ஒப்பிடுவார்கள்! ஏனென்றால், நீங்கள் ஒரு மாஸ்டரின் முன்னால் மனத் தளவில் இறக்க வேண்டும். அப்பொழுதுதான், அந்த சீடனுக்கு தான்யார் என்று அறிந்துகொள்ள வாய்ப்பு ஏற்படும். ஆனால், உங்கள் சமூகம், இந்த இரண்டு சக்கரத்தையும் எவ்வளவு கெடுக்க முடியுமோ, அவ்வளவு கெடுத்துவைத்திருக்கிறது. ஏனெனில், சமூகம் சுலபமாக அணுகக் கூடிய மையங்கள் இந்த இரண்டும்தான்! அதற்கு மேலே 5 சக்கரங்கள், அதாவது மணிப்பூரா (Manipura) மூன்றாவது, அனாஹதா (Anahatha) நான்காவது, விஷ்ஹுதா (Vishudha) ஐந்தாவது, ஆக்யா (Agya) ஆறாவது, சகஸ்ரார் (Sahasrar) ஏழாவதாக உள்ளன.

மூன்றாவது சக்ரமான மணிப்பூரா, உங்களுடைய மனோபாவம் மற்றும் உணர்வு சம்மந்தப்பட்டது. நம்முடைய இயல்பான உணர்வுகளை இங்குதான் அடக்குகிறோம். மணிப்பூரா என்றால் வைரம் (Diamond) என்று அர்த்தம். உங்களுடைய உணர்வுகளான சிரிப்பு, மகிழ்ச்சி, ஆனந்தம், கண்ணீர், இன்ப உணர்வு மற்றும் இயல்பான மனோபாவம் அல்லது கருத்துக்களால்தான், உங்கள் வாழ்க்கை செழிப்படைகிறது. ஆகவே தான் இந்த சக்கராவை, மிகவும் மதிப்பு வாய்ந்த வைரத்திற்கு ஒப்பிட்டிருக்கிறார்கள்.

மனிதன் ஒருவனுக்குத்தான், இந்த அபூர்வமான சக்கரம் அமைந்திருக்கிறது. மிருகங்களுக்குச் சிரிக்கத் தெரியுமா? அதைப் போல அவைகளுக்கு கதறி அழவும் தெரியாது. மனிதனைத்தவிர, மற்ற மிருகங் களிடம் மூலாதார் மற்றும் சுவாதிஸ்தான் இருக்கின்றன. அவைகள் பிறக்கின் றன, இறக்கின்றன. இரண்டுக்கும் இடைப்பட்ட காலத்தில், அவைகளிடம் எந்தக் குறிப்பிடும்படியான நிகழ்ச்சிகள் அல்லது மாறுதல்கள் ஏற்பட வழியில்லை. நீங்களும் இப்படியே பிறந்து, இறந்தால், உங்களுக்கும், விலங்குகளுக்கும் என்ன வித்தியாசம்? ஆனால், கோடிக்கணக்கான மக்கள்

இந்த நிலையில்தான் இருக்கிறார்கள்!இதுதான் பரிதாபம். அதற்கு மேல் செல்ல விருப்பமும் இல்லை, தைரியமும் இல்லை!

உங்கள் சமூகம், உங்களுடைய இயல்பான மனோபாவத்தை, உணர்வுகளை அடக்கிவைக்கவே, உங்களைப் பழக்கி இருக்கிறது. உணர்வுகளுக்கு முக்கியத்துவம் கொடுக்கக்கூடாது என்றே உங்கள் சமூகம் உங்களைப் பழக்கி வைத்திருக்கிறது. ஏனென்றால், அதனால் உங்களிடம் எந்தப் பொருளாதார முன்னேற்றமும் ஏற்படாது. அத்துடன், நீங்கள் சுலபமாக ஏமாற்றப்படுவீர்கள். ஆகவே, மென்மையான உணர்வுகளை அடக்குங்கள் என்றுதான் நீங்கள் போதிக்கப்பட்டிருக்கிறீர்கள். அதாவது கடுமையாக, இறுக்கமாக நடந்து கொள்ளுங்கள். அப்படி முடியாவிட்டால், அதைப் போல இருப்பதாகக் காட்டிக் கொள்ளுங்கள், நடியுங்கள்! உங்களிடம் ஓர் பயத்தை ஓர் மரியாதையை ஏற்படுத்திக்கொள்ளுங்கள். மனம் விட்டு சிரிக்காதீர்கள்! அப்படி சிரித்தால், பிறருக்கு உங்கள்மேல் உள்ள பயம் போய்விடும். அதைப்போல, பிறர் முன்னிலையில் அழாதீர்கள். அப்படிச் செய்தால், நீங்கள் உங்களைக்கண்டே பயப்படுகிறீர்கள் என்று அர்த்தம். உங்களுடைய பலவீனங்களை வெளியே காட்டிக்கொள்ளாதீர்கள். நீங்கள், எல்லா விதத்திலும் திறமைசாலி என்று பிறர் நம்ப வேண்டும்'' இப்படி உங்கள் இயல்பான உணர்வுகளை இந்த மூன்றாவது சக்கரத்தில் அடக்கினால், நீங்கள் மனிதனாக இருக்கமாட்டீர்கள்! ஒரு காட்டு மிருகம் அல்லது ஒரு இரக்கமற்ற சிப்பாயாகத்தான் இருப்பீர்கள்!

இந்த மூன்றாவது சக்கரத்தை ஓய்வு நிலையில் வைத்திருக்க, தந்த்ரா பல வழிகளை் கையாண்டிருக்கிறது. உங்களுடைய உணர்வுகள் விடுபட்டு, ஓய்வுத்தன்மையை அடையவேண்டும். நீங்கள் கதறிகத்த வேண்டும் போல் உணர்வு ஏற்பட்டால், கத்துங்கள், கதறுங்கள். அடக்க நினைக்காதீர்கள். அதைப் போல சிரிக்க விரும்பினால், மனம் விட்டுச் சிரியுங்கள். நீங்கள் வெளியே தள்ளும் கலையை நன்றாகக் கற்றுக்கொள்ள வேண்டும். அதன் பிறகு ஏற்படும் வெறுமைநிலையில்தான், நீங்கள் இந்த பிரபஞ்ச உயிர்த்தன்மையோடு இரண்டறக் கலக்க முடியும்.

நீங்கள் கவனித்திருக்கிறீர்களா? நீங்கள் எவ்வளவோ விஷயங்களை வார்த்தைகளால் வெளிப்படுத்தியிருக்கலாம். ஆனால், அவைகள் செய்யாததை, ஒரு துளி கண்ணீர் செய்துவிடும். நீங்கள் சந்தோஷமாக இருக்கிறேன் என்று பலவாறாகச் சொல்லலாம். ஆனால், உங்கள் முக

மலர்ச்சி, அதை ஒரு கணத்தில் உணர்த்திவிடும். ஆகவே, உங்களுடைய மூன்றாவது மையத்தை மிகவும் ஓய்வு நிலையில், ஆனந்த நிலையில் வைத்திருக்க முயலவும். அது உங்கள் எண்ணத்தால் ஓய்வு அடையாது. அதே சமயம், அந்த மையத்தை ஓய்வு நிலையில் வைத்திருந்தால் உங்கள் இறுக்கமான மனம் தானே ஓய்வுத்தன்மையை அடைந்துவிடும். ஆகவே, உங்கள் உணர்வுநிலையில் உண்மையாக இருங்கள். நன்றாக சிரியுங்கள், நன்றாக முழுமையாக அழவேண்டுமானால், அடக்காமல் அழுங்கள். உணரவேண்டுமானால், பரிபூர்ணமாக உணருங்கள். எதையும் அடக்க வேண்டாம். இதற்கெல்லாம் கஞ்சத்தனம் காட்டாதீர்கள். உங்களால் தேவைக்கு மேல் சிரிப்பதோ அல்லது அழுவதோ முடியாது. ஆகவே, தைரியமாக சிரியுங்கள், அழுங்கள். அப்பொழுது அந்த மூன்றாவது மையம் மிகுந்த ஓய்வுத் தன்மையை அடைகிறது. அதனால், உங்கள் மனமும் ஓய்வுத்தன்மையை அடைகிறது.

ஆக, இந்தமூன்று மையங்களும், ஒரு ஏணியின் கீழேயுள்ள மூன்று படிகளாக இருக்கின்றன. இவைகளின் ஆரோக்கியத்தைப் பொருத்துதான், மேலே உள்ள மற்றும் நான்கு நிலைகளின் தன்மை நிர்ணயிக்கப்படுகின்றன.

இப்பொழுது நான்காவது மையத்தைப் பற்றிப் பார்ப்போம். இது இதயத்தில் மையம் கொண்டுள்ளது. இதை அனாஹதா (Anahatha) என்று அழைப்பர். 'அனாஹதா' என்றால் ஓசை எழுப்பாத ஓசை என்று பொருள். இதையேதான் ஜென் மதத்தினர், 'ஒரு கை ஓசை' என்று அழைக்கின்றனர். இந்த மையம் அல்லது சக்கரம் கீழே மூன்றுக்கு மேலேயும், மேலிருந்து கீழே மூன்று மையத்திற்கு நடுவிலும் உள்ளது. இது இந்த 6 மையங்களுக்கும் நடுவில் ஒரு கதவு போல் விளங்குகிறது. ஆனால், இந்த சமூகம் இந்த நடுமையத்தை மிகச்சுலபமாக அலட்சியம் செய்தே வந்திருக்கிறது. நீங்கள் எப்படி இதயப்பூர்வமாக இருப்பது என்பதை அது கற்றுக்கொடுக்கவே இல்லை. அதன் அருகில் செல்லக்கூட, உங்கள் சமூகம் அனுமதிக்க வில்லை. ஏனெனில் அது ஆபத்தானது. இந்த மையம், ஓசையற்ற ஓசையின் மையமாக விளங்குகிறது (Soundless sound). இது ஓர் மொழியற்ற மையம், வார்த்தைகளற்ற மையம்.

இதை, நாம் நீண்ட காலமாக தவிர்த்தும், அலட்சியப் படுத்தியும் வந்திருக்கிறோம். ஏன், சிலபேர்கள் அதில் நிலைபெறாமல் அதைத்தாண்டி

மேலே சென்றிருக்கிறார்கள். இதயம் என்பது இரத்தத்தை பம்பு செய்வது என்று மட்டும் அறிந்திருக்கிறோம். ஆனால், மனரீதியாக (Psychologically), அதன் செயலை மறுத்தே வந்திருக்கிறோம். நம்முடைய நுரையீரல், நம் மூச்சுக் காற்றை வாங்கி விடுகிறது. இந்த நுரையீரலுக்குப் பின்னால், மிக ஆழமாக மறைந்து இதயம் செயல்படுகிறது. இந்த இதய மையத்தில்தான் அல்லது சக்கராவில்தான், அன்பு மலருகிறது. ஆகவேதான் அன்பு மொழியற்று விளங்குகிறது. கருத்து நிறைந்த அன்பு என்பது மூன்றாவது நிலைக்கு உரியது. ஆனால், இது உண்மையான அன்பாகாது. அன்பின் பொய்த் தோற்றம்.

அன்பு என்பது மொழிக்கு அப்பாற்பட்டது. அது மிக ஆழமான உணர்வு. கருத்து நிறைந்த அன்பு அல்லது வார்த்தைகளோடு கூடிய அன்பு நிலையற்றது. இப்பொழுது தோன்றும், சிறிது நேரத்தில் மறைந்துவிடும். இந்த அன்பை, எல்லோரும் மிகச் சுலபமாக தவறாக எடுத்துக் கொள்வார்கள். ஏனெனில் இது அறிவு கலப்புள்ளது.

இந்த இதயமையத்தை பருப்பொருளாகப் (Physical) பார்க்கக் கூடாது. அது அன்பு என்ற உணர்வு மயமானது. இங்கு ஏற்படும் அன்பு, கருத்து கலப்பற்றது.

அன்பு என்பது உங்கள் அறிவைவிட, எண்ணங்களைவிட, கருத்தைவிட, மிக, மிக ஆழமானது. ஒரு நாள் நீங்கள், ஒரு பெண்ணுடன் மிக ஆழமான அன்பு கொண்டுள்ளதாகக்கூறுவீர்கள். அடுத்துசில நாட்களில், அதைப்பற்றி பேசவே மாட்டீர்கள்! இது என்ன காதலா அல்லது அன்பா? ஏதோ ஒரு ஆவலான விருப்பம். எப்படி நீங்கள் ஐஸ்க்ரீமை விரும்புகிறீர்களோ, அதைப்போல. விருப்பங்கள் நிலையற்றது. அது வந்த வேகத்தில் சென்றுவிடும்.

விருப்பம் என்பது காதல் அல்ல, அன்பு அல்ல, தவறாக அர்த்தம் பண்ணிக்கொள்ளாதீர்கள். இல்லாவிட்டால், உங்கள் வாழ்க்கை நிலையற்றதாகிவிடும். நீங்கள் பூக்களில் மொய்க்கும் வண்டைப் போல் மாறிவிடுவீர்கள். கடைசியில், அது உங்களுக்கு விரக்தியைத்தான் உண்டு பண்ணும்.

இந்த நான்காவது மையத்தின் மூலமாகத்தான், நீங்கள் உங்கள் தாயாரோடு நெருக்கமாகச் சம்மந்தப்பட்டிருக்கிறீர்கள். ஆகவே, இந்த மையம் மிகவும் முக்கியத்துவம் வாய்ந்தது. நீங்கள் உங்கள் தாயாரோடு,

உணர்வுப் பூர்வமாகத்தான் சம்மந்தப்பட்டிருக்கிறீர்கள். அறிவுப்பூர்வமாக அல்ல. அந்த உணர்வு மிகவும் ஆழமானது, பரிபூர்ணமானது. தியானத்தில், நீங்கள் இந்த பிரபஞ்ச உயிர் இயக்கத்தோடு இதே உணர்வு பூர்வமாகத்தான் கலக்கிறீர்கள். அதாவது மறுபடியும் உங்கள் தாயின் கர்ப்பப்பைக்குச் செல்லுகிறீர்களா. நீங்கள் எப்படி உங்கள் தாயுடன் இதயத்தோடு இதயமாகப் பேசுகிறீர்களோ, அதைப் போலத்தான், இந்த பிரபஞ்ச உயிர்த்தன்மை யோடு உணர்வுப் பூர்வமாகக் கலக்க வேண்டும். உங்கள் தலை அல்லது அறிவு இந்த உலகத்துக்கு மட்டும்தான் உபயோகமாக இருக்கும். இதைத் தெளிவாகப் புரிந்துகொள்ளுங்கள்.

இந்த இதய மையத்திலிருந்ததுதான். அந்த ஓசையற்ற ஒலியாகிய 'ஓம்'**(Aum)** எழுகிறது. நீங்கள் இந்தமையத்தை அமைதிப்படுத்தினால், இந்த ஓம்கார் என்ற ஓம் என்ற ஒலியைத் தெளிவாகக் கேட்கலாம். இது ஒரு அரிய கண்டு பிடிப்பு. இதில் நிலையாக மையம் கொண்டவர்கள், இந்த ஒலியைத் தொடர்ந்து கேட்கலாம். இது தானாக எழும்புகிறது!

ஆகவேதான், நான் எந்த மந்திரத்திற்கும் ஆதரவு தருவதில்லை. நீங்கள், ''ஓம், ஓம், ஓம்'' என்று சொல்லிக்கொண்டே இருக்கலாம். ஆனால், இது அறிவார்ந்தது. அறிவார்ந்த ஒன்று எப்படி இதய ஒலிக்கு ஈடாக முடியும்? இது இதய ஒலிக்கு ஒரு மாற்று என்று வேண்டுமானால் கூற லாம். இதனால் எந்த பிரயோஜனமும் இல்லை. இது ஒரு ஏமாற்று வேலை. நீங்கள் இந்த மந்திரத்தை சுமார் 2 வருடகாலம் வேண்டுமானாலும் ஜபிக்க லாம். இதன்மூலம், இந்த ஒலி உங்கள் இதயத்திலிருந்து கிளம்பு வதாக நம்பிக்கொள்ளலாம். ஆனால், இது பொய்.

அந்த இதய ஒலியைக் கேட்பதற்கு, நீங்கள் வெறுமனே மனரீதி யாக ஓம் என்ற ஒலியை எழுப்பத் தேவை இல்லை. அதற்கு நீங்கள் அமைதி யாக ஆழ்ந்து இருந்தாலே போதும். ஒரு நாள், அந்த மந்திர ஒலியைக் கேட்பீர்கள். அது எங்கிருந்து, எப்படி வருகிறது. என்று உங்களுக்குத் தெரியாது. அது உங்கள் உயிர் மையத்திலிருந்து, தானே கிளம்புகிறது. அது உங்களுடைய உள் அமைதியின் ஒலி! நீங்கள் அமைதியான நடு இரவில், ஒரு வித மென்மையான ஒலியைக் கேட்கலாம். அதைப் போல், இன்னும் ஆழமாக, இந்த ஓம் என்ற ஒலியை உங்கள் உள்ளே கேட்கலாம்.

மீண்டும் சொல்லுகிறேன். இந்த ஒலியை நீங்கள் உங்கள் முயற்சியாக ஏற்படுத்தவில்லை. நீங்கள் அமைதியாக, உங்கள் உள்ளே

ஆழமாக வெறுமனே இருக்கிறீர்கள். திடீரென்று ஒரு நாள், உங்களையறியாமலே, அது தானே எழும்புகிறது. அதை நீங்கள் வெறுமனே கேட்கிறீர்கள். அவ்வளவுதான்.

''முகமது, குர்ரானைக் கேட்டார்'' என்று முகமதியர்கள் சொல்வதின் அர்த்தம் இதுதான். முகமது இந்த ஓசையை தன் உள்மையத்திலிருந்து கேட்டார். முதன் முதலில், இதைக் கேட்டவுடன், அவருக்குக் குழப்பம் ஏற்பட்டது. ஏனெனில், இதைப் போல அவர் இதற்கு முன்பு கேட்டதில்லை. அப்பொழுது அவர் ஒரு மலை உச்சியில் உட்கார்ந்திருந்தார். அதைக் கேட்டபிறகு, வியர்த்து நடுங்கியவாறு, ஜுரத்துடன் வீட்டுக்கு வந்தார். மிகவும் குழப்பம் அடைந்து தன் மனைவியிடம், ''எல்லா போர்வைகளையும் எடுத்து என்னை மூடுங்கள். என் உடம்பு இதைப் போல, இது வரை நடுங்கியதில்லை'' என்றார்.

ஆனால், அவர் மனைவி, அவரது முகத்தில் ஒருவித ஒளியைக் கண்டாள். இதுபோல், அவள் இதற்கு முன் கண்டதில்லை, ''இது என்ன ஜுரம்? இவர் கண்கள் ஏன் இப்படி சிவந்திருக்கின்றன? இவர் மிகவும் அழகாக இருக்கிறாரே? இந்த வீட்டில், இவர் நுழைந்தபிறகு ஒரு பேரமைதி நிலவுகிறதே, ஏன்? எனக்குக் கூட ஏதோ ஒரு புதிய ஒலி கேட்கிறதே எப்படி? எங்கிருந்து வருகிறது?'' என்று அந்த அம்மையாரும் குழம்பியவாறு தன் கணவனிடம், ''எனக்கு என்னமோ, இது சாதாரண ஜுரமாகத் தெரியவில்லை. நீங்கள் கடவுளால் ஆசீர்வதிக்கப்பட்டதாகத் தெரிகிறது. ஒன்றும் பயப்படாதீர்கள். என்ன நடந்தது என்று சொல்லுங்கள்?'' என்றாள்.

முகமதியர்களில், இந்த அம்மையார்தான் முதல் முகமதியர்! அந்த அம்மையார் பெயர் கதீஜா. அவள் மேலும், ''கடவுள்தன்மை உங்களிடம் பரிணமித்து இருப்பதை நான் காணுகிறேன். உங்கள் இதயத்தி லிருந்து ஏதோ ஒன்று எங்கும் பரவிக்கொண்டிருப்பதை என்னால் உணர முடிகிறது. உங்களைச் சுற்றி ஒருவித ஒளி சூழ்ந்திருப்பதை உணருகிறேன். இதற்கு முன்பு, இது போல் உங்களிடம் நான் கண்டதில்லை. ஏன் இப்படி நடுங்குகிறீர்கள்? ஏதோ ஒரு அதிசயம் உங்களிடம் ஏற்பட்டிருக்க வேண்டும். தயவு செய்து விளக்கமாகச் சொல்லவும்'' என்றாள். பிறகு முகமது, நடந்தவற்றை விளக்கிய பொழுது, அந்த அம்மையார் முதல் முகமதியனாக மாறிவிட்டாள்.

ஒஷோ

அது அப்படித்தான் ஒரு நம்பிக்கையை ஏற்படுத்தும். கடவுளே வந்துதான் வேதத்தை இயற்றியதாக, ஹிந்துவேதத்தில், ஒரு சமஸ்கிருத வார்த்தை உள்ளது. அதன் பெயர் 'சுருதி' (Shruti). இதன் அர்த்தம், 'கேட்டது' என்பது.

ஆகவே, இந்த அனாஹதா சக்கரத்தின் மையம் இதயத்தில் இருந்து கொண்டு தானே ஒலியை எழுப்புகிறது. ஆனால், நீங்கள் இந்த மையத்தைத் தவிர்ப்பதால், அலட்சியம் செய்வதால், உங்களால் இந்த ஒலியைக் கேட்க முடியவில்லை. நீங்கள் அதைத் தவிர்த்து வேறு வழியில் செல்கிறீர்கள்.

அது ஒரு குறுக்குவழிபோல மூன்றாவது மையத்திலிருந்து, மேலே செல்கிறீர்கள். இந்த நான்காவது மையத்தை, நீங்கள் ஏன் தவிர்க்கிறீர்கள் என்றால், நீங்கள் அதைக் கண்டு பயப்படுகிறீர்கள். அது மிகவும் ஆபத்தானது என்று கருதுகிறீர்கள். ஏனெனில், இந்த மையத்திலிருந்துதான் நம்பிக்கை மற்றும் உண்மை பிறக்கிறது. இதை எப்படி மனம் ஏற்றுக்கொள்ளும்? அப்படி அது ஏற்றுக்கொண்டு விட்டால், அதனால் சந்தேகப்பட முடியாதே! மனமே சந்தேகத்தில்தானே வாழுகிறது!

தந்த்ரா, "இந்த நான்காவது மையத்தை, பரிபூர்ண அன்புமூலமாகத்தான் அறிய முடியும்" என்று சொல்கிறது. இந்த அன்பு, நம்பிக்கை, மற்றும் உண்மையை ஆதாரமாகக் கொண்டது. சந்தேகப்பட்டால், அன்பு எப்படி உதயமாகும்? இதை நன்றாகப் புரிந்துகொள்ளுங்கள்.

அடுத்து ஐந்தாவது மையம். இதற்கு 'விஷுத்தா' (Vishuddha) என்று பெயர். இதன் அர்த்தம் சுத்தமானது, தெளிவானது என்பது. அன்பு முழுமையாக ஏற்பட்ட பிறகு, இதயம் நிச்சயமாக சுத்தத்தன்மையோடு, வெகுளியாகவும் மாறுகிறது. அன்புதான் அதை ஏற்படுத்துகிறது. ஒரு அழகற்றவன் கூட காதல் வயப்பட்டால், அழகுள்ளவனாக மாறுகிறான். அது மனதிலுள்ள சகல விஷத்தன்மைகளையும் போக்கிவிடுகிறது. இந்த மையம் கழுத்தில் நிலை பெற்று இருக்கிறது.

தந்த்ரா, "நான்காவது மையம் மூலமாக, ஐந்தாவது மையத்தை அடைந்தபிறகு, பேசவும்" என்கிறது. அப்பொழுது உங்கள் பேச்சு, அன்பு மயமாக இருக்கும், கருணை நிறைந்து இருக்கும். அப்படி இல்லாவிட்டால், பேச வேண்டாம். நீங்கள் இதயத்தின் மூலமாக வரும்பொழுது, அந்தக்

கடவுள் தன்மையோடு வருகிறீர்கள். அப்பொழுது உங்கள் பேச்சு தெய்வீகத் தன்மையோடு, அன்பும், கருணையும் நிறைந்ததாக இருக்கும். உங்கள் வார்த்தைகள், அப்பொழுது வெறும் வார்த்தைகளாக இருக்காது'' என்கிறது.

இந்த ஐந்தாவது மையத்திற்கு, வெகுசிலரே அரிதாக வருகிறார்கள். ஏனெனில், முக்கியமாக, இந்த நான்காவது மையத்திற்குக்கூட பெரும்பாலும் யாரும் வருவதில்லை. அப்புறமல்லவா, அடுத்த மையத்திற்கு வரவேண்டும்?

எப்பொழுதோ ஒரு கிருஸ்து, ஒரு புத்தர், ஒரு சாரஹா, இந்த ஐந்தாவது நிலையை அடைந்திருக்கிறார்கள். அவர்களுடைய வார்த்தைகளின் அழகும், அர்த்தமும் மிகவும் அபூர்வமானவை. அப்படி இருக்கும் பொழுது, அவர்களுடைய அமைதியைப் பற்றி என்ன சொல்லுவது? அந்த அமைதித்தன்மைகூட, அவர்களுடைய வார்த்தைகளில் கலந்தே இருப்பதை, மிகவும் ஆழ்ந்து கவனித்தால் விளங்கும். அவர்கள் பேசுகிறார்கள். ஆனால் இன்னமும் எதைப் பேசவேண்டுமோ அதைப் பேசவில்லை! ஏனெனில், அது வார்த்தைகளுக்கு அப்பாற்பட்டது.

நீங்களும் உங்கள் தொண்டையை உபயோகப்படுத்துகிறீர்கள். ஆனால், அது 'விஷுதா' ஆகாது. உங்களிடத்தில் உள்ள இந்த சக்கரம் சுத்தமாக இறந்துவிட்டது. அந்த சக்கரம் வேலைசெய்தால், உங்கள் வார்த்தைகளில், அன்பு என்ற தேன் சொட்டும். அதில் ஒரு நறுமணம் வீசும். அது ஒரு சங்கீதம் போலவும், நாட்டியம் போலவும் பாடும்,ஆடும். அப்பொழுது நீங்கள் எது சொன்னாலும், அது பிறருக்கு மகிழ்ச்சியைத்தான் கொடுக்கும். அதில் ஒரு கவித்துவம் நிரம்பி இருக்கும்.

அடுத்து ஆறாவது சக்கரத்துக்கு 'ஆக்யா' **(Agya)** என்று பெயர். ஆக்யா என்றால் ஒழுங்கு **(Order)** என்று அர்த்தம். இந்த ஆறாவது சக்கரம் வேலைசெய்யும் பொழுதுதான், நீங்கள் ஒரு மாஸ்டராக ஆக முடியும். அதற்கு முன்பு இல்லை. அதற்கு முன்பு, நீங்கள் அடிமையாக இருந்தீர்கள். இந்த ஆறாவது சக்கரம் வேலைசெய்யும் பொழுது, நீங்கள் எதுசொன்னாலும் அது நடக்கும். நீங்கள் எது நினைத்தாலும், அது நடக்கும். இந்த ஆறாவது சக்கரத்தில், உங்கள் செயல் அனைத்தும் நிரம்பி இருக்கிறது. அது, அங்கே, அதன் உச்சத்தில் இயங்குகிறது.

நான்காவது சக்கரம் வேலைசெய்யும்பொழுது, உங்கள் அகங்காரம் மறைந்துவிடுகிறது. ஐந்தாவது சக்கரத்தில், உங்களுடைய விஷத் தன்மை நிறைந்த எண்ணங்கள், தன்மைகள் அனைத்தும் மறைந்து, நீங்கள் ஒரு சுத்த ஆத்மாவாக மாறுகிறீர்கள். அப்பொழுது நீங்கள் கடவுளின் தூதுவன் போல் செயல்படுகிறீர்கள். அதாவது கடவுள் உங்கள் மூலமாகப் பேச ஆரம்பிக்கிறார்.

நீங்கள் ஒரு தெய்வீக இசைக் கருவியாக மாறுகிறீர்கள். இப்பொழுது உங்களுடைய விருப்பம் என்று எதுவும் தனியாக இல்லை. கடவுள் தன்மையின் விருப்பம் எதுவோ, அதுதான் உங்கள் விருப்பம்.

இந்த ஆறாவது நிலைக்கு வருபவர்கள், மிக மிகச் சிலரே. ஏனெனில், இது கிட்டதட்ட கடைசி மையம் என்று வைத்துக்கொள்ளலாம். ஏனெனில், இந்த உலகத்தைப் பொருத்தவரையில், இதுதான் கடைசி மையம். அதற்கு அடுத்த ஏழாவது மையத்திற்கு, ஒருவன் செல்லும் பொழுது, அவனுடைய உலகத் தொடர்பு சுத்தமாக அறுந்துவிடுகிறது. அப்பொழுது, நீங்கள் முற்றிலும் வேறு ஒரு புதிய தன்மையில் செயல் படுகிறீர்கள்.

இந்த ஏழாவது நிலைக்கு ‘சகஸ்ரார்’ என்று பெயர். இதன் அர்த்தம் ‘ஆயிரம் இதழ்கள் கொண்ட தாமரைமலர்’ என்பதாகும். உங்களுடைய உயிர்மைய சக்தி, இந்த மையத்தை அடையும்பொழுது, நீங்கள் ஒரு தாமரையாகின்றீர்கள்! இப்பொழுது, நீங்கள் ஆன்மீகத் தேனைத்தேடி வேறு எந்த மலருக்கும் செல்லத் தேவையில்லை. இப்பொழுது, உங்களைத்தேடித் தான் பலதேனீக்கள் வரஆரம்பிக்கும்! உலகத்தில் உள்ள ஆன்மீகத்தைத் தேடும் அனைத்து தேனீக்களுக்கும், நீங்கள்தான் விருந்தாக இருப்பீர்கள்! ஏன் இந்த உலகத்தில் மட்டுமல்லாது, வேறு கிரகங்களிலிருந்துகூட பல தேனீக்கள் உங்களைவந்து அடையும். இந்த மலர் முழுமையாக விரிந்து மலர்ந்த பிறகு பல அற்புதங்கள் ஏற்படும். இந்த மலருக்கு, இன்னொரு பெயர் ‘நிர்வாணா’ (Nirvana) என்பது.

ஆக, ஆரம்ப நிலையான மூலாதார சக்கரத்திலிருந்து, வாழ்வு ஆரம்பமாகிறது. அதாவது உடலும், இந்திரியங்களும் உண்டாகின்றன. அதைப்போல, மேலான ஏழாவது நிலையிலும், ஒரு புதிய பிறப்பு ஏற்படு கிறது. அது தெய்வீகமான பிறப்பு. அது உங்கள் உடல் மற்றும் இந்திரியம் சம்மந்தப்பட்டது அல்ல. இதுதான் தந்த்ராவின் உடற்கூறு சாஸ்திரம், இது

நீங்கள் படிக்கும் மருத்துவபுத்தகத்தில் கிடையாது! ஆகவே, இதை அங்கு தேடவேண்டாம்! இவைகள் அனைத்தும் செயல்கள். இந்த செயல்களுக்கு, ஒரு இடம் உங்கள் உடம்பில் ஒதுக்கப்பட்டிருக்கிறது. அவ்வளவுதான். இந்த வரைபடத்தின் உதவியால், நீங்கள் பல புரியாத புதிர்களை புரிந்து கொள்வீர்கள். இவைகள் அனைத்தும் ஒரு குறிப்புதான். நீங்கள் இந்த வரை படத்தைப் பின்பற்றினால், உங்களுடைய எண்ணங்கள் என்ற மேகத் திலிருந்து விடுபடுவீர்கள். நீங்கள் இந்த நான்காவது சக்கரத்தைத் தவிர்த்து சென்றால், நீங்கள் உங்கள் தலையை அடைந்து விடலாம். ஆனால், அப்பொழுது, நம்பிக்கை மற்றும் அன்பு, கருணை அனைத்தையும் இழக்கி றீர்கள். உங்கள் ஆன்மீகப்பார்வை, உங்கள் எண்ணங்களால் மறைக்கப் படுகின்றன. இதைத் தெளிவாகப் புரிந்துகொள்ளுங்கள்.

இப்பொழுது சூத்திரத்திற்கு வருவோம். முதல் சூத்திரம்.

''பனிக்காலத்தில்

அசையா நீரின்மீது காற்றடித்தாலும்

பனிக்கட்டியாகவும், பாறையாகவுமே

உறைந்து கிடக்கும்.''

இந்த சூத்திரத்தில் சாரஹா, ''பனிக்காலம்'' என்ற வார்த்தையை உபயோகித்திருப்பதைக் கவனியுங்கள். இது மிகவும் அர்த்தமுடையது. அவர் கூறிய ஒவ்வொரு வார்த்தையையும் ஆழமாகச் சிந்தியுங்கள்.

அமைதியான ஏரியின் தண்ணீர், எந்த வித அலைகளும் இன்றி இருக்கும் என்பது உங்களுடைய சலனமற்ற பிரக்ஞை நிலையை உணர்த்து கிறது. தண்ணீர் ஒரு திரவப்பொருள். அது அமைதியாக ஓடக்கூடியது. அது பாறையைப் போல் கடினமானது அல்ல. அது ரோஜா மலரைப்போல, மென்மை வாய்ந்தது. அது எங்கு நோக்கியும் பாயும். அதற்கு இதுதான் பாதை என்று எதுவும் கிடையாது. அது எப்பொழுதும் செயலில் **(Dynamic)** இருப்பது. ஆனால், மழைக்காலத்தில், காற்றின் வேகத்தால், அதில் அலைகள் எழும்புகின்றன. இங்கு மழைக்காலம் என்பது உங்கள் ஆசை களைக் குறிப்பது. ஏன், சாரஹா மழைக்காலம் என்று குறிப்பிடுகிறார்? உங்களிடம் ஆசைகள் எழும்பொழுது, நீங்கள் குளிர்ந்த பாலைவனத்தில் இருப்பதாக அர்த்தம். ஏனெனில், பாலைவனத்தில், உங்கள் ஆசைகள் ஒருக்காலும் பூர்த்தியாகப் போவதில்லை. ஆசைகள் என்றாலே பாலை

வனம் என்றுதான் பொருள். அவைகள் உங்களை ஏமாற்றவே செய்யும். அவைகள் இறந்த உடல் போல் குளிர்ச்சியாக இருக்கும். எந்த ஆசையிலும், உயிரோட்டம் இருக்காது. உங்களுடைய இயல்பான வாழ்க்கைக்கு இடைஞ்சல், உங்கள் ஆசைகள்தான். இதை நன்றாகப் புரிந்து கொள் ளுங்கள்.

ஆசைகள் எழும்பொழுது, கூடவே எண்ணங்களும் எழுகின்றன. இரண்டும் பிரிக்க முடியாதவை. ஆயிரக்கணக்கான எண்ணங்கள் எல்லா திசைகளிலிருந்தும் உங்களை சூழ்ந்துகொள்கின்றன. இங்குகாற்று என்று குறிப்பிடுவது உங்கள் எண்ணங்களைத்தான். உங்களுடைய பேராசைகள், காம இச்சைகள், எதிர்ப்பார்ப்புகள் எல்லாமே புயல்போல் உங்களைத் தாக்குகின்றன. அப்பொழுது அமைதியான உங்களுடைய பிரக்ஞை தன்மையில் சலனம் ஏற்படுகிறது.

பிறகு ஒரு கட்டத்தில், குளிர் அதிகமாகும்பொழுது, நீர் உறைந்து பனிக்கட்டிபாறையாகிவிடுகிறது. அப்பொழுது நீரின் இயல்பான ஓடும் தன்மை தடுக்கப்படுகிறது. தந்த்ராவின்படி, இந்தப் பாறைதான் உங்கள் மனம். மனமும், பிரக்ஞை உணர்வும் இரண்டு வெவ்வேறு அல்ல. அதன் மூலக்கூறு ஒன்றுதான். ஆனால் இருக்ககூடிய தன்மைதான் வேறு. பிரக்ஞை என்ற உணர்வு நிலை, நீரைப்போல ஓடக்கூடியது. ஆனால், மனம், பாறை யைப் போல பனிக்கட்டியானது. இந்த மனம் என்னும் பனிக் கட்டியை, அன்பு என்ற சூடுகொண்டு உருக்கி, மீண்டும் திரவ நிலைக்குக் கொண்டு வரலாம்.

மூன்றாவது நிலையில், நீர் ஆவியாகி, காற்றோடு காற்றாக மறைநது விடுகிறது. இதை நிர்வாணா நிலை என்று கூறுகிறோம். இப்பொழுது நீரை உங்கள் கண்களால் பார்க்க முடியாது. ஆக, நீருக்கு மூன்று நிலைகள் உண்டு. அதைப் போல மனதுக்கும் மூன்று நிலைகள் உண்டு. மனம் என்றால் பனிக்கட்டி, பிரக்ஞை நிலை என்றால் திரவநிலை, நிர்வாணா என்றால் ஆவி நிலை.

அடுத்ததாக, ஒரு ஏரிக்கு எந்த நிலையான உருவமும் கிடையாது. உதாரணமாக, ஒரு பாத்திரத்தில், நீரை நிரப்பினால், அந்த நீர் அந்த பாத்தி ரத்தின் உருவத்தை எடுத்துக்கொள்கிறது ஆனால், அந்த பாத்திரத்தில் பனிக் கட்டியைப் போடமுடியாது. அது அந்த பாத்திரத்தோடு ஒத்துப் போகாது. அதை எதிர்க்கும், சண்டைபோடும்.

இரண்டு விதமான மனிதர்கள் என்னிடம் வருகிறார்கள். ஒருவகையினர், நீரைப்போல், எந்தவித தடங்கலும் இன்றி, ஒரு குழந்தையைப்போல வெகுளித்தன்மையில் மிகச் சாதாரணமாக என்னிடம் சரணாகதி அடைகின்றனர். உடனே, அவர்களிடம் நான் வேலை செய்ய ஆரம்பிக்கிறேன். மற்றும் சிலர், வரும் பொழுதே ஒருவித தயக்கத்துடன், பயத்துடன் என்னை அணுகுகிறார்கள். அவர்கள் தங்களைப் பாதுகாத்துக் கொண்டு, மூடிக்கொண்டு வருகிறார்கள். இவர்கள் பனிக்கட்டி போன்றவர்கள். இவர்களை திரவமாக்குவது அவ்வளவு சுலபமல்ல. நீங்கள் எதைச் செய்தாலும், அதற்கு ஒரு காரணம் கற்பித்துக்கொண்டு எதிர்ப்பார்கள். தங்களுடைய தனித்தன்மையை எங்கே இழந்துவிடுவோமோ என்று பயப்படுவார்கள். அது உண்மைதான். ஆனால், அந்த பனிப்பாறை என்ற தனித்தன்மை உங்களுக்குத் துன்பத்தைத்தவிர, வேறு எதுவும் கொடுக்காது. இதை நன்றாக ஞாபகம் வைத்துக் கொள்ளுங்கள்.

நீங்கள் பனிக்கட்டிப் பாறையாக இருக்கும்பொழுது, உங்களிடம் எந்த உயிரோட்டமும் இருக்காது. நீங்கள் அப்படியே இறுகி இருப்பீர்கள். நீங்கள் நீரைப்போல் திரவமாக இருந்தால்தான், உங்கள் சக்தி தங்கு தடையின்றி செல்லும். அந்த நிலையில், உங்கள் சக்தி செயலில் இருக்கிறது. செயலில் இருக்கும் சக்தி, மேலும் மேலும் தன்னைப் பெருக்கிக் கொள்ளும். அப்பொழுது நீங்கள் புதுமையைப் படைப்பீர்கள்.

நீங்கள் நீரைப்போல ஓடும் பொழுது, நீங்கள் அந்தக் கடவுள் என்னும் பெரிய சமுத்திரத்தின் ஒரு பாகமாகிவிடுகிறீர்கள். ஆனால், பனிப்பாறையாக இருக்கும்பொழுது, நீங்கள் ஒரு தனித்தீவாக இருக்கிறீர்கள். கிட்டத்தட்ட அது ஒரு இறந்த நிலைக்குச் சமம்தான்.

ஆகவே, எந்தவித உருவ அமைப்பையும் எடுத்துக்கொள்ளாதீர்கள். தந்த்ரா, ''உங்களுக்கென்று ஒரு தனி குணத்தை, நடத்தையை உண்டாக்கிக்கொள்ளாதீர்கள்'' என்கிறது. ஆனால், இதைப் புரிந்து கொள்வது கொஞ்சம் கஷ்டம்தான். ஏனெனில், பல நூற்றாண்டுகளாக, நாம் ஒரு சில பழக்க வழக்கத்தோடு, குணத்தோடுதான் வளர்க்கப்பட்டிருக்கிறோம். இந்த நடத்தை (Character) என்பது பனிப்பாறைக்குச் சமம். அது முழுக்க முழுக்க இறந்தகாலத்தை அடிப்படையாகக் கொண்டது. அது உங்கள் மேல் திணிக்கப்பட்டது. இந்த நடத்தையைப் பின்பற்றும் பொழுது, நீங்கள் சுதந்திரமாக இயங்கவில்லை. ஒருவித சட்டதிட்டங்களை அனுசரித்துதான்

வாழ்க்கையை நடத்துகிறீர்கள். அதை ஒழுக்கம் என்று சமூகம் அங்கீகரிக்கிறது. ஆனால், இந்த ஒழுக்கத்தை (Moral) ஒரு சமூகம் அங்கீகரிக்கும் பொழுது, அதே ஒழுக்கத்தை, வேறு ஒரு சமூகம் ஒழுக்க மற்றதன்மை (Immoral) என்று கூறுகிறது! அப்படியென்றால் ஒழுக்கத்தின அடிப்படை இலக்கணம் என்ன? இவைகள். அனைத்தும் நீங்களாக உண்டு பண்ணிக்கொண்டது. இது சமூகத்துக்கு வேண்டுமானால் அவைகள் தேவையாக இருக்கலாம். ஆனால், ஆன்மீகத்துக்கு அல்ல.

ஆகவே, ஒழுக்க நியதியைக் கடைப் பிடிக்கும் மனிதன்,ஒரு பனிப்பாறைக்குச் சமம்தான். அவனால், அதைவிட்டு வெளியே வர முடியாது. தந்த்ரா, ''உங்களிடம் எந்தத் தனித் தன்மையையும் வளர்த்துக் கொள்ளாதீர்கள். வாழ்க்கையில், நீரைப்போல் செயலாற்றுங்கள், கணத்துக்கு கணம் வாழுங்கள்'' என்கிறது.

ஆனால், இப்படி சொல்லுவதன் மூலம், தந்த்ரா ஒரு பொறுப்பற்ற தன்மையை சிபாரிசு செய்கிறது என்று தவறாக அர்த்தம் பண்ணிக்கொள்ள வேண்டாம். உண்மையில், நீங்கள் இப்பொழுதுதான் மிகவும் பொறுப் புணர்ச்சியோடு நடந்துகொள்வீர்கள். ஏனெனில், இப்பொழுது நீங்கள் முழு பிரக்ஞை நிலையில் செயல்படுகிறீர்கள். நீங்கள் சாதாரணமாக ஒரு ஒழுக்கத் தன்மையோடு செயல்படும்பொழுது, உங்களிடம் எந்த பிரக்ஞை உணர்வும் இருக்காது. அது தேவையும் இல்லை. ஏனெனில், அந்த இயந்திரத்தனமான ஒழுக்கத்தன்மை உங்களை அதிகாரம் செய்து, வழி நடத்திச்செல்லும். அப்பொழுது நீங்கள் தூக்க நிலையில் கூட இருக்கலாம். ஆனால், உங்களுக்கென்று தனித்தன்மையை உண்டாக்கிக் கொள்ளாத போது, நீங்கள் உங்கள் உணர்வாக, விழிப்புடன் ஒவ்வொரு கணத்தையும் சந்திக்கவேண்டும். ஒவ்வொரு புதிய சூழ்நிலைக்கு ஏற்ப, நீங்கள் உங்களை மாற்றிக்கொள்ள வேண்டிவரும். அந்த மாறுதலில் உங்கள் பிரக்ஞைத் தன்மை முழுமையாகக் கலந்தே இருக்கும்.

ஆகவே, ஒரு தனித்தன்மையுடைய மனிதன், இறந்த மனிதனுக் குச் சமம்தான் அவன் ஒரு இறந்தகாலம், வருங்காலம் அல்ல. நான் இந்தத் தனித்தன்மை என்ற வார்த்தையை, நீங்கள் உபயோகிக்கும் அர்த்தத்தில் சொல்லவில்லை. ஒருவனுடைய தனித்தன்மை, உங்கள் சமூகத்துக்கு எதிராக இருக்கலாம். அப்பொழுது நீங்கள் என்ன சொல்லுகிறீர்கள்? அவன் ஒழுக்க மற்றவன், கண்டிக்கப்படவேண்டியவன் என்று கூறுகிறீர்கள்.

ஆனால், அவனைப் பொறுத்த வரையில், அது அவனுடைய தனித்தன்மை தான்.

ஒரு ஞானிக்கும் தனித்தன்மை உண்டு. ஒரு பாபிக்கும் தனித்தன்மை உண்டு. ஆனால், அந்தப் பாபியின் தனித்தன்மையை, நீங்கள் எதிர்க்கிறீர்கள். அவன் ஒழுக்க மற்றவன் என்று ஒதுக்குகிறீர்கள். ஒரு குடிகாரனுக்கும், ஒரு திருடனுக்கும் தனித்தன்மை உண்டு. இருவரும் ஆயிரம் முறை, இனிமேல் குடிக்கக்கூடாது, இனிமேல் திருடக்கூடாது என்று தீர்மானம் செய்வார்கள். ஆனால், ஜெயிப்பது என்னவோ அவர்க ளுடைய தனித்தன்மைதான்! எந்தத் திருடனும், ஜெயிலுக்குச் சென்று வந்தபிறகு, திருந்தியதாக வரலாறு இல்லை!

ஆனால், தந்த்ரா தனித்தன்மையற்ற தன்மை என்று குறிப்பிடுவது உங்களது தனித்தன்மையிலிருந்து விடுதலை அடைவதைத்தான். ஒரு ஞானியின் ஒழுக்கத்தன்மையும் ஒரு பாறைதான்! வேண்டுமானால், அதை ஒரு புனிதப் பாறை என்று வைத்துக்கொள்ளலாம். ஒரு பாபியின் தனித் தன்மையும் ஒரு பாறைதான்! இரண்டுபேரும் சுதந்திரத்தன்மையில் இல்லை. அவர்களால் அவர்கள் இஷ்டப்படி நடக்க முடியாது. ஒரு புதிய சூழ்நிலை உருவானால், அதை ஒரு புதிய தன்மையில் விழிப்புணர்வோடு எதிர்கொள்ள முடியாது. அவர்களுடைய இறந்தகால தனித்தன்மை அங்கே குறுக்கே பாயும். அந்த சூழ்நிலையில், உங்கள் விழிப்புணர்வு இயங்குவதே இல்லை. இதை நன்றாகப் புரிந்துகொள்ளுங்கள்.

ஆகவேதான், இந்த சூத்திரம்.

"பலவித இறந்தகால எண்ணங்களால், நீங்கள் ஏமாற்றப்படுகிறீர் கள். அப்பொழுது இதுவரை உருவமற்றது, கடினமான பனிக்கட்டி யாகிறது."

சாரஹா அந்த அரசனிடம், "ஐயா, எனக்கு என்று எந்தத் தனித் தன்மையும் கிடையாது. ஆனால், நீங்கள் என்னை மீண்டும், பழைய பண்டிதன், அறிவாளி, என்ற பாறையாக மாற்ற முனைகிறீர்கள். என்னை இறந்தகாலத்தில் செலுத்த முயலுகிறீர்கள். நான் அதையெல்லாம் எப்பொழுதோ விட்டுவிட்டேன். இப்பொழுது என்னிடம் எந்தத் தனித் தன்மையும் கிடையாது. என்னை நன்றாகப் பாருங்கள். நான் இப்பொழுது உங்களுடைய எந்த சமூக சட்டதிட்டங்களையும் பின்பற்றவில்லை. நான்

என்னுடைய பிரக்ஞை உணர்வில் முழுமையாக இயங்குகிறேன். என்னிடம் எந்த ஒழுங்கு முறையும் கிடையாது. என்னிடம் இருப்பது வெறும் பிரக்ஞை நிலைதான். வேறு எதுவும் இல்லை. நான் அந்த பிரக்ஞை நிலையில்தான் வசிக்கிறேன். அதுதான் இப்பொழுது என் வீடு. எனக்கு என்று எந்த கடமையும் கிடையாது'' என்கிறார்.

கடமை என்பது நடத்தையின் மறுசொல். உங்கள் சமூகம் இந்த வார்த்தையை மிகவும் தந்திரமாகக் கையாளுகிறது! உங்களுக்கு பிரக்ஞை உணர்வு தேவையில்லை, ஆனால் கடமை உணர்வு வேண்டும் என்று உங்கள் சமூகம் உங்களை வலியுறுத்துகிறது. கடமை என்று வரும்பொழுது நீங்கள் சமூக சட்டதிட்டங்களை அனுசரித்து நடந்துதான் ஆகவேண்டும். அது உங்களுக்குப் பிடிக்கிறதோ, அல்லது பிடிக்கவில்லையோ. அதைப் பற்றி உங்கள் சமூகத்திற்கு அக்கரை இல்லை. நீங்கள் அவைகளை பின்பற்றினால், உங்களுக்கு அது வெகுமதி அளிக்கும், போற்றிப் புகழும். அலட்சியப்படுத்தினால், உங்களை அது தண்டிக்கும், தூற்றும், இகழும். உங்களை ஒரு இயந்திர மனிதனாக்கவே (Robot), அது முயலுகிறது. உங்களிடத்தில் இந்தக் கடமை உணர்வு, சட்டதிட்டம், தனித்தன்மை போன்றவைகளை அது ஏற்படுத்திவிட்டால், பிறகு அது உங்களை நம்பி, சுதந்திரமாக விட்டுவிடும். ஏனெனில், நீங்கள் அந்த வட்டத்தைவிட்டு ஒருக்காலும் வெளியே வரமாட்டீர்கள்! அப்பொழுது உங்கள் சமூகத்துக்கு, நீங்கள் அடிமையாகிவிடுகிறீர்கள். ஆனால், இது மிகவும் தந்திரமான செயல். நீங்கள் இழப்பதை,உங்கள் சுதந்திரம் பறிபோவதை உங்களால் உணர முடியாது. அவ்வளவு மென்மையாக, ஆழமாக இது உங்களிடம் வேலை செய்யும். கடைசியில் உங்களைக் கொன்றுவிடும்! உங்கள் உயிரோட்டம், உங்கள் வீரியம், உங்கள் சக்தி அனைத்தும் மெல்ல மெல்ல சாகும்.

ஆகவேதான் சாரஹா அடுத்த மூன்று மற்றும் நான்காவது சூத்திரத்தில்,

''அறிவிலார் துன்பப்படுவர்

தெளிவிலாது விளக்கம் சொல்லும்

எண்ணங்களால்

இன்னும் மனம் இறுக்கம் இல்லாதோரே

உறுதியாயும் உடையாமலும்
உருமாற்றம் அடைவர்'' - என்கிறார்.

அடுத்து,

''அதன் இருப்பு நிலையிலேயே
மனம் விசுவருபம் எடுப்பதால்
சம்சாரா, நிர்வாணா சடங்குகளில்
சிதையாமல் நின்றிருக்கும்
ஒளிரும் வைரம்
சகதியின் ஆழத்தில் இருக்குமானால்
சுடர்விட்டுப் பிரகாசிக்குமோ'' - என்கிறார்.

சுத்தமான மனம் என்பது எண்ணங்களற்றது. அதாவது வெறும் பிரக்ஞை நிலையில் இருப்பது. அது அமைதியான ஏரியின் நீர்நிலையைப் போல் உள்ளது. எந்த சலனமும் இல்லாதது.

தந்த்ரா, ''நடக்கிறீர்களா, நடங்கள், உட்கார்ந்திருக்கிறீர்களா, வெறுமனே உட்கார்ந்திருங்கள். எந்த எண்ணங்களும் இல்லாமல் வாழ முயற்சி செய்யுங்கள். எண்ணங்கள் என்ற தடைகள் இல்லாமல், உங்களுடைய உயிரோட்டம் சுதந்திரமாக செயல்படட்டும். நீங்கள் இந்த உலகத்தில் இழப்பதற்கு எதுவும் இல்லை. இதை நன்றாகப் புரிந்துகொள் ளுங்கள். ஏனெனில், உங்கள் இறப்பு, நீங்கள் பிறக்கும் பொழுது எதை உங்களுக்கு அளித்ததோ, அதை மட்டும்தான் எடுத்துச்செல்லும். மற்றவை அனைத்தையும் நீங்கள் இங்கேயே விட்டுவிட்டுத்தான் செல்ல வேண்டும். ஆகவே, பயம் எதற்கு?

சாரஹா, ''நான் அசுத்தமாகிவிட்டேன் என்று கருதி நீங்களெல்லாம் என்னை மீண்டும் உங்கள் சுத்தமான உலகத்துக்கு அழைத்துச் செல்ல வந்திருக்கிறீர்கள். நான் இப்பொழுது மிகவும் தெளிவான, சுத்தமான மனத்தோடு இருக்கிறேன். நான் இப்போழுது பனிப் பாறை அல்ல. எதுவும் இனிமேல் என்னை அசுத்தப்படுத்த முடியாது. ஏனெனில், என்னிடம் எந்த எண்ணமோ அல்லது ஆசையோ கிடையாது. ஏன், நிர்வாண நிலைகூட என்னை அசுத்தப்படுத்த முடியாது! அப்படி இருக்கும் பொழுது சம்சாரா என்னை என்னசெய்யும்? இதோ இருக்கும் இந்த சுடுகாடு மற்றும் எனது

முறையற்ற செயல்கள் அனைத்தும் என்னை ஒருக்காலும் அசுத்தப்படுத்த முடியாது. நான் எல்லா அசுத்தங்களையும் தாண்டியவன்'' என்கிறார்.

''நிர்வாணா கூட என்னை அசுத்தப்படுத்த முடியாது'' என்ற வார்த்தை மிகவும் அர்த்தமுடையது. பண ஆசை, கடவுளை அடைய வேண்டும் என்ற ஆசை, பதவி ஆசை எல்லாம் ஒரே ஆசையில் சேர்ந்ததுதான். அதைப்போல நிர்வாணா ஆசையும் அதில் சேர்ந்ததுதான்! எல்லா ஆசைகளும் அசுத்தமானவைகளே! நீங்கள் எதைக் குறித்து ஆசைப்படுகிறீர்கள் என்பது முக்கியமல்ல!

எப்பொழுது ஆசை என்று ஒன்று உதிக்கிறதோ, அப்பொழுதே எண்ணமும் கூடவே உண்டாகிவிடுகிறது! அது ஒரு எண்ணமோ, அல்லது ஓராயிரம் எண்ணங்களோ, அதில் எந்த வித்தியாசமும் இல்லை. எப்படி ஞானநிலையை அடைவது எப்படி நிர்வாணா நிலையை அடைவது என்று ஆசைப்படும் பொழுதே, எண்ணங்களும் உண்டாகிவிடுகின்றன. அப்பொழுது உங்களுடைய அமைதியான கடல்போன்ற பிரக்ஞை நிலையில், அலைகள் எழும்ப ஆரம்பித்துவிடுகின்றன. பிறகு சிறிய சிறிய பனிக்கட்டிகளாக மாற ஆரம்பித்துவிடுகிறீர்கள். உங்கள் எண்ணங்கள்தான் அந்த நீரை உறைய வைக்கின்றன. அப்புறம், உங்களுடைய இயல்பான உயிரோட்டம் தடைப்பட்டுவிடுகிறது.

சாரஹா மேலும், ''நீங்கள் என்னை சேற்றில் எறியலாம். ஆனால், சேற்றின் அசுத்தம் என்னை ஒன்றும் செய்யாது. நான் அந்த விலை மதிக்க முடியாத வைரக்கல்லைப் போல இருக்கிறேன். நான்யார் என்பதை, நான் அறிந்துகொண்டேன். அதைப் போன்ற நிலை, உங்களுக்கும் வரும். அப்பொழுது உங்களது பிரக்ஞை நிலை, உங்கள் மனத்தைக் கடந்து இருப்பதை நீங்களே உணருவீர்கள். அப்பொழுது உங்களை எதுவும் அசுத்தப்படுத்த முடியாது.

உண்மை என்பது அனுபவமல்ல. அது தன்னைத்தானே அனுபவித்துக் கொள்கிறது. உண்மை என்பது விளக்கம் பெற்ற பொருள் அல்ல. அதுவே விளக்கமாகவே இருக்கிறது. அது வெளியில் இல்லை. அது உங்கள் உங்ளே மிக ஆழமாக உங்களுடன் கலந்தே இருக்கிறது.

கெர்க்கே கார்டு **(Kierkegaard)** ''உண்மை என்பது உங்களுடைய தன்னிலையாக **(Subjectivity)** விளங்குகிறது. அது முன்னிலை பொருளாக

(Object) இருந்தால், நீங்கள் அதைச் சுலபமாக அடையலாம். அதைப்போல அதைச் சுலபமாகத் தவறவும் விடலாம். ஆனால், அதுவே நீங்களாக இருந்தால், நீங்கள் எப்படி உங்களை இழக்க முடியும்? ஒரு தடவை நீங்கள் அதை அறிந்துகொண்டால், அறிந்ததுதான். திரும்பிச் செல்லுதல் என்ற பேச்சுக்கே இடமில்லை. அது, ஏதோ அனுபவமாக இருந்தால் அதை உங்களால் அசுத்தப்படுத்த முடியும். ஆனால், அது தன்னையே அனுபவித்துக் கொண்டிருக்கும்பொழுது, அதுதான் உங்களுடைய ஆழ் நிலை பிரக்ஞை தன்மையாகிறது. அதுவே நீங்கள்! அப்படி இருக்கும் பொழுது, அதை அசுத்தப்படுத்த உங்களிடம் வேறு யார் இருக்கிறார்கள்?'' என்கிறார்.

அடுத்த சூத்திரம்,

''இருட்டிலே அறிவு பிரகாசிக்காது
இருளிலே ஒளி விளங்குமானால்
துன்பம் தொலையும் ஒரே நொடியில்''

இருள் என்பது உங்களுடைய மனம்தான். அதில் அகங்காரம், விஷய ஞானம் மற்றும் எண்ணக் குப்பைகள் எல்லாம் நிறைந்திருக்கின்றன. இவை கள் அனைத்தும் நீங்களே உண்டு பண்ணிக் கொண்டது. இந்த இருட்டில், உங்கள் உள்ளே மிக ஆழமாக உள்ள பிரக்ஞை உணர்வு என்ற விலைமதிக்க முடியாத வைரம் ஜொலிக்க முடியவில்லை. அது மென்மையான ஒளியை வீசிக் கொண்டிருக்கிறது. ஆனால், இந்த அடர்த்தியான இருளில், அது ஜொலிக்க முடியவில்லை. ஆகவே, முதலில் இந்த எண்ணங்கள், அகங்காரம் என்ற இருளை அகற்றுங்கள். அது மேற்கொண்டு சேராதவாறு பார்த்துக் கொள்ளுங்கள். அப்பொழுது அந்த இருள் மெல்ல அகல, அந்த மென்மையான ஜொலிப்பு வெளியே தெரிய ஆரம்பிக்கும்.

அப்பொழுது உங்கள் கஷ்டங்கள் அனைத்தும் உடனே மறைந்துவிடும். இதுதான் தந்த்ராவின் உணர்வுமிக்க அறிவிப்பு. மற்ற மதங்களாகிய இஸ்லாம், கிருஸ்துவம் மற்றும் ஜுடாயுசம் அனைத்தும், ''நீங்கள் அந்த கடைசி தீர்ப்பு நாளுக்காகக் காத்திருங்கள். அப்பொழுது நீங்கள் செய்த நன்மை, தீமைகளை ஆராய்ந்து பார்த்து, அதற்குத் தகுந்தாற்போல் வெகுமதியோ அல்லது தண்டனையோ அளிப்பார்கள்'' என்கின்றன.

ஆனால் கீழை நாட்டு மதமாகிய ஹிந்துயிசம் மற்றும் ஜைனம், ''நீங்கள் செய்த கெடுதலான செயலை, நல்ல செயல்கள் செய்து சமன் செய்யுங்கள். இப்படி கெட்ட கர்மாக்களை ஒழித்து, நல்ல கர்மாக்களை உண்டாக்குங்கள். ஆனால், அதற்காக நீங்கள் பலபிறவிகளுக்கு நல்ல கர்மாக்களை செய்துகொண்டே இருக்கவேண்டும். ஏனெனில், உங்கள் நல்ல அல்லது கெட்ட கர்மாக்கள் அனைத்தும் பலபிறவிகளாக சேர்க்கப் பட்டவை. ஆகவே, அதற்காக, நீங்கள் பல காலம் காத்துக் கொண்டிருக்க வேண்டும்'' என்கிறது. நடைமுறையில், இப்படி சமன் செய்வது சாத்யம் இல்லை. பல லட்சக்கணக்கான வருடங்கள் நீங்கள் பல பிறவிகளாக செயல் செய்து கொண்டே இருக்கவேண்டும்.

கிருஸ்துவ, ஜூடாயுச மற்றும் முகமதிய தீர்ப்பு நாள் என்பது மிகவும் சுலபமானது. ஏனெனில், முற்பிறவிகளைப் பற்றிக் கவலைப்படாமல், இந்த பிறவியில் கூட நீங்கள் செய்த நன்மை, தீமைகளை எண்ணிப் பார்க்கத் தேவையில்லை. அதைக் கடவுள் பார்த்துக் கொள்வார்! அதுதானே அவர் வேலையே!! பிறகு தீர்ப்பு வழங்குவார்! ஆனால், இதற்குமாறாக, உங்கள் ஹிந்துயிஸமும், ஜைனமும், பலபிறவிகளில் சேர்த்த கெட்ட கர்மாக்களை, நல்ல கர்மாக்களை கொஞ்சம் கொஞ்சமாக சேர்த்து, அந்த கெட்ட கர்மாக்களை ஒழிக்கவேண்டும் என்று சொல்லுகிறது. இது பல லட்சம் வருடங்களாகும். இதுவும் நடைமுறையில் சாத்யம் இல்லை.

ஆனால் தந்த்ரா என்ன சொல்கிறது, ''உங்கள் சகல துன்பங் களும் உடனே மறைந்துவிடும்'' என்கிறது. அது பூர்ணவிடுதலையை அறிவிக்கிறது. எப்பொழுது நீங்கள் உங்களையேப் பார்க்கிறீர்களோ, அந்த உள் நோக்குதலின் போதே, துன்பங்கள் மறைய ஆரம்பிக்கின்றன, ஏனெனில், துன்பம் என்பது உண்மையிலேயே இல்லை! அது ஒரு தூக்கப் பிசாசுதான். கனவு மயக்கம்தான். ஆக, ஏதோ கெட்ட கர்மாக்கள் செய்ததால், இந்தத் துன்பம் எனக்கு நேரிடுகிறது என்று எண்ணிக் கொள்ளாதீர்கள். உங்கள் துன்பத்துக்கு முக்கிய காரணம் உங்கள் கனவுகள்தான். அப்பொழுது நீங்கள் உண்மையை விட்டு வெகுதூரம் விலகிச் செல்லுகிறீர்கள். இப்படித்தான் தந்த்ரா சொல்கிறது.

இந்த அறிவிப்பு மிக அபூர்வமானது. அதாவது, நீங்கள் எதுவும் செய்யவில்லை. செய்பவன் அந்தக் கடவுள்தான். அனைத்தும் (நல்லது, கெட்டது) செய்வது அவன்தான். அப்படி இருக்கும்பொழுது, அந்தக்

காரியத்துக்கு நீங்கள் ஏன் சொந்தம் கொண்டாடுகிறீர்கள்? நீங்கள் ஒரு சந்நியாசியாக இருந்தால், அது அவரின் விருப்பம். அதைப் போல, நீங்கள் பாபம் செய்தால், அதற்குப் பொறுப்பு அவர்தான். நீங்கள் தனியாக எப்படி, எதைச் செய்யமுடியும்?

ஆகவே தந்த்ரா, ''நீங்கள் உங்கள் விருப்பப்படி, நல்லதோ, கெட்டதோ எதையும் செய்வதில்லை. நீங்கள் அவைகளை ஆழமாக உள் முகமாக, உங்கள் பிரக்ஞை தன்மையைப் பார்க்கவேண்டும். அவ்வளவு தான். அந்த பார்வையின் சக்தி தெய்வீகமானது. அது எந்த சம்சாராவினா லேயோ அல்லது நிர்வாணாவினாலேயோ அசுத்தப்படுத்தப் படாதது. எப்பொழுது, நீங்கள் அந்த சுத்த பிரக்ஞை நிலையைக் கொண்டு நேரடியாக பார்க்கிறீர்களோ, அந்தக் கணமே, உங்கள் சகல துன்பங்களும் மறைந்து விடுகின்றன. ஒரு கணம் கூடத் தாமதிப்பதில்லை. இதைத் தெளிவாகப் புரிந்து கொள்ளுங்கள்.

உடனே, உங்களிடம் பல மாறுதல்கள் ஏற்பட ஆரம்பிக்கின்றன. முதலில் உங்களுடைய அகங்காரம் என்ற விதை உடைய ஆரம்பிக்கிறது. இந்த உடைந்த விதையில் ஒருக்காலும் அகங்காரம் இருக்காது. இந்த விதையை நீங்கள் மண்ணில் விதைத்தால், அது தன்னை அழித்துக்கொண்டு வளர ஆரம்பிக்கிறது. முட்டை முழுமையாக இருக்கும்பொழுது, அது அகங்காரத்தில் இருக்கிறது. ஒரு கட்டத்தில் அது, தன் முழுமை என்ற அகங்காரத்தை உடைத்து அழித்துக்கொண்டு குஞ்சாக வெளிவருகிறது. அதைப்போல, ஒரு விதை தன் அகங்காரத்தை இழந்து, தன்னையே உடைத்துக்கொண்டு, செடியாக மாறுகிறது. அந்த செடியில் எந்த ஆசையும், எந்த எண்ணமும் கிடையாது. பிறகு அதில் இலைகள் முளைக்க ஆரம்பிக் கின்றன. அந்த இலை உண்மையை அறிந்ததாக, அனுபவப்பட்டதாக, ஆன்மீகப் பிரகாசத்துடன், சந்தோரி மற்றும் சமாதி நிலையை அடைகிறது. அடுத்து பூக்கள் வருகின்றன. அந்த பூக்கள் தான் 'சத்சித் ஆனந்த்' (Satchit Anand) அல்லது சுத்தமான பிரக்ஞைநிலை என்பது. இதுதான் உங்களுடைய உண்மையான நிலை. அடுத்தது கனி உண்டாகிறது. அந்தக் கனிதான் 'நிர்வாணா' என்பது. அதாவது, முழுமையாக இந்தப் பிரபஞ்ச உயிரிக்கத் தன்மையோடு கலத்தல் என்பது.

ஆக, அந்த விதை முதலில் தன்னை உடைத்துக் கொள்ள வேண்டும். அதுதான் முக்கியம். பிறகு எல்லாம் ஒன்றன் பின் ஒன்றாக நடக்க ஆரம்பிக்கும். ஆகவே, முதலில் அந்த அகங்காரம் என்ற விதையை,

ஒஷோ

மண்ணில் புதையுங்கள். அது மறைய, ஒரு புதிய செடி பல பரிமாணங் களோடு உண்டாக ஆரம்பிக்கும்.

ஒரு மாஸ்டர் என்பவர் மண்ணாக இருக்கிறார். சீடன் என்பவன் ஒரு விதையாக இருக்கிறான்.

ஆகவேதான் இந்த சூத்திரம்:

"விதையிலிருந்தே கிளைகள்
கிளையிலிருந்தே இலைகள்
மனம், ஒன்றும், பலவாகவும்
புரிந்து சிந்தித்தால்
ஒளியை ஒதுக்கிவிடும்
உலகினுள் நுழைந்து விடும்''

அடுத்து, ஒருவன் தன் மனத்தின் மூலமாக ஒன்றையோ அல்லது பலவற்றையோ நினைக்கிறான். எப்பொழுது ஒரு மனிதனிடம் எண்ணங்கள் ஏற்படுகின்றனவோ, அப்பொழுதே அவன் பல கூறுகளா கிறான். எண்ணங்கள் அல்லது மனம் என்பது ஒரு பட்டகம் (Prism). அதில் நிறமற்ற ஒளிபட்டால், அந்த ஒளி சிதறி, ஏழு வர்ணங்களாக வெளியே வருகிறது. ஒரு வானவில் பிறக்கிறது. இந்த உலகம் என்பது ஒரு வானவில்தான். உங்கள் மனத்தின் வழியாக, உண்மை என்ற நிறமற்ற ஒளி சென்று, வானவில் போன்று பல பொய்களாகக் காட்சி தருகிறது. இந்த உலகம் ஆன்மீகத்தைப் பொறுத்தவரை பொய்தான்!

ஆகவே, உங்கள் மனம், இந்த உலகத்தை எப்பொழுதும் பிரித்தே பார்க்கிறது. அது ஒருக்காலும் முழுமையாகப் பார்க்காது. எப்பொழுதுமே மனம், எதிர்மறையில் (Duality) இயங்குவது. நீங்கள் அன்பைப் பற்றிப் பேசும் அதே கணத்தில், அங்கு வெறுப்பும் இருக்கிறது. நீங்கள் கருணை யைப் பற்றிப் பேசும்பொழுது, அங்கு கோபமும் இருக்கிறது. பேராசை யைப் பற்றிப் பேசும்பொழுது, அங்கு தர்மம் செய்தலும் இருக்கிறது. ஆக, இந்த எதிர்ச் செயல்கள் எப்பொழுதும் உங்கள் மனத்தில் இருக்கின்றன. அவைகளைப் பிரிக்க முடியாது. உங்கள் மனம் இப்படித்தான் தொடர்ந்து வேலை செய்தவாறு இருக்கும்.

நீங்கள் ஒன்றை அழகு என்று சொல்லும்பொழுது, அங்கு அசிங்கமும் தொக்கி நிற்கிறது. அப்பொழுது அசிங்கம் பின்னால் இருக்கிறது. அழகு முன்னே இருக்கிறது. அவ்வளவுதான். அந்த அசிங்கத்தை அளவுகோலாக வைத்துத்தான், அழகை நிர்ணயிக்கிறீர்கள். அப்பொழுது உங்கள் மனம் இரண்டுபட்டுத்தானே ஆகவேண்டும்? பாபம் என்று சொல்லும்பொழுது, புண்ணியம் என்பது அதில் தொக்கி நிற்பது புரியவில்லையா? அதைப்போல கடவுள் என்று சொல்லும்பொழுது, அதற்குப் பின்னால், சாத்தான் இருப்பது புரியவில்லையா?

ஆக, மனம் எப்பொழுதும் இரண்டுபட்டே இருக்கும். ஆனால், உண்மை எப்பொழுதும் ஒன்றுதான். அதில் எந்த வேறுபாடும் கிடையாது. அது ஒரு முழுமையான பிரக்ஞைதன்மை. இதைத் தெளிவாகப் புரிந்து கொள்ளுங்கள்.

சரி, இப்படி இரண்டுபட்ட மனத்தை வைத்துக்கொண்டு, உண்மையை எப்படி அணுகுவது? இந்த மனத்தை நீங்கள் தனிமைப்படுத்த வேண்டும். அதைத் தனியாக ஒதுக்கி வைக்கவேண்டும். இந்த உலகத்தை அந்த பட்டகம் வழியாகப் பார்க்கக்கூடாது. அந்தப் பட்டகத்தை அப்புறப் படுத்தினால் அந்த உண்மை என்ற நிறமற்ற ஒளி உங்களை நேரடியாக அணுகும். அதுதான் இந்த முழுமையான பிரபஞ்ச உயிர்த்தன்மை அல்லது கடவுள் தன்மை அல்லது கடவுள்!! அதை எப்படி வேண்டுமானாலும் வைத்துக் கொள்ளுங்கள். ஒன்று நீங்கள் மனத்தைத் துறக்க வேண்டும். அல்லது அந்த நிறமற்ற ஒளியைத் துறக்க வேண்டும். அதை நீங்கள்தான் தீர்மானிக்க வேண்டும்.

ஒரு நிகழ்ச்சி.

ஒரு மனிதன், ராமகிருஷ்ணரிடம் வந்தான். அவன், அவரை வாயாரப் புகழ்ந்து, பல தடவை அவருடைய கால்களைத் தொட்டு கும்பிட்டு ''நீங்கள் பெரிய மஹாத்மா. நீங்கள் இந்த உலகத்தைத் துறந்தவர். ஆனால், நீங்கள் இந்த உலகத்தை எந்த அளவுக்குத் துறந்தீர்கள் என்று தெரிந்துகொள்ளலாமா?'' என்றான்.

ராமகிருஷ்ணர் சிரித்துக்கொண்டே, ''கொஞ்சம் பொறு. நீ எங்கேயோ செல்கிறாய். ஆனால், உண்மை நீ நினைப்பதற்கு மாறாக இருக்கிறது'' என்றார்.

ஓஷோ

"நீங்கள் என்ன சொல்கிறீர்கள்?" என்றான்.

"நான் எதையும் துறக்கவில்லை. ஆனால், நீதான் துறந்திருக் கிறாய். ஆகவே, நீதான் சிறந்த மனிதன்" என்றார்.

அந்த மனிதன் அதிர்ச்சி அடைந்து, "நீங்கள் என்னைப் பரிகாசம் செய்கிறீர்கள். நான் இந்த உலகத்தைத் துறந்திருக்கிறேனா? நான் இந்த உலகத்தில் புரண்டு கொண்டிருக்கிறேன். எந்த ஆசையும் என்னை விட்டு நீங்கவில்லை. என்னிடம் ஆயிரக்கணக்கான ஆசைகள், எதிர்ப்பார்ப்புகள் இன்னும் இருக்கின்றன. இன்னும் பணம் சேர்க்க விரும்புகிறேன். இப்படி இருக்கும் பொழுது, என்னை நீங்கள் எப்படி சிறந்தவன் என்று சொல்ல லாம்? நீங்கள் ஜோக் அடிக்கிறீர்கள்! நான் நம்பமாட்டேன்" என்றான்.

அதற்கு ராமகிருஷ்ணர், "இல்லை. நான் ஜோக் அடிக்கவில்லை. என் முன்னால் இரண்டு சாத்யங்கள் உள்ளன. அதைப்போல, உன் முன்னா லும் இரண்டு சாத்யங்கள் இருக்கின்றன. நீ கடவுளை துறந்து, இந்த உலகத்தைத் தேர்ந்து எடுத்திருக்கிறாய். ஆனால், நான் இந்த உலகத்தைத் துறந்து கடவுளைத் தேர்ந்து எடுத்திருக்கிறேன். நம் இருவரில் யார் மிகப் பெரிய துறவி? நீ தேர்ந்தெடுத்தது, இந்த அழகிய, கவர்ச்சி மிக்க, பல கோடி மக்களால் விரும்பப்படும் இந்த உலகத்தை. ஆனால் இது அர்த்தமற்றது. ஆனால், நானோ அந்த அர்த்தமற்றதைத் துறந்து, அர்த்தமுள்ளதைத் தேர்ந்து எடுத்தேன். ஒரு வைரமும், கல்லும் அருகில் இருக்கும்பொழுது, நீ கல்லை தேர்ந்து எடுத்தாய். ஆனால், நான் அந்த வைரத்தைத் தேர்ந்து எடுத்தேன். நீ என்னை சிறந்த மனிதன் என்கிறாய். நீ எப்படி இந்த உலகத் தை விரும்புகிறாயோ, அதைப் போலவே, நான் கடவுளை விரும்புகிறேன். அவ்வளவுதான் வித்தியாசம். ஆனால் அந்த விலைமதிக்க முடியாததை நீ துறந்திருக்கிறாயே. அப்படி இருக்கும்பொழுது, நான் எப்படி உன்னைவிட சிறந்தவனாக இருக்க முடியும்? ஆசையைப் பொருத்தவரை, இரண்டு பேரும் ஒரே நிலையில்தான் இருக்கிறோம். ஆனால், இலக்குதான் வேறு. புரிந்ததா?" என்றார்.

ஆமாம், நான் ராமகிருஷ்ணரோடு ஒத்துப்போகிறேன். மஹா வீரர், புத்தர், ஜீசஸ், முகமது மற்றும் சாரஹா எல்லோரும் துறந்தவர்கள் என்று சொல்ல முடியவில்லை. அவர்கள் அனுபவித்தார்கள், ஆசைப் பட்டார்கள். ஆனால் வைரம் போன்ற உண்மையை!! அவர்கள் அனை வரும் இந்த பிரபஞ்ச உயிர்த்தன்மையைக் கொண்டாடினார்கள்!

ஆடினார்கள். தங்களை மறந்து பாடினார்கள்! சிரித்தார்கள்! ஆனால், இவைகளையெல்லாம் துறந்து, அந்தச் சாதாரணக் கல்லை நோக்கி ஓடும் நாமெல்லாம் பெரிய துறவியல்லவா? இதை ஆழ்ந்து படித்துப் புரிந்துகொள்ளுங்கள். இதை தியானமாக்குங்கள்.

அடுத்து சாரஹா, "ஐயா, நீங்களெல்லாம் எனக்கு உதவி செய்ய வந்திருக்கிறீர்கள். நீங்களெல்லாம் என்மேல் கருணை கொண்டுள்ளதாக நினைத்துக் கொண்டிருக்கிறீர்கள். ஏன், இந்த நாட்டு மக்கள் அனைவரும் அப்படித்தான் எண்ணிக் கொண்டிருக்கிறார்கள். ஒரு நாட்டு அரசனே, என்னை சந்திக்க சுடுகாட்டுக்கு வருவது, அவரது கருணையை காட்டுகிறது என்பதும், என்மேல் பரிதாபத்தை உண்டு பண்ணுகிறது என்பதும் எனக்கு மிக நன்றாகவேத் தெரியும். இது எனக்கு சிரிப்பைத்தான் தருகிறது. உண்மையில், நான் அல்லவா உங்கள் மேல் கருணை மற்றும் பரிதாபம் கொள்ளவேண்டும்! ஏனென்றால், நீங்கள் அனைவரும் முட்டாள்கள்!

உங்கள் கண்கள் திறந்திருப்பதாக, நீங்கள் நினைத்துக் கொண்டிருக்கிறீர்கள். ஆனால், அது உண்மையில் திறந்திருக்கவில்லை. உங்களுக்கும், ஒரு குருடனுக்கும் எந்த வித்தியாசமும் இல்லை. இந்த உலகத்தில் ஏன், எப்படி வாழ்வது என்று உங்களுக்கு கொஞ்சம் கூடத் தெரியவில்லை. நீங்கள் என்ன செய்கிறீர்கள் என்ற பிரக்ஞை உணர்வே உங்களிடம் கொஞ்சமும் இல்லை. நான் கேட்கிறேன்? நீங்கள் உண்மையிலேயே மகிழ்ச்சியாக இருக்கிறீர்களா? இல்லை, நீங்கள் நெருப்போடு விளையாடிக் கொண்டி ருக்கிறீர்கள்.

புத்தர் இதை உணர்ந்துதான், தன் அரசபோகங்களைத் துறந்து, செல்லும்பொழுது தன் நாட்டின் எல்லையைக் கடந்ததும், அவரது ரதத்தை ஓட்டுபவனிடம், "நீ இப்பொழுது திரும்பிச் செல்லலாம். நான் எல்லாவற்றையும் துறந்து, காட்டுக்குச் செல்கிறேன்" என்று சொல்லிவிட்டுச் சென்றார். அப்பொழுது அந்த வயதான சாரதி, "ஐயா, நான் வயதான வன். உங்கள் தகப்பனாரை விட, வயது மிகுந்தவன். தயவுசெய்து, என் வயதுக்கு மதிப்புக் கொடுத்து, நான் சொல்லும் அறிவுரையை கொஞ்சம் கேட்பீர் களா? நீங்கள் மிகவும் முட்டாள்தனமான காரியத்தைச் செய்கிறீர்கள். இந்த அரண்மனை, அரசபோகம், மனைவி, மக்கள் என்றுபல சுகங்களை துறந்து, எங்கே, எதற்காகச் செல்கிறீர்கள்?" என்று கேட்டான்.

அப்பொழுது புத்தர் தூரத்தில் இருந்த, அந்த சலவைக்கல் அரண்மனையைப் பார்த்து, ''நான் அங்கு நெருப்புச் சுழலைத் தான் காணுகிறேன். வேறு ஒன்றும் என் கண்களுக்குத் தெரியவில்லை. இந்த உலகமே பற்றி எரிவதாக உணருகிறேன். நான் எதையும் துறக்கவில்லை. ஏனெனில், துறப்பதற்கு அங்கு எதுவும் இல்லை. உண்மையில், நான் அந்த நெருப்பு வளையத்திலிருந்து தப்பிக்கவே முயற்சி செய்கிறேன்'' என்றார்.

ஆகவேதான் சாரஹா

''குழியில் வளரும்

கொடு நெருப்பில் - அவன்

விழியிருந்தும் குருடனாய்

விழுந்து விடுவான்

இவனை விடத் தகுதி

யாருக்கு உண்டு

கருணை மிகு அருளுக்கு'' என்கிறார்.

''நீங்கள் எல்லோரும் என்மீது கருணை காட்டுவதாக நினைத்துக் கொண்டிருக்கிறீர்கள். இல்லை. நடைமுறையில், நான்தான் உங்கள்மேல் கருணை காட்டுகிறேன். நீங்கள் பரிதாபமாக அந்த நெருப்புச் சூழலில் வசிக் கிறீர்கள். அது உங்களை எப்பொழுது வேண்டுமானாலும் அழித்துவிடும். ஆகவே, மிகவும் ஜாக்கிரதையாக, கவனமாக இருங்கள். விழிப்புடன் வாழுங்கள். அதைவிட்டு எவ்வளவு சீக்கிரம் வெளியே வரமுடியுமோ, அவ்வளவு சீக்கிரம் வெளியே வந்துவிடுங்கள். எது மிகவும் அழகானதோ, எது முழுமையான உண்மையானதோ, எது பேரானந்தத்தைக் கொடுப் பதோ, அதை நீங்கள் உங்களது மனமற்ற நிலையில் (No-Mind) தான் அடையமுடியும். இதைத் தெளிவாகப் புரிந்துகொள்ளுங் கள்'' என்கிறார்.

ஆகவே, தந்த்ரா, உங்களிடம் இந்த மனமற்ற நிலையை உண்டுபண்ணும். அதுதான் நிர்வாணா நிலைக்கு நுழைவு வாயில்.

இன்றைக்கு இது போதும்.

10. "ஹிங்கில்டி ஜி பிட்டி டான்ஜிலி ஜி!"
(HINGLE DE JIBBITY DANGELY JI)

முதல் கேள்வி பிரபாவிடமிருந்து:

"அன்புள்ள ஓஷோ, ஹிங்கில்டி, ஜிபிட்டி ஜங் டாங் - டு ரன் நன், டி ஜன் பங், ஹிங்கில்டி ஜிபிட்டி டேஞ்ஜிலி ஜி"

மிக அருமையாக இருக்கிறது, பிரபா! மிகவும் அழகாகவும் இருக்கிறது. உன்னை மிகவும் நிதானத்தன்மைக்கு அழைத்துச் செல்லுகிறேன். அடுத்து ஒரு அடிதூரம் தான். நீ ஞானத்தன்மையை அடைந்து விடுவாய்!

இரண்டாவது கேள்வி:-

"அன்புள்ள ஓஷோ, பிரார்த்தனை உபயோகமுள்ளதா? அப்படியென்றால், எப்படி பிரார்த்தனை செய்வது என்பதைச் சொல்லிக் கொடுக்கவும். கடவுளின் அன்பைப் பெறுவதற்காகவும், அவருடைய அருளுக்காகவும், பிரார்த்தனை தேவையாக இருக்கிறது என்பதை உணருகிறேன்."

முதலில் நீங்கள் தெரிந்துகொள்ள வேண்டியது, பிரார்த்தனை ஒருக்காலும் உபயோகமுள்ளது அல்ல. அது ஒரு வியாபாரப் பொருள் இல்லை. பின்பு எப்படி நீங்கள் அதை உபயோகப்படுத்த முடியும்?

இந்தக் கேள்வியைக் கேட்டவர், என்ன நினைத்து இதைக் கேட்கிறார் என்பது எனக்குப் புரியும். கடவுளை அடைவதற்கு, பிரார்த்தனை தான் வழி என்று உங்கள் பழைய மதங்கள் எல்லாம் போதித்து இருக்கின்றன. அது உண்மை இல்லை. பிரார்த்தனை என்பது ஒரு வழிமுறை இல்லை. அதுவேதான் கடவுள்! அதுவேதான் முடிவு. நீங்கள் பிரார்த்தனைமயமாக இருந்தால், நீங்கள் தெய்வீகத்தன்மையில் இருக்கிறீர்கள் என்று அர்த்தம். பிரார்த்தனை உங்களை தெய்வீகத்தன்மைக்கு அல்லது கடவுளிடம் அழைத்துச் செல்லுவதாக எண்ண வேண்டாம். அதற்கு மாறாக, அது

உங்கள் உள்ளே உள்ள தெய்வீகத் தன்மையைக் கண்டுகொள்ள உதவு கிறது. ஆகவே, பிரார்த்தனை என்பது ஒன்றை அடைவதற்கான வழி இல்லை. அதுவே, அதன் முடிவாக விளங்குகிறது.

ஆனால், இந்த மூடக்கொள்கை மக்கள் மனத்தில் பலகாலமாக நிலவி வருகிறது. அதாவது, அன்பின் மூலமாக, பிரார்த்தனை மூலமாக, தியானத்தின் மூலமாகக் கடவுளை அடையலாம் என்று. எவைகளெல்லாம் வழிமுறைகள் இல்லையோ, அவைகளையெல்லாம் வழிமுறையாக்கி வைத்திருக்கிறார்கள். ஆகவேதான், அவைகளுடைய அழகு சிதைந்து விட்டது. ஆகவே, அன்போ, பிரார்த்தனையோ மற்றும் தியானமோ பிரயோஜனப்படாமல் இருக்கின்றன.

நீங்கள், ''பிரார்த்தனை உபயோகமுள்ளதா?'' என்று கேட்கும் பொழுதே, உங்களுக்கு பிரார்த்தனை என்றால் என்னவென்றே தெரிய வில்லை என்று புரிகிறது. நீங்கள் மிகவும் பேராசையில் இருக்கிறீர்கள்.

அதாவது நீங்கள் கடவுளை உங்கள் கைக்குள் வைத்துக் கொள்ள வேண்டும் என்று ஆசைப்படுகிறீர்கள். கடவுளை சொந்தம் கொண்டாட வேண்டும் என்று ஆசைப்படுகிறீர்கள். அதற்கு ஒரு வழியைத் தேடுகி றீர்கள்! கடவுளை ஒருக்காலும், நீங்கள் உங்கள் கைக்குள் வைத்துக்கொள்ள முடியாது! நீங்கள் உங்கள் இஷ்டப்படி அவரை விமரிசிக்க முடியாது. நீங்கள் உங்கள் விருப்பப்படி அந்த அனுபவத்தைப் பெற முடியாது. பின்பு என்னதான் செய்வது?

ஒன்றுதான் சாத்யம். அதாவது, நீங்களே கடவுளாகி விடுவது தான்! வேறு வழியில்லை. ஒன்றை நன்றாகப் புரிந்துகொள்ளுங்கள். அதாவது, நீங்கள் உணர்ந்திருக்கிறீர்களோ, இல்லையோ, நீங்கள் கடவுளாகத்தான் இருக்கிறீர்கள்! அதாவது, ஏற்கனவே, நீங்கள் கடவு ளாகவே இருக்கிறீர்கள். அதை வெளிப்படுத்த வேண்டுமானால், ஏதாவது செய்யலாம். அதில் எதையும் புதுமையாகப் புகுத்த முடியாது. ஆனால் அதை நீங்கள் தேடிக்கண்டு பிடிக்கலாம். அதுதான் சாத்யம்.

ஆகவே, பிரார்த்தனையினால் எந்த உபயோகமும் கிடையாது. நீங்கள் எப்பொழுது ஒன்றை நினைத்து, அதை அடைய பிரார்த்தனையை ஒரு வழி முறையாக்குகிறீர்களோ, அப்பொழுதே அது அசுத்தப்படுத்தப் படுகிறது. அது தன் அழகை இழந்துவிடுகிறது. அது ஒரு பாபச் செயலாகி

விடுகிறது. பிரார்த்தனையைப் பற்றி போதிக்கப்பட்டவை அனைத்தும், மதத்தன்மையற்றது மாத்திரம் அல்ல, மதத்தன்மைக்கு எதிரானதும் (Anti - Religious) கூட. அவர்களுக்கு, தான் என்ன சொல்லுகிறோம் என்றே புரியவில்லை. மிகவும் முட்டாள்தனமாகப் பிரச்சாரம் செய்கிறார்கள்.

நீங்கள் முழுமையான ஆனந்தத்தில் பிரார்த்தனை மயமாக இருங்கள். அதை, ஒன்றை அடைய உபயோகப்படுத்தாதீர்கள். இது மிகவும் அருவருப்பானது. ஆனால் அதை உங்களையே நீங்கள் அடைவதற்கு உபயோகியுங்கள். நீங்கள் யார் என்பதைப் புரிந்துகொள்ள, அதை ஒரு வழி முறையாக்கிக் கொள்ளுங்கள். அதன் மூலமாக, நீங்கள் நிகழ்காலத்தில் இருங்கள். அதனுடைய குறிக்கோள் எதுவும் எதிர்காலத்தில் இல்லை. உங்களிடம் ஏற்கனவே உள்ள தெய்வீகத்தன்மையை, நீங்கள் உணர்ந்துகொள்ள அது உதவுகிறது. அவ்வளவுதான்.

பொருளின் அடிப்படையில், அதை நினைக்க வேண்டாம். அப்படிச் செய்தால், அது உங்கள் பொருளாதாரத்தில் ஒரு அங்கமாகி விடுகிறது, மதத்தன்மையின் அங்கமாக அல்ல! எல்லா வெளியே உள்ள வழி முறைகள் அனைத்தும் பொருளாதாரத்தை நோக்கியே செல்கின்றன. ஆனால், முடிவு என்பது பொருளாதாரத்தைத் தாண்டி இருக்கிறது.

மதத்தன்மை என்பது முடிவை இலக்காகக் கொண்டுள்ளது, வழிமுறைகளை அல்ல. அது எதையும் நோக்கிச் செல்ல விரும்பவில்லை. அதனுடைய குறிக்கோள் ஒன்றே ஒன்றுதான். அதாவது, நீங்கள் உங்களையே அறிந்துகொள்ளுவது என்பதுதான்.

இந்த நேரத்தைக் கொண்டாடுவதுதான், பிரார்த்தனை. இப்பொழுது, இங்கே இருப்பதுதான் பிரார்த்தனை. இதோ இந்த பறவைகளின் சப்தங்களை உன்னிப்பாகக் கேட்பதுதான் பிரார்த்தனை. உங்களைச் சுற்றியுள்ள மனிதர்களை உணர்வதுதான் பிரார்த்தனை. ஒரு மரத்தை அன்புடன் தொடுவதுதான் பிரார்த்தனை. ஒரு குழந்தையை மிக்க அன்புடன், மிக்க மதிப்புடன் பார்ப்பதுதான் பிரார்த்தனை.

ஆகவே, முதலில், ''பிரார்த்தனை உபயோகமுள்ளதா?'' என்று கேட்காதீர்கள். அடுத்ததாக, ''அப்படி இருந்தால், அதை எப்படி செய்வது என்று சொல்லிக் கொடுக்கவும்'' என்றும் கேட்கிறீர்கள். 'அப்படி இருந்தால்' என்று நீங்கள் கேட்கும்பொழுதே, உங்களிடம் சந்தேகம் தோன்ற ஆரம்

ஒஷோ

பிக்கிறது. அதாவது பிரார்த்தனையைக் கற்றுத் தரமுடியாது என்று! பிரார்த்தனைத் தன்மையுள்ள மனம் 'அப்படி இருந்தால்' என்று சந்தேகப்படாது. பிரார்த்தனைக்குத் தேவை நம்பிக்கை. அதாவது முழுமையான நம்பிக்கை.

நீங்கள் அந்த புரியாததை, பார்க்காததை, பார்க்க முடியாததை, விளக்க முடியாததை, எப்பொழுது முழுமையாக நம்புகிறீர்களோ, அது தான் உண்மையான பிரார்த்தனை. நீங்கள் 'அப்படி இருந்தால்' என்று சந்தேகப்படும்பொழுது, அது ஒரு கொள்கை மற்றும் அனுமானமாகி விடுகிறது. பிரார்த்தனை என்பது ஒரு பொருள் அல்ல. அது ஒரு ஆழ்ந்த தெய்வீக அனுபவம். ஆகவே, முதலில் 'அப்படி இருந்தால்' என்று சந்தேகப்படுவதைத் தவிருங்கள். அது உங்களைத் தவறான பாதைக்கு அழைத்துச் செல்லும்.

நீங்கள் எப்பொழுது இந்த சந்தேகத்தை விடுகிறீர்களோ, அப்பொழுதே, நீங்கள் பிரார்த்தனைமயமாகிறீர்கள். ஆதாரமற்ற அனுமானத்தில், கருத்தில், உங்கள் வாழ்வை நடத்தாதீர்கள். ''இது இப்படி இருந்தால், கடவுள் என்று ஒன்று இருந்தால், நான் பிரார்த்தனை செய்வேன்'' என்று சந்தேகத்தோடு அணுகாதீர்கள். அப்படி நீங்கள் எண்ணிக்கொண்டு செய்வது அனைத்தும், அதாவது கீழே விழுந்து வணங்குவது, அன்பாக சில வார்த்தைகளைச் சொல்லுவது எல்லாம் நடிப்பாகி விடும். அங்கு உங்கள் இதயம் இல்லை. ''அப்படி இருந்தால்'' என்ற சந்தேகத்தின் பேரில், விஞ்ஞானம் வேண்டுமானால் இருக்கலாம். அதற்கு ஆதாரம் சந்தேகம் தான். ஆனால், மதத்தன்மை சந்தேகத்தை ஆதாரமாக வைத்து ஒருக்காலும் தன்னை விளக்கிக் காட்டாது.

நீங்கள் கேட்கிறீர்கள், ''அன்பு என்று ஒன்று இருந்தால், அதைக் கற்றுத் தாருங்கள்'' என்று. அன்பு என்பது இதயம் சம்மந்தப்பட்டது. ஆகவே, இந்த கேள்வியின் மூலம், உங்கள் இதயத்தில் எந்த அன்பு ஊற்றும் ஏற்படவில்லை என்றும், அந்த அன்பு என்ற தென்றல் உங்களை வந்து அடையவில்லை என்றும் தெளிவாகப் புரிகிறது. யாரோ அன்பைப் பற்றிப் பேசியதை நீங்கள் கேட்டிருக்கலாம். நீங்கள் அதைப்பற்றி புத்தகத்தின் மூலமாக, காதல் கவிதைகளின் மூலமாக அறிந்திருக்கலாம். ஆனால், அதைப்பற்றி சிறிதளவு கூட அனுபவம் உங்களிடம் ஏற்படவில்லை. அப்படி ஏற்பட்டிருந்தால், இப்படிக் கேட்டிருக்கமாட்டீர்கள்.

ஆனால், அன்பு, பிரார்த்தனை போன்ற அழகிய அனுபவங்களை நீங்கள் ஏதோ ஒரு சமயத்தில் அனுபவப்படாமல் இருந்திருக்கமாட்டீர்கள். கடவுள்தன்மை, உங்களை அந்த அளவுக்கு வறிய நிலையில் ஒருக்காலும் வைத்திருக்காது. இரவின் அமைதியை, நீங்கள் எப்பொழுதாவது கேட்காமல் இருந்திருக்கமாட்டீர்கள். அந்த பேரமைதி நிலையில், நீங்கள் ஆக்ரமிக்கப்பட்டிருக்காமல் இருந்திருக்கமாட்டீர்கள். அதன் அழகை ரசிக்காமல் இருந்திருக்கமாட்டீர்கள். சூரியன் அடிவானத்தில் உதயமாவதைக் கவனித்து ஆனந்தப்படாமல் இருந்திருக்கிறீர்களா? அப்பொழுது, உங்களுக்கும், அதற்கும் ஒரு உள்ளார்ந்த பிணைப்பு ஏற்பட்டதை உணரவில்லையா? அப்பொழுது உங்கள் வாழ்க்கை, எல்லா திசைகளிலிருந்தும் செழிப்பாவதை, ஆனந்தப்படுவதை உணரவில்லையா? அது ஒரு கண நேரமாக இருந்தாலும் சரி. அந்த அனுபவம் உங்களுக்குக் கிட்டி இருக்க வேண்டும். நீங்கள் ஒருவரது கையைப் பிடித்தவுடன், ஏதோ ஒரு உணர்வு உங்களிடமிருந்து அவருக்கும், அவரிடமிருந்து உங்களுக்கும் பரிவர்த்தனை ஆவதை உணரவில்லையா? நீங்கள் இருவர் அன்புடன் கட்டிப் பிடித்துக் கொண்டிருக்கும்பொழுது, அந்த சக்தி பரிவர்த்தனையை உணரவில்லையா? ஒரு அழகிய ரோஜா மலரின் நறுமணத்தை நுகரும்பொழுது, நீங்கள் உங்களையே மறந்து, எங்கேயோ செல்லுவதுபோல் உணரவில்லையா?

இவைகளெல்லாம் பிரார்த்தனையின் அம்சங்கள். அதை நன்றாகப் புரிந்து கொள்ளுங்கள். வாழ்க்கையில் எவைகளெல்லாம் அழகானதாக இருக்கின்றனவோ, அவைகளையெல்லாம் அன்புடன், முழுமையாக உணர்ந்து சேகரியுங்கள். அவைகள்தான் பிரார்த்தனை. உங்களுடைய பிரார்த்தனை என்ற கோவிலுக்கு, இவைகளெல்லாம் அஸ்திவாரமாக இருக்கட்டும். இந்த நிகழ்கால உண்மை நிகழ்ச்சிகள் அனைத்தும் அந்தக் கோவிலின் செங்கற்களாக இருக்கட்டும். அது உறுதியானதாக இருக்கட்டும். அதில் உங்கள் நம்பிக்கை என்ற கலவை கலந்திருக்கட்டும். அப்பொழுதுதான் அந்த பிரார்த்தனை என்ற கோவிலுக்குள் செல்ல சாத்யம் ஏற்படும். அந்தக் கோவில் மிகப் பெரியது. அதற்கு ஆரம்பம் என்று ஒன்று இருக்கலாம். ஆனால், முடிவு என்று எதுவும் கிடையாது. அதுதான் இந்த பிரபஞ்சக் கடல்.

ஆகவே, தயவுசெய்து 'அப்படி இருந்தால்' என்று சந்தேகப்படாதீர்கள். அது உங்கள் சந்தேகத்திற்கு அப்பாற்பட்டது. இதுவரையில்,

அதைப் போன்ற அனுபவம் ஏற்பட்டிருக்காவிட்டால், உங்கள் வாழ்க்கையை ஆழ்ந்து நோக்குங்கள். அந்த அழகிய அனுபவங்களெல்லாம் ஒன்று சேருங்கள். அவைகள் உங்களை, உங்களது மனதிற்கு அப்பால் கொண்டு செல்லும்.

உங்கள் மனம் சாதாரணமாக தர்க்கரீதியானது. அது, இது போன்ற அனுபவங்களுக்கெல்லாம் முக்யத்வம் கொடுக்காது. ஆகவே, சாதாரணமாக, இப்படிப்பட்ட சிறிய அனுபவங்களில், உங்கள் மனம் ஈடுபடாது. ஆனால், இது எல்லோரிடமும் நேரிடுகிறது. நான் மறுபடியும் சொல்லுகிறேன். ஒரு சாதாரண ஏழைக்கும் இவைகள் நேரிடுகின்றன. அந்த வகையில், இந்த உலகத்தில் யாரும் ஏழை இல்லை. ஆனால், நாம் அதைப் பெரிதாக எடுத்துக்கொள்வது இல்லை. அங்குதான், நாமே நம்மை ஏழையாக்கிக் கொள்கிறோம். ஏனெனில், அவைகள் அனைத்தும் தர்க்கரீதியானது அல்ல. தர்க்கரீதியற்ற எதுவும், உங்கள் மனத்தைப் பொறுத்தவரை, அபாயகரமானதுதான்.

உதாரணமாக, நீங்கள் ஒரு பறவையின் கீதத்தைக் கேட்கிறீர்கள். அப்பொழுது அதை உன்னிப்பாக அனுபவித்துக் கேட்கும்பொழுது, அந்த கீதம் உங்கள் உள்ளேயிருந்து ஒலிப்பதுபோல் இருக்கும். இதை தர்க்கரீதியாக உங்கள் மனம் ஒத்துக்கொள்ளாது. ஏனெனில், இது எப்படி உங்களுக்குள்ளே ஏற்படுகிறது என்று உங்கள் மனத்தால் புரிந்து கொள்ள முடியாது. ஆகவே, அது என்ன நினைக்கும்? இது ஏதோ ஒரு பிரமை என்று நினைத்து ஒதுக்கவே முயற்சி செய்யும். அதை மறக்க முயலும். அதற்கு ஏதாவது விளக்கம் கற்பித்துக் கொண்டு, அதைத் தள்ளிவிடும். அது, ''ஏதோ என் மனம் சரியில்லை போலிருக்கிறது. நான் ஏதோ உணர்ச்சிவசப்பட்டு விட்டேன் போலிருக்கிறது. அவ்வளவுதான். இது உண்மை இல்லை. இதற்கு எந்த ஆதாரமும் இல்லை'' என்று எண்ணி, அதை மறக்கவே முயற்சி செய்யும்.

இப்படித்தான் நீங்கள் ஒவ்வொரு அழகிய செயல்களையும் புறக்கணிக்கிறீர்கள். இப்படி இருந்தால், உங்கள் வாழ்க்கை எப்படி பிரார்த்தனைமயமாகும்? நான் முக்கியமாக சொல்ல விரும்புவது என்னவென்றால், உங்கள் வாழ்க்கையில் ஆழமாகச் செல்லுங்கள். அதில் நிகழும் ஒவ்வொரு கணத்தையும் தவறவிடாதீர்கள். கடல் மணலில் சிதறிக் கிடக்கும் கிளிஞ்சல்களை ஆவலுடன் பொறுக்கும் குழந்தைகளைப் போல் மாறுங்கள். உங்கள் மேல் சூரியன் தன் வெளிச்சத்தைப் பரப்பட்டும். உப்புக்காற்று உங்கள்

உடலை கூர்மையாகத் தடவட்டும். நீங்கள் மிக மகிழ்ச்சியுடன் ஒவ்வொரு கணத்தையும் கழியுங்கள். ஒரு அரசன்கூட அந்த மாதிரி மகிழ்ச்சியில் இருக்கமாட்டான். நீங்கள் இந்த உலகத்தின் உச்சியில் இருப்பீர்கள். நீங்கள் இப்பொழுது ஒரு அரசனுக்குச் சமம்தான். நன்றாக ஞாபகம் வைத்துக் கொள்ளுங்கள். இந்த சிறு சிறு செங்கற்கள்தான், உங்கள் பிரார்த்தனை என்ற கோவிலுக்கு அஸ்திவாரம்.

நீங்கள் பட்டாம்பூச்சியைத் துரத்திச் செல்லும் கள்ளம் கபடமற்ற சிறுவனாக மாறுங்கள். நீங்கள் முதன் முதலில் ஓர் ஆணையோ அல்லது பெண்ணையோ காதலிக்கிறீர்கள். அப்பொழுது உங்கள் உள்ளத்தில் ஏற்படும் பூரிப்பு, ஆனந்தம் அனைத்தும் பிரார்த்தனையின் அங்கம்தான். ஒன்றை நன்றாகப் புரிந்துகொள்ளுங்கள். பிரார்த்தனை என்பது உணர்வுப் பூர்வமானது, அறிவுபூர்வமானது அல்ல. ஆகவே, உங்களுடைய பழைய நிகழ்ச்சிகளிலிருந்து பல உணர்வுப்பூர்வமான, அதாவது மனதால் புரிந்து கொள்ள முடியாத, மனதிற்கு அப்பாற்பட்ட உறுதியானவற்றையெல்லாம் ஒன்று சேருங்கள். அப்பொழுது 'அப்படிச் செய்தால்', 'இப்படி இருந்தால்' என்ற சந்தேகம் ஒருக்காலும் ஏற்படாது. அதற்கு மாறாக உங்களிடம் ஒரு நம்பிக்கை பிறக்கும். நீங்கள் குழந்தையாக இருக்கும்பொழுது ஏற்பட்ட அந்த மகிழ்ச்சியான நம்பிக்கை, மீண்டும் ஏன் இப்பொழுது ஏற்படக் கூடாது? ஆகவே, அந்த அற்புத நிகழ்ச்சிகளை ஒன்று சேருங்கள். அப்பொழுது உங்களிடம் ஒரு புதுமைப் பொலிவு ஏற்படும்.

ஒரு நிகழ்ச்சி.

டாக்டர் ஜான்சன் என்ற புகழ்பெற்ற ஆங்கில தத்துவவாதி, ஒரு வயோதிகரோடு தங்கி இருந்தார். அந்த வயோதிகர் மிகவும் எளிமை யானவர். ஒருநாள் காலை, இருவரும் தேநீர் அருந்தும்பொழுது, அந்த வயதானவர், ''டாக்டர் ஜான்சன், நான் சிறு வயதாக இருக்கும்பொழுது, உங்களைப் போல ஒரு தத்துவவாதியாக வேண்டும் என்று ஆசைப்பட் டேன் என்று நான் சொன்னால், நீங்கள் ஆச்சரியப்படலாம்'' என்றார்.

''பிறகு ஏன், நீங்கள் தத்துவவாதியாகவில்லை? என்ன நடந்தது?''

அந்த மனிதன் சிரித்துக்கொண்டே, ''நான் மீண்டும் மீண்டும் என் வாழ்க்கையில் மகிழ்ச்சியாகவே இருந்தேன். அதை அடக்கவே முடிய வில்லை. ஆகவேதான், நான் தத்துவவாதியாக முடியவில்லை!'' என்றான்.

ஓஷோ

இந்தப் பதில் என்னை மிகவும் கவர்ந்தது! அவன் எப்பொழுதெல்லாம் மகிழ்ச்சியாக இருந்தானோ, அப்பொழுதெல்லாம் அவன் பிரார்த்தனைத் தன்மையில் இருந்திருக்கிறான். இறுக்கமாக யோசிப்பவன், மற்றும் தத்துவவாதி போன்றவர்களுக்கு பிரார்த்தனை என்றால் என்ன வென்றே தெரியாது. அவர்களால் பிரார்த்தனை செய்யவும் முடியாது. ஏனெனில், எல்லா தத்துவவாதிகளும், 'அப்படி இருந்தால், இப்படியானால்' என்று சந்தேகத்தின் பேரில்தான் யோசிக்கவே ஆரம்பிக்கிறார்கள். ஆனால், பிரார்த்தனை நம்பிக்கையில்தான் ஆரம்பமாகிறது. இந்த வித்தியாசத்தை நன்றாகப் புரிந்து கொள்ளுங்கள்.

ஆகவேதான் ஜீசஸ், ''யார் குழந்தையைப் போல் கள்ளம் கபடமற்று இருக்கிறானோ, அவன்தான் கடவுளின் அரண்மனைக்குள் செல்ல முடியும்'' என்றார். யாருடைய கண்கள் எப்பொழுதும் ஆச்சரியத்தால் நிரம்பி இருக்கிறதோ, யாருக்கு ஒவ்வொரு கணமும் அதிசயமாக இருக்கிறதோ, யாருடைய இதயம் உணர்வினால் சிலிர்க்கப் பெறுகிறதோ, அவர்களுக்கே பிரார்த்தனை உரியது.

அடுத்து, நீங்கள், ''எப்படி பிரார்த்தனை செய்வது என்பதைக் கற்றுக் கொடுங்கள்'' என்ற கேட்டீர்கள். இங்கு 'எப்படி' என்ற கேள்விக்கே இடமில்லை.

ஏனெனில், பிரார்த்தனை என்பது ஒரு முறை (Technique) அல்ல. தியானம் என்பது ஒரு முறை. அதை பிறருக்குக் கற்றுக் கொடுக்கலாம். ஆனால், பிரார்த்தனை என்பது அன்புமயமான செயல். அதை நீங்கள் செய்யலாம். ஆனால், நீங்கள் அதை பிறருக்குச் சொல்லிக் கொடுக்க முடியாது!

ஒரு நிகழ்ச்சி.

ஒரு சமயம், ஜீசஸின் சீடர்கள் சிலர், அவரிடம், ''மாஸ்டர் அவர்களே, எங்களுக்கு பிரார்த்தனை எப்படி செய்வது என்பதைக் கற்றுக் கொடுக்கவும்'' என்றார்கள். அதற்கு ஜீசஸ் என்ன செய்தார் தெரியுமா? ஒரு ஜென் மாஸ்டர் என்ன செய்வாரோ, அதைப் போல செய்து காண்பித்தார்! அவர் தரையில் முழங்காலிட்டு அமர்ந்து, பிரார்த்தனை செய்ய ஆரம்பித்து விட்டார்! சீடர்களுக்கு ஒன்றும் புரியவில்லை. ஒரே குழப்பம். அவர்கள், ''நாம் இவரை, பிரார்த்தனை செய்வது எப்படி என்று கேட்டோம். அதற்கு இவர், தானே பிரார்த்தனை செய்ய ஆரம்பித்துவிட்டார். இதனால் நமக்கு

என்ன பிரயோஜனம்?'' என்று பேசிக்கொண்டார்கள். பிறகு அவர்கள் ஜீசஸை கேட்டிருக்கக்கூடும். அப்பொழுது ஜீசஸ், '' அதை விளக்குவதற்கு இதைத் தவிர, வேறு வழி தெரியவில்லை. ஏனெனில், அதற்கு முறை என்று எதுவும் கிடையாது'' என்று சொன்னார்.

ஜீசஸ் இதைத்தவிர வேறு என்ன செய்திருக்க முடியும்? அந்த சீடர்கள் சற்று புத்திசாலித்தனம் உள்ளவர்களாக இருந்திருந்தால், அவர்கள் அனைவரும் ஜீசஸின் பக்கத்தில் உட்கார்ந்து, அவரைத் தொட்டவாறு, அவர்களும் பிரார்த்தனையில் ஈடுபட்டிருக்க வேண்டும். அப்பொழுது, அந்த சக்தி பரிவர்த்தனையினால், அவர்களது உள்ளத்தில் உயர்வான ஆன்மீக மாற்றம் நிகழ்ந்திருக்கலாம்.

ஆகவே, நான் உங்களுக்கு பிரார்த்தனையைச் சொல்லிக் கொடுக்க முடியாது. ஆனால், நான் பிரார்த்தனைத் தன்மையில் இருக்க முடியும். அதற்காக ஜீசஸ் செய்ததுபோல், தரையில் முழங்காலிட்டு பிரார்த்தனை செய்வதாக பாவனை செய்ய மாட்டேன். நான் வெறும் பிரார்த்தனை யாகவே இருக்கிறேன். அவ்வளவுதான். என்னுடைய உயிர்த்தன்மையை மௌனமாகக் கிரகித்துக் கொள்ளுங்கள். என்னை உங்களால் எவ்வளவு அருந்த முடியுமோ, அவ்வளவு அருந்துங்கள். என் முன்னிலை, உங்க ளுக்கு பிரார்த்தனை என்றால் என்னவென்று விளக்கட்டும். ஒவ்வொரு காலையிலும், நான் உங்களுக்குப் பிரார்த்தனையைத் தான் போதிக்கிறேன்! என் அருகில் வரும் உங்களுக்கு, ஒவ்வொரு கணமும் அதைத்தான் போதிக்கிறேன். நீங்கள் திறந்த மனத்தோடும், நிறைந்த உள்ளத்தோடும், அன்புடனும், நம்பிக்கையுடனும் என்னை அணுகுங்கள். உங்கள் திறந்த கதவின் வழியாக, நான் தென்றல் போல் உங்கள் உள்ளே நுழைவேன். பிரார்த்தனை ஒரு தொற்று வியாதி! ஆமாம். அது என்னிடமிருந்து உங்க ளிடம் தொற்றிக் கொள்ளட்டும்!

ஆகவே, என்னோடு இயைந்து இருக்க முயற்சி செய்யுங்கள். நீங்களும் என்னைப் போல பிரார்த்தனைமயமாகலாம். எதையும் அனுமதிக் கும் தன்மையுடன் எளிமையாக இருங்கள். அந்த அற்புதம் ஒருநாள் உங்களிடம் ஏற்படும். திடீரென்று ஒருநாள் உங்கள் இதயம் மென்மையாகப் பாட ஆரம்பிக்கும். ஏதோ ஒன்று உங்கள் உள்ளே நாட்டியமாட ஆரம்பிக் கும். அது தெய்வீகமயமானது. இருட்டில் திடீரென்று ஒளிக்கதிர்கள் பாய்வது போன்ற உணர்வைப் பெறுவீர்கள். இதுதான் பிரார்த்தனை!

நீங்கள் அதை செய்ய முடியாது. ஆனால், அது நிகழ்வதற்கு ஏற்ற சூழ்நிலையை உண்டாக்கலாம். தியானத்தை நீங்கள் முறையாகச் செய்யலாம். ஆனால், பிரார்த்தனையை அப்படி செய்ய முடியாது. அந்த வகையில், தியானம் கொஞ்சம் விஞ்ஞானரீதியானதுதான்.

பிரார்த்தனை முழுக்க முழுக்க இதயம் அல்லது உள்ளம் சம்மந்தப் பட்டது. என்னை உணருங்கள். நீங்கள் பிரார்த்தனையை உணரலாம். என்னைத் தொடுங்கள், நீங்கள் பிரார்த்தனையைத் தொடலாம். என்னைக் கேளுங்கள். என் வார்த்தைகளில் பிரார்த்தனை நிரம்பி இருப்பதை உணர லாம்.

சில சமயம் வெறுமனே அமைதியாக உட்கார்ந்திருக்கும்பொழுது, உங்களுக்கும், இந்தப் பிரபஞ்ச உயிர்த்தன்மைக்கும் உரையாடல் நிகழு வதைக் கேட்கலாம். இந்த பிரபஞ்ச பேரியக்க உயிர்த்தன்மையை, நீங்கள் கடவுள் என்றும், தந்தை என்றும், தாய் என்றும் அழைத்துக் கொள்ளலாம். எல்லாம் சரிதான். ஆனால், எந்த மதச்சடங்கிலும் மாட்டிக் கொள்ளாதீர்கள்!

கிருஸ்துவ பிரார்த்தனையிலேயோ, ஹிந்து பிரார்த்தனை யிலேயோ, காயத்ரி மந்திரத்திலேயோ, 'நமோக்கார்' (Namokar) மந்திரத்தி லேயோ மாட்டிக் கொள்ளவேண்டாம். இந்திய, திபேத்திய, சீனத்து மந்திரங் களை திரும்பத் திரும்ப முணுமுணுக்க வேண்டாம். உங்களுக்கென்று தனிப்பட்ட மந்திரத்தை ஏற்படுத்திக் கொள்ளுங்கள். கடவுளிடம் நீங்கள் நேரடியாக எதுவும் சொல்ல முடியாதா? அதை முன்கூட்டியே தயாரித்துக் கொள்ளவேண்டாம். அதைத் திரும்பத் திரும்பச் சொல்லிப் பார்த்துக் கொள்ளவேண்டாம்.

ஒரு சிறுகுழந்தை, தன் தாய் தகப்பனாரை நேரடியாகப் பார்ப்பது போல, நீங்கள் கடவுளை நேரடியாக நேருக்கு நேர் பார்க்க முடியாதா? அப்பொழுது நீங்கள் அவரிடம் ஏதும் உங்கள் இயல்பாகக் கூற முடியாதா? உங்களால், அவரிடம் வெறுமனே 'ஹலோ' என்றுகூட சொல்ல முடியாதா? இதுதான் பிரார்த்தனை. இது உங்களிடமிருந்து தன் இயல்பாக ஏற்பட வேண்டும்.

தயாரிக்கப்பட்ட பிரார்த்தனை, திரும்பத் திரும்பச் சொல்லும் பிரார்த்தனை, போலியானது. இயந்திரத்தனமானது. நீங்கள் கிருஸ்துவ

பிரார்த்தனையை, மிகவும் அழகாக திரும்பத் திரும்பச் சொல்லலாம். ஆனால், அது உங்கள்மேல் திணிக்கப்பட்டது. ஞாபகமிருக்கட்டும்.

ஒரு நிகழ்ச்சி.

ஒரு சிறந்த கணக்கியல் நிபுணர், ஒவ்வொரு இரவும் படுக்கப் போவதற்குமுன், ஆகாயத்தைப் பார்த்து, 'முன் சொன்னபடியே' (Ditto) என்று சொல்லிவிட்டு, தூங்கச் சென்றுவிடுவார்! நேற்று சொன்னதை மீண்டும் இன்று அப்படியே சொல்லுவதால் என்ன பயன்?!

அதற்கு சுருக்கமாக, "முன் சொன்னபடியே" என்று சுருக்கமாகச் சொல்லிவிடுவதால் என்ன தவறு? ஏதாவது புதிதாகச் சொல்ல வேண்டுமானால், முழு உணர்வோடு சொல்லுங்கள். அப்படி ஏதும் இல்லாவிட்டால், "இறைவா, இன்றைக்கு என்னிடம் சொல்லுவதற்கு ஏதும் இல்லை" என்று வெறுமனே சொல்லிவிட்டு தூங்கச் செல்லுங்கள். அல்லது வெறுமனே அமைதியாக இருந்து விடுங்கள். நீங்கள் உங்கள் இயல்பில், உண்மையாக இருங்கள். எதையும், மற்றவர்கள் போல் செய்யாதீர்கள். உங்களுக்கு எது சரி என்று தோன்றுகிறதோ, அதைத் தைரியமாகச் செய்யுங்கள். உங்கள் இதயம் எப்பொழுதும் திறந்தே இருக்கட்டும். இதுதான் பிரார்த்தனை.

ஒரு நிகழ்ச்சி.

மோசஸ், ஒருநாள் ஒரு காட்டின் வழியே செல்லும்பொழுது, ஒரு ஆடு மேய்ப்பவனைச் சந்தித்தார். அவன் மிகவும் ஏழை. அவன் உடைகள் கிழிந்தும், அழுக்குப் படிந்தும் இருந்தன. அது பிரார்த்தனை நேரம். ஆகவே, அவன் அங்கு பிரார்த்தனை செய்ய ஆரம்பித்தான்.

அவன் என்ன பிரார்த்தனை செய்கிறான் என்று மோசஸ் ஒரு மரத்துக்குப் பின்னால் நின்றுகொண்டு கவனித்தார். அவன் செய்ததை, ஒரு பிரார்த்தனை என்று அவரால் எடுத்துக்கொள்ள முடியவில்லை. ஏனெனில், அவன், "கடவுளே, நான் இறந்தால், நீங்கள் என்னை உங்கள் சொர்க்கத்துக் குள் அனுமதியுங்கள். நான் உங்களுக்கு வேண்டிய உதவிகளைச் செய் வேன். உங்கள் தலையில் பேன் இருந்தால், எடுத்துவிடுவேன்! உங்களைக் குளிப்பாட்டி விடுவேன். உங்களுக்கு நல்ல உணவாக சமைத்துப் போடு வேன். உங்கள் ஆடுகளைப் பாதுகாப்பேன். உங்களுக்கு இரவில் பால் தயாரித்துக் கொடுப்பேன்......!" இப்படி பலவாறாகச் சொல்லிக் கொண்டே இருந்தான்.

மோசஸால் நம்ப முடியவில்லை. இது என்ன பிரார்த்தனை? கடவுளுக்குப் போய் பேன் பார்ப்பதா?! மோசஸ் அவனை உலுக்கி, ''நீ என்ன பிதற்றிக் கொண்டு இருக்கிறாய்? கடவுளுக்கு பேன் எடுப்பதா? என்ன சொல்லுகிறாய்?'' என்று கேட்டார். அப்பொழுது அந்த ஏழை, தன் சுயநினைவிற்கு வந்து, ''ஐயா, நான் கடவுளை இதுவரை பார்த்ததில்லை. எனக்கு என்னைப் பற்றித்தான் தெரியும். என் தலையில் பேன் இருக்கிறது!'' என்றான்.

''இப்படிப் பிர்ரார்த்தனை செய்வதை முதலில் நிறுத்து. நீ தெய்வ நிந்தனை செய்கிறாய். நீ நரகத்துக்குத்தான் செல்வாய்'' என்றார்.

இதைக் கேட்டதும் அந்த மனிதன், மிகவும் நடுங்கியவாறு, ''ஐயா, நான் இப்படித்தான் என் வாழ்வு முழுவதும் வாழ்ந்திருக்கிறேன். என் மனத்தில் என்ன தோன்றுகிறதோ, அதை அப்படியே கடவுளிடம் சொல்லி விடுவேன். எனக்கு பிரார்த்தனை என்றால் என்னவென்று முறையாகத் தெரியாது. தயவுசெய்து கற்றுக் கொடுக்கவும்'' என்று வேண்டினான்.

பின்பு, மோசஸ், எப்படி சரியாக பிரார்த்தனை செய்வது என்று கற்றுக் கொடுத்தார். அந்த ஆட்டு இடையனும், மகிழ்ச்சியுடன், தன் ஆட்டை ஓட்டிக்கொண்டு சென்றுவிட்டான். அப்பொழுது திடீரென்று காற்றும், மழையும் ஏற்பட்டு, கடவுள் மிகவும் கோபமாக மோசஸிடம், ''உனக்கு என்ன பைத்தியமா? நான் உன்னை இந்த உலகத்துக்கு அனுப் பியது, மக்களை என்னிடம் அனுப்புவதற்குத்தான். ஆனால், நீ மக்களை என்னிடமிருந்து பிரிக்கிறாய். அந்த இடையன் என்மேல் எவ்வளவு அன்பு வைத்திருந்தான். இந்த உலகத்திலேயே அவன்தான் சிறப்பாக பிரார்த்தனை செய்பவன். ஆனால், நீ அவன் உள்ளத்தை உடைத்து நொறுக்கி விட்டாய். அவன் நம்பிக்கையை தகர்த்துவிட்டாய். முதலில், நீ அவனிடம் சென்று மன்னிப்புக் கேள். அடுத்து, நீ சொல்லிக் கொடுத்ததை, அவனிடமிருந்து திரும்பப் பெற்றுக்கொள்'' என்றார்.

பிறகு மோசஸ் ஓடிச்சென்று அந்த இடையன் காலில் விழுந்து, ''என்னை மன்னித்துவிடு. நான் தவறு செய்துவிட்டேன். உன்னுடைய பிரார்த்தனைதான் சரியானது. கடவுள் உன் பிரார்த்தனையை மனப்பூர்வ மாக ஏற்றுக்கொண்டிருக்கிறார். அப்படியே செய்'' என்று சொன்னார்.

உங்கள் பிரார்த்தனையும் இப்படியே அமையட்டும். அது உங்கள் இயல்பாக தானாகவே கிளம்பட்டும். அதற்கு எந்த இலக்கணமும் கிடையாது.

நீங்கள் கடவுளோடு ஜோக் அடித்து விளையாட வேண்டும் என்று நினைத்தால், அதை அப்படியே செய்யவும். ஆனால், அதை தினசரி செய்ய வேண்டும் என்று நினைக்காதீர்கள். கடவுளிடம் உரையாட என்ன உணர்வு ஏற்படுகிறதோ, அதை அப்படியே உளப்பூர்வமாக வெளிப்படுத்தவும். ஆனால், அதை ஒரு தினசரி சடங்காக்கி விடாதீர்கள்.

சிலசமயம், நீங்கள் குளிக்கும்பொழுது, திடீரென்று கடவுளிடம் பிரார்த்தனை செய்யத் தோன்றும். அதைத்தடுக்காதீர்கள். உங்கள் குளியல் அறையைப் பற்றிக் கவலைப்படாதீர்கள். அது அப்பொழுது ஒரு சர்ச்சுக்கு சமம்தான். என்ன உணர்வு உங்களிடம் அப்பொழுது ஏற்படுகிறதோ, அப்ப டியே அதை வெளிப்படுத்துங்கள். அப்பொழுது நீங்கள் அடையும் பூரிப் புக்கு ஒரு இணை உண்டா? உங்கள் பிரார்த்தனை இதயப் பூர்வமாக இருந் தால், உண்மையாக இருந்தால், அது உண்மையிலேயே கேட்கப்படும்.

சிலசமயம், உங்கள் காதலியோடு மிக அன்பாக இருக்கும் பொழுது, திடீரென்று பிரார்த்தனை செய்ய வேண்டும் போல் தோன்றும். உடனே, அப்பொழுதே பிரார்த்தனை செய்யுங்கள். இதைவிட சரியான நேரம் கிடைப்பது அரிது. நீங்கள் அப்பொழுது கடவுளுக்கு மிக அருகில் இருக்கிறீர்கள். அதைப்போல கலவியின் உச்சக்கட்டத்தில், பிரார்த்தனை செய்யுங்கள். ஆனால், அதை ஒரு சடங்காக்கி விடாதீர்கள். ஜாக்கிரதை. அந்த உணர்வு தானாகக் கிளம்ப வேண்டும். அது இயல்பாக வெளிவர வேண்டும். அதை மீண்டும் மீண்டும் செய்ய வேண்டிய அவசியம் இல்லை. இதுதான் தந்த்ராவின் முழு அடிப்படைக் கொள்கை. இதை ஆழ்ந்து புரிந்துகொள்ளுங்கள்.

கடைசியாக நீங்கள் சொன்னது, ''கடவுளின் அன்பையும், அருளையும் பெறுவதற்காக'' என்று. மறுபடியும் உங்கள் கேள்வி தவறு தான். கடவுளின் அன்பைப் பெறுவதற்காக என்று நீங்கள் சொல்லும் பொழுதே, அதில் பேராசை தொக்கி நிற்கிறது. கடவுளிடம் அன்பு செலுத்து வதுதான் பிரார்த்தனை. அதற்கு பதிலாக கடவுளிடமிருந்து அந்த அன்பு பலமடங்காக உங்களிடம் திரும்பிவரும். ஆனால், அது உங்கள் ஆசையாக

ஓஷோ

இருக்கக்கூடாது. அதாவது, அந்த குறிக்கோளுடன், நீங்கள் கடவுளிடம் அன்பு செலுத்தக்கூடாது. அது உங்கள் பிரார்த்தனையின், தொடர்ச்சியாக இருக்க வேண்டும், முடிவாக அல்ல. ஆமாம், கடவுளிடமிருந்து அந்த அன்பு வெள்ளமாகப் பெருகி உங்களை நோக்கிவரும்.

நீங்கள் கடவுளை நோக்கி ஒரு அடிவைத்தால், கடவுள் உங்களை நோக்கி ஆயிரம் அடிவைத்து வருவார். நீங்கள் அவருக்கு ஒரு துளி அன்பைக் கொடுங்கள். அவர் அந்த அன்புக்கடலிலேயே உங்களை முழ்கடித்துவிடுவார்! ஆமாம். இது நடக்கும். ஆனால், இது உங்கள் ஆசையாக, குறிக்கோளாக இருக்கக்கூடாது. அப்படி இருந்தால், அது வியாபாரமாகிவிடும். ஜாக்கிரதை. கடவுளிடம் உங்கள் வியாபார புத்தியைக் காண்பிக்காதீர்கள்!

ஒரு நிகழ்ச்சி.

அமெரிக்காவில் உள்ள ஒரு பள்ளியில், ஒரு வாத்தியார், பையன்களிடம், ''மனித வரலாற்றில் யார் சிறந்த மனிதன்?'' என்று கேட்டார்.

ஒரு அமெரிக்கமாணவன், ''ஆப்ரஹாம் லிங்கன்'' என்றான். ஒரு இந்திய மாணவன், ''மகாத்மா காந்தி'' என்றான். ஒரு ஆங்கிலேயே மாணவன், ''வின்ஸ்டன் சர்ச்சில்'' என்றான். இப்படி ஒவ்வொருவம் ஒவ்வொரு ஆளைச் சொன்னார்கள்.

கடைசியில், ஒரு யூதப் பையன் எழுந்து, ''ஜீசஸ்'' என்றான். அவனுக்குத் தான் பரிசு கிடைத்தது! ஆனால் அந்த வாத்தியார், அந்த யூத பையனிடம், ''நீ யூதன். நீ எப்படி ஜீசஸ்தான் சிறந்தவர் என்று சொன்னாய்?'' என்று கேட்டார்.

அதற்கு அவன், ''எப்பொழுதும் என் உள்ளத்தில் மோசஸ்தான் இருக்கிறார் என்பது எனக்குத் தெரியும். ஆனால், வியாபாரம் என்றால் வியாபாரமாக இருக்க வேண்டும்!!'' என்றான். என்ன புத்திசாலிப் பையன்!

ஆகவே, உங்கள் பிரார்த்தனையை, அந்த யூதப் பையனைப் போல, வியாபாரமாக்கி விடாதீர்கள். அதை மிகச் சுத்தமாக கடவுளுக்கு அற்ப்பணியுங்கள். அது உங்கள் உள்ளத்திலிருந்து அன்புமயமாக வெளியே வரட்டும். அதற்குப் பதிலாக, எதுவும் கடவுளிடம் கேட்காதீர்கள்.

அப்பொழுது, தானாகவே ஆயிரக்கணக்கில், லட்சக்கணக்கில் உங்களுக்குத் திரும்பி வரும். கடவுள் உங்கள் மூலமாக வெளிப்படுகிறார். ஆனால், மீண்டும் ஞாபகம் வைத்துக் கொள்ளுங்கள். அது தானாக நிகழவேண்டும். பயனைக் கருதிப் பிரார்த்தனை செய்ய வேண்டாம்.

மூன்றாவது கேள்வி :-

''அன்புள்ள ஓஷோ, ஜங் (Jung), ஒரு மனிதனுக்கு இரண்டு வகையான பெண்கள் தேவைப்படுகிறது என்று சொன்னதாக நீங்கள் குறிப்பிட்டீர்கள். சரித்திரப்பூர்வமாக, ஆண்கள் இப்படித்தான். உணர்ச்சி வசப்பட்டு நடந்திருக்கிறார்கள் என்றே தோன்றுகிறது. ஆனால், பெண்களைப் பொறுத்த வரையில், ஒரு சிலருக்கே, ஒரே சமயத்தில் ஒரு ஆணுக்கு மேல் தேவைப்படுவதாகத் தெரிகிறது. ஆணின் மனரீதியாக, நீங்கள் ஏதாவது இதில் சொல்ல முடியுமா? இந்த மாறுபட்ட விருப்பத்துக்குக் காரணம் என்ன?

இந்தக் கேள்வி ஆனந்த் பிரேமிடமிருந்து வருகிறது. ''சரித்திரப் பூர்வமாக, ஆண்கள் இப்படித்தான் உணர்ச்சிவசப்பட்டு நடந்திருக்கிறார்கள்'' என்று கூறினாள். சரித்திரம் என்பதே முட்டாள்தனமானது. சரித்திரத்தை எழுதியவர்களில் ஒருவர்கூட பெண் இல்லை! அதில் எல்லாம் ஆண் ஆதிக்கம் தான். அப்படி இருக்கும்பொழுது, அது ஒரு தலைப்பட்சமாகவே இருக்கும்.

மனிதன் ஆரம்பகால முதலே பெண்களை, தன் விருப்பத்துக்கு ஏற்றவாறு தயார்படுத்தி, ஒழுக்க நியதிகளை ஏற்படுத்தி, அவர்களை தன் சுயநலத்திற்காக, போகப் பொருளாக உபயோகித்து வந்திருகிறான். அவர்களுக்கு ஆண்களை எதிர்க்கக்கூடி சக்தியில்லாமல் அவர்களை பலவழிகளிலும் முடக்கி விட்டார்கள். பொதுவாக, அடிமைகளை, தங்களை எதிர்க்காதவாறு, மனோவசியம் செய்வார்கள் அதுவேதான் பெண்கள் விஷயத்திலும் நடந்திருக்கிறது.

பொதுவாக, காலங்காலமாக பெண்கள் அடிமையைப் போலவும், ஆண்கள் அதிகாரி போலவும்தான் இருந்திருக்கிறார்கள். இதனால், பெண்கள் இந்த அடிமைத்தனத்தை தன் இயல்பாக எடுத்துக்கொண்டு விட்டார்கள். அதுதான் வாழ்வின்முறை என்று கருதத்தொடங்கிவிட்டார்

கள். முதலில், நீங்கள் அதை தூக்கி எறிந்துவிட்டு, தைரியமாக வெளியே வரவேண்டும்.

சில நாட்களுக்கு முன், ஒன்றைப் படிக்க நேர்ந்தது. அதாவது 6வது நூற்றாண்டில், ஒரு பெரிய கிருஸ்துவ சபை கூடி, பெண்களுக்கு ஆன்மா உண்டா, இல்லையா என்று முடிவுசெய்ய விரும்பியது. ஏதோ அதிர்ஷ் வசமாக ஒரு ஓட்டு வித்தியாசத்தில், பெண்களுக்கு ஆன்மா உண்டு என்று தீர்ப்பாகியது! ஆனால், என்னைப் பொறுத்தவரை இது தோல்விதான். ஏனெனில், ஒரு ஓட்டு வித்தியாசம் என்பது தோல்விக்கு மிக அருகில் உள்ளது. அந்த ஓட்டு மட்டும் விழாமல் இருந்திருந்தால், சரித்திரப் பூர்வமாக உங்களுக்கு, (பெண்களுக்கு) ஆன்மா கிடையாது!

மனிதன் பொதுவாக பெண்களின் மன இயல்பை முழுவதும் கெடுத்துவிட்டான். நீங்கள் பெண்களிடம் காண்பது, உண்மையில் அவர் களது இயல்பான மனநிலை இல்லை. அது மனிதனால் உண்டாக்கப்பட்டது. அவன் தேவைக்கு ஏற்ப மாற்றப்பட்டது. நீங்கள் சுதந்திரமாக, அந்த அடிமைத் தளையிலிருந்து வெளியே வந்தபிறகு, நீங்கள் எவ்வளவு சுதந்திரமானவர்கள் என்பது உங்களுக்குப் புரியும். ஆணுக்கும், பெண்ணுக் கும் உடலளவில்தான் வித்தியாசமே தவிர, மன அளவில் பெரிய வித்தி யாசம் எதுவும் இல்லை. இரண்டு பேருக்கும் இடையே வித்தியாசத்தை விட, ஒற்றுமைதான் அதிகம்.

உதாரணமாக, ஒரு மனிதன், தினந்தோரும் ஒரே உணவை சாப்பிட்டு வந்தால், கண்டிப்பாக அவனுக்கு அதில் வெறுப்பு வந்துவிடும் அதைப் போலவே, ஒரு பெண்ணுக்கும் நேரிடத்தான் செய்யும். இதில் என்ன வித்தியாசம் இருக்கிறது? இந்த அலுப்பு அல்லது வெறுப்பு எப்பொழுது மறையும் என்றால், பால் உணர்வுவினால் ஏற்படும் நட்பு, ஆன்மீக சத்தியாக மாறி ஏற்படும் நட்பின் பொழுதுதான். அதுவரை, இந்த அலுப்பு இருந்தேதீரும்.

இன்னும் கொஞ்சம் விளக்கமாகக் கூறுகிறேன். பால் உணர்வு கவர்ச்சியால் ஏற்படும் நட்பு, நீண்ட நாட்களுக்கு நிலைக்காது. ஏனெனில், பால் உணர்வு கொடுக்கும் இன்பம், மிகவும் சொற்ப நேரம்தான். ஒரு பெண்ணிடம் ஏற்படும் உங்கள் காதல் வெற்றியடைந்தால், அதன் முடிவும் அப்பொழுதே தொடங்கிவிடுகிறது! அவளிடம் உங்களுக்கு ஏற்பட்ட

ஆர்வம் மெல்ல மெல்ல குறைய ஆரம்பிக்கிறது. இரண்டு பேருக்கும் இடையில், இந்த பால் உணர்வு கவர்ச்சியைவிட, வேறு ஏதாவது உயர்ந்த நிலை ஏற்பட்டால் ஒழிய, உதாரணமாக ஆன்மீக உணர்வு கலப்பு (இது கலந்துதான் ஆக வேண்டும்), இந்த பால் உணர்வு கவர்ச்சி என்பது வெறும் உடலளவில் நின்றுவிடும். அது மிக மிக மேலோட்டமானது. அதில் ஆன்மீக உணர்வு, அல்லது ஆன்மீகமான திருமணம் ஏற்பட்டால்தான், எந்த பிரி வினையும் அதில் ஏற்படாது. அப்பொழுது இருவரும் அலுப்பின்றி, வெறுப்பின்றி சேர்ந்தே வாழலாம். அப்பொழுது, நீங்கள் வேறு ஆணையோ அல்லது பெண்ணையோ விரும்பமாட்டீர்கள். நீங்கள் இரு வரும் ஆத்மார்த்தமாகக் கலந்த பிறகு, பிறரை நாட வேண்டிய அவசியம் என்ன?

ஆனால், உங்கள் உறவு வெறும் உடல் கவர்ச்சியால் மட்டும் ஏற்பட்டு இருந்தால், உங்கள் கவர்ச்சி மிகவிரைவில் அழிந்து, உங்களுக்கு அலுப்பைத்தான் கொடுக்கும். உடல் எப்பொழுதும் புதுமையை விரும்பும்! அது எப்பொழுதும் புதுமையான உணர்ச்சிக்குத்தான் ஏங்கும். அதில்தான் அதற்கு திருப்தி!

ஒரு நிகழ்ச்சி

ஒரு பெண் லாரி ஓட்டுநர், நீண்டதூர பயணத்துக்குப் பிறகு, நடு இரவில், தான் அடைய வேண்டிய இடத்தை அடைந்தாள். மிகவும் களைப் புற்ற அவளுக்கு, அந்தத் தொழிற்சாலையின் காவல்காரன், அந்த லாரியை எங்கே நிறுத்துவது என்பதைக் காண்பித்தான். அவளும் அப்படியே செய்தாள். பிறகு அவளிடம், ''நீ எங்கே படுத்துத் தூங்கப் போகிறாய்?'' என்று கவலையுடன் கேட்டான். அதற்கு அவள், லாரிக்கு கீழ்தான் படுக்க வேண்டும் என்றாள். அது மிகவும் குளிரான இரவு. சிறிது நேரம் யோசித்த அந்த காவல்காரன், அவளிடம், ''நான் படுக்கும் அந்த சிறிய இடத்தில் நீ படுத்துக்கொள். நான் தரையில் படுத்துக் கொள்கிறேன்'' என்றான். அவளும் நன்றியுடன் சம்மதித்து, தனித்தனியே படுத்துக் கொண்டார்கள். சிறிதுநேரம் சென்றதும், அவளுக்கு அவன் மேல் பரிதாபம் ஏற்பட்டு, ''நீ குளிரில் படுத்திருப்பது சரியில்லை. இங்கு இருக்கும் இடத்தை நாம் இருவரும் பகிர்ந்து கொள்ளலாம்'' என்றாள்.

அவனும் சரி என்று அவளோடு சேர்ந்து இறுக்கமாக அணைத்து படுத்துக் கொண்டான். எல்லாம் முடிந்தது. பிறகு அவன், ''இனிமேல் எப்படி? நாம் இருவரும் ஒன்றாகத் தூங்குவோமா அல்லது கல்யாணம் பண்ணிக்கொண்டு தூங்கலாமா?'' என்று கேட்டான். அவள் மிகவும் கிளுகிளுப்பாக, ''நாம் இருவரும் கல்யாணம் செய்துகொண்டே தூங்க லாமே'' என்றாள். அதற்கு அவன், ''ஒன்றும் அவசரம் இல்லை. அப்படியே செய்வோம்'' என்று சொல்லிக் கொண்டு, அவளுக்குப் பின்புறம் திரும்பிப் படுத்துத் தூங்க ஆரம்பித்தான்!

கல்யாணம் மிகவும் அலுப்புதரக்கூடியது. அதனால்தான், நீங்கள் பல தொங்கிய முகங்களை இந்த உலகத்தில் சகல இடத்திலும் பார்க்கிறீர்கள். கல்யாணத்தைவிட அலுப்புத்தரக்கூடியது, இந்த உலகத்தில் வேறு எதுவும் இல்லை! அதில் ஆன்மீகக் கலப்பு ஏற்படாதவரையில், மனிதன் இப்படி பெண் மோகம் கொண்டு அலைந்துகொண்டுதான் இருப்பான். ஆனால், அந்தக் கலப்பு ஏற்படுவது மிகவும் அரிதுதான். ஆகவேதான், இருபாலரும் திருப்தியற்றதன்மையில் இருக்கிறார்கள். உலகத்தில் பெண் விபச்சாரத்தை விட, ஆண் விபச்சாரத்தனம் குறைவுதான். இது ஏன்?

கல்யாணத்தின் பின் விளைவுதான் விபச்சாரத்தனம். கல்யாணம் மறைந்தாலொழிய விபச்சாரம் ஒருக்காலும் மறையாது. இப்பொழுது, நீங்கள் மகாத்மாக்கள் என்று கருதுபவர்கள், கல்யாணத்தை இந்த சமூகத்தில் மிகவும் வலியுறுத்துகிறார்கள். அதேசமயம், விபச்சாரத்தை ஒழிக்க வேண்டும் என்றும் கூறுகிறார்கள். ஆனால், கல்யாணத்தினால்தான், விபச்சாரம் இருக்கிறது. என்பதை நம்ப மறுக்கிறார்கள். இது முட்டாள்தன மான வாதம் என்று எண்ணுகிறார்கள்.

இயற்கையில், மிருகங்களுக்கிடையே, எந்த விபச்சாரமும் இல்லை. ஏனெனில் அங்கு கல்யாணம் என்று எதுவும் கிடையாது! மனித சமூதாயத்தில், ஒரு அருவருப்பான செய்கை (கல்யாணம்), மறறொரு அருவருப்பான செய்கைக்கு (விபச்சாரம்) காரணமாகிறது. ஆண் விபச் சாரத்தனம் குறைவு என்று ஏற்கனவே சொன்னேன். ஏனெனில், பெண் களைவிட, ஆண்கள் இந்த பால் உணர்வில் சுதந்திரமானவர்கள். ஆனால், பெண்கள் முற்றிலும் அடக்கப்பட்டு, அடிமையைப்போல் நடத்தப்பட்டார் கள். ஆகவே தான், பெண் விபச்சாரம் இந்த உலகம்பூரா, மிகப்பரவலாக இருக்கிறது. அவர்கள், தங்கள் பால் உணர்வில் உச்சத்தைக் கூட அனுபவிக்க அனுமதிக்கப்படவில்லை. மிகவும் மேன்மை வாய்ந்த நாகரீக

மான பெண்மணிகளுக்கு, இது ஒரு அருவருப்பான உணர்ச்சி! கீழ்த்தர மான, சாதாரணப் பெண்கள் தான் இதை அனுபவிக்கலாம்!

ஆகவே, நீங்கள் படிக்கும் சரித்திரம், தீர்மானிக்கப்பட்டு எழுதி யது. அதுவும் ஆண்களினால் மட்டுமே எழுதப்பட்டது! பெண்கள் ஆயிரக் கணக்கான வருடங்களாக அடக்கப்பட்டு, ஆளப்பட்டு வந்திருக்கிறார்கள். ஆகவே, அவர்களுடைய மன இயல் (Psychology) உண்மையானதோ, இயற்கையானதோ அல்ல. அவர்களுக்கு முழு சுதந்திரத்தைக் கொடுத்துப் பாருங்கள். அப்பொழுது அவர்களது உண்மையான மன இயல் வெளிப் படும். அது ஆணின் மன இயலைவிட, மிகவும் சிறந்ததாக இருப்பதைக் கண்டு ஆச்சாரியப்படுவீர்கள்.

நீங்கள் ஆணையும், பெண்ணையும் கவனித்துப் பாருங்கள். ஒரு ஆண், கிட்டத்தட்ட ஒரே கலரில்தான் சட்டை அணிந்து கொள்வான். ஆனால், ஒரு பெண், பல வித வர்ண சேலைகளை மாற்றி மாற்றி உடுத்தவே ஆசைப்படுவாள். இவர்கள் எப்பொழுதும் புதுமையையே விரும்புவார் கள். இவர்களுக்கு மட்டும் முழு சுதந்திரம் கொடுத்தால், ஆணைவிட எவ்வளவோ வகையில் முன்னேறிவிடுவார்கள். இந்த உலகச் சந்தை அனைத்தும் பெண்களையே நம்பி இருக்கிறது!

ஆண் உற்பத்தி செய்கிறான். பெண் அனுபவிக்கிறாள். இந்த உலகத்தில் உள்ள பொருள்களில் 90 சதம், பெண்களுக்கு உரியதே! இது ஏன்? பெண்கள் எப்பொழுதும் புதிய புதியபொருள்களையே விரும்புகி றார்கள். புதிய புதிய அனுபவத்திற்காக ஏங்குகிறார்கள். ஒருக்கால், அவர் களுடைய பால் உணர்வு அடக்கப்பட்டதால், தங்கள் சக்தியை இப்படி வெளி உலகத்துப் புதுமைகளில் செலவழிக்க ஆசைப்படுகிறார்களோ?!

அவர்களால், ஒரு புதிய கணவனை சுலபமாகப் பெற முடியாது. இந்த சமூகம் அதற்கு ஒத்துக்கொள்ளாது. அதற்குப்பதில் ஒரு புதிய சேலை யை வாங்கி சந்தோஷப்படலாமே! ஒரு புதிய கார், ஒரு புதிய வீடு... இப்படி. ஆனால், இவைகளினால், அவர்களுக்கு முழு திருப்தி உண்டாகாது.

ஆகவே, சரித்திரம் என்பது உண்மையானது அல்ல. அதுவும் பெண்களைப் பொருத்தவரை, அது முழுப்பொய். பெண்கள் சரித்திரம் படிப்பதைத் தவிர்த்து, அதைத் தீயிட்டு வஞ்சம் தீர்த்துக்கொள்ள வேண்டும்!

ஓஷோ

அவர்களைப் பொருத்தவரையில், சரித்திரம் மீண்டும் எழுதப்பட வேண்டும்.

நான் இப்படி அலசுவதால், இந்த சமூகம், விலங்குபோல் நடந்து கொள்ள வேண்டும் என்று சொல்லவில்லை. என்னுடைய அடிப்படைக் கருத்து என்னவென்றால், நீங்கள் பால் உணர்வைத்தாண்டி மேலே செல்ல வேண்டும் என்பதே. ஒரு ஆண்-பெண் உறவு என்பது பால் உணர்வை அடிப்படையாக வைத்திருக்கும் வரை, நீங்கள் அதைத் தாண்டி மேலே செல்ல முடியாது. ஆனால், உங்கள் கல்யாணம் என்பது உடலைத்தாண்டி, உங்கள் இருவரது உள்ளத்தில் கலப்பு ஏற்பட்டால், அந்த மாறாத அன்பைக் கொண்டு, நீங்கள் அதைத்தாண்டிச் செல்ல முடியும். இல்லாவிட்டால், அது உடலோடு நின்று, விபச்சாரத்துக்குத்தான் வழி வகுக்கும்.

ஒவ்வொரு ஆணின் அல்லது பெண்ணின் உள்ளம் எல்லை யற்றது. நீங்கள் முடிவற்ற பிரயாணம் செய்து பலவற்றை, பல புதுமை களைக் கண்டு கொண்டே செல்லலாம். அவர்கள் ஒவ்வொரு நாளும் புத்துணர்ச்சியோடு, புதுமையான நிலையில் இருக்கிறார்கள். அந்தப் புதுமையான செடியிலிருந்து சில நறுமணமிக்க இலைகளும், பூக்களும் உண்டாகின்றன. கணத்துக்கணம் அவைகளுடைய குண நலன்கள் மாறுகின்றன. நீங்கள் உங்கள் காதலியை மனப்பூர்வமாக, உளப்பூர்வமாக விரும்பினால், நேற்றைய அவளுக்கும் இன்றைய அவளுக்கும், நிறைய வித்தியாசம் காண்பீர்கள். அவள் அதே பெண்ணாக இருக்கமாட் டாள். வாழ்வு என்பது அவ்வளவு புதுமை நிறைந்தது. சக்தி மயமானது.

ஆனால், உள்ளத்தளவுக்கு, உங்கள் காதல் பெரும்பாலும் செல்வதே இல்லை. உங்கள் காதல், வெறும் மேலோடு நின்றுவிடுகிறது. நீங்கள் அவளின் உள்ளே மிக ஆழமாகச் சென்றிருந்தால், அங்கு ஏற்படும் அற்புதமாறுதல்களைக் கண்டு அதிசயப்படுவீர்கள். ஆனால், நீங்கள் அந்த அளவுக்கு ஆழமாகச் செல்வதே இல்லை. அதுதான் உங்கள் துன்பம் அனைத்திற்கும் காரணம். உங்களுடைய அலுப்புக்கும் அதுதான் காரணம். உங்களுடைய பெண் மோகத்திற்கும், உங்கள் பெண் இனத்தின் விபச்சாரத் தனத்துக்கும் அதுவே காரணமாகிறது.

பெண்ணின் உடலில் என்ன இருக்கிறது? அதில் பெரும்பாலும் எந்த மாற்றமும் ஏற்பட வழியில்லை. அது ஒரு சில நாளைக்குள், அதன் கவர்ச்சியை இழந்துவிடும். அப்பொழுது உங்கள் மனம் வேறு ஒன்றைத்

தான் நாடும். இந்த மனத்தின் தொடர்ந்த அலுப்புத்தன்மை, அவனுக்குக் கடைசியில் மனோ வியாதியை உண்டு பண்ணிவிடும். ஆகவேதான், அந்த காலத்தில், பாதிரிமார்களைத்தேடி, தன் மனத்தில் உள்ளதைக் கொட்டினார்கள். ஆனால், இப்பொழுது, மனநலவைத்தியரைத் தேடிச் செல்கிறார்கள்! இதற்கு என்ன அர்த்தம்? நீங்கள் வெளியிலிருந்து உதவியை நாடுகிறீர்கள். உங்கள் வாழ்க்கையில் மகிழ்ச்சியில்லை, கிளர்ச்சியில்லை. ஏன், தற்கொலைகூட செய்து கொள்ளலாமா என்று பலதடவை எண்ணுகிறீர்கள். நீங்கள் எப்பொழுதும் புதுமையை நாடுபவராக, மிக்க சந்தோஷத்தோடு, கிளர்ச்சியோடு இருந்தால், உங்களை இந்த சமூகம் ஒரு குற்றவாளிபோல் பார்க்கிறது. ஆனால், இந்த சமூகத்தோடு அனுசரித்துக்சென்றால், நீங்கள் அலுப்பும், களைப்பும் அடைகிறீர்கள். இது ஒரு பெரிய பிரச்சினைதான்! என்ன செய்வது?

இதற்கு ஒரே வழி, பெண்களுக்கு முழு சுதந்திரம் கொடுக்க வேண்டும். அப்பொழுது நீங்களும் சுதந்திரம் மற்றும் விடுதலையடைகிறீர்கள். நீங்கள் வேறுயாரையாவது அடிமையாக உங்களுக்குக் கீழ்வைத்திருந்தால், நீங்கள் மட்டும் எப்படி முழு சுதந்திர உணர்வு கொள்வீர்கள்? அப்பொழுது, நீங்கள் அந்த அடிமைக்கு அடிமையாகிறீர்கள்! இப்பொழுது நீங்கள் பேசும் சுதந்திரம் என்பது உண்மையிலேயே சுதந்திரம் இல்லை. அதுமிகவும் மேலோட்டமானது. இந்த உலகத்தில் 50 சதம் மக்கள், இன்னும் அடிமையாகவே இருக்கிறார்கள். ஆகவே, முதலில் பெண்களுக்கு முழு சுதந்திரத்தைக் கொடுங்கள். அந்த சுதந்திர உணர்வில், நீங்கள் அவள் உள்ளத்துக்குள் செல்லுங்கள். அப்பொழுது உங்கள் உறவு எவ்வளவு ஆழமாக அற்புதமானதாக இருக்கும்!.

ஒரு நிகழ்ச்சி

ஒருவன், உடல் தளர்ந்த நிலையில், ஒரு டாக்டரிடம் தன் உடம்பைப் பரிசோதனை செய்துகொள்வதற்காகச் சென்றான். அவர் பரிசோதனை செய்த பிறகு, நீ, குடி, சிகரெட்டு மற்றும் பெண் இன்பம் அனைத்தையும் உடனே விட வேண்டும். இல்லாவிட்டால், இன்னும் 12 மாதத்திற்குள், நீ இறந்துவிடுவாய்'' என்று எச்சரித்தார். அவன் சென்று, சிறிது நாழிகை கழித்து, மீண்டும் அவரிடம் வந்து, கெஞ்சாதகுறையாக, ''என்னால் புகைப் பிடிப்பதை நிறுத்தவே முடியவில்லை. அதே நினைவாக இருக்கிறது. அதை நிறுத்துவதற்குப்பதில் இறந்துவிடலாம் என்று நினைக்கிறேன்'' என்றான்.

உடனே டாக்டர், ''சரி, ஒரு நாளைக்கு 5 பில்டர்சிரெட் பிடிக்க லாம்'' என்றார். சில வாரங்கள் கழித்து, அவன் மீண்டும் அவரிடம் வந்து, ''எனக்கு அடிக்கடி குடி நினைவு வருகிறது. என்ன செய்வது என்றே புரிய வில்லை'' என்றான்.

அதற்கும் டாக்டர், ''சரி ஒரு நாளைக்கு இரண்டுதடவைமட்டும், போதை அதிகம் இல்லாத பானத்தை அருந்து'' என்றார்.

இன்னும் சிறிது நாட்கள் கழித்து அவன் மீண்டும் திரும்ப வந்து, அவன் வாயைத்திறப்பதற்கு முன்பே, அந்த டாக்டர், ''சரி, சரி உன் மனைவியோடு மட்டும்! ரொம்ப உணர்ச்சி வசப்படாதே!'' என்று சொல்லி அனுப்பினார்.

வாழ்கைக்கு ஒரு புதுமை வேண்டும். உணர்ச்சிவேண்டும். அந்த உணர்வு ஆன்மீகமாக இல்லாவிட்டால், அது உடலளவில் வெளியாகும். ஆகவே, உங்கள் உணர்வு உயர்ந்த ஆன்மீகமாக இருக்கட்டும். கீழ்த்தர மான உணர்வுகளுக்கு அடிமையாகாதீர்கள். அது உங்களை மேலும் கீழேயே செலுத்தும். இந்த உயர்வான உணர்வு உயர்ந்தால், அந்தத் தாழ்வான உணர்வு தானே மறைய ஆரம்பிக்கும்.

மனிதன் எல்லாவற்றையும் எளிதில் அனுபவிக்க ஆசைப்படு கிறான். இந்த வகையில், ஜங், மனித மனத்தைப் புரிந்து கொண்டு, தந்திரமாக ஒரு கொள்கையை வெளியிட்டார். அது பழைய வழி முறை களில் வந்ததுதான். அதாவது, மனிதனுக்கு குறைந்தது இரண்டு வகையான பெண்கள் தேவைப்படுகின்றனர். ஒன்று தாயாரைப்போல, அடுத்தது தன்படுக்கைக்கு ஏற்றார்போல! இப்படி ஒருவனுக்கு இரண்டு பெண்கள் தேவைப்பட்டால், ஒரு பெண்ணுக்கு இரண்டு ஆண்கள்,ஏன் தேவைப்படக் கூடாது? ஒன்று தகப்பனாரைப்போல, அடுத்தது தன் படுக்கைக்கு ஏற்றார் போல!

ஆனால், நான் என்ன முக்கியமாகச் சொல்ல வருகிறேன் எனறால், இந்த இருபதாம் நூற்றாண்டில்கூட, ஜங் **(Jung)** மற்றும் பிராய்டு **(Freud)** போன்ற அறிவாளிகள் இன்னும் அந்தப் பழங்கால ஆண் ஆதிக்கத் தன்மையிலேயே இருக்கிறார்கள் என்பதே! ஆகவே, பெண்கள், தங்க ளுக்கு தாங்களே உதவிசெய்து கொள்ள வேண்டும். ஆண்களை நம்பிப் பயனில்லை. அவர்கள் தங்களைத் தாங்களே தெளிவாகப் புரிந்துகொள்ள

வேண்டும். இந்த காலம்தான் தக்க தருணம். இதை இவர்கள் தவற விடக் கூடாது.

ஆனால், ஆனந்த்பிரேமின் கேள்வி, அடிப்படையாக தன்மனத்தைப் பற்றியதாகவே இருக்கிறது. பொதுவாக பெண்களைப் பற்றியதாக இல்லை. அவள் தன் இச்சையாக செயல்படுவதாகத் தெரியவில்லை.

சரித்திரகால கட்டுப்பாடு இன்னும் அவளிடத்தில் இருக்கிறது. இந்தக் கட்டுப்பாடும், அடுத்து பாதுகாப்பு, பொருளாதாரம் போன்ற பயங்களும் சுலபமாகக் காலத்தால் அழிக்கக்கூடியது அல்ல. மனிதன் செய்த தந்திரங்களில் மிகப் பெரிய, மிகக் கொடூரமான தந்திரம் இதுதான். அதாவது, பெண்களை எப்பொழுதும் ஒரு பயஉணர்ச்சியோடு வைத்திருப்பது. அந்த பய உணர்ச்சி இருக்கும் வரை, அவர்களை சுலபமாக ஆதிக்கம் செலுத்தலாம்.

முதலில், அவன் கற்பு பற்றிய பயத்தைத்தான் பெண்களிடம் மிக ஆழமாகப் பதித்தான். கன்னித்தன்மை என்பது விலைமதிக்க முடியாதது என்று ஒழுக்கச் சட்டத்தை ஏற்படுத்தினான். இது காலங்காலமாக, வழிவழியாக ஒவ்வொரு பெண்களின் மனத்திலும் விதைக்கப்பட்டது. ஒரு பெண் தன் கன்னித்தன்மையை இழந்தால், அவள் இந்த உலகத்தில் வாழவே தகுதியில்லை. இதனால், அந்த பெண், சுதந்திரமாகப் பழக முடியவில்லை, மனம் விட்டுப் பேச முடியவில்லை, ஆத்மார்த்தமான நண்பர்களை ஏற்படுத்திக் கொள்ள முடியவில்லை. அவள் எப்பொழுதும் தன் கற்பைப் பற்றி நினைத்தவாறே இருக்கிறாள். ஏனென்றால், அது விலைமதிக்க முடியாத பொருளாம்!

இந்த வித்தியாசத்தைக் கொஞ்சம் கவனியுங்கள். யாரும், பையன்களிடம் சென்று, ''நீ உன் கன்னித்தன்மையை இழக்கக்கூடாது'' என்று சொல்லியதாகத் தெரியவில்லை. அவர்களை சுதந்திரமாகவே வாழ அனுமதித்திருக்கிறார்கள்.

நன்றாகச் சிந்தித்துப் பாருங்கள். ஒரு பெண், தன் 20 வயது வரை கன்னியாகவே இருக்கிறாள் என்று வைத்துக் கொள்ளுங்கள். அப்பொழுது அவளுக்கு ஏற்பட்ட அந்த உணர்ச்சி கொந்தளிப்புகளைக் கட்டுப்படுத்தி, கட்டுப்படுத்தி ஒரு உணர்ச்சியற்ற ஜடமாகவே மாறி இருப்பாள். அதற்கு அப்புறம் ஏற்படும் மகிழ்ச்சி எப்படி உண்மையானதாக இருக்கும்? அவள்

தன் காதலின் முழுமையை அதன்பிறகு அவளால் அனுபவிக்கவே முடியாது. அவள், கலவியின் உச்சத்தன்மையைப் பெறவே முடியாது. ஏனென்றால், அந்த 20 வருடகால அடக்கப்பட்ட உணர்ச்சி, அடிமனத்தில் இருந்துகொண்டு, வேலை செய்து கொண்டேதான் இருக்கும். பல நூற்றாண்டுகளாக, பல கோடிப் பெண்களுக்கு, கலவியின் உச்சத்தன்மை என்றால் என்னவென்றே தெரியாது! ஏனெனில், இந்த 20 வருட கட்டுபாட்டை உடைத்தெறிவது என்பது லேசான காரியம் இல்லை. அதேசமயம், அவள் ஆணைப்பற்றி என்ன நினைக்கிறாள் தெரியுமா? ஒரு பாபமான காரியம் செய்யும், தன் உடலையும், மனதையும் கெடுக்கும் ஒரு மிருகம் என்றும் ஒரு குற்றவாளி என்றும் அருவருப்பாக நினைக்கிறாள். ஆனால், வெளியில் அன்புடன் இருப்பதாக நடிக்கிறாள்! அவன் பல பெண்களுடன் உறவாடுவதை, அவனது உரிமை என்று எடுத்துக்கொள்ளும் அதே சமயம், அந்த உரிமை தனக்கு ஏன் மறுக்கப்படுகிறது என்று இந்த சமூகத்தையும், உங்கள் நீதிநூல்களையும் வெறுக்கிறாள். இதை நன்றாக ஞாபகம் வைத்துக் கொள்ளுங்கள். ஆகவே, காதலையே பாபம் என்று கருதுகிறாள். அப்படித்தான் உங்கள் பழைய மதங்களும் கூறுகின்றன.

ஆகவே, எந்த மனைவியும், முக்கியமாக இந்தியாவில், தன் கணவனுக்கு மரியாதை கொடுக்க விரும்புவதில்லை! ஆனால், அப்படிக் கொடுப்பதுபோல் நடிப்பதில் கெட்டிக்காரர்கள்! மனஆழத்தில், அவர்கள் ஆண்களை வெறுக்கவே செய்கிறார்கள். உங்கள் பழைய மதங்கள் உடல் உறவையே பாபமான காரியம் என்று சொல்லும் பொழுது, அதைச் செய்யும் ஆணை, அவள் எப்படி மன்னிப்பாள்? தன்னுடைய விலை மதிக்க முடியாத கன்னித்தன்மையை அழித்தவன் என்ற வெறுப்பு, அவளுடைய ஆழ் மனத்தில் இருக்கிறது. அதை அவளால் சுலபமாக நீக்க முடியாது. ஆகவே தான், இந்த சமூகம், பெண்களிடம், ''உங்கள் கணவர்களை மதியுங்கள்'' என்று திரும்பத் திரும்பக் கூறுகிறது. அதற்கு மிக நன்றாகவே தெரியும், பெண்கள் தன் கணவன்களை மதிக்க மாட்டார்களென்று!

அடுத்து, இந்த பாபகரமான காரியத்திலிருந்து, பிள்ளைகள் பிறக்கிறார்கள். அப்படி இருந்தால், நீங்கள் உங்கள் பிள்ளைகளின் மேல் எப்படி அன்பாக இருப்பீர்கள்? அவைகளையும் மனதார வெறுப்பீர்கள். ஆனால், அந்த வெறுப்பு உங்கள் ஆழ்மனத்தில் இருக்கும். வெளியில் தெரியாது.

ஆகவே, இதைப் போல முட்டாள்தனமான கட்டுப்பாடுகளினாலும், ஒழுக்க நியதிகளாலும், மூடக்கொள்கைகளாலும், இந்த சமூகம் துன்பத்தில் சுழன்று கொண்டிருக்கிறது.

ஒரு மனிதன் எவ்வளவுக்கெவ்வளவு அன்பு நிறைந்தவனாக இருக்கிறானோ, அவ்வளவுக்கவ்வளவு அவன் புனிதத்தன்மையுடையவனாகிறான். அந்த அன்பை முழுமையாக அனுபவிப்பவனே, உண்மையான மதத்தன்மை நிரம்பியவன் ஆவான். இவைகள்தான் என் அடிப்படைக் கொள்கைகள் அல்லது கருத்துகள்.

ஆனந்த் பிரேம், தான் நினைப்பது அனைத்தும், எல்லாப் பெண்களுக்கும் பொருந்தும் என்று நினைக்கிறாள். ஒருவகையில் அது சரிதான். ஏனெனில், எல்லாப் பெண்களும், அவளைப் போலவே கட்டுப்படுத்தப்பட்டவர்கள்தான். ஆனால், அது முழுவதும் உண்மை இல்லை.

நீங்கள் ஒவ்வொருவரும் தனித்தன்மையாக சிந்தியுங்கள். அப்பொழுதுதான் சுதந்திரத்தின் தனித்தன்மையை ருசிப்பீர்கள். ஆனால், இந்த உலகத்தில் தனித்து இயங்குவது மிகவும் கஷ்டம்தான். சிறுமியாக, பிறகு பெண்ணாக, மனைவியாக, தாயாக, பாட்டியாக என்று மாறிக் கொண்டே, பிறரை சார்ந்து வாழ்ந்து, தன் தனித்தன்மையை இழந்தே ஒரு பெண் இறக்கிறாள்.

ஒரு மனிதனுக்கு சுயமரியாதை, சுய சுதந்திரம் என்பது மிகவும் அவசியம். அதுவும் ஒரு பெண்ணுக்கு மிகவும் அவசியம். அவள் மகளாக, மனைவியாக, தாயாக இருப்பது என்பது இரண்டாம்பட்சம்தான். ஆனால், அவள் பெண் என்ற தன் உரிமையை எப்பொழுதும், யாருக்காகவும் விட்டுக் கொடுக்கக்கூடாது. அதுதான் முக்கியம். அப்பொழுதுதான், நீங்கள் ஒரு உண்மையான, அழகான, புதுமையான, மகிழ்ச்சியான உலகத்தைக் காண்பீர்கள்.

இப்பொழுது இந்த உலகத்தில் நிலவுவது அலுப்பும், பொறாமையும்தான். இந்த அலுப்பின் நிழலாக, பொறாமையும் சேர்ந்தே வருகிறது. இது ஆணுக்கும், பெண்ணுக்கும் இடையே மிகவும் சகஜமாக நிலவுகின்றன. இது ஏன்?

நன்றாகக் கவனியுங்கள். உங்களுக்கு ஒரு பெண்ணோடு அலுப்பு ஏற்பட்டால், அவளுக்கும் உங்கள் மேல் அலுப்பு ஏற்படுகிறது என்று

ஓஷோ

உணருங்கள். அப்பொழுது அவள் உங்களைத் தவிர்த்து, வேறு ஆணின் மேல் அக்கரை காட்டுகிறாள். அதைப் போல நீங்களும் பிற பெண்களிடம் அக்கரை காட்டுகிறீர்கள். விருப்பம் கொள்கிறீர்கள். அப்பொழுது என்ன நிகழுகிறது. பொறாமைதான்! இது இயல்பு. பிறகு சிறு சிறு சலசலப்பு, கோபம், மனக்கசப்பு.... இப்படி ஒன்றன் பின், ஒன்றாகக் கிளம்பி, வாழ்க்கையே நரகமாகிறது. முதலிரவு மற்றும் தேனிலவு கிளுகிளுப்புகள் அனைத்தும் எப்பொழுதோ மறைந்துவிட்டன.

இந்த அலுப்பைப் பொருத்தவரை, ஆண்களை விட, பெண்களின் அலுப்பு மிகவும் தீவிரமானது, நிலையானது. ஏனெனில், ஆண்கள் வெளியே சென்று, தங்கள் அலுப்பை சுலபமாக மறக்கச் சந்தர்ப்பங்கள் இருக்கின்றன. ஆனால், பெண்களுக்கு அந்த வாய்ப்பும் இல்லை, சுதந்திர மும் இல்லை. அவர்கள் கிட்டத்தட்ட சிறையில் இருப்பதுபோல், வீட்டில் அடைபட்டுக் கிடக்கிறார்கள். அப்பொழுது தன் அடிமைத்தனத்தை மிகவும் உணருகிறார்கள். இதனால் பாறாங்கல்லைப் போல் உறைந்து விடுகிறார் கள். அவர்களிடம் எந்த உயிரோட்டமும் இல்லை. அதனால் அவர்களிடம் ஒருவித பய உணர்ச்சி இருக்கிறது. இவன் தன்னை நிராகரித்து விட்டால், தன் கதி என்னவாவது என்று நினைத்துக் கலங்குகிறாள். ஒரு அடிமை தன் சுதந்திரத்தைவிட, தன் பாதுகாப்புக்கே அதிக முக்யத்துவம் கொடுப்பான். இதுதான் நடந்திருக்கிறது. இதற்கும் பெண்களின் மன இயலுக்கும் எந்தவித சம்மந்தமும் கிடையாது.

இந்த அடிமைத்தனத்திலிருந்து பெண்கள் முதலில் விடுதலை யடைய வேண்டும். ஆணும், பெண்ணும் சற்று ஜாக்கிரதையாக, சுய உணர்வோடு இருந்தால், இந்த அடிமைத்தனம் வருங்காலத்தில் மெல்ல மெல்ல அழியும். இப்பொழுது இருவருமே, நரகத்தில் தான் வசிக்கிறார்கள்.

ஒரு நிகழ்ச்சி.

ஒரு கனவானும், அவரது மனைவியும், விவசாயப் பொருள் காட்சியைத் திறந்து வைக்கச் சென்றனர். பிறகு சடங்குகளெல்லாம் முடிந்து, உள்ளே சென்று ஒவ்வொரு இடமாகப் பார்த்துக்கொண்டே சென்றார்கள். அந்தக் கனவான், ஒரு கடையில் நின்றுகொண்டு பலவித பீர்பானங்களை கண்டு ரசித்துக் கொண்டிருந்தார். ஆனால், அந்த அம்மையாரோ மெல்ல நகர்ந்து சென்று, சிறிது தூரத்தில் நின்றிருந்த ஓர் பரிசு வாங்கிய ஆண் காளையைப் பார்த்து ரசித்துக் கொண்டிருந்தாள். அப்பொழுது அந்தக்

காளையின் பாதுகாவலனிடம், ''இந்த காளையை நீ மிகவும் நன்றாக வளர்த்திருக்கி றாய். இதைப்பற்றிக் கொஞ்சம் சொல்'' என்றாள்.

அவனும் மகிழ்ந்து, ''இது மாத்திரம் பரிசு பெறவில்லை, இதனுடைய தகப்பன் கூட பரிசு வாங்கியதுதான்'' என்று பெருமையாகச் சொன்னான்.

''அப்படியா, மேற்கொண்டு சொல், பார்ப்போம்''

''மேடம், இந்தக் காளை வருடத்துக்கு சுமார் 300 தடவை, பெண் ப்சுவோடு சேரும். அவ்வளவு வீரியம் உள்ளது.''

''அப்படியா, ரொம்ப சரி, நீ ஒரு காரியம் செய், இந்தச் செய்தியை அதோ நிற்கிறாரே, என் கணவர், அவரிடம் சென்று தெரிவித்துவிட்டு வா'' என்றாள்.

அவனும், அப்படியே சென்று அவரிடம் சொன்னான். அதற்கு அவர், ''ரொம்ப சரி, ஆனால் அது 300 தடவை ஒரே பசுவிடம் தான் சேர்ந்ததா?'' என்றார்.

அதற்கு அவன், ''இல்லை இல்லை, அது பல பசுக்களோடு கூடுகிறது'' என்றான். இதைக் கேட்டதும் அந்தக் கனவான், மிகவும் மகிழ்ந்து ''இதைப் போய் அப்படியே என் மனைவியிடம் சொல்!'' என்றார்.

விலங்குகள் எவ்வளவோ சந்தோஷமாக இருக்கின்றன. ஏனெனில், அவைகளுக்கு எந்தக் கட்டுப்பாடும் கிடையாது. ஆனால், நன்றாக ஞாபகம் வைத்துக் கொள்ளுங்கள். நான் கல்யாணம் செய்து கொள்வதற்கு எதிரியில்லை. பார்க்கப் போனால், உயர்ந்த, மேன்மை தன்மையுடைய கல்யாணத்தை மிகவும் ஆதரிக்கிறேன். ஆனால், நீங்கள் இப்பொழுது கல்யாணம் என்ற போர்வையில், அடிமைத்தனமாக, கட்டுப் பட்டு, உங்கள் தனித்தன்மையை இழந்து இருப்பதைத்தான் நான் எதிர்க் கிறேன். இந்தக் கல்யாணக் கட்டுப்பாடு, விபச்சாரத்தைத்தான் மறைமுக மாக ஊக்குவிக்கும் என்கிறேன்.

உயர்ந்த, மேன்மையான கல்யாணம் என்று எதைக் குறிப்பிடு கிறேன் என்றால், ஆண் பெண் இருவருடையே, ஓர் ஆன்மீக உள்ளக்கலப்பு ஏற்படவேண்டும். அவர்களுடைய நெருக்கத்தில் ஓர் ஆன்மீக உணர்ச்சி

பரிவர்த்தனை ஏற்படவேண்டும். அது இருவரும் சமநிலையில் இருந்தால் தான் நடக்கும். இங்கு யஜமான்-அடிமை என்ற பேச்சுக்கே இடமில்லை. இது ஒரு முழுமையான அன்புப் பரிவர்த்தனை. அப்பொழுது ஏற்படும் மகிழ்ச்சி, ஆனந்தம் எல்லாம் உணர்வுப்பூர்வமானது, மிகவும் மேன்மை யானது. அங்கு அறிவுக்கலப்புக்கு இடமே இல்லை. இது ஆண் பெண் இருவருக்குமிடையே எப்பொழுதும் நீடித்து இருக்கவேண்டும். வயது ஒரு பொருட்டல்ல. ஆனால், எப்பொழுது இந்த ஆன்மீக நெருக்கம் குறை கிறதோ அல்லது மறைகிறதோ, அதற்கு மேல் இருவரும் ஒன்றாக இருப்ப தில் அர்த்தமில்லை. இருவரும் பிரிந்துவிட வேண்டும். அப்படி மேற் கொண்டு, சமூகத்திற்காக ஒன்றாக இருந்தால், அது அலுப்பையும், வெறுப்பையும்தான் கொடுக்கும். இப்பொழுது, இருவரும் ஒருவர் மற்றவரது ஆன்மாவை கொல்லவே நினைக்கிறார்கள். ஒருவரை ஒருவர் பலவிதங்களில் கொடுமைப்படுத்தவே முயற்சி செய்கின்றனர். ஒரு சமயம் அன்பாக இருந்தது, இப்பொழுது வெறுப்பாக மாறிவிட்டது. இந்த வாழ்க்கை நரக வாழ்க்கை, மிகவும் இயந்திரத்தனமான வாழ்க்கை. இதை நான் ஆதரிக்கவில்லை. இதை மீண்டும் படித்துப் புரிந்துகொள்ளுங்கள்.

ஒருகாலத்தில், என் கருத்து நடைமுறைக்கு வந்தால் - ஆனால், வருவது மிகக் கஷ்டம். ஏனெனில், தன் பழக்கங்களையும், தன் உயிரற்ற கொள்கைகளையும், அவ்வளவு சுலபமாக மனிதன் விடமாட்டான் - உண்மையான வாழ்க்கை அப்பொழுதுதான் மலரும். மனிதன் ஒரு புத்துணர்ச்சி கலந்த அபாயகரமான வாழ்க்கையை வாழ தைரியமுடைய வனாவான். அப்பொழுதுதான் உண்மையான திருமணம் ஏற்படும். அப்பொழுது நீங்கள் ஆத்மார்த்த கணவன் மனைவியரை அல்லது தம்பதியர்களை நிறையவே காண்பீர்கள்.

ஆனால், பெரும்பான்மையான தம்பதியர்கள், தங்கள் மனைவியை அல்லது கணவனை மாற்றிக் கொண்டேதான் இருப்பார்கள். அதில் எந்தத் தவறும் இல்லை. ஆனால், இதுதான் பெரிய பிரச்சனையாகப் படுகிறது. அதுமாத்திரமல்ல, பிள்ளைகளின் எதிர்காலம் என்ன?

என்னைப் பொருத்தவரை இது ஒன்றும் பெரிய பிரச்சனை இல்லை. இந்த விஷயத்தில் என்னுடைய கொள்கை என்னவென்றால், நான் குடும்பத்தை ஆதரிக்கவில்லை. அதற்குப் பதில் கூட்டுக்குழுவை (Commune) ஆதரிக்கிறேன். குடும்பம் என்பது மறையவேண்டும். அது முழுக்க,

முழுக்க, ''தான், தன்னுடையது, தங்களுக்காக'' என்ற ஒரு குறுகிய வட்டத்தில் செயல்படுகிறது.

ஆனால், இந்தக் குழு அமைப்பில், பிள்ளைகள் அனைவரும் அந்தக் குழுவின் பொறுப்பில் வருகிறார்கள். அந்த குழந்தைகளுக்கு தாயாரைத் தான் தெரியும். தகப்பனாரைப் பற்றித் தெரியவேண்டிய அவசியம் இல்லை. ஏனெனில், குழந்தை வளர்ந்த பிறகு, தகப்பனாரின் பொறுப்பை, அதாவது கல்வி போன்ற இதர பொறுப்புகளை அந்தக் குழுவே எடுத்துக் கொள்ளும் பொழுது, தகப்பனாருக்கு வேலை ஏது? எப்பொழுதும் ஒரு குழுவோ அல்லது சமூகமோ, பெண்களை அடிப்படையாகக் கொண்டு தான் இயங்க வேண்டும். ஆண் ஆதிக்கம் நிறைந்த சமூகத்தில் ஆயிரக்கணக்கான பிரச்சினைகள் இருந்தே தீரும். அடுத்ததாக இந்த சமூகத்தில் இருக்கும் சொந்த சொத்து பற்றியது. இது சுயநலத்தின் மறு பரிமாணம். இது சாதாரணமாக தகப்பனார் மூலமாகவே வருகிறது. தகப்பனார் மறையும் வரை, அந்த சொத்தின் மேல் யாரும் உரிமை கொண்டாட முடியாது. அதனால் எந்தப் பயனும் அதுவரை இருக்காது. ஆனால், இந்த குழு ஏற்பட்டால், தனிமனித சொத்து என்று எதுவும் இருக்காது. எல்லாம் இந்த குழுவுக்கே சொந்தம். அத்துடன் பெண் சுதந்திரமாக இயங்குவாள். ஒரு ஆணைப் பிடிக்காவிட்டால், சுலபமாக வேறு ஒரு ஆணுடன் நட்பு கொள்ளலாம். யாரும் பொறாமையோ, அருவருப்போ அடையமாட்டார்கள். ஆனால், தம்பதியரிடையே, ஆன்மீக அன்பு கலப்பு ஏற்பட்டால், அவர்கள் பிரிவதற்கு சந்தர்ப்பமே இருக்காது. ஆகவேதான், தியானத்தை நான் மிகவும் வலியுறுத்துகிறேன்.

இப்படி இந்த குழுவில், சகல சொத்துக்களும் வந்துவிட்டால், அங்கு உண்மையான கம்யூனிஸம் மலருகிறது. இப்பொழுது சோவியத் ரஷ்யாவில் கூட, உண்மையான கம்யூனிஸம் கிடையாது. எப்பொழுது ஒரு குடும்பம் தகப்பனாரின் ஆளுகையில் இருக்கிறதோ, அதுவேதான் சமூகத்திலும் நிலவும். அந்த ஆண் ஆதிக்கம் அங்கும் இருக்கத்தான் செய்யும். அப்படி இருக்கும்பொழுது, உண்மையான கம்யூனிஸம் எப்படி உண்டாகும்?

ஆனால், இந்த மறுமலர்ச்சி ஏற்படுவதற்கான சாத்யக்கூறுகள் இப்பொழுதே தென்படுகின்றன. அந்த அளவுக்கு பிரக்ஞை உணர்வு மக்களிடம் ஏற்பட்டிருக்கிறது என்றே நினைக்கிறேன். முதலில் இதைப் போன்ற சிறுசிறு குழு அமைப்பு அங்கங்கே ஏற்படவேண்டும். அப்படித்

தான் கம்யூனிஸம் வரவேண்டுமே தவிர, முதலில் கம்யூனிஸத்தைத் திணித்தால், அது அழிவைத்தான் உண்டுபண்ணும். அது முடிஆட்சி போல், ஆணவமிக்கதாகி விடும். அந்த சமூகம் சீரழிந்து விடும். இதற்கு உதாரணம் ரஷ்யாவும், சைனாவும்தான்!

ஆகவே, பால் உணர்வைப் பொருத்தவரை, முதலில் இந்தக் குழு செயல்படட்டும். பிறகு மெல்ல மெல்ல தனிமனித சொத்து அழிய ஆரம்பித்துவிடும். அதுவும் அந்த குழுவில் ஒன்றாகிவிடும். பெண் உடமை சொந்தம்தான், தனி மனித சொத்துக்கு ஆதாரம். ஒரு பெண்ணை அடைய விரும்பும்பொழுது, கூடவே, பாதுகாப்பிற்காக சொத்தையும் சேர்க்க ஒருவன் விரும்புகிறான். இது இயல்புதான். இது பெண்ணுக்கும் பொருந்தும். நீங்கள் ஒரு ஆணையோ, அல்லது பெண்ணையோ குடும்பம் என்ற நோக்கில் சொந்தம் கொண்டாடாதபொழுது, சொத்தைப் பற்றிய பிரச்சனை எதற்குக் கிளம்ப வேண்டும்? அதனால் என்ன பிரயோஜனம்?

ஆகவே, என்னுடைய கருத்து என்னவென்றால், முதலில் குடும்பம் என்பது மறையவேண்டும். இங்கு ஒன்றை நன்றாகக் கவனியுங்கள். நான் குடும்பம் மறையவேண்டும் என்று சொல்லும்பொழுது, நான் ஆன்மீக அன்பு கலப்பு கொண்ட குடும்பத்தைச் சொல்ல வில்லை. அது நன்மையையே கொடுக்கும். நான் சொல்வது, இந்த சாதாரண மக்களின் அலுப்பு நிறைந்த, வெறுப்பு மிகுந்த குடும்ப வாழ்க்கையைத்தான். அவர்கள் ஏன் அப்படிப்பட்ட துன்பம் நிறைந்த வாழ்கையை அனுபவிக்க வேண்டும்? இது குற்றமில்லையா?

நான்காவது கேள்வி:-

''அன்புள்ள ஓஷோ, நான் உங்களிடம் சரணாகதி அடைந்ததாக உணருகிறேன். ஆனால், உண்மையில் அதை என் மனம் ஒத்துக் கொள்ளவில்லை. நீங்கள் எப்பொழுதும் விழிப்புணர்வு, சரணாகதி பற்றியே பேசுவதால், எழுந்த பிரமையா அது? அது ஏதோ கேரட்டை (Carrot) ககாட்டி கழுதையை இழுப்பதைப் போலவே இருக்கிறது. எதுவும் உண்மையில்லை என்ற உணர்வு அடிக்கடி வருகிறது. இது என்னிடம் எரிச்சலையும், கோபத்தையும் ஏற்படுத்துகிறது. நான் முட்டாளாக்கப்படுகிறேனோ என்ற சந்தேகத்தை ஏற்படுத்துகிறது. எது உண்மை?''

கேரட் கிழங்கு இருப்பது உண்மை. ஆனால், கழுதை இருக்க வில்லை. இந்த இரண்டில் எதைத் தேர்ந்து எடுப்பது என்பது உங்கள் கையில்தான் இருக்கிறது. நீங்கள் கழுதையாக இருக்கிறோம் என்று நினைத்தால், அங்கு கேரட் இருக்கவில்லை. அதற்கு மாறாக, நீங்கள் கேரட்டை முழுமையாக உணர்ந்தால், நீங்கள் கழுதையாக இருக்கவில்லை.

கேரட் என்று எதுவும் இல்லை என்று நீங்கள் கருதினால், உங்களுக்குக் கோபமும், எரிச்சலும் வருவது இயற்கைதான். நீங்கள் முட்டாளாக்கப்பட்டிருப்பதுபோல் கருதுவதும் சகஜம்தான். ஏனெனில் நீங்கள் இப்பொழுது கழுதையாக இருக்கிறீர்கள். கேரட்மறைந்து விட்டது. இப்படி நீங்கள் தடுமாறுவதைவிட, ஏன் நீங்கள் நேரடியாக உங்கள் உள்ளே தைரியமாகப் பார்க்கக் கூடாது? அதாவது, நீங்கள் என்று எதுவும் உங்கள் உள்ளே யாரும் இருக்கிறார்களா? தேடுங்கள்!

என்னுடைய ஆணித்தரமான கருத்து என்னவென்றால், ஞானத்தன்மை என்பது இருக்கிறது. ஆனால் நீங்கள் (மனம்) இருப்பது பொய். விழிப்புத்தன்மை என்பது உண்மை. ஆனால், அகங்காரம் என்பது பொய். இதுதான் என்னுடைய சுருக்கமான அறிவிப்பு.

ஆகவே, இந்த இரண்டில் எதைத்தேர்ந்து எடுப்பது என்பது உங்கள் புரிந்துகொள்ளுதலைப் பொறுத்தது. நீங்கள் துன்பத்தைத் தேர்ந்து எடுக்கவிரும்பினால், அகங்காரத்தின் (Ego) பின்னே செல்லுங்கள். அது அந்த கழுதைக்குச் சமம்தான். அப்பொழுது, நீங்கள் கேரட் என்று எதுவும் இல்லை என்றுதான் நினைக்க வேண்டிவரும். ஆனால், அது இருப்பது முற்றிலும் இல்லை! அதை நீங்கள் உள்ளுணர்வாக உங்கள் உயிர்த்தன்மை யாக உணர்ந்து கொண்டால், அந்தக் கழுதை தன்னால் மறைந்துவிடும்! நீங்கள் கேரட்டை சார்ந்தால், பேரானந்த நிலையை அடைவீர்கள். நீங்கள் அகங்காரத்தை, அறிவை நம்பினால், நரகத்தைத்தான் தேர்ந்து எடுப்பீர்கள். நீங்கள் எதை வேண்டுமானாலும், தேர்ந்து எடுத்துக் கொள்ளலாம்.

ஐந்தாவது கேள்வி: -

"அன்புள்ள ஓஷோ, நான் உங்களைச் சந்திப்பதற்கு முன்பு, மிகவும் துன்பத்தில், என்னையே புரிந்து கொள்ள முடியாமல் இருந் தேன். ஆனால், இப்பொழுது சிறிய விழிப்புணர்வோடு, துன்பத்தில் இருப்பதாகவே உணருகிறேன். இதில் என்ன புதுமை இருக்கிறது?"

இதை உங்களால் புரிந்துகொள்ள முடியவில்லையா? 'சிறிய விழிப்புணர்வு' என்று கூறும் பொழுது, அது அர்த்தமற்றது என்று கருதுகிறீர்களா? அது உங்களைவந்து அடைந்த முதல் ஒளிக்கீற்று. ஆனால், சூரியன் வெகு தொலைவில் இருக்கிறது. அந்த ஒளிக்கீற்றை நம்பிச் சென்றால், அது, அதனுடைய உற்பத்தி இடத்தைக் காட்டும்.

இருட்டில், ஒரு சிறு ஒளி தென்பட்டாலும், அதற்கு ஆதாரம் நிச்சயம் எங்கேயோ இருக்கிறது என்று எண்ணுவது இல்லையா? அதுதான் கடவுளின் ஒளிக்கீற்று. 'சிறிது விழிப்புணர்வு' என்று கூறாதீர்கள்.

ஆனால், உங்களைப் புரிந்துகொள்கிறேன். நாம் இவ்வளவு காலமும் விழிப்புணர்வற்ற தன்மையில், பிரக்ஞையற்றதன்மையில், ஒரு இயந்திரம் போல் வாழ்ந்திருக்கிறோம். அதனுடைய பருமன் அல்லது அடர்த்தி மிக அதிகம் தான். ஆகவே, ஒரு சிறிய விழிப்புணர்வு ஒளியை நீங்கள் உணர்ந்தாலும், அதை உங்கள் மனம் நம்ப மறுக்கிறது.

ஒரு நிகழ்ச்சி

எ.டிஸ் (ATS) என்ற படையில் சேருவதற்கு, ஒரு இளம்பெண் மருத்துவப் பரிசோதனைக்காக, ஒரு டாக்டரிடம் வந்தாள். அவர் அவளை நிர்வாணமாக்கி, உடலை சோதித்தார். அப்பொழுது அவளுடைய தொப்புள் மிகப் பெரிதாக இருந்ததைக் கண்டு, ஆச்சரியம் அடைந்து, தன் உதவி டாக்டரை அழைத்துக் காண்பித்தார். அவரும் ஆச்சரியப்பட்டு, "இதைப்போல, என் மருத்துவ வாழ்க்கையில் பார்த்ததே இல்லை" என்று சொல்லி, "இதைப்புகைப்படம் எடுத்து வைத்துக்கொள்ளலாம்" என்று அபிப்பிராயம் தெரிவித்தார்.

இதையெல்லாம் கேட்டுக்கொண்டிருந்த, அந்தப் பெண் அலுப் படைந்து "இதோ பாருங்கள், நீங்களும் இதற்கு முன் சால்வேசன் படையில் (Salvation army) இருந்திருந்தால், உங்கள் தொப்புளும் இப்படிப் பெரிதாகவே இருக்கும்." என்றாள். அவர்கள் ஆச்சரியம் அடைந்து, "அதற்கும், தொப்புளுக்கும் என்ன சம்மந்தம்?" என்று கேட்டார்கள்.

அதற்கு அவள், "அங்கு நான் 10 வருடம் அந்த படையின் கொடிக்கம்பத்தை தொப்புளில் தாங்கிச் சென்றிருக்கிறேன்!" என்றாள்.

அதைப் போல, நீங்கள் பல லட்சம் வருடங்களாக, இந்த பிரக்ஞை யற்ற இயந்திரத்தனமாக வாழ்க்கையை சுமந்து வந்திருக்கிறீர்கள்! ஆகவே, உங்கள் தொப்புள் மிக ஆழமாகி விட்டது! உங்களுடைய சுயசரிதம் அனைத்தும் மிகவும் இயந்திரத்தனமானது. உங்களைப் பற்றி, நீங்கள் எதுவுமே அறிந்திருக்கவில்லை. நீங்கள் அறிந்தது அனைத்தும் பிரக்ஞை யற்ற தன்மையைத்தான். ஆகவே, சிறிது கடவுளின் ஒளிக்கீற்று அல்லது பிரக்ஞையின் ஒளிக்கீற்று உங்களை வந்து அடைந்ததும், அதை உங்களால் நம்பமுடியவில்லை. அது ஏதோ ஒரு பிரமை அல்லது கனவு என்று ஒதுக்கி விட்டீர்கள். நீங்கள் அப்படியே அதை ஒருக்கால் நம்பினாலும், உங்கள் பழைய பிரக்ஞை நிலையை ஒப்பிடும்பொழுது, இது மிக மிக மென்மை யானது. இது எந்த அளவுக்கு உதவி செய்யும் என்று உங்கள் மனம் நம்பமறுக்கும்.

நான் இங்கு ஒன்றைச் சொல்ல ஆசைப்படுகிறேன். அதாவது, ஒரு சிறிய மொழுகுவர்த்தி, இந்தப் பிரபஞ்சத்தில் உள்ள சகல இருட்டையும் விட சக்திவாய்ந்தது. இருட்டில், நீங்கள் எதையும் காண முடியாது. அது உங்களைப் பொருத்தவரையில் உயிரற்றது. இதை நன்றாகப் புரிந்துகொள் ளுங்கள்.

ஒரு நிகழ்ச்சி

ஒரு டாக்டரிடம் ரத்தக்காயத்துடன் சிகிச்சைக்காக வந்தான். ஒருவன். அவனைப்பார்த்து, அந்த டாக்டர், ''இது எப்படி ஏற்பட்டது'' என்றார்.

''என் மனைவியின் பயங்கரக் கனவினால்'' என்றான்.

''என்ன உளறுகிறாய். தூக்கக்கலக்கத்தில், அவள் உன்னை உதைத்து இருக்கலாம். ஆனால், இந்த அளவுக்கு யாரும் காயப்படுத்தியி ருக்க முடியாது'' என்றார்.

''டாக்டர், கொஞ்சம் பொறுமையாகக் கேளுங்கள். நான் சென்ற இரவு பாதி தூக்கக்கலக்கத்தில் இருக்கும்பொழுது, என் மனைவி திடீரென்று, '' சீக்கிரம் வெளியே போ, என் கணவன் வருகிறான்'' என்று கத்தினாள். ஒன்றும் புரியாமல், இயந்திரத்தனமாக, பழக்கப்படி, உடனே எழுந்திருந்து, பக்கத்து ஜன்னல் வழியாக கீழே குதித்துவிட்டேன்!''

ஆகவே, அந்த ஆள் இப்படிப் பல பெண்களுடன் கள்ளத் தொடர்புகொண்டு, இடையில், அந்த பெண்ணுடைய கணவன் வரும பொழுது, அவள் எச்சரிக்கையை புரிந்துகொண்டு வெளியேறி விடுவான். இது அவன் ஆழ்மனத்தில் ஊறிவிட்டது, பழக்கமாகி விட்டது. இப்பொழுது மனைவி நடு இரவில் கத்தியதும் (அவளும் இப்படிப்பட்டவள்தான்!) ஒன்றும் புரியாமல், பயந்து வெளியே குதித்திருக்கிறான். இப்படித்தான், நீங்கள் பழைய பழக்க வழக்கத்தை மாற்ற முடியாமல், மிகவும் இயந்திரத் தனமாக உங்கள் வாழ்க்கையை நடத்துகிறீர்கள்.

ஆகவே அந்த சிறிய ஒளிக்கீற்றை அலட்சியம் செய்யாமல், உங்கள் கவனத்தை அதன்மேல் வைக்கவும். அதை நம்புங்கள். அது கனவும் அல்ல, பிரமையும் அல்ல. அது உண்மையின் ஒளிக்கீற்று. அதை நீங்கள் நம்பித்தான் ஆகவேண்டும். அப்பொழுதுதான், அந்த சின்னஞ் சிறிய ஒளிக்கீற்று, அந்த பேரின்பக் கதவைத்திறக்க வழிசெய்யும். இதை உங்க ளால் புரிந்துகொள்ள முடியவில்லையா? இதில் என்ன புதுமை இருக்கிறது என்று கேட்கிறீர்கள்?

ஆறாவது கேள்வி:-

''அன்புள்ள ஓஷோ, நான் ஒரு கத்தோலிக்கக்கிருஸ்துவன். நான் உங்கள் பேச்சை மிகவும் ரசிக்கிறேன். ஆனால், நீங்கள் என் மதத்தைப்பற்றி இழிவாகச் சொல்லும்பொழுது, மிகவும் வேதனை யடைகிறேன். இதற்கு நான் என்ன செய்வது?''

இதில் மூன்று விஷயங்கள் அடங்கி இருக்கின்றன. முதலில், உங்கள் மனதுக்கு எது சரி என்று படுகிறதோ, அதில் கவனம் வையுங்கள். சரியில்லை என்று கருதுவதை ஒதுக்கி விடுங்கள். இப்படித்தான் இங்கு பலபேர்கள் செய்து கொண்டு, இருக்கிறார்கள்! இல்லாவிட்டால், உங்கள் ஆன்மீகயாத்திரை, துன்பத்தைத்தான் கொடுக்கும். ஆனால், என் முன்னே அமர்ந்துகொண்டு, நான் சொல்லுவதை கேட்கும்பொழுது, உங்களுக்கு சரியில்லாததை எப்படித் தவிர்ப்பீர்கள்? ஏனெனில், அது சரியில்லை என்று உங்கள் மனம் கூறுவதற்கு முன்பே, அதைக் கேட்டுவிடுகிறீர்கள்.

இதைத்தவிர்க்க ஒரு காரியம் செய்யுங்கள். இதை உங்கள் பேராசிரியர்கள், பண்டிதர்கள், படிப்பாளிகள் அனைவரும் அறிவார்கள். நீங்கள் எதையாவது கேட்டுக்கொண்டிருக்கும்பொழுது, அது சரியில்லா

ததுபோல் தோன்றினால், உடனே அதை அலட்சியப்படுத்திவிட்டு, உங்கள் கவனத்தை வேறுபக்கம் திருப்பிவிடுங்கள்! அது மிக அற்பமானது, அர்த்த மில்லாதது, பிதற்றல் என்று ஒதுக்கிவிடுங்கள்.

ஒரு நிகழ்ச்சி

ஐரிஷ் (Irish) நாட்டு கப்பற்படை தொழிலாளிகள் ஒரு அவசர கால அடிப்படையில், ஒரு வீட்டின் முன் சாலையை தோண்டிக் கொண்டிருந்தார்கள். அப்பொழுது அந்த வீட்டின் உள்ளே விபசாரம் நடைபெறுவதாக அறிந்தார்கள். பிறகு வேலைசெய்துகொண்டே, உள்ளே செல்லுபவர்களைக் கவனிக்க ஆரம்பித்தார்கள். முதலில் ஒரு கிருஸ்துவ மதப் பிரச்சாரகர், தன் தலைத்தொப்பியை இறக்கிக்கொண்டு, வேகமாக உள்ளே நுழைந்தார். அப்பொழுது அந்தத் தொழிலாளிகளில் ஒருவரான பேட் (pat), தன் நண்பன் மைக்கிடம் (mike)''யார் உள்ளே சென்றார் என்று பார்த்தாயா? அந்தப் பெண்கள் இந்த மதபோதகரிடம் என்ன செய்வார்கள் என்று எதிர்பார்க்கிறாய்?'' என்று கிளுகிளுப்பாகக் கேட்டான். பிறகு, சிறிது நேரம் கழித்து, ஒரு ரபி தன் சட்டைக் காலரைத் தூக்கி விட்டுக்கொண்டு, உள்ளே சென்றார். உடனே மைக், தன் நண்பன் பேட்டிடம், ''இப்படி கடவுளைச் சார்ந்த நபர்கள் இந்தத் தொழில் நடக்கும் இடத்திற்கு வருவது, எவ்வளவு வேதனையைக் கொடுக்கிறது'' என்று சொல்லி வருத்தப் பட்டான்.

அடுத்து, ஒரு கத்தோலிக்க கிருஸ்துவப் பாதிரியார், தன் அங்கியை தலைவரை இழுத்துவிட்டுக்கொண்டு, உள்ளே நுழைந்தார். இதைப் பார்த்ததும் மைக், ''பேட், உள்ளே ஏதோ விரும்பத்தகாத நிகழ்ச்சி நடந்திருக்க வேண்டும். அதாவது யாரோ ஒரு பெண்ணுக்கு உடல் சரியில்லாமல் இருக்க வேண்டும். அவளுக்குப் பிரார்த்தனை செய்யவே, இந்தப் பாதிரியார் உள்ளே செல்கிறார்!'' என்றான்.

இப்படித்தான் உங்கள் மனத்தைக் குறுக்கே பாய விடவேண்டும்!! அதை தன் இஷ்டப்படி கற்பனை செய்ய அனுமதிக்கவேண்டும்! ஒரு மதபோதகரும், ஒரு ரபியும், அந்த வீட்டினுள் செல்லும்பொழுது, அதை அருவருப்பாக விமர்சித்த உங்கள் மனம், ஒரு கத்தோலிக்க பாதிரியார் உள்ளே செல்லும் பொழுது, அதை வேறு விதமாக விமர்சனம் செய்கிறது! இந்த முறையில், என்னையும் நீங்கள் தவிர்க்கலாம்!

ஓஷோ

அடுத்து மூன்றாவது ஒன்று இருக்கிறது. அதாவது இங்கே உட்கார்ந்திருக்கும் இந்த ஆள் (ஓஷோ) ஒரு முழு பைத்தியம் என்று எண்ணிக்கொள்ளலாம்! இது ரொம்ப அருமையாக, நிச்சயமாக வேலை செய்யும்! முதல் இரண்டு முறைகள் வேலை செய்யாவிட்டால், இதைப் பின்பற்றிப் பாருங்கள். உங்களுக்கு வெற்றி நிச்சயம்! கத்தோலிக்க மதத்தைப்பற்றி, இழிவாக ஒரு பைத்தியக்காரன்தான் பேசுவான் என்று நினைத்துக்கொள்ளுங்கள். இது உங்களை சாந்தப்படுத்தும்.

ஒரு நிகழ்ச்சி.

ஒரு ஒதுக்குப்புறமாக உள்ள அயர்லேந்து **(Ireland)** மலைப் பிரதேசத்தில் இருக்கும் ஒரு மாதகோவிலுக்கு, புதிதாக ஒரு பாதிரியார் நியமிக்கப்பட்டு வந்திருந்தார். ஒரு நாள் அந்தப் பிரதேசத்தை சுற்றிப் பார்த்துக்கொண்டு வரும்பொழுது, சிறிதுதூரம் சென்றபிறகு, 14 பிள்ளைகள் அடங்கிய ஒரு குடும்பத்தை அவர் சந்திக்க நேர்ந்தது. அவர்களைப் பார்த்ததும், அந்தப் பாதிரியார் சந்தோஷமடைந்து, ''என்னுடைய நல் வாழ்த்துக்கள். இந்த மலைப்பிரதேசத்தில் வசிக்கும் மத நம்பிக்கையுடைய ஒரு குடும்பத்தைச் சந்திப்பதில் மிக்க மகிழ்ச்சி அடைகிறேன்'' என்றார்.

அதற்கு அந்த குடும்பத்துத் தலைவன், ''ஐயா, நாங்கள் இந்த மலைப் பகுதியில் வசிப்பவர்கள் அல்ல. அதே தெரிகிறதே, அந்த மலை மேலே உள்ள டோய்லேன் **(Doylan)** என்ற இடத்தைச் சேர்ந்தவர்கள்'' என்றான்.

அந்த பாதிரியார் மிகவும் களைப்படைந்து, மெல்ல, ''எப்படியாயினும் சரி, இந்த 14 கத்தோலிக்க குழந்தைகளை கடவுள் ஆசீர்வதிக்கட்டும்'' என்றார்.

''பாதர்,நாங்கள் பிராட்டடஸ்டண்டைச் **(Protestent)** சேர்ந்தவர்கள்'' என்றான்.

''அப்படியா, என்ன அருவருப்பான பால் உணர்வு பாப காரியத்தைச் செய்திருக்கிறாய். நீங்களெல்லாம் உடலுறவு பைத்தியங்கள். நான் இந்த இடத்தை விட்டு உடனே செல்லவேண்டும். ஒரே அசிங்கம்!'' என்று வெறுப்போடு சொல்லிவிட்டு, அந்தப் பாதிரியார் சென்று விட்டார்.

ஆகவே, நான் உங்களோடு ஒத்துப்போனால், 'இந்த மனிதன் மிகவும் சிறந்தவன்' என்று கருதிக்கொள்ளுங்கள். மாறாகச் சென்றால், 'இவன் ஒரு பைத்தியம்' என்று நினைத்துக்கொள்ளுங்கள். இப்படித்தான் எல்லோரும் செய்து கொண்டு, மன உளைச்சல் இல்லாமல் இருக்கிறார்கள். ஆகவே, இப்பொழுது உங்களுக்கும் இந்த ரகசியத் தந்திரம் தெரிந்திருக்குமென நம்புகிறேன். நீங்களும் முயற்சி செய்து பாருங்கள்.

அடுத்து, உங்களிடம் எந்தத் தொந்தரவோ அல்லது மாற்றமோ நிகழக்கூடாது என்று நினைத்தால், எதற்காக இங்கு வருகிறீர்கள்? உங்களுக்கு எவ்வளவு தூரம் தொந்தரவு கொடுக்க முடியுமோ, அவ்வளவு தூரம் தொந்தரவு கொடுத்து, ஒரு மாற்றம் உங்களிடம் ஏற்படுத்துவதே என் லட்சியம். நான் உங்களது மனதை அழிக்காமல், உங்களிடம் ஒரு புதிய பிறவியை உண்டு பண்ணமுடியாது. நான் உங்களிடம் கொஞ்சம் கடுமையாக நடவடிக்கை எடுக்காவிட்டால், நீங்கள் மாறுவதற்கு சாத்தியமே இல்லை.

நான் உங்கள் மீது கருணை மிகக் கொண்டுதான், உங்கள் தலையில் சம்மட்டிக் கொண்டு அடிக்கிறேன்! ஏனெனில், அதைத்தவிர வேறுவழியில்லை. என்னுடைய அடி, கொஞ்சம் கடுமையாகவே இருக்கத்தான் தேவையாக இருக்கிறது. ஏனெனில், உங்கள் மண்டை ஓட்டின் கனம் மிகவும் அதிகம்! அப்பொழுது உண்மையின் ஒளிக்கீற்று சில, உங்களை வந்து அடையும்பொழுது, நீங்கள் நிலை கொள்ளாமல் தவிக்கிறீர்கள். ஏனெனில் இது வரை நீங்கள் அதை அறிந்திருக்கவில்லை. ஆகவே அதைக் கண்டு மிரளுகிறீர்கள்.

நன்றாக ஞாபகம் வைத்துக்கொள்ளுங்கள். ஏதாவது உங்கள் உள்ளத்தைத் தொந்திரவு செய்தால், அது மிகவும் மதிப்புடையது என்று கருதிக்கொள்ளுங்கள். அதைப்பற்றி ஆழமாகச் சிந்தியுங்கள், அதைத் தியானம் செய்யுங்கள். அது உங்களை முழுமையாக ஆக்ரமிக்கட்டும். அது உங்கள் உயிர்க்கலப்பாக இருக்கட்டும். அப்பொழுது அதை பலகோணங்களில் பார்த்து அதை முழுமையாகத் தெரிந்துகொள்ளுங்கள். எதுவும் பாக்கி என்று இருக்க வேண்டாம். ஏதோ ஒன்று உங்களைத் தொந்தரவு செய்கிறது என்றால், நீங்கள் இதுவரை நம்பி இருந்ததை, பொய் என்று அது சொல்ல ஆசைப்படுகிறது என்று அர்த்தம். உங்கள் நம்பிக்கையை அது தகர்க்கிறது என்று பொருள். ஆகவே, அதைப் பற்றி, தீர்மானமாகத் தெரிந்து கொள்ளுங்கள். எந்த சந்தேகமும் இருக்கக்கூடாது. நன்றாகக் கவனியுங்

கள். உண்மைதான் உங்களுக்குத் தொந்தரவு கொடுக்கும். எது அழிக்கக் கூடியதோ, அதுவே ஆக்கக்கூடியதும் ஆகும். அது உண்மையைத்தவிர வேறில்லை.

நான் முற்றிலும் ஒரு குழப்பமாக உங்களுக்காக இருக்கிறேன். ஒரு தெளிவு பெற, நீங்களும் அந்த குழப்பத்தில் முதலில் பங்கு கொண்டு தான் ஆகவேண்டும்.

இதைத்தான், சாரஹா சொல்கிறார். தந்த்ரா முழுமையும் இதைப் பற்றித்தான் இருக்கிறது. உங்களுக்குத் தொந்தரவு கொடுக்க வேண்டும், உங்களுடைய தனித்தன்மையை அழிக்க வேண்டும், உங்களுடைய கொள்கை கோட்பாடுகளை ஒழிக்க வேண்டும், ஏன் உங்கள் மனத்தையை ஒதுக்கி வைக்க வேண்டும். இது கிட்டத்தட்ட ரண சிகிச்சையைபோல்தான்! வேறு வழியில்லை. இதை நான் செய்தேதீர வேண்டும். ஆனால், இது நன்றியற்ற வேலை என்பதும் தெரியும்!

கடைசி கேள்வி:-

''அன்புள்ள ஓஷோ, சம்சாரா என்றால் என்ன?''

முதலில் இந்தக் கதையைக் கேளுங்கள்.

லண்டனில் உள்ள தேம்ஸ் நதியைச் சுற்றி பனி படந்த குளிர்ந்த இரவு வேளையில் ஒரு ஏழை வாலிபன், அந்த நதியின் மதில்மேல் படுத்திருந்தான். திடீரென்று, ஒரு மென்மையான குரல் கேட்டு, சுற்று முற்றும் பார்த்தான். அப்பொழுது ஒரு விலையுர்ந்த காரிலிருந்து கறுப்பு மேனியுள்ள ஒரு அழகிய பெண் இறங்கி, அவனிடம் வந்து அன்புடன், ''ஏழை வாலிபனே, நீ மிகவும் குளிரில் நடுங்கியவாறு இருக்கிறாய். உனக்கு உதவி செய்ய ஆசைப்படுகிறேன். என்னுடன் காரில் ஏறிக்கொள். என் வீட்டில் இரவு தங்கிக் கொள்ளலாம்'' என்று கூறி, அவனை அழைத்துச் சென்றாள்.

அந்த மாளிகையை அடைந்ததும், அந்தப் பெண், தன் சமையல் காரனிடம், அந்த ஏழையை ஒப்படைத்து, அவனுக்கு வேண்டிய சாப்பாடு, துணி மணிகள், படுப்பதற்கு அறையெல்லாம் ஏற்பாடுசெய்யும்படி கூறினாள்.

பிறகு, அவள், படுக்கப்போகு முன், தன்னுடைய விருந்தாளி யான அந்த ஏழை வாலிபன் சௌகரியமாக இருக்கிறானா என்று பார்க்க விரும்பினாள். ஆகவே, மெல்ல நடந்து அவன் இருக்கும் அறையை அடையும் பொழுது, அறையினுள் விளக்கு எரிவதைப் பார்த்து, அவன் இன்னும் தூங்கவில்லை என்று கருதி, மெல்ல கதவைத்தட்டினாள். கதவு திறந்ததும், மெல்ல உள்ளே நுழைந்து அவனிடம், ''ஏன் இன்னும் தூங்காமல் இருக்கிறாய். இன்னும் பசியோடுதான் இருக்கிறாயா என்ன?'' என்று அன்புடன் கேட்டாள். அதற்கு அவன், ''இல்லை, இல்லை, எனக்கு ராஜ சாப்பாடு கிடைத்தது'' என்றான்.

''பிறகு என்ன, படுக்கை சரியில்லையா?''

''இல்லை, படுக்கை ரொம்ப மென்மையாகவே இருக்கிறது''

''சரி, உனக்குத் துணை தேவைப்படுகிறது என்று நினைக்கிறேன் கொஞ்சம் தள்ளு''

அவ்வளவுதான். அந்த ஏழை வாலிபன் கொஞ்சம் நகரவே, அந்த தேம்ஸ் நதியில் விழுந்துவிட்டான்!!

இதுதான் சம்சாரா!

இதுபோதும் இன்றைக்கு.

அனுபவப்பட ஓர் அழைப்பு

ஓஷோ
பிறக்கவுமில்லை
இறக்கவுமில்லை
இந்த பூமிக்கு விஜயம் செய்த காலம்
11.12.1931 முதல் 19.1.1990

ஓஷோ ஒரு ஞானமடைந்த சித்தர்.

தேடுபவர்களுக்கும் நண்பர்களுக்குமான தனது முப்பது வருடப் பேச்சில், ஓஷோ அவர்களது கேள்விகளுக்குப் பதிலளித்திருக்கிறார். உலகின் மிகச்சிறந்த ஞானவான்கள் மற்றும் புனித நூல்களின் உபதேசங்களை விவரித்திருக்கிறார். அவருடைய பேச்சுக்கள் தொடர்ந்து புதிய பார்வைகளை எல்லாவற்றிற்கும் அளித்து வருகிறது — தெரியாத உபநிஷத்துக்களிலிருந்து தெரிந்த குருட்ஜிப் சொற்கள் வரை, அஷ்டவக்ராவிலிருந்து ஜரதுஸ்ட்ரா வரை. ஹசீட்ஸ், சூபீஸ், பவுல்ஸ், யோகா, தந்த்ரா, தாவோ மற்றும் கௌதம புத்தர் ஆகிய எல்லாவற்றையும் தனது அனுபவத்திலிருந்து ஆணித்தரமாகப் பேசுகிறார். கடைசியாக ஸென்னின் தனித்தன்மை வாய்ந்த ஞான அறிவை நம்மிடம் பாய்ச்சுவதில் முழுக் கவன மெடுத்துக் கொண்டார். அதற்கு அவர் கூறுகிற காரணம் என்னவென்றால், மனிதனின் உள் வாழ்க்கையை நோக்கும் ஆன்மிக அணுகுமுறையில் ஸென் ஒன்று மட்டுமே காலத்தின் சோதனை களையெல்லாம் கடந்து நிற்பது மட்டுமின்றி இன்றைய மனிதகுலத்திற்கும் ஏற்புடையதாகத் திகழ்கிறது என்பதே. 'தியான்' என்ற சொல்லின் மருவிய வழக்கே ஜப்பான் மொழியின் 'ஸென்' என்பது. ஆங்கிலத்தில் இதை 'மெடிடேசன்' என்று மொழி பெயர்க்கலாம். ஆனால் அது முழுமையான மொழி பெயர்ப்பல்ல என்றே ஓஷோ கூறுகிறார். ஆகவே நீங்கள் தியானம் அல்லது ஸென் அல்லது வேறு எப்படி அழைத்தாலும் சரி — ஓஷோ சுட்டிக்காட்டுவது அதை 'அனுபவித்தலை.'

ஓஷோ 1974ல் பூனேயில் தங்க ஆரம்பித்தார். அவருடைய பேச்சைக் கேட்கவும், அவருடைய இன்றைய மனிதனுக்கான தியானமடையும் வழிமுறைகளைப் பழகவும் சீடர்களும் நண்பர்களும் உலகெங்கிலும் இருந்து அவரைச் சூழ்ந்தனர்.

மேற்கத்திய குழு அணுகுமுறை, வகுப்புகள், பயிற்சிகள் போன்ற உள சிகிச்சைகளும் படிப்படியாக புகுத்தப்பட்டது. இது

கிழக்கத்திய நாடுகளின் அணுகுமுறையையும் இணைக்கும் பாலமாக விளங்குகிறது. இப்போது 'ஓஷோ கம்யூன் இண்டர் நேஷனல்' உலகின் மிகப்பெரிய தியானம் மற்றும் ஆன்மிக வளர்ச்சிக் கேந்திரமாக உருவாகியுள்ளது. இது உள் உலகை அனுபவிக்கவும் ஆழ்ந்து செல்லவும் நூற்றுக்கணக்கான பல்வேறு முறைகளை வழங்குகிறது.

ஒவ்வொரு வருடமும் ஆயிரக்கணக்கில் சத்தியத்தை நாடுபவர்கள் உலகெங்கிலுமிருந்து ஓஷோவின் புத்த மண்டலத் திற்கு கொண்டாடவும் தியானம் செய்யவும் வருகிறார்கள். கம்யூனில் அடர்ந்த பசுமை நிறைந்த தோட்டங்களும், குளங்களும், அருவிகளும், பெருமித அன்னங்களும், அழகிய மயில்களும், அழகான கட்டடங்களும், பிரமிடுகளும் உள்ளன. இப்படிப்பட்ட அமைதியும் இசைவும் உள்ள சூழல் உள் அமைதியைப்பெற ஆனந்த மான வழியைக் காட்டுகிறது.

புத்த மண்டலத்தில் பங்குபெற மேற்கொண்டு விவரங் களுக்குத் தொடர்புக் கொள்க:

OSHO COMMUNE INTERNATIONAL

17, KOREGAON PARK, PUNE-411001, MS, INDIA

PH: 020 628562 FAX: 020 624181

E-MAIL: commune@osho.net

INTERNET WEB SITE: http//www.osho.com

BOOKS BY OSHO

ENGLISH LANGUAGE EDITIONS

EARLY DISCOURSES AND WRITINGS
A Cup of Tea
Dimensions Beyond The Known
From Sex to Superconsciousness
The Great Challenge
Hidden Mysteries
I Am The Gate
The Psychology of the Esoteric
Seeds of Wisdom

MEDITATION
And Now and Here (Vol 1 & 2)
In Search of the Miraculous (Vol 1 &.2)
Meditation: The Art of Ecstasy
Meditation: The First and Last Freedom
Vigyan Bhairav Tantra
  (boxed 2-volume set with 112 meditation cards)
Yaa-Hoo! The Mystic Rose

BUDDHA AND BUDDHIST MASTERS
The Dhammapada (Vol 1-12)
  The Way of the Buddha
The Diamond Sutra
The Discipline of Transcendence (Vol 1-4)
The Heart Sutra The Book of Wisdom
  (combined edition of Vol 1 & 2)

BAUL MYSTICS
The Beloved (Vol 1 & 2)

KABIR
The Divine Melody
Ecstasy: The Forgotten Language
The Fish in the Sea is Not Thirsty
The Great Secret
The Guest
The Path of Love
The Revolution

JESUS AND CHRISTIAN MYSTICS
Come Follow to You (Vol 1-4)
I Say Unto You (Vol 1 & 2)
The Mustard Seed
Theologia Mystica

JEWISH MYSTICS
The Art of Dying
The True Sage

SUFISM
Just Like That
Journey to the Heart
  (same as Until You Die)
The Perfect Master (Vol 1 & 2)
The Secret
Sufis: The People of the Path
  (Vol 1 & 2)
Unio Mystica (Vol 1 & 2)
The Wisdom of the Sands (Vol 1 & 2)

TANTRA
Tantra: The Supreme Understanding
The Tantra Experience
The Royal Song of Saraha
  (same as Tantra Vision, Vol 1)
The Tantric Transformation
The Royal Song of Saraha
  (same as Tantra Vision, Vol 2)

TAO
The Empty Boat
The Secret of Secrets
Tao: The Golden Gate
Tao: The Pathless Path
Tao: The Three Treasures
When the Shoe Fits

THE UPANISHADS
Heartbeat of the Absolute
  Ishavasya Upanishad
I Am That *Isa Upanishad*
Philosophia Ultima *Mandukya Upanishad*
The Supreme Doctrine *Kenopanishad*
Finger Pointing to the Moon
  Adhyatma Upanishad
That Art Thou *Sarvasar Upanishad, KaivalyaUpanishad, Adhyatma Upanishad*
The Ultimate Alchemy
  Atma Pooja Upanishad (Vol 1 & 2)
Vedanta: Seven Steps to Samadhi
  Akshaya Upanishad

WESTERN MYSTICS
Guida Spirituale *On the Desiderata*
The Hidden Harmony
  The Fragments of Heraclitus
The Messiah (Vol 1 & 2)
  Commentaries on Khalil Gibran's *The Prophet*
The New Alchemy: To Turn You On
  Commentaries on Mabel Collins'
  Light on the Path
Philosophia Perennis (Vol 1 & 2)
  The Golden Verses of Pythagoras
Zarathustra: A God That Can Dance
Zarathustra: The Laughing Prophet
  Commentaries on Nietzsche's *Thus Spake Zarathustra*

YOGA
Yoga: The Alpha and the Omega (Vol 1-10)

ZEN AND ZEN MASTERS
Ah, This!
Ancient Music in the Pines
And the Flowers Showered
A Bird on the Wing
  (same as Roots and Wings)
Bodhidharma: The Greatest Zen Master
Communism and Zen Fire, Zen Wind

Dang Dang Doko Dang
The First Principle
God is Dead: Now Zen is the Only Living Truth
The Grass Grows By Itself
The Great Zen Master Ta Hui
Hsin Hsin Ming: The Book of Nothing *Discourses on the Faith-Mind of Sosan*
I Celebrate Myself: God is No Where, Life is Now Here
Kyozan: A True Man of Zen
Nirvana: The Last Nightmare
No Mind: The Flowers of Eternity
No Water, No Moon
One Seed Makes the Whole Earth Green
Returning to the Source
The Search: Talks on the 10 Bulls of Zen
A Sudden Clash of Thunder
The Sun Rises in the Evening
Take it Easy (Vol 1) *Poems of Ikkyu*
Take it Easy (Vol 2) *Poems of Ikkyu*
This Very Body the Buddha *Hakuin's Song of Meditation*
Walking in Zen, Sitting in Zen
The White Lotus
Yakusan: Straight to the Point of Enlightenment
Zen Manifesto: Freedom From Oneself
Zen: The Mystery and the Poetry of the Beyond
Zen: The Path of Paradox (Vol 1, 2 & 3)
Zen: The Special Transmission

ZEN BOXED SETS
<u>The World of Zen (5 volumes)</u>
Live Zen
This. This. A Thousand Times This
Zen: The Diamond Thunderbolt
Zen: The Quantum Leap from Mind to No-Mind
Zen: The Solitary Bird, Cuckoo of the Forest

357 <u>Zen: All The Colors Of The Rainbow (5 vol.)</u>
The Buddha: The Emptiness of the Heart
The Language of Existence
The Miracle
The Original Man
Turning In
<u>Osho: On the Ancient Masters of Zen (7 vol.)</u>
Dogen: The Zen Master
Hyakujo: The Everest of Zen – With Basho's haikus
Isan: No Footprints in the Blue Sky
Joshu: The Lion's Roar
Ma Tzu: The Empty Mirror
Nansen: The Point Of Departure
Rinzai: Master of the Irrational
Each volume is also available individually.

RESPONSES TO QUESTIONS
Be Still and Know
Come, Come, Yet Again Come
The Goose is Out
The Great Pilgrimage: From Here to Here
The Invitation
My Way: The Way of the White Clouds
Nowhere to Go But In
The Razor's Edge
Walk Without Feet, Fly Without Wings and Think Without Mind
The Wild Geese and the Water
Zen: Zest, Zip, Zap and Zing

TALKS IN AMERICA
From Bondage To Freedom
From Darkness to Light
From Death To Deathlessness
From the False to the Truth
From Unconsciousness to Consciousness
The Rajneesh Bible (Vol 2-4)
The Rajneesh Upanishad

THE WORLD TOUR

Beyond Enlightenment *Talks in Bombay*
Beyond Psychology *Talks in Uruguay*
Light on the Path *Talks in the Himalayas*
The Path of the Mystic *Talks in Uruguay*
Sermons in Stones *Talks in Bombay*
Socrates Poisoned Again After 25 Centuries
  Talks in Greece
The Sword and the Lotus *Talks in the Himalayas*
The Transmission of the Lamp
  Talks in Uruguay

OSHO'S VISION FOR THE WORLD

The Golden Future
The Hidden Splendor
The New Dawn
The Rebel
The Rebellious Spirit

THE MANTRA SERIES

Hari Om Tat Sat
Om Mani Padme Hum
Om Shantih Shantih Shantih
Sat-Chit-Anand
Satyam-Shivam-Sundram

PERSONAL GLIMPSES

Books I Have Loved
Glimpses of a Golden Childhood
Notes of a Madman

INTIMATE TALKS BETWEEN MASTER AND DISCIPLE – DARSHAN DIARIES

A Rose is a Rose is a Rose
Be Realistic: Plan for a Miracle
Believing the Impossible Before Breakfast

358 Beloved of My Heart
Blessed are the Ignorant
Dance Your Way to God
Don't Just Do Something, Sit There
Far Beyond the Stars
For Madmen Only
The Further Shore
Get Out of Your Own Way
God's Got A Thing about You
God is Not for Sale
The Great Nothing
Hallelujah!
Let Go!
The 99 Names of Nothingness
No Book, No Buddha, No Teaching, No Disciple
Nothing to Lose but Your Head
Only Losers Can Win in This Game
Open Door
Open Secret
The Shadow of the Whip
The Sound of One Hand Clapping
The Sun Behind the Sun Behind the Sun
The Tongue-Tip Taste of Tao
This Is It
Turn On, Tune In and Drop the Lot
What Is, Is, What Ain't, Ain't
Won't You Join The Dance

INTERVIEWS WITH THE WORLD PRESS

The Last Testament (Vol 1)

COMPILATIONS

Bhagwan Shree Rajneesh:
  On Basic Human Rights
Jesus Crucified Again, This Time in Ronald
  Reagan's America
Priests and Politicians: The Mafia of the Soul

GIFT BOOKS OF OSHO QUOTATIONS
A Must for Contemplation Before Sleep
A Must for Morning Contemplation
Gold Nuggets
More Gold Nuggets
Words From a Man of No Words
At the Feet of the Master

PHOTOBOOKS
Shree Rajneesh: A Man of Many Climates,
  Seasons and Rainbows *through the eye of the camera*
Impressions... *Osho Commune International Photobook*

BOOKS ABOUT OSHO
Bhagwan: The Buddha for the Future
  by Juliet Forman, S.R.N., S.C.M., R.M.N.
Bhagwan Shree Rajneesh: The Most Dangerous Man Since Jesus Christ
  by Sue Appleton, LL.B., M.A.B.A.
Bhagwan: The Most Godless Yet the Most Godly Man
  by Dr. George Meredith, M.D, M.B.B.S. M.R.C.P.
Bhagwan: One Man Against the Whole Ugly Past of Humanity
  by Juliet Forman, S.R.N., S.C.M., R.M.N.
Bhagwan: Twelve Days That Shook the World
  by Juliet Forman, S.R.N., S.C.M., R.M.N.
Was Bhagwan Shree Rajneesh Poisoned by Ronald Reagan's America?
  by Sue Appleton, LL.B. M.A.B.A.
Diamond Days With Osho
  by Ma Prem Shunyo

GIFTS
Zorba The Buddha Cookbook

For Osho Books & Audio/Video Tapes Contact:

SADHANA FOUNDATION
17, KOREGAON PARK, PUNE-411001, MS, INDIA.
PH: 020 628562 FAX: 020 624181
E-MAIL: distrib@osho.net
INTERNET WEBSITE: http://www.osho.com

THE VISION FOR A NEW MAN

ओशो टाइम्स

HINDI (MONTHLY), Cover Price Rs 15
YEARLY SUBSCRIPTION, Rs 150* and Rs 200**
HALF-YEARLY SUBSCRIPTION, Rs 90* and Rs 165**

*By Ordinary Post, ** By Registered Post

OSHO asia edition TIMES

ENGLISH ASIA EDITION (MONTHLY), Cover Price Rs 20
YEARLY SUBSCRIPTION, Rs 200* and Rs 350**

CONTACT
TAO PUBLISHING PVT. LTD.
50, KOREGAON PARK, PUNE-411001 PH: 020 628562 FAX: 020 624181
E-MAIL: othsubs@osho.net INTERNET WEBSITE: http://www.osho.com

THE VISION FOR A NEW MAN